அச்சுதம் கேசவம்

# அச்சுதம் கேசவம்

இரா. முருகன்

எழுத்து
பிரசுரம்

Title: Achchutham Kesavam
Author's Name: Era. Murugan

Published by Ezutthu Prachuram



Ezutthu Prachuram
(An imprint of Zero Degree Publishing)
No. 55(7), R Block, 6th Avenue,
Anna Nagar,
Chennai - 600 040

Website: www.zerodegreepublishing.com
E Mail id: zerodegreepublishing@gmail.com
Phone: 89250 61999

Ezutthu Prachuram First Edition: November 2022
ISBN: 978-93-93882-63-9
TITLE NO EP: 382

Rs.

Cover Design & Layout: Vijayan

# முன்னுரை

பெருங்கதையாடலின் காலம் முடிந்துவிட்டது. பெருங்கதையாடல் நீடு வாழ்க.

கிராண்ட் நெரேடிவ், மெடா நெரேடிவ் என்றெல்லாம் பெயர் கொடுத்துச் சுட்டப்பட்டு எழுத்தில் புனைவை இழைத்து வடித்த, நூறு நூறு ஆண்டுகளாக இங்கேயும் எங்கேயும் நிலவி வந்த, வாசாலகமாகப் பெரிய கதை சொல்லும் முறை அரசியல், சமூக, கலாசார, தொழில்நுட்ப மாற்றங்களின் நேரடியும் மறைமுகமுமான விளைவாக விடைபெற்றது.

பின் நவீனத்துவச் சான்றோரான ழான் ஃப்ரான்ஸ்வா லியோதாவும் ஃபூகோவும் அவதானிக்காவிட்டாலும், அறிவிக்காவிட்டாலும் பெருங்கதையாடல் ஓய்ந்து தானிருக்கும். மகத்தான கதாநாயகர்கள், எழுதப்படும் இலக்கியத்தின் பக்கங்களில் இருந்து நழுவி வீழ்ந்து காணாமல் போயிருப்பார்கள். பெரும் பயணங்களும், பெரிய நிகழ்வுகளும், பெரியது கண்டு உவக்கும் வாழ்வியலும், வாழ்வியல் சார்ந்த பெரிய குறிக்கோள்களும், பெரிய ஜனக் கூட்டத்தை பருந்துப் பார்வையில் அடைக்கும் கண்ணோட்டமும், மற்ற கதையாடல்களையும் மாற்றுப் பொருள் கோடலையும் அனுமதியாத போக்கும் காலம் கடந்து உயிர்த்திருக்காது.

அதிகாரக் கட்டமைப்புகளின் பிரம்மாண்டத்தையும் சர்வ வியாபகமான தன்மையையும் கோடிட்டுக் காட்டும், சிறப்பித்துத் தொழ வைக்கும் பெருங்கதையாடல் ஒழுங்கமைதியின்மையையே சீலமாகக் கொண்டு உயிர்க்கும் உலகின் அடிப்படைத் தன்மையைப் புறந்தள்ளுவது என்பதால் மட்டும் களையப்பட வேண்டியதில்லை. புதியன புகுதலும் பழையன நீங்குதலுமான உலக வழக்கு காரணமாகவும் இது நிகழ வேண்டியது.

மெடா நேரேடிவ் ஓய்ந்த, யானை இறந்த புனைவுப் பரப்பில், நூறு நூறு குறுங்கதையாடல்கள் வாழ்வின் சகல பரிமாணங்களையும் எழுத்து உணர்த்த வழி செய்து பன்முகத் தன்மை வாய்ந்த உரையாடலையும் கருத்தாக்கத்தையும் சமூக விமர்சனத்தையும் வன்மையோடு முன்னெடுத்துப் போகத் துணை புரிகின்றன.

அரசூர் நாவல் வரிசையில் மூன்றாம் புனைவு அச்சுதம் கேசவம். மாந்திரிக யதார்த்தமும் பெரிய கதையாடலுமாக முதல் இரண்டு நாவல்களான அரசூர் வம்சமும், விஸ்வரூபமும் கற்பித்துக் கொண்ட இலக்கு நோக்கி நகர்ந்தன. இவற்றில், ஏழு இழைகளாக, நாற்பதாண்டு கால அளவில், ஏழெட்டு கதைக்களனில் நிகழும் விஸ்வரூபம் கதை சொல்ல, சகலமானதையும் சகலமானவர்களையும் இணைத்து நடத்திப் போகும் பெருங் கதையாடல் துணை நின்றது. அந்த ஆசுவாசத்தை நீடிக்க அடுத்த நாவல் அதேபடிக்கு எழுத முடியாது.

ஒவ்வொரு அரசூர் நாவலும் அதன் முந்தைய, பின்வரும் நாவல்களோடு நிகழ்வு மற்றும் கதாபாத்திர அடிப்படையில் அடர்ந்து சார்ந்திருப்பதைத் தவிர்க்கிறேன். எனக்கு மூன்று தலைமுறை முந்தியவர்களை அவர்களின் வழி வந்தவன் என்று துதித்து வணங்கும் போது, நான் அவர்களில் இருந்து வேறுபட்டவன் என்பதை மரியாதையோடும் ஆசுவாசத்தோடும் நினைவுகூரத் தவறுவதில்லை நான். வேறுபடுதலே நான் எழுதும் ஒவ்வொரு நாவலையும் அதனளவில் பொருளமைதி கொள்ளச் செய்கின்றது. தனித்து இயங்கச் செய்கிறது. அதற்கே உரித்தான வாசக அனுபவமளிக்கிறது. வேற்றுமையும் வேண்டும் இம்மாநிலத்தே, தோழரே.

அச்சுதம் கேசவம் நாவல் மற்ற அரசூர் நாவல்களோடு காலம், கதை மாந்தர், கருப் பொருள் இவற்றோடு கதையாடலிலும் முற்றிலும் மாறுபட்டது. குறுங்கதையாடலைக் கதை சொல்ல இங்கே கைகொண்டிருக்கிறேன். நாவலுக்கே உரித்தான தனித்தன்மையோடு, அந்தந்தக் கதாபாத்திரம் சார்ந்த, அத்தியாயப் பகுப்புகளிலூடும் முழுமை நோக்கிச் செய்யப்பட்டது இது. இந்தச் சிறு கதையாடல்கள் கதையோட்டத்தைத் தம் போக்கில் முன் செலுத்துகின்றன.

அரசூர் வம்சம் எழுதும் போது விஸ்வரூபமும் அச்சுதம் கேசவமும் அந்த வம்சத்தின் அடுத்தடுத்து வரும் தலைமுறைகளின் கதையைச் சொல்ல எழுதுவேன் என்று நான் நினைக்கவே இல்லை. நோபல் பரிசு பெற்ற எகிப்திய எழுத்தாளர் நகுயுக் மெஹ்ஃபஸின் கெய்ரோ முந்நாவல் வரிசையைப் படிக்கும் போது, குறிப்பாக அந்த மூன்று கெய்ரோ நாவல்களின் இறுதிப் புதினமான சர்க்கரை வீதி நாவலைப் படிக்கும்போது அரசூர் முந்நாவல்களுக்கான விழைவு பிறந்தது. சர்க்கரை வீதி போல் எனக்கு அச்சுதம் கேசவம், மூன்றிலும் முக்கியமான நாவலாகிறது. நான் வாழும் காலகட்டத்தில் இந்நாவல் நிகழ்வது தற்செயலானதே.

அச்சுதம் கேசவம் நாவலின் கதாபாத்திரங்களுடைய இயக்கமும் உறவும் நட்பும் அடுத்த அரசூர் நாவலான ‘வாழ்ந்து போதீர்’ ஆகத் தொடரும். தொடர்ந்து நிச்சயித்த இலக்கை நோக்கிக் கதையை நகர்த்தும். அங்கங்கே லெய்ட்மோடிவ் *(Leitmotif)* ஆக வந்து இறங்கி ஆடும் மயில், கதை பறக்கவும் கைகொடுக்கலாம்.

தொடரும் இயக்கத்தையும், மற்ற வெளிகளையும், சூழலையும் புனைவின் வழி மெய்ப்பித்து நிகழ்த்தும் அச்சுதம் கேசவம் பகுதி-இரண்டில் விரைவில் உங்களைச் சந்திக்கிறேன்.

அன்புடன்
இரா முருகன்

# வைத்தி வைத்தியநாதனின் நெருங்கிய உறவுகள்

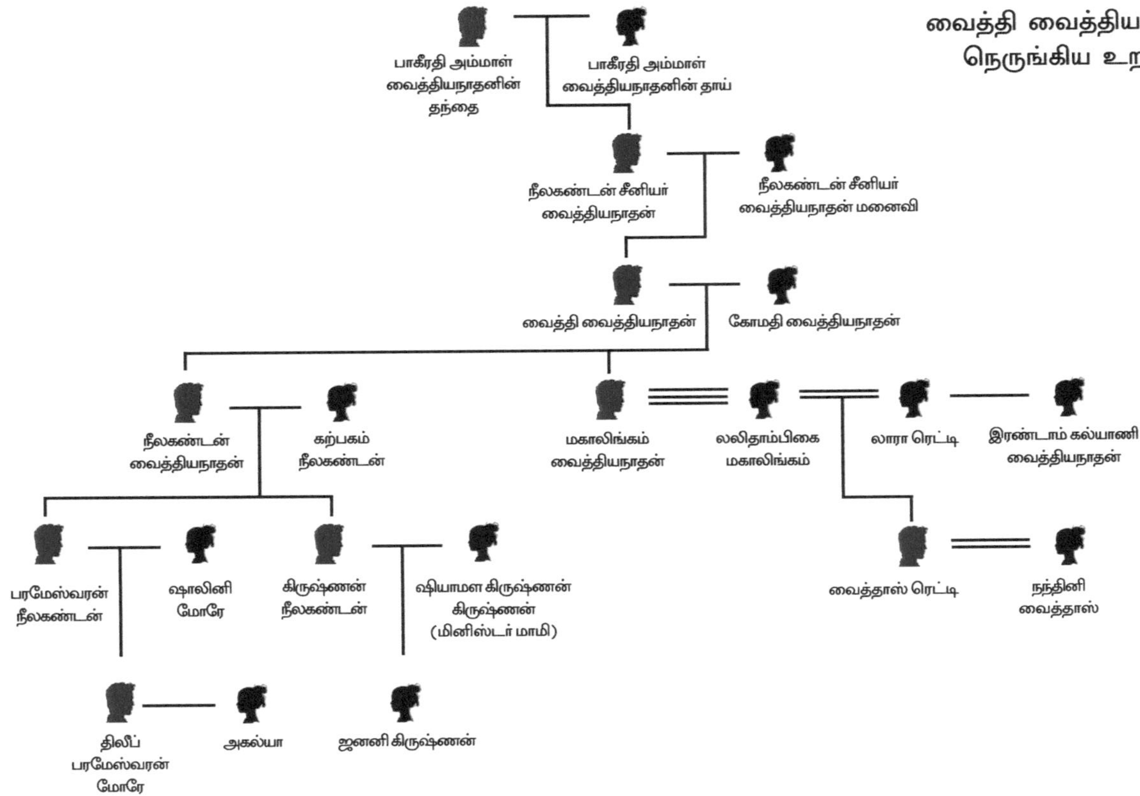

# பகவதியின் நெருங்கிய உறவுகள்

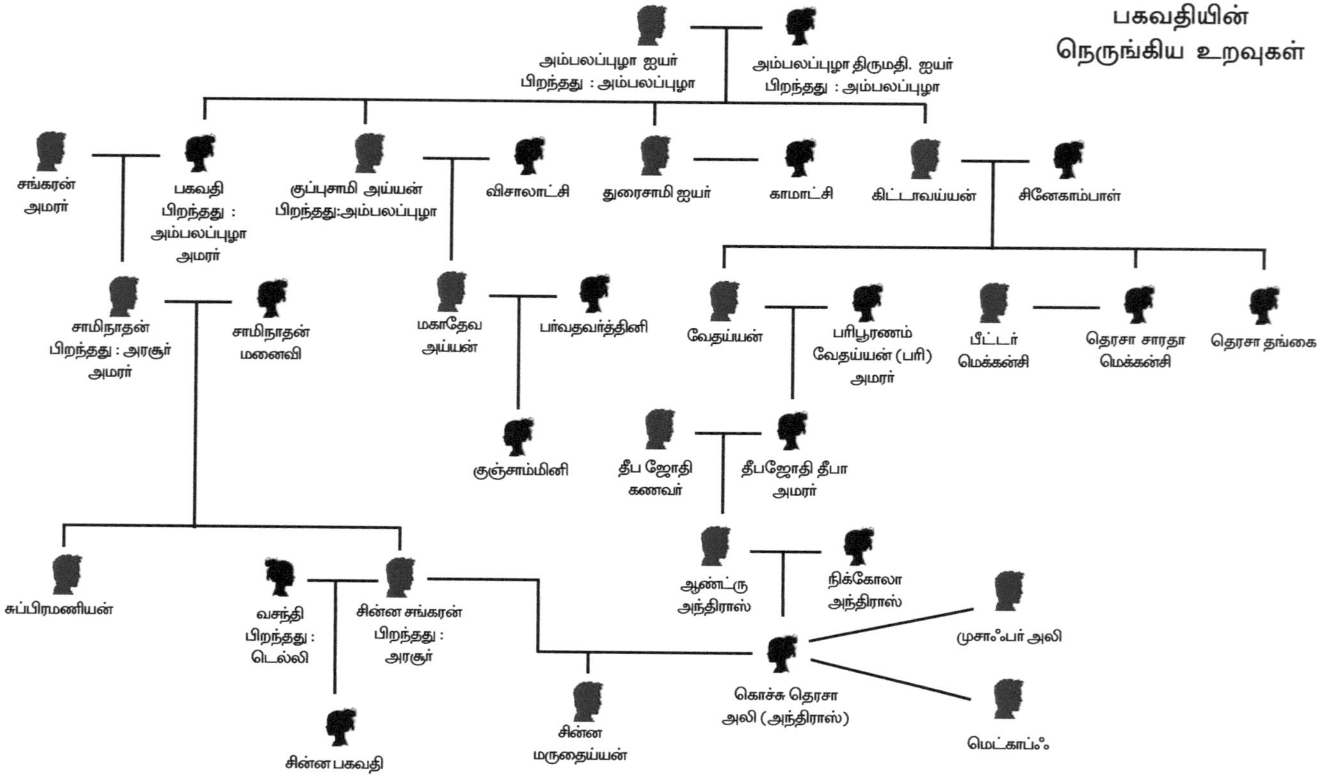

# சங்கரனின் நெருங்கிய உறவுகள்

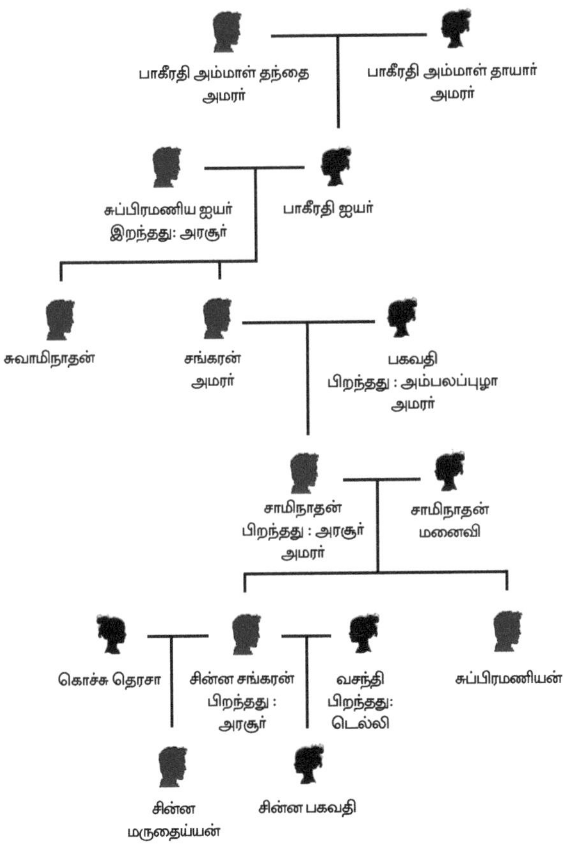

# அத்தியாயம் ஒன்று

**வை**த்தாஸ் எழுதும் நாவலில் இருந்து

*படகுத் துறை. மழைக்கு முதுகு காட்டிக் கொண்டு எட்டு பேர் நிற்கிறார்கள். கருத்து நனைந்த கொழும்பு சீலைக் குடை பிடித்தவர்கள். காயலில் படகுச் சத்தம் கேட்குமெனக் காத்திருப்பவர்கள்.*

*பழுப்பில் நீள நெடுக மடிந்து வந்த அலையாகச் சுழன்று, கருநீலத் திரை உயர்த்திக் காற்றில் விசிறியடித்துச் சிதறி, வெற்று வெள்ளையாய் நெகிழ்ந்து அகன்று விரியும் நீரோட்டம். அது வாழ வைப்பது. காவு கொண்டு மருட்டுவது. நீர்ப் பெருக்கைக் கருமை பூசிப் பூடகமாக்க முயன்றபடி இடி முழக்கத்தோடு மழை நகர்ந்து கொண்டிருக்கிறது.*

*மழை மறைத்த அடிவானத் தொலைவில் நீர்ப் பரப்பின் மீது சலனம். நீர் வட்டங்கள் ஆரம் நீட்டி அடுக்கடுக்காகப் படிந்து புறப்பட்டுக் கரை தொட, சன்னமாக, கொம்பு வாத்திய ஒலியாக பூம் பூம் என்ற முழக்கம். கோட்டயம் போகும் படகின் அழைப்பாக இருக்கலாம் அது.*

*நீர் வெளியில் அலைகள் எழுகின்றன. சலசலத்து அவை காயல் பரப்பைச் சமனப்படுத்த, அடுத்த ஈடு அலைகள் உயிர்க்கின்றன.*

வலுக்கும் மழை படகின் அழைப்பு ஓசையைச் சிதறடிக்கிறது. ஆனாலும் பயணிகள் அதைக் கேட்டிருந்தார்கள்.

வாழ்க்கையில் ஆயிரம் முறையும் அதற்கு மேலும் படகு ஏறிப் பயணப்பட்டு இன்னொரு துறையில் நீரிலிருந்து நிலத்திற்கு மெல்லக் காலடி எடுத்து வைத்துப் போனவர்கள்தான் எல்லோரும். இது மற்றுமொரு மழைநாள் பயணம்.

நாளைக்குத்தான் மழை விடும் போல.

இல்லே. நாலு நாள் இருக்குமாம்.

ஏதாவது பேசாவிட்டால் காயல் காவு கொள்ளும் என்று பயந்தது போல் வெற்று வார்த்தைகளைப் பரிமாறியபடி நிற்கிறார்கள். வாய் ஓயாது பேசுகிறவர்கள் மழைநாளில் குரல் சலித்து ஓய்ந்த கணத்தைக் கணக்காக்கி, வந்த அலையைச் சாக்காக, போன அலையைச் சாட்சியாகக் கொண்டு தலை குப்புறக் கவிழ்த்து, காலம் உறைந்த ஆழத்தில் அமிழ்த்தி உயிர் பறிக்கும் காயலை அவர்கள் அறிவார்கள். எல்லோரும் அறிவார்கள்.

“எறங்கறவங்களை எறங்க விடுங்க முதல்லே.”

வந்து நிற்கும் படகைக் கழியில் பிணைத்தபடி, படகுத் துறைக்காரன் கூவுவது இப்படித்தான். அங்கே யாருமே இல்லாமல் இருந்தாலும் கேட்கும் ஓசை இது. நீரைக் கிழித்து அவமதிக்காமல், கம்பீரமான நீர்ப் பரப்புக்கு சிநேகமாக அலைகளை அரவணைத்து மிதந்து வரும் நீண்ட படகுக்குச் செய்யும் குறைந்த பட்ச உபசரிப்பும் மரியாதையும் இந்தக் கயிறும் குரலும்.

சங்கணாச்சேரி படகு இது.

படகோட்டி உள்ளே இருந்து மழைச் சத்தத்தை மீறிக் கத்துகிறான். காக்கிச் சட்டை தரித்து சர்க்கார் உத்தியோகஸ்தன் போல பொறுப்பும், சலிப்பும் பதட்டமுமாக இருந்த அவன் படகுத் துறைக்காரனைக் குற்றப்படுத்துவது போல் பார்க்கிறான்.

படகேற வருகிறவர்கள் விவரமறிந்தவர்களாக இருக்கச் செய்வது

படகுத் துறையை நிர்வகிக்கிறவர்கள் பொறுப்பு. படகு நகரத் தொடங்கியதும், அவர்கள் படகோட்டியைச் சார்ந்தவர்கள்.

படகுத் துறைக்காரன் கண்களைத் தாழ்த்திக்கொள்கிறான். அவனுடைய தவறுதான். சங்கணாச்சேரி போக ஒற்றைப் பயணி இருந்தாலும் அவனுக்குப் பழி வந்து சேர்ந்திருக்காது. மழைநாளில் சங்கணாச்சேரி போக ஏனோ யாரும் விரும்புவதில்லை. கோட்டயம் அப்படியில்லை.

காத்திருந்தவர்கள் முகத்தில் ஏமாற்றம் அப்பட்டமாகத் தெரிய மடக்கிப் பிடித்த குடைகளோடு நனைந்தபடி திரும்பக் கரைக்கு நடக்கிறார்கள். படகு இன்று வராமலே போய் விட்டால் என்ன செய்யலாம் என்ற நினைவும் வெள்ளம் உயரும் காயலும் அவர்கள் குரலை நிசப்தத்துக்குள் ஆழப் புதைத்திருக்கிறது. இந்தக் காயலை நம்புவதற்கில்லை. எந்தக் காயலையும், மழை கவிந்த நதியையும்.

அகன்ற தொப்பி தரித்த ஒருத்தன் படகிலிருந்து வெளிப்படுகிறான். துரை. உயரம் கூடிய கருப்புத் துரை. ஆப்பிரிக்க தேசத்திலிருந்து வருகிறவனாக இருக்கும் என்று படகுத் துறைக்காரன் ஊகிக்கிறான். அவன் அப்படி இல்லாமல் போனாலும் ஒன்றும் பாதகமில்லை.

படகுப் பயணம் அதுவும் மழை நேரத்தில் செய்து பழக்கமில்லாதவனாக இருக்க வேண்டும். கையில் சுமந்து வந்த பெரிய தோல் பையைக் கரையில் சேர்ப்பது எப்படி என்பது குறித்த தீர்மானமான செயல்பாடு எதுவும் இல்லாதவனாக ஒரு வினாடி படகிலேயே நிற்கிறான். பிறகு பையைப் படகுத் துறைக்கு தளம் அமைத்த மரப் பலகையில் வைக்கிறான். அதை வைத்து விட்டு இறங்குவதற்குள் விழுந்து ஆற்றோடு போய்விடும் என்றுபடத் திரும்ப எடுத்துக் கொண்டு படகுத் துறைக்காரனை எதிர்ப்பார்ப்போடு பார்க்கிறான்.

துரை ஏன் தடுமாறறே. ஒரு குரல் விட்டிருக்கலாமில்லே.

படகுத் துறைக்காரன் சொன்னது புரிந்ததா என்று தெரியவில்லை. என்றாலும் படகுத் துறைக்காரன் கைப்பையைப்

பற்றி எடுத்துச் சுமந்து கொண்டு நிற்பதைக் கவனித்தபடி மெல்லப் படகை விட்டு இறங்குகிறான்.

படகுக்குள் இன்னும் கொஞ்சம் மூட்டை முடிச்சு இருப்பதாக சைகையால் சொல்லும்போது படகுக்காரனுக்கு உதவியாக வந்தவன் அவற்றோடு இறங்கி மரப் பாலத்தில் வைத்து விட்டு ஓ என்று சத்தம் எழுப்பி மழையோடு கூவுகிறான். அவனுடைய குரல் அவனுக்கே அந்நியமாகப்படும் ஆனந்தத்தை அனுபவித்தபடி கருப்புத் துரையிடம் கைநீட்டுகிறான்.

கோயிலுக்குப் போகணுமா தொரே?

படகுத் துறைக்காரன் கேட்கிறான்.

வேணாம். கோயில் பிஷப்பைப் பார்க்கணும்.

அப்படி எல்லாம் இங்கே யாரும் கிடையாது தொரை.

அட பிஷப்னு சொன்னா பிஷப்புதானா? மற்ற யாராவது.

வானம் உதிர்ந்து விழப் போவதுபோல் அதிரப் பெரும் ஒலியோடு இடிச் சத்தம் கருப்புத் திரள் மேகங்களில் மோதிப் பம்மிப் பின்வாங்கி அடுத்த வினாடி ஆக்ரோஷத்தோடு வெடித்துச் சிதறுகிறது.

துரை இரண்டு காதிலும் கையை வைத்துப் பொத்தியபடி நிற்கிறான்.

பயமா இருக்கா தொரே.

வந்தவன் சிரிக்கிறான்.

ஆறு நொரைச்சுக்கிட்டுப் போகுது. மழை வேறே காட்டடியாப் பெய்யுது.

அவன் முடிப்பதற்குள், சரியான பதம் நினைவு வந்தவனாகச் சொல்கிறான் வந்தவன் - அம்பல மேல்சாந்தியைப் பார்க்கணும்.

படகுத் துறைக்காரன் மழையில் அலங்கித் தெரிந்த கோயிலையும் குளத்தையும் சுட்டு விரலால் காட்டுகிறான். தெய்வத்தை அவன் கைவிரல் சுட்டுக்குள் கொண்டு வந்த ஆனந்தம் முகத்தில்.

மேல் சாந்தியா, பகல் ஆகாரம் கழிச்சு உறக்கம். எழுந்தா, அம்பலக் குளத்திலே குளிச்சு கோவிலுக்குப் புறப்பாடு. வந்து ஆகாரம் கழிச்சு உறக்கம். எழுந்தா குளி. அதுவும் ஒரு ஜீவிதம். நான் வந்த படகை அனுப்பிட்டு அடுத்த படகுக்காக உட்கார்ந்திருக்கற மாதிரி. போ வா போ வா போ.

படகுத் துறைக்காரன் மழை நீரை உள்ளங்கையில் ஏந்திக் குடித்தபடி கூகூவென்று சிரிக்கிறான்.

சாமு. சாம்வ்வெ. எடொ சாம்வ்வெ.

கரையில் வெகு தூரம் தள்ளி உத்தேசமாகக் குரல் எறிகிறான் அவன்.

யார் சாமு? சாமுவுக்கு என்ன கேடு? வானம் கடமுடவென்று இடிக்கான முன்னேற்பாட்டோடு விசாரிக்கிறது.

வந்தாச்சு.

படகுத் துறைக்கு எதிரே அடைத்துப் பூட்டியிருந்த ஒரு தையல் கடை. அதை அடுத்து மரம் அறுத்துப் புது வீடு எடுக்க, பழைய வீட்டைப் பராமரிக்க வழி செய்யும் மரக்கடை. இதுவும் பூட்டி இருந்தது. மேல் ஓரமாக நாவிதர் கடையில் விளக்கு எரிந்தது. குரல் அங்கே இருந்துதான் வந்தது என்பதைப் படகில் வந்த கருப்புத் துரை கவனிக்கிறான்.

கெச்சலாக ஒரு மனிதன். மழையைச் சட்டையே செய்யாமல், உயர்த்திக் கட்டிய ஒற்றை முண்டும் தலையில் அழுக்குத் துணி முண்டாசுமாக நந்தவனத்தில் உலவ வந்த ராஜகுமாரன் மாதிரி ஒவ்வொரு அடிவைப்பையும் ரசித்துக் கொண்டு படகுத் துறைக்குள் வந்து சேர்கிறான். மடக்கிய குடை கஷ்கத்தில்.

அடுத்த வருஷ மழைக்காவது குடையை விரிச்சுடு.

படகுத் துறைக்காரன் சொல்ல, வந்தவன் தலை ஈரத்தை உதறிக் கொண்டு சிரிக்கிறானே தவிர குடையை விரித்துப் பிடிக்க நோக்கம் இருக்கிறவனாகத் தெரியவில்லை.

துரையைக் கூட்டிப் போகணும்.

படகுத் துறைக்காரன் வந்தவனை அவனிடம் காட்டிச் சொல்கிறான்.

எதற்கென்று இல்லாமல் கருப்புத் துரையைப் பார்த்துச் சிரிக்கிறான் அவன். அது முடிந்து படகுத் துறைக்காரனுக்கு அடுத்த சிரிப்பு வினியோகிக்கப்படுகிறது.

எல்லாம் முடிச்சு எடத்வா போகணுமோ?

சாமு விசாரிக்கிறான். இங்கே படகு இறங்கியோ அல்லது கிழக்கே இருக்கும் ரயில்வே ஸ்டேஷனில் ரயில் நிற்க இறங்கி வந்தோ கால் பதிக்கிறவர்கள் எல்லோருக்கும் விசாரம் என்ன என்றாலோ -

அம்பலக் குளம் எங்கே, அங்கே இறங்கிக் குளிக்கணும். அம்பலம் போகணும். நல்ல வண்ணம் ஒரு தரிசனம். சந்தனக்குறி தொட்டு நெற்றியில் பூசி வந்து ஒரு மிடக்கு பாயசம் கேட்டு வாங்கிச் சாப்பிடணும். தரக்கேடில்லாத ஓட்டல் எங்கே தேடணும். இட்டலியும் சம்மந்தியும் கழிக்கணும், கோப்பியும் பின்னே. ஓரமாகக் குத்த வைத்து விட்டு, நேரம் இருந்தால் அம்பலக் குளத்தில் கால் நனைத்துக் கொண்டு குரிசுப் பள்ளி என்றால் மாதாகோவில் தொழ எடத்வா போகணும். அல்லது, மற்ற இடம் போக ரயிலுக்குக் காத்திருக்கணும்.

இனிமேல் கொண்டு ரயில் நாளைக் காலையிலேதான் சேட்டா.

சாமு சொல்வதைக் கேட்டு அதில் பலர் சலித்தபடி, அந்தி உறங்கக் குறைந்த சார்ஜில் முறி கிட்டும் லோட்ஜ் ஏதும் இங்கே உண்டோ என்று விசாரிப்பார்கள். அம்பாடி லோட்ஜ் உடமைஸ்தன் பார்க்கவன் பிள்ளைக்கு வருமானமும் அங்கே கட்டில்களில் காத்திருக்கும் ஆயிரக் கணக்கான மூட்டைப் பூச்சிகளுக்கு ஆகாரமும் கொண்டு சேர்ப்பிப்பதை, வெயிலோ மழையோ கிரமமாகக் கவனித்து வருகிறான் சாமு.

வந்த சில கழுவேறிகள் அந்தி உறங்க முன்னேற்பாடாக ஒரு போத்தல் பிராந்தி கேட்பார்கள். அவர்களை விட மோசமான துஷ்டர்கள் படுத்து உறங்கி உடல் உஷ்ணம் கூட்ட ரதி சுகமும்

கிட்டுமா என்று எதிர்பார்த்து நிற்பார்கள். போடா பட்டி என்று சாமு அவர்களிடமிருந்து விலகி வந்ததும் உண்டு. அப்புறம்தான் அப்படியானவர்களை நாணுப் பிள்ளைக்குக் கைகாட்டி விடுவது கிரமமானது. நாணு, இப்படி அவனுக்குக் கிட்டிய ஒவ்வொரு தலை திரிஞ்ச பேர்வழிக்கும் சாமுவுக்கான கமிஷனாக ரெண்டு ரூபாய் கொடுக்க ஆரம்பித்ததும் அதுவும் பழகிப் போயிருக்கிறது சாமுவுக்கு. வருமானம் இல்லாத சமயங்களில் அப்படியான மனுஷர்கள் வரணும் என்று உள்ளபடிக்கே ஆசைப்படுவதும் அவனுக்குப் படிந்து போயிருக்கிறது.

மழைக்காலம் தொடங்கி அந்த மனுஷர்கள் வருவது குறைந்து போயிருக்கிறது. இந்தத் துரை எப்படியோ.

துரை, பெட்டியை இங்கே கொடு.

மாட்டேன் என்பது போல ஜாக்கிரதையாகப் பெட்டியை இடுக்கிக் கொண்டு படகில் வந்த கருப்பன் சொன்னான்.

எனக்கு எங்கேயும் தங்க வேணாம்.

சரி, உடம்பு சிஷ்ருசைக்கு மருந்தும் மற்றதும்?

இவன் சுகம் தேடுகிற கழுவேறியாக இருக்க வேணாம் என்று சாமுவின் மனசு சொன்னாலும் காசு தேவை என்று அடிமனதில் அழிக்க முடியாமல் எழுந்து வருகிறது.

எந்த செர்வீஸூம் வேணாம். கோவில் பிஷப். அது அந்த மேல்சாந்தி. அவரைப் பார்க்கணும். அவ்வளவு தான்.

கூட்டிப் போறேன். சாப்பாடு?

வரும்போதே முடிச்சாச்சு.

சரி பெட்டியைக் கொடு துரை. கனமா இருக்கும் போலே இருக்கே.

சாமு பெட்டியை வாங்க மறுபடி கைநீட்டுகிறான். அவன் சின்னக் குழந்தை அடம் பிடிப்பது போல் மாட்டேன் என்று மறுபடியும் பின் வலித்துக் கொள்கிறான்.

இதுக்குப் பணம்?

அவன் முன் ஜாக்கிரதையோடு சாமுவையும் படகுத் துறைக்காரனையும் ஒரே பார்வையிலாக்கி விசாரிக்கிறான்.

அதெல்லாம் குறைவுதான். ஆகக் குறைவு. துரைகள் மூத்திரம் ஒழிக்கச் செலவழிப்பதை விட ஆகக் குறைவு.

படகுத் துறைக்காரன் திரும்ப நடந்தபடி சொல்கிறான்.

சாமு தன் குடையை வந்தவன் வசம் ஒப்படைத்து விட்டு பெட்டியைத் தலையில் ஏற்றிக் கொள்கிறான். நான் உன்னை நம்பி என் குடையையே கொடுத்திருக்கேன் என்ற பெருந்தன்மை அவன் முகத்தில் தெரிகிறது.

துரை அமெரிக்காதானே?

அவர்கள் படகுத்துறை கடந்து பாதைக்கு வருகிறார்கள்.

"என் பேர் துரை இல்லை. வைத்தாஸ். வைத்தாஸ் இக்வானோ ரெட்டி."

துரைன்னே கூப்பிட்டுக்கறேன். அதெல்லாம் வாயில் வராது.

நீ இனிமேல் கொண்டு எப்போதும் துரை தான்.

மிதந்து கொண்டு வந்த அடுத்த படகு சத்தமாக ஒலியெழுப்பிச் சொல்கிறது.

# அத்தியாயம் இரண்டு

பகல் நேரம் ஒரு பத்து நிமிடம் சர்வ வியாபகமான தூற்றலோடு வந்தது. தூறல் நின்றபோது பஞ்சுப் பொதியை அப்பினாற்போல் மூடுபனி கவிய ஆரம்பித்தது.

சின்னச் சங்கரன் இரண்டு நூதன் ஸ்டவ், ஒரு மோடா, முக்காலி, ராஜகுமாரிக்கு உறக்கம் வர குந்தன்லால் சைகால் பாடிய பழைய கிராமபோன் ரெக்கார்ட், தாராசிங்க் உடுத்திக் கொண்டாலும் இன்னும் தாராளமாக இடம் இருக்கும் கதர் பைஜாமா, அதே படிக்கான கதர் ஜிப்பா என்று வீட்டுக் கூடத்தில் களேபரமாக இறைந்து கிடந்ததற்கு நடுவே நாற்காலி போட்டு உட்கார்ந்திருந்தான். காதுக்குப் பக்கம் வைத்திருந்த டிரான்சிஸ்டர் ரேடியோவின் குமிழ்களை அவன் திருக, இடைவெளி விட்டு விட்டு ஷெனாய் சங்கீதம் நிரம்பிக் கொண்டிருந்தது. சவலைக் குழந்தை நினைத்து நினைத்துக் கேவி அழுகிற துக்கம் அது. சங்கரனுக்கு அப்படித்தான் அர்த்தமாகிறது.

ஷெனாய் இல்லாவிட்டாலும், தில்லியின் மூடுபனி நேரங்கள் இனம் புரியாத சோகத்தை ஏற்படுத்துகிறவை. அதுவும் விடுமுறை நாளில் அடரும் குளிர்.

கிரிக்கெட் கமெண்டரியைப் போடுவேனாங்கறான் கடன்காரன்.

சின்னச் சங்கரன் முணுமுணுத்தபடி டிரான்சிஸ்டரை நிறுத்தி, கையில் இருந்து இறக்கிப் பக்கத்து முக்காலியில் வைத்தான்.

மதராஸ் பட்டணத்தில் இங்கிலாந்தும் பாரத தேசமும் மோதுகிற உன்னதமான கிரிக்கெட் பந்தயம். மூன்றாம் திருநாளில் பாரிங்க்டன் துரை மட்டை பிடித்து எழுந்தருளியிருக்கிறார். அவர் கைவண்ணம் கமெண்டரியாக வந்தது யார் சாபமோ, எப்போதைக்கெப்போதுமாகத் தடைபட்டு நின்றே விட்டது.

கிரிக்கெட் வர்ணனை இல்லாததற்கு வருந்த முடியாது. குளிர் தரும் காரணமில்லாத துக்கமே போதும் சின்னச் சங்கரனுக்கு.

பனி எங்கேயும் துக்கத்தையும் வலியையும்தான் சுமந்து வருகிறது. அது வேண்டி இருக்கிறது. இஞ்சி தட்டிப் போட்டு சாயா குடித்தபடி துக்க நினைவுகளில் மூழ்கும்போது உறக்கம் வருகிறது. உட்கார்ந்த படிக்கே உறங்க உடனே எழுப்பி நேரத்தை முழுக்க வீணாக்கிவிட்டதாகக் குற்ற போதத்தைத் தருகிறது. இப்படியே மிச்ச ஆயுசை உட்கார்ந்து உறங்கியோ இல்லை உடனடியாக மூச்சை நிறுத்தியோ முடித்துக் கொண்டு விடலாம் என்று உச்சக்கட்ட துயரத்தில் தோன்றுகிறது. எதற்கு வருத்தப்பட்டோம் என்பது உடனே மறந்து போகிறது.

பனியும் குளிரும் இப்படி எல்லாம் சுபாவத்துக்கு அந்நியமாக மனம் கனக்க வைக்கிற ஆச்சரியம் மீதெழ, கையில் பிடித்த காலி கோப்பையோடு வீட்டு முன் முற்றத்தைப் பார்த்தான் சின்னச் சங்கரன்.

முற்றத்தில் ஒரு மயில் ஆடிக்கொண்டிருந்தது.

என்ன அபத்தம். பனியும், குளிரும், அடைய வரும் இருளும், இஞ்சி தட்டிப் போட்ட சாயாவும் இதையெல்லாம் கண்ணில் கொண்டு வந்து கற்பனையாக நிறைக்கிற ஆச்சரியத்தை வசந்தியிடம் சொல்ல வேண்டும்.

வசந்தி வசந்தி.

வசந்தி சமையல் கட்டில் இருந்து எட்டிப் பார்த்தாள்.

அய்யோ, எத்தனை அழகு பாருங்கோ சத்தம் போட வேணாம். அது பறந்துடும்.

ஆக மூடுபனி போல, மயிலும் அசல் தான்.

காலி கோப்பையை ஒரு வினாடி அன்போடு பார்த்து விட்டு கடைசி சில துளி சாயாவையும் வாயில் கவிழ்த்தபடி மயிலைப் பார்க்க ஆரம்பித்தான் சங்கரன்.

தில்லி அப்பர் டிவிஷன் குமாஸ்தாக்கள், கொஞ்சம் போல் மேம்பட்ட செக்‌ஷன் ஆபீசர் வகையறா சர்க்கார் உத்தியோகஸ்தர்களுக்காகக் கட்டப்பட்ட அடுக்குமாடிக் குடியிருப்பு ஒன்றில் நேராக வந்திறங்கி ஆடும் மயில்.

வஞ்சனையில்லாமல் தாராளமாக இடம் ஒதுக்கி சிட் அவுட், இரண்டு பெரிய அறைகள், படுக்கை அறை, விசாலமான சமையல் அறை என்று ஒரு குடும்பத்துக்கு சௌகரியமான வாழ்க்கையைத் தத்தம் செய்யும் அமைப்பு இந்தக் குடியிருப்பு எல்லாம். குழாயைத் திறந்தால் யமுனை நதி பிரவாகமாக கொட்டோ கொட்டென்று கொட்டுகிறது. குழாயில் அல்பமான வாஷர் போனால் கூட நாலு மாடிக் குடியிருப்பும் வெள்ளத்தில் மூழ்கிவிடும் அபாயம்.

சீட்டு குலுக்கிப் போட்டு இடம் ஒதுக்கியதில், தகவல் ஒலிபரப்பு மந்திரி காரியாலயத்தில் பதினைந்து வருடம் முன்பு கடைநிலை குமாஸ்தாவாகச் சேர்ந்த சின்னச் சங்கரனுக்கு, அவன் வேலைக்குச் சேர்ந்த அடுத்த வருடம், லோதி ரோடு குடியிருப்பில், கீழ்த் தளத்திலேயே வீடு ஒதுக்கப்பட்டது. அவன் கல்யாணத்துக்கு அதுவும் ஒரு அடிஷனல் குவாலிபிகேஷனாக அமைந்து போனது.

அரண்மனை மாதிரி வீடு. மேலே மூணு மாடியிலே தலப்பா கட்டின சிங்கும், மூணு வேளையும் மீன் திங்கற வங்காளியும் இருந்தாலும், கீழே காம்பவுண்ட் சுவர் வரை நம்ம ராஜ்ஜியம் தான். வசந்தி அழகா வாசல் தெளிச்சு ஏழு புள்ளி ஏழு வரிசைக் கோலம் போட்டு வைக்கலாம்.

வசந்தி வீட்டில் சந்தோஷப்பட்டது அவன் வீட்டுக்காகவும், அப்புறம் போனால் போகிறது என்று அவன் மாப்பிள்ளையாகக் கிடைத்ததற்கும் என்றானது.

வீட்டு முன் முற்றத்தில் வசந்தி காலையில் போட்ட அந்த சச்சதுரக் கோலத்தின் சரியான மத்தியில் நின்றுதான் மயில் ஆடிக்கொண்டிருக்கிறது. மூணு வேளை இல்லாவிட்டாலும் ரெண்டு வேளையாவது அவள் ரொட்டிதான் செய்கிறாள். மேல் மாடி பஞ்சாபிப் பெண் அவளிடம் இருந்து இட்லி செய்வதைக் கற்றுக்கொண்டு வாரக் கடைசியில் இட்லி தோசை என்று அமர்க்களப்படுத்துகிறாள். வசந்திக்கும் கொண்டு வந்து கொடுத்து தரத்தைப் பரிசோதிக்கச் சொல்லிக் காத்திருக்கிறாள்.

வர்ணம் பளிச்சிடும் தோகையைப் பார்த்த சங்கரனின் பார்வை மயிலின் முகத்தில் நிலைத்தது. ஐயோ. எவ்வளவு பயங்கரம். இவ்வளவு பெரிய அலகு எதை, யாரைக் குத்திக் கிழித்துக் கொல்ல? அழகான நடனம் எல்லாம் அலங்கோலம் விதைக்கும் நாசத்தில் முடியவா?

மயில் ஆட்டத்தை நிறுத்தியது. சங்கரனைப் பார்த்து இன்னிக்கு அம்புட்டுத்தான் என்று சொல்கிறது போல் பின்னால் திரும்பி நின்றது. அப்புறம் ஜிவ்வென்று சற்றே பறந்து காம்பவுண்ட் சுவர் மேல் உட்கார, சங்கரனுக்கு பிராணன் போய் வந்தது. பறக்கும் போது கால் நகங்களின் கூர்மை ஏற்படுத்திய பிராண பயம் அது.

பறக்கிற எதைப் பார்த்தாலும் பயமாக இருக்கிறது. பாத்ரூமில் கரப்பான் பூச்சியில் இருந்து நடு வானத்தில் கம்பீரமாகப் போகிற கருடன் வரை. கருடன் வரும்போது நகத்தைச் சொறிந்து சங்கு சின்னம் வந்துடுத்தா என்று சின்ன வயதிலே பார்த்தது கூட இப்போது முடியாத காரியம். இத்தனைக்கும் எந்தப் பறவையும் அவனை ஏதும் செய்ததில்லை. கனவிலும் கழுகுகள் வந்து கண் பக்கம் அலகை அசைக்க, அலறி அடித்து எழுந்திருக்க வைக்கும் ராத்திரிகள் அவனுக்கு அனுபவமானவை.

ஒரு முறை மயில் நீட்டி முழக்கி அகவியது. அந்தக் குரல்

யாருக்கோ நேரப் போகிற சாவின் எதிரொலி போல மூடுபனியைக் கிழித்துக் கொண்டு குடியிருப்பு முழுக்கச் சில வினாடிகள் ஒலித்து நீண்டது.

மேல்மாடிக் குடியிருப்பில் இருந்து பட்டைக் கோடு போட்ட பைஜாமாவும் சிவப்பு ஸ்வெட்டருமாக வந்த குர்னாம் சிங் சங்கரனின் தாடையைத் தொட்டான்.

அரே ஷங்கர், மயிலுக்கு இட்லி தோசை எதுவும் கொடுத்துப் பழக்கப்படுத்திடாதே. அப்புறம் அது இங்கேயே நாள் பூரா மதராஸியிலே கூவிக்கிட்டு நிக்கும்.

சங்கரன் சிரித்தபடி தாடையை ஸ்வெட்டர் தூங்கிய தோள்பட்டையில் துடைத்துக்கொண்டான்.

கிரிக்கெட் என்ன ஆச்சு தோஸ்த்?

குர்னாமுக்கும் தெரிய வேண்டிய தகவல். உலகத்துக்கே தெரியணும். பிரதம மந்திரி ஜவஹர்லால் நேருவுக்கு மட்டும் புலப்படாத ஒன்று. அதன் முக்கியத்துவம் தெரிந்தால் சங்கரன் உத்தியோகம் பார்க்கும் தகவல் ஒலிபரப்பு மினிஸ்டரிக்குச் சொத்தை சொள்ளை என்று இல்லாமல், தகுந்த மந்திரியை நியமித்திருப்பார்.

சங்கரன் கிரிக்கெட் வரலை என்றதும் துக்கம் பகிர்ந்த குர்னாம் உள்ளே எட்டிப் பார்த்தான்.

என்னய்யா, வீடு காலி பண்றியா?

ஆர்வத்தோடு குர்னாம் விசாரித்த போது மயில் அவன் தலைப்பாகைக்கு மேலே தோகை விசிறியடித்தபடி எவ்விப் பறந்து போனது. ஒரு வினாடி அரண்டு, நிஜாருக்குள் அசுத்தம் பண்ணிக் கொண்ட குழந்தை போல சிரித்தான் குர்னாம்.

ஊருக்குப் போக வேண்டியிருக்குப்பா.

குர்னாமிடம் ஊரில் அப்பா இறந்து போய் வருஷ திவசம், அது முடிந்து, எப்போதோ வேண்டிக் கொண்டபடி குன்னக்குடியில் பால்குடம் எடுப்பு, சருகணி மாதா கோயில் பிரார்த்தனை,

சிவன் கோயில் பிரதோஷ பூஜை, சாமி புறப்பாடு கைங்கரியம், பள்ளிக்கூடத்தில் அப்பா பெயரில் எண்டோமெண்டாக ஆயிரம் ரூபாய் கொடுத்தல் இதெல்லாம் நிகழ்ச்சி நிரலில் உண்டு என்று சொல்லத் தோன்றவில்லை. அதில் எத்தனை நடக்கும் என்றும் தெரியாது.

ஒரு மாசம் வீட்டைப் பூட்டி வைப்பேன்னு சொல்லு.

குர்னாம் பதிலை எதிர்பார்க்காமல், உள்ளே பார்த்து இரைந்தான்.

பாபிஜி, குளிருக்கு இதமா ஏதாவது காரசாரமா சாப்பிட உண்டா?

வசந்தி சமையல்கட்டில் இருந்தபடிக்கே தடுப்புச் சுவர் மாடத்தின் வழியே முதல் ஈடு வாழைக்காய் பஜ்ஜியை நீட்டினாள்.

சட்னி இல்லே. பர்வா நஹி தானே அண்ணா?

குர்னாம் பஜ்ஜித் தட்டைப் பார்த்தபடியே சல்த்தா ஹை என்று பெருந்தன்மையாகத் தலையாட்டினான். முதல் ஈடு எப்பவும் சங்கரனுக்குத்தான் என்று எழுதாத விதியைத் தலப்பா வந்து தட்டிப் பறித்து விட்டான்.

ஊருக்குப் போற அவசரத்திலே இது எதுக்கு, அண்ணி?

குர்னாம் மரியாதைக்கு விசாரித்தான்.

நான் போகலே. அவர் மட்டும் தான் டுர்யோன்னு பின்னாலே தட்டிண்டு கிளம்பியாறது. கேட்டுக்கோ.

அவள் கண்ணால் சிரிக்க, சங்கரனுக்கு மனசில் பட்டது, குர்னாம் சிங்கைத் துரத்தி விட்டு அவளை. அவள் இருக்கட்டுமடா மூடா, நீ பிரயாணத்துக்கு எடுத்து வைக்காவிட்டால் ரயில் போயிடும் என்றது வாசலில் அகவிய மயில்.

பிக்கல் பிடுங்கல் இல்லாம, நான் ரெண்டு வாரம் இங்கேதான் அண்ணா. உங்க பொண்டாட்டி கிட்டே சொல்லிட்டேன். தினம் ரொட்டி சப்ஜி மத்யானம் அவ எனக்குக் கொண்டு

வந்துடுவா. சாயந்திரம் உங்களுக்கு டிபன் இங்கேயிருந்து.

குர்னாம், வாஹே குரு சொன்னபடி முன்னால் போக, சங்கரன் அவன் செருப்புக் காலையே பார்த்தான். இவன் தாடிக்காரர்களின் சொர்க்கத்துக்குப் போனாலும் வார் அறுந்த தேசல் ஹவாய் செருப்போடுதான் போய் நிற்கப்போகிறான்.

குர்னாம் சுவாதீனமாக செருப்புக் காலோடு சமையல் கட்டுக்குள் நுழைந்து ஊறுகாய்ப் பரணியைக் கட்டிய துணியைத் திறந்து, நாலு மாவடுவையும் உப்புச் சாறையும் தட்டில் கவிழ்த்துக் கொண்டான்.

சர்தார் குர்னாம் சிங் மகராஜ் வெறும் மாங்காய் ஊறுகாயிலும் கடலை மாவு தின்பண்டத்திலும் திருப்தி அடைந்து என் வீடு முழுக்க பொற்பாதுகைகள் தரித்து நடந்து அருள் புரிய நாங்கள் என்ன புண்ணியம் செய்தோமோ.

மெய்க்கீர்த்தி சொல்லி வசந்தி ஜாரிணிக் கரண்டி பிடித்த கையோடு வணங்க சர்தார் சொன்னது- அண்ணி, உங்க இந்தி, லக்னௌவி நவாப் பேசற கம்பீரம்.

குர்னாம் எத்தனையாவது தடவையாகவோ வாசந்தியின் இந்தியை சிலாகிக்கிறான். லக்னௌவில் பிறந்து வளர்ந்த தமிழ்ப் பெண். இங்கத்திய பஞ்சாபிகளின் மூக்கு முனை இந்தி இல்லை அவளுடையது. நவாபி இந்தி.

நவாப் எதுக்கு இந்தி பேசினான்? உர்து இல்லையோ பெரும் பாகமும்?

லா பாயிண்ட் கிடைத்த வக்கீலாக நூதன் ஸ்டவ் அடைத்த அட்டைப் பெட்டியில் கயிறு கட்டி இறுக்கிக் கொண்டு சின்னச் சங்கரன் விசாரித்தான். குர்னாமுக்கு சிறிய தோதிலாவது மூக்குடைப்பு தர வேண்டும். சங்கரனின் இந்தி ஜாக்கிரதையான தென்னிந்திய இந்தி. நாலு க-வும், நாலு த-வும் குழம்பி வழியத்தான் செய்யும். ஆனால் அவனுடைய இங்கிலீஷ், துரைகளும் பிரமிக்கிறதாச்சே. ஒரு வார்த்தை இந்தத் தலைப்பா அதைப் பற்றி சிலாகிக்கிறானா?

குர்னாம் கடலைமாவுப் பண்டம் சாப்பிடுகிற மும்முரத்தில் அவனைச் சட்டை செய்யவில்லை.

சின்னச் சங்கரன் அலமாரியில் இருந்து 'குமாவுன் புலிகள்' புத்தகத்தை எடுத்துக் கித்தான் பையில் வைத்தான். காப்பி மேஜை புத்தகம். சின்னச் சங்கரன் வீட்டில் காப்பி மட்டும் உண்டு. அது குடிக்க சுற்றி உட்கார மேசை போட மினிஸ்டரி க்வாட்டர்ஸில் இடம் இருந்தாலும் மேஜை நாற்காலி என்று வாங்கிப் போட சம்பளம் இடம் கொடுக்கவில்லை. அப்பர் டிவிஷன் கிளார்க் வீட்டுக்கு என்று எதிர்பார்க்கப் படுகிறவை முன்னறையில் செயற்கைக் கம்பளம், ஷோ கேசில் நடராஜர் டம்மி வெங்கல விக்கிரகம், கோணல் மாணலாக வளைந்து கையடக்க சைஸில் நாலைந்து பளிங்கு சிற்பங்கள், மிஞ்சிய இடத்தில் பாம்பு பஞ்சாங்கம் அல்லது வாக்கியப் பஞ்சாங்கம், சௌந்தர்ய லஹரி தமிழ் எழுத்தில். அப்புறம் மர்ஃபி டிரான்சிஸ்டர் ரேடியோ. பாம்பு பஞ்சாங்கம் தவிர மற்றவை சின்னச் சங்கரன் வீட்டில் உண்டு. பஞ்சாங்கத்தை அடுத்த குடித்தனத்தில் முதல் மாடிப் போர்ஷனுக்கு வந்த விருந்தாளி ஒருத்தர் வாங்கிப் போனது இன்னும் திரும்ப வந்து சேரவில்லை.

அடுக்குமாடிக் குடித்தன வாழ்க்கையில் இதுதான் பிரச்சனை. மேலே, கீழே, அடுத்த குடியிருப்பில் இருக்கப்பட்டவர்கள் சர்வ சுதந்திரமாக எந்த நேரத்திலும் நுழையக் கூடும். மாவுப் பண்டங்களையும், பில்டர் காப்பியையும் அவர்களுக்கு உடனே தந்து உபசரிக்க வேண்டும். ரிடையர் ஆனவர்கள் பேச்சுத் துணை தேடி வரலாம். அப்போதெல்லாம் வீட்டுக்காரன் மோடாவை இழுத்துப் போட்டு விட்டுப் பேச வேண்டும் என்று பொதுவாக எதிர்பார்ப்பு தென்படுகிறது. வந்தவர் நானாவித திசைகளில் தல யாத்திரை போனது அல்லது நாலு தெரு தள்ளி தள்ளு வண்டியில் வறுகடலை சிட்டிகை உப்போடு விற்றுக்கொண்டிருந்ததைப் போய் வாங்கி வந்த வைபவம் என்று விவரமாகச் சொல்லும் போது, பொறுமையோடும் இம்மாதிரி அருஞ் செயல்களுக்குத் தகுந்த மன ஈர்ப்போடும்,

ஆர்வத்தோடும் அதைக் கேட்க வேண்டும், பாராட்ட வேண்டும் என்று எதிர்பார்க்கிறார்கள். பாம்பு பஞ்சாங்கம் வாங்க வந்தவர் தனுஷ்கோடிக்குப் போய் வந்ததையும், அங்கே சாப்பாட்டு ஓட்டலில் கிடைக்கும் ருஜியான எண்ணெய்ப் பலகாரம் பற்றியும் சொன்னபோது நாவில் எச்சில் ஊறக் கேட்டுக் கொண்டிருந்தால், பஞ்சாங்கம் இன்னேரம் திரும்ப வந்திருக்கலாம்.

*சாயந்திரம் என்னை ஸ்டேஷனில் கொண்டு போய் விடுவியா?*

குர்னாம் வெற்றுத் தட்டில் ஒரு முறை கட்டை விரலால் வழித்து நாக்கில் சுழற்றிக் கொண்டிருக்க, சங்கரன் மெல்ல விசாரித்தான்:

சங்கரன் தயங்கித் தயங்கிக் கேட்டு முடிக்கும் முன்னால் சட்டென்று சரி என்று சொல்லி விட்டான் குர்னாம். உரிமையோடு எடுத்துக் கொள்வது மட்டுமில்லை, அதே படிக்குக் கொடுப்பதும் இந்தத் தலைப்பாக்காரர்களுக்கு உடம்போடு பிறந்தது. சங்கரனுக்குத் தெரிந்ததுதான்.

*மூணு மணிக்கு பட்பட்டி கிடைச்சா அப்படியே திருப்பிட்டு வந்துடறேன். இல்லேன்னா ஆளுக்கு ரெண்டு மூட்டையாத் தூக்கிட்டு பஸ் தான். அந்த மோடாவைப் பார்த்து கண்டக்டர் சத்தம் போடுவான். பொறுத்துக்கோ.*

குர்னாம் மிளகாய் பஜ்ஜி காரத்தை இன்னும் அனுபவித்தபடி ஹ ஹ என்று நாக்கு புகைந்த சூட்டோடு உபதேச வார்த்தை சொல்லி வெளியில் போனான்.

*நல்லாச் சொல்லுங்க அண்ணா. பாதி டில்லியையே வளைச்சு எடுத்துப் போயாறது. இவருக்கு மட்டும் ஒரு ரயில் விட்டாக்கூட இன்னும் ரெண்டு கம்பார்ட்மெண்ட் பூட்டுங்கோன்னு ஆனை, பூனை, கம்பளம், கல் உப்புன்னு சகலத்தையும் மூட்டை கட்டிண்டு போவார்.*

குர்னாம் முதுகைப் பார்த்து வசந்தி இரைந்தாள்.

சங்கரன் வசந்தி முகத்தைப் பார்த்தான். நிறைய சந்தோஷமும்

திருப்தியும், துளி கிள்ளிப் போட்ட வேப்பிலையாக அலுப்பும் ஒரு வினாடி தெரிந்தது. உன் சந்தோஷமும் அதுதான், சங்கடமும் அதுதாண்டா சங்கரா என்று பறந்து போன மயில் காதில் சொன்னது.

எல்லாவற்றையும் அடித்துத் துடைத்து அப்பால் தள்ளிக் கும்மாளியிட்டு வரும் குமிழ் சிரிப்பு வசந்தியின் முகம் முழுக்க பூசியிருந்தது. மயில் ஆடுகிற மாதிரி வாத்சல்யமான புன்சிரிப்பு. அதைக் கண்டுதான் சின்னச் சங்கரன் முதல் பார்வையில் மோக வயப்பட்டான்.

லக்னௌவில் இருந்து இங்கே தெற்கத்திக்காரர்களுக்காக, முக்கியமாக தமிழ் பேசுகிற சைவர்களுக்காகாக வைதீகக் காரியங்கள் நடத்தி வைக்க உத்தேசித்து இருபத்தைந்து வருஷம் முன் வந்தவர் வசந்தியின் அப்பா சுந்தர வாத்தியார். ஆவணி அவிட்ட வைதீகம் அதிக மகசூலும், அமாவாசை தர்ப்பணம் புஞ்சைப் புளியம்பட்டி விளைச்சலுமானது அவருக்கு. தாக்குப் பிடிக்காமல் தவித்த போது, இங்கே ஹௌஸ்காஸில் மெஸ் நடத்த ஆரம்பித்தார். அப்புறம் அவருக்கு மட்கார்டில் பேய் நசுங்கல் விழுந்த சைக்கிள் மிதித்து அமாவாசை தர்ப்பணம் செய்து வைக்க வெயிலிலும் குளிரிலும் அலையத் தேவை இருக்கவில்லை.

சங்கரனுக்கு தில்லி வந்த புதுசில், அது பதினாலு வருஷம் முன்பு, அவனுடைய மூணு வேளைச் சாப்பாடும் ஹௌஸ்காஸ் மெஸ்ஸில்தான் கிரமமாகக் கிட்டியது. சுந்தர வாத்தியார் வீட்டு சிட் அவுட்டில் தட்டி கட்டி மறைத்து ஆரம்பித்திருந்த சாப்பாட்டு ஏற்பாடு அது. வாத்தியார், அது கடை என்று யாரும் தப்பித் தவறிக்கூடச் சொல்லாமல் பார்த்துக் கொண்டார். அவர் சோறு விற்க வந்தவர் இல்லையாம். மடத்தில் ஆக்ஞை ஆனபடி ஒரு செர்வீஸாம். வெங்காய சாம்பாருக்கு அந்த ஆக்ஞை பொருந்துமா என்று தெரியாவிட்டாலும் அதைக் கரண்டி கரண்டியாக வார்த்த சுந்தர வாத்தியாரின் மூத்த மகள் வசந்தி ரொம்பவே அழகான பெண் என்று சங்கரனுக்குத் தீர்மானமாகத் தெரிந்தது. அந்தச் சோழிப் பல் சிரிப்பு அவனை வெங்காயத்தை விடவும் வளைத்துப் போட்டது.

நீ ரொம்ப அழகா இருக்கேடி கண்ணம்மா.

நூதன் ஸ்டவ்வில் எண்ணெய்ச் சட்டி ஏற்றி நீள நீளமாக அரிந்த வாழைக்காய் பஜ்ஜி பொரித்துக்கொண்டிருந்தவள் காதில் அவன் சொல்ல, மயில் திரும்ப வாசலுக்கு வந்து ரொம்ப சரி என்று அகவியது.

இதென்ன இன்னிக்கு முழுக்க இங்கே டான்ஸ் பரிபாடி நடத்த உத்தேசமா வந்திருக்கு இந்தப் பொண்ணு.

வசந்தி ஆச்சரியப்பட, அடி மடைச்சி, அது ஆண் மயிலாக்கும் என்றான் சங்கரன்.

ஆமா நீங்க கீழே பார்த்தேளாக்கும். வசந்தி சிரிப்பில் சுவர்க்கம் தெரிந்தது.

நான் பாக்காட்ட என்ன, விஞ்ஞானம் சொல்றது.

விஞ்ஞானம் மோடாவை எல்லாம் கட்டித் தூக்கிண்டு போய் அவதிப்படாம, விட்டுட்டுப் போகச் சொல்றது.

அங்கே அரசூர் ஜனங்கள் எதிர்பார்த்துண்டிருக்காளே. நீ ஏன் வரலேன்னு வேறே ஆளாளுக்கு விசாரிப்பா.

ரயில்லே தீவட்டிக் கொள்ளைக்காரன் வந்து மோடாவையும் அப்புறம் திரும்ப வந்து என்னையும் தூக்கிண்டு போய்ட்டதாச் சொல்லிடலாம்.

சங்கரன் இடுப்பை வளைத்து அவளை அணைத்து முத்தமிட, மயில் பார்க்கறது என்று விலகினாள் வசந்தி. மேலே அலமாரியில் எக்கி எடுத்த பல்பொடி டப்பாவில் இருந்து பழைய காலண்டர் பேப்பரில் கொட்ட ஆரம்பித்தாள்

பயோரியா பல்பொடி வேணாம் கேட்டியா.

அது பயோரியா இல்லே. நம்பூத்ரி தந்தசுத்தி சூரணம். அப்பா கோட்டயத்திலே சொல்லி வச்சு வாங்கறது.

நம்பூத்ரிக்கு யானைத் தந்தம் மாதிரி வாச்சி வாச்சியாப் பல்லு வாச்சிருக்கும். அதைச் சுத்தி பண்ண வேணுமானா இந்த சூரணமும் லேகியமும் வேண்டி வரும். எனக்கெதுக்கு?

சுந்தர வாத்தியாரும் வருஷம் நாலு தடவை மலையாளப் பல்பொடியும், நேந்திரங்காய் வறுவலும், வெல்லம் புரட்டிய பலாச்சுளை வத்தலும், எங்கோ கோஷி பேக்கரி ரஸ்க் ரொட்டியுமாகக் கொண்டு வந்து சமையல் கட்டை நிறைத்து விடுகிறார். மற்ற எல்லாம் ஷணத்தில் காலியாக, வாச்சி வாச்சியாகப் பல் வாய்த்தவர்களுக்கான பல்பொடி மிஞ்சித்தான் போகிறது.

ஊருக்கு எடுத்துப் போனால் என்ன? தில்லியில் இருந்து எதைக் கொண்டு வந்தாலும் வேணாம் என்று சொல்ல மாட்டார்கள்.

வசந்தி, பல்பொடியை டப்பாவோட கொடு.

திவசத்துக்கு அது எதுக்கு?

வசந்தி கேட்டபோது வாசலில் மோதி விழுந்தது மயில். ஒரு வினாடி கிடந்தபின் எழுந்து கோணலாக, தாங்கித் தாங்கி மெல்ல நடந்தது. அப்புறம் பறந்து போனது.

# அத்தியாயம் மூன்று

திரும்பவும் போயாச்சா? பேஷ்

கற்பகம் காட்டுக் கூச்சலாகச் சத்தம் போட்டாள்.

அடிக்காதேடி. அடிக்காதேடி. தெரியாமப் பண்ணிட்டேன்.

ஹாலில் பிரம்பு நாற்காலியைப் பிடித்துக் கொண்டு குனிந்து நின்றார் நீலகண்டன். பயத்தோடு அவளைப் பார்த்தார்.

அவசரமாக உள்ளே போனாள். அது உள் பக்கமா, வெளியே போகிற பாதையா?

எதோ ஒன்று. அங்கே சுவரில் ஆணி அடித்து நீலகண்டனின் சட்டை தொங்கும். பக்கத்தில் நீளமாகக் கயிறு கட்டி பெயர் மறந்து போன எதுவோ கூடவே தொங்கும். தேதி போட்டு. அதற்கு ஒரு பெயர் உண்டு. அதுதான் மறந்து போனது.

நாயுடுவைக் கேட்டால் சொல்வான். ஹைகோர்ட் போய் அவனை விசாரித்து விட்டு வரலாமா? வெளியே எப்படிப் போக? கற்பகம் இருப்பாள். ஆணிக்குக் கீழே,

சட்டைக்கு நேர் கீழே நீளமான பிரம்பு வைத்திருக்கிறாள். எடுத்து வரப் போகிறாள். முதுகில் அடிப்பாள். ஓங்கி ஓங்கி ஓங்கி ஓங்கி அடிப்பாள்.

கற்பகம் திரும்ப வந்தாச்சு. கையில் இலுப்பச் சட்டியோடு நிற்கிறாள். இதுக்குப் பெயர் இரும்பு வாளி இல்லையோ. குளிச்சு விடப் போகிறாளா? வெந்நீர்தானே?

கொஞ்சம் இருடியம்மா, வேட்டியையும், ஜாக்கெட்டையும். அதானே பெயர். இல்லை பனியன். பனியனையும் எடுத்து விட்டு.

எதுக்கு வேட்டியை அவுத்தாறது?

கற்பகம் சத்தம் போட்டுக் கொண்டே வாளியோடு நீலகண்டன் பக்கத்தில் வந்தாள். அதை நீலகண்டன் தலையில் மாட்டி இழுத்துப் போய் ஆணியில் அவரைக் கட்டப் போகிறாள். பிரம்பு அங்கே உண்டு. அடித்தால் வலிக்கும்.

அடிக்காதேடி அடிக்காதேடி. தெரியாமப் பண்ணிட்டேன்.

அவர் இன்னும் குனிந்து உடம்பு நடுங்க தரையில் இருந்து அள்ளி எடுத்து வேட்டியில் முடிந்து கொண்டார்.

கற்பகம் கையை ஓங்கியபடி அவரை முறைத்துப் பார்த்தாள்.

நீலகண்டன் கை நடுக்கத்தில் கையில் அள்ளியது கூடமெல்லாம் சிதறியது. சுவரில் அப்பியது. பொறுக்க முடியாத துர்வாடை.

நடுக் கூடத்தில் கழிஞ்சது போறாதுன்னு அதைச் சுவத்திலே பூசி, தரையிலே பரத்தி. பிராணனை வாங்கறேளே. சாவு வராதா. எனக்கு.

வாளியைத் தரையில் வைத்து விட்டுத் தலை தலையாக அடித்துக் கொண்டு அழுதாள் கற்பகம்.

அழுகிறாள். அடிக்க மாட்டாள். நீலகண்டனுக்கு நிம்மதியாக இருந்தது. இப்படியே போய்க் கட்டிலில் படுத்துத் தூங்கி விட்டால் பங்குனிக்கிழமை சாயந்திரம் எழுந்து விடலாம். அது பங்குனிக்கிழமைதானே? இன்னிக்கு நாள்?

சுவரைப் பிடித்துக்கொண்டு நடக்கும்போது கை பதிந்து திட்டுத்திட்டாக இன்னும் அசுத்தம் ஒட்டியது.

எழவே ஒரு இடமா உக்கார மாட்டியா?

கற்பகம் ஓடி வந்து நீலகண்டன் முதுகில் அடித்தாள். பிரம்படியை விட இது இன்னும் வலித்தது.

அடிக்காதேடி இவளே, இனிமே இங்கே பல் தேய்க்க மாட்டேன்.

அவர் அலறினார்.

பல்லு தேச்சு பாழாப் போக. இது கொல்லைக்குப் போன கொடுமை. கொடுமை.

அதாண்டி சொல்ல வந்தேன். வாய் தவறிடுத்து. இனிமே சமையல்கட்டுலே போய்ப் போறேன். இந்த ஒரு தடவை மட்டும் மன்னிச்சுடு.

நீலகண்டன் முடிக்கும் முன் திரும்ப முதுகில் அடி விழுந்தது.

சமையல்கட்டுலே வந்து கழிவே? எங்கே வா. செய் பாக்கலாம்.

நீலகண்டன் முகத்துக்கு அருகில் குனிந்து கொண்டு கண்ணை உருட்டினாள் கற்பகம். ஆடப் போகிற பசுமாடு. கழுகு. ஆடப் போகிற மயில். மயில் நிற்கிற மாதிரி பின்னால் தள்ளிக் கொண்டு நிற்கிறாள். மயில் கண்ணை உருட்டுகிறது. பயமாக இருந்தது நீலகண்டனுக்கு.

நான் அங்கே எல்லாம் போகலே. ஊஞ்சல்லே போய் உக்காந்துடறேன். கை காஞ்சு போன அப்புறம் அலம்பி விடு.

நீலகண்டன் ரெண்டு கையையும் மேலே தூக்கிக் கொண்டு எந்தப் பக்கம் போக வேணும் என்று தெரியாத பதட்டத்தோடு தள்ளாடி நடந்து தரையில் விழுந்தார்.

ஈஸ்வரா என்றாள் கற்பகம். ஹால் கோடியில் டெலிபோன் விட்டு விட்டு அடிக்கிற சத்தம். யார் இப்போ பார்த்துக் கூப்பிடறது? கற்பகம் வரமாட்டாள்.

நீலகண்டனை ஓடிப் போய்த் தூக்கி நிறுத்தினாள். மூச்சு வாங்குகிறது. வயதாச்சே அவளுக்கும். இன்னும் எத்தனை காலம் இந்தக் கஷ்டமோ.

ஊஞ்சல்லே உக்காந்து தானே கல்யாணம் செஞ்சுண்டேனே. ஞாபகம் இருக்கோ. நீயும் உக்காந்திருந்தியே. எங்கே போட்டிருக்கே ஊஞ்சலை? சொல்லேன்.

அவர் நைச்சியமாகக் கேட்க, கற்பகம் கண் நிறைந்தது.

அழாதேடி.

கண்ணைத் துடைக்க நீண்ட அசுத்தமான விரலை அவசரமாக விலக்கிய போது வாசல் பக்கம் நிழல். கலசலிங்கம். மேல் நர்ஸ்.

திரும்பவும் டெலிபோன் அடிக்க ஆரம்பித்திருந்தது.

அம்மா நீங்க போய் அதை எடுங்க. சாரை நான் பாத்துக்கறேன்.

இதெல்லாம் என்ன கஷ்டம் என்பது போல் சகஜமாகச் சிரித்துக் கொண்டு லிங்கம் நீலகண்டனைத் தோளில் இறுகப் பற்றிப் பிடித்தபடி சொன்னான்.

குட்மார்னிங் சார்.

நீலகண்டன் சந்தோஷமாகச் சிரித்தார்.

நாயுடு, வெங்காய வடையும், சர்பத்தும் வாங்கி வரச் சொல்லுடா. கற்பகத்துக்குத் தெரிய வேண்டாம்.

சொன்னாப் போகுது.

லிங்கம் மெல்ல பாத்ரூமுக்கு நடத்திப் போக, கற்பகம் போன் சத்தம் நிற்பதற்குள் கொஞ்சம் வேகமாக நகர்ந்து போய் எடுத்தாள். ரிசீவர் தொப்பென்று கீழே விழ, புடவைத் தலைப்பால் துடைத்தபடி காதில் வைத்து, யாரு என்றாள்.

ஏன் பாட்டி, ஜாலியா வடாம் பிழிஞ்சுண்டிருக்கியா?

கற்பகத்தின் பேத்தி ஜனனி. பம்பாயிலிருந்து கூப்பிடுகிறாள்.

நான் எங்கேடி வடாம் பிழிய? உங்க தாத்தாதான் எனக்கும் சேர்த்துப் பண்றாரே.

ஜனனி சிரிக்க ஆரம்பித்தாள்.

சிரிடி. சிரிக்க மாட்டே. நானானா இங்கே கெடந்து பீ வாரிக்

கொட்டிண்டு அவதிப் படறேன். விடிக்கறது தான் விடிக்கறார் இந்தக் கெழவர். மல்லியப் பூ வாசனையோட, தாழம்பூ மணத்தோட, அட ஒரு கந்தமும் இல்லாமப் போகக் கூடாது? எடுத்துப் போட்டா எட்டூருக்கு குமட்டிண்டு அடிக்கறது.

ரொம்ப குசும்புடி உனக்கு.

ஆமா அதான் வாயையும் மூக்கையும் மத்த எல்லாத்தையும் பொத்திண்டு இங்கேயே சகலமும்னு உக்காந்திருக்கேன்.

நீ வாயடிச்சு அடிச்சு தாத்தாக்கு டிமென்ஷியா முத்திடுத்து.

பேத்தி வாயைக் கிண்ட கற்பகத்துக்கு மனசில் சந்தோஷம் பெருகி வழிந்தது. போன நிமிஷத்து துக்கமும் வாதனையும் போன இடம் தெரியவில்லை.

ஆமாடி, குசும்பு எனக்குத்தான். திமிர் எனக்குத்தான். நான் பேசிப் பேசித்தான் தாத்தா மடியிலே நரகலை வச்சுக் கட்டிண்டு நிக்கறார்.

தாத்தாவை டோண்ட் டச் ஓல்ட் கேர்ல். அவர் அப்படித்தான் இருப்பார். நீ அலம்பி விடு. நிச்சயம் சொர்க்கத்துக்குப் போவே.

போடி சரிதான். இந்த நாத்தக் கையோட சொர்க்கத்துக்கு வேறே போகணுமா.

ஆல்ரைட் கெழவி. நீ என்னை எப்படி இருக்கே, படிப்பு எப்படிப் போறது கால்லே அடி பட்டது எப்படி இருக்குன்னு எல்லாம் கேட்டியோ, கேட்க மாட்டே.

ஜனனி சொல்லிவிட்டுக் காவாலித்தனமாக விசிலடித்தாள்.

விசில் அடிக்காதேடி பிசாசே. நீ மட்டும் என்னை தூங்கினியா எழுந்தியா குளிச்சியா சாப்பிட்டியான்னு அலம்பிவிட்டியான்னு பேச்சுக்காவது கேட்டியோ? பேத்தின்னு பெத்த பேரு. தாக நீளு லேது.

அவுனும்மா கற்பகம். ஒக்க சரி. ராத்திரி தூங்கினியா தாத்தாவைக் கட்டிப் பிடிச்சுண்டு? தூரம் குளிச்சியா? பூ வச்சுப் பின்னிண்டியா? புளியம்பழம் தின்னியா?

சீ போடி கழுதை.

கற்பகத்துக்கு எல்லாம் இஷ்டமாக இருந்தது.

நீலகண்டன் முந்தின ஜென்மம் எதிலோ அவளை இழுத்து மடியில் போட்டுக் கொஞ்சிக் கொஞ்சிக் கூடிக் கலந்த சந்தோஷம் போல இது வியாபிக்கிறது எல்லா திசையிலும் சூழ்ந்து.

கற்பகத்துக்கு வாரணமாயிரம் பாட வேண்டும் போல் இருந்தது. இந்த வாசனைக்கு ஆண்டாளும், ஆண்டவனும் நெட்டோட்டம் ஓட மாட்டார்களோ.

பாட்டி,பொங்கல் வச்சியோ?

ஆமாடி. பொங்கல் இன்னிக்கு. பீ வார்ற மும்முரத்திலே அதுவும் நினைவு வரலே. நீ பண்ணினியோடி?

கன்சர்ன்லே போய் சாப்பிட்டேன். ஸோ ஸ்வீட். ஆமா, உன் பிறந்த நாள் நாளைக்கு இல்லே?

உங்கப்பன் எப்பவோ கேட்டு டயரியிலே குறிச்சுண்டு போனான். எது மறந்தாலும் இதையும், உங்க தாத்தா ஜன்ம தினத்தையும் மறக்க மாட்டான்.

அப்பா நாக்பூர்லே காரியக் கமிட்டி மீட்டிங் போயிருக்கார். போற போது உன்னைக் கூப்பிட்டுப் பேசச் சொன்னார்.

இல்லாட்ட மாட்டியோ.

நீ உன் பிறந்த நாளுக்கு எனக்குக் காசு கொடுத்தா பேசுவேன். எண்பத்து ரெண்டாவது பர்த் டே. வருஷத்துக்கு பத்து போட்டா, எண்ணூத்து இருபது ரூபா. முழுசாக்கி ஆயிரத்துக்கு மணியார்டர் அனுப்பு. சில்லுண்டி செலவுக்காகும்.

காலேஜ் படிக்கற பொண்ணுக்கு என்னடி செலவு?

இல்லாம என்ன? பானி பூரி வாங்க, பேல் பூரி வாங்க. காதிலே போட்டுக்க ஸ்டட், நெத்தியிலே வச்சுக்க பிந்தி, பிங்க் கலர் சூரிதார், சண்டிகர் பைஜாமா, ஜிம் ரீவ்ஸ் ரிக்கார்ட்,

ராஜ்கபூர் படத்துக்கு சிநேகிதியோட போக டிக்கெட், கரும்பு ஜூஸ், கோலாப்பூரி செருப்பு, பெர்ரி மேஸன் நாவல், சித்தி விநாயகருக்கு காணிக்கை, ஐஸ்கிரீம், ஆப்கன் ஸ்நோ, பிரஞ்ச் செண்ட், மாடுங்கா கடையிலே தேங்குழல்.

ஏ'யப்பா, எனக்கு வயசு எண்பத்து ரெண்டுன்னா உனக்கு நூறு விஷயம் செலவு பண்ண இருக்கேடி.

தாத்தாவுக்கு அடுத்த மாசம் எண்பத்தி ஏழு வருதே. அப்போ பார்.

ஒரு வினாடி தொண்டை அடைக்க நின்றாள் கற்பகம்.

ஏய், இருக்கியா போய்ட்டியாடி கல்பு? உன் ஸ்வீட் ஹார்ட் பெறந்த நாளுக்கு இன்னும் பெரிய லிஸ்டோட கூப்பிடறேன். சரியா.

அதுக்குள்ளே பகவான் என்னைக் கூப்பிடட்டும்னு வேண்டிக்கோடி கொழந்தே.

ஹலோ ஹலோ என்று அந்தப் பக்கம் பேத்தி கூப்பிட்டபடி இருக்க, கற்பகம் சன்னமாகச் சொன்னாள்.

அப்புறம் பேசறேண்டி செல்லம். உங்க தாத்தா விழுந்து எழுந்திருந்திருக்கார்.

அவள் போனை வைத்து விட்டு நிமிர்ந்தபோது, பாத்ரூமில் தண்ணீர் விழும் சத்தம். லிங்கம் நீலகண்டனுக்குக் குளித்து விட்டுக் கொண்டிருக்கிறான். வாளி வாளியாகக் குழாயில் தண்ணீர் பிடித்து டெட்டாலைக் கொட்டிக் கலந்து மேலே அடித்துக் கழுவி இன்னும் ஐந்து நிமிஷமாவது விடாமல் செய்வான்.

இதெல்லாம் போன புரட்டாசி வரை கற்பகம் தான் செய்தது. ரத்த அழுத்தமும், நரம்புத் தளர்ச்சியும் அவளை ஓய்த்த போது பம்பாயிலிருந்து பிள்ளைகள் ரெண்டு பேரும் வந்தார்கள். அவளை பம்பாய் கூட்டிப் போவதில் அக்கறை காட்டினார்கள்.

அப்பாவை இங்கே ஆஸ்பத்திரியிலே விட்டுட்டுப் போயிடலாம்.

சித்தப்பிரமையோட, உடம்பு ஷீணத்தோட இருக்கார் அவர். இப்போதான் நான் கூட இருக்க வேண்டியிருக்கு. எங்கேயும் வரலே.

கற்பகம் தீர்மானமாகச் சொல்லி விட்டாள். அடித்தாலும் திட்டினாலும் நீலகண்டனுக்கு கற்பகம் இல்லாமல் முடியாது.

நாற்பது வருஷம் முன்பு மோகாவேசத்துடன் இடுப்பைப் பிடித்து இழுத்து மடியில் போட்டுக் கொஞ்சிக் கலந்த, சதா சர்வ காலமும் போகம் போகம் என்று அலைந்த நீலகண்டன் இல்லை இப்போது நடு வீட்டில் மலம் கழிக்கிற நீலகண்டன்.

அவருக்கு நாள் நட்சத்திரம் பகல் ராத்திரி எதுவும் கணக்கில்லை. கற்பகம் மட்டும் மனசில் எப்போதும் உண்டு. அந்தப் பெயரும் நினைப்பும் கூட இன்னும் கொஞ்ச நாளில் மறந்து போகலாம்.

கல்ப்பு. தொடச்சு விடுடி. குளிர்றது.

பாத்ரூம் வாசலில் ஈரம் சொட்டச் சொட்ட நிற்கிற நீலகண்டன் சத்தம் போட்டார்.

வாளியில் தண்ணீர் சேந்தி வந்து ஹால் சுவரை எல்லாம் கவனமாகத் துடைத்தான் லிங்கம். ஒரு சின்ன அருவெறுப்பும் இன்றி ஈரத் துணியை பாத்ரூமில் பிழிந்து அலசி திரும்ப டெட்டால் ஊற்றி எடுத்து வந்தான் அவன்.

அஞ்சலை இருந்தாள் இதையெல்லாம் செய்ய. அவளும் இப்படித்தான். கொடுத்த காசுக்கான வேலை இல்லை அவள் செய்ததும். கற்பகம் மேல் கரிசனமும், அவள் வயசும் தள்ளாமையும் குறித்த பரிதாபமுமாக அஞ்சலை நாள் முழுக்க இங்கே இருந்திருக்கிறாள். நீலகண்டன் உடுப்பெல்லாம் கழட்டிப் போட்டுவிட்டு பாத்ரூம் வாசலில் நின்று அஞ்சலை தான் குளிப்பாட்டணும் என்று அடம் பிடித்த தினத்தில் வெளியே ஓடியவள் தான். திரும்பி வரவேயில்லை.

லிங்கம் மேல்நர்ஸாக அடுத்த வீட்டு டாக்டர் மூலம் கிடைத்தான். அண்டை அயலில் எல்லோருக்கும் கற்பகம் வீட்டு நடவடிக்கைகள் வேடிக்கை பார்க்க, அவ்வப்போது கரிசனம் காட்ட வேண்டிய நிகழ்ச்சிகள்.

பம்பாய்லே உங்க பிள்ளை ஆள் அம்பு அரசியல்னு பிரபலமா இருக்கார். எல்லா பம்பாய்ப் பேப்பர்லேயும் பொழுது போய்ப் பொழுது விடிஞ்சா அவர் படம் தான். கஷ்டமே படாம ஹாய்யா இருக்கலாம். மும்பாய்க்கே போயிடுங்கோளேன். நாங்களாச்சு, நீலு மாமாவை அப்பப்போ ஆஸ்பத்திரியிலே போய்ப் பார்த்துக்கறோம்.

இதெல்லாம் தன் மினிஸ்டர் பிள்ளை சொல்லி வைத்து அவர்கள் பேசினது. அப்படித்தான் கற்பகம் நினைக்கிறாள். தப்பு சொல்ல முடியாது. அவள் அந்தப் பக்கம் இருந்தாலும் இதேதான் பேசுவாள்.

அம்மா, ஐயா போட்டுக்க டயாபர் கொடுங்க.

லிங்கம் கேட்டான்.

எதுக்கு அது லிங்கம்? ஓரமாப் போய் அவுத்துப் போட்டுட்டு அக்கடான்னு கட்டில்லே படுத்துண்டாறது. ஒண்ணுக்குப் போய் நனைஞ்ச பெட்ஷீட்டை பாத்ரூம் ஓரமா குவிச்சு வச்சிருக்கேன் பாரு.

பாவம், குழந்தை மாதிரி ஆயிட்டார். நான் அலசிடறேம்மா.

அவனுக்குச் சலிப்பு வருவதில்லை. வேலைக்கு அவன் சளைப்பதே இல்லை.

இன்னும் மூணு மாசம் கழித்து வெய்யில் ஆரம்பிக்கும்போது தண்ணீர்க் கஷ்டமும் வந்துவிடும். தினசரி நீலகண்டனுக்காக இவ்வளவு செலவு பண்ண முடியாது.

கற்பகம்.

நீலகண்டன் டயாப்பரும் மேலே பனியனுமாக பெரிய சைஸ் குழந்தை போல் கட்டிலில் நிமிர்ந்து உட்கார்ந்து ஒரு கையைத் தூக்கினார்.

என்ன வேணும் இப்போ?

ரசம் கொடுடீ கல்ப்பு. நாயுடு ஹைகோர்ட்டுலே வச்சு வெங்காய வடை வாங்கிக் கொடுத்தான். கூடவே முட்டாய் மாதிரி

தித்திப்பா எலுமிச்சம்பழ சர்பத்தும். சாப்பிட்டது இன்னும் ஏப்பம் ஏப்பமா வருது. படுத்துக்கறேன். ராத்திரியாயிடுத்து.

டெலிபோன் அடித்தது.

ராத்திரியா? ஜன்னல் பக்கம் பாருங்க. சூரியன் கண்ணைக் குத்துது. காலை நேரம். நாஷ்தா பண்ற டைம் சார்.

லிங்கம் சிரித்தான். சும்மா இருடா நாயுடு என்றார் சார்.

சாப்பிட்டுட்டு தூங்குங்கோ. ரசஞ்சாதம் பிசைஞ்சு தரேன். லிங்கம் ஊட்டி விடுவான்.

கற்பகம் நிதானமாக நடந்து போய் ஃபோனை எடுத்தாள்.

பாட்டி, சித்தப்பா, எலக்ட்ரிக் ட்ரெயின்லே.

கரகரவென்று சத்தத்தோடு டெலிபோனில் ஜனனி குரல்.

என்ன ஆச்சு? ஏண்டி ஜனனி. சத்தமாப் பேசுடி.

போனைக் காதோடு வைத்துக் கொண்டு தீனமாகக் குரல் கொடுத்தாள் கற்பகம்.

ஓடற எலக்ட்ரிக் ட்ரெயின்லே இருந்து தவறி விழுந்துட்டார் சித்தப்பா. ஆஸ்பத்திரிக்குக் கொண்டு போயிருக்கு.

ஜனனி ஜனனி என்று கற்பகம் திரும்பத் திரும்பச் சொல்ல, அந்தப் பக்கம் சத்தமே இல்லை.

பெருஞ் சத்தத்தோடு கடியாரம் ஒன்பது மணி அடித்தது.

நீலகண்டன் நிம்மதியாக உறங்க ஆரம்பித்திருந்தார்.

# அத்தியாயம் நான்கு

திலீப்.

டைப் ரைட்டரோடு உட்கார்ந்திருந்த பெண் கையை நீட்டி டெலிபோன் ரிசீவரை பத்திரமாக அதனிடத்தில் வைத்துவிட்டுக் கண்ணாடிக்காரரர் பக்கம் திரும்பிச் சொன்னாள்.

திலீப்.

மூடிய கதவு ஓரமாக மர மேஜை போட்டு இருந்த கண்ணாடிக்காரரர் குரல் நடுங்கக் கூப்பிட்டார்.

திலீப் எழுந்து நின்றான். அங்கே நீள பெஞ்சுகளில் காத்திருந்தவர்களுக்கு இடையில் இருந்து இன்னும் ஐந்து பேர் எழுந்து நின்றார்கள்.

பம்பாயில் இருக்கப்பட்ட எல்லா திலீபும் இங்கே வந்தாச்சு. நாசம்.

கண்ணாடிக்காரரர் டைப் ரைட்டர் யுவதியிடம் சற்று உரக்கவே சொன்னார். அவளுக்கு அந்த நகைச்சுவை போதுமானதாக இருந்ததோ என்னவோ, டைப்ரைட்டரில் இருந்து காகிதத்தை உருவி எடுத்தபடி அழகாகச் சிரித்தாள், திலீப் அழகான

அவள் சிரிப்பில் கலந்து கொண்டான். திலீபோ இல்லையோ, எல்லோரும் அழகான அவள் சிரிப்பில் கலந்து கொண்டார்கள்.

அழகான உதடுகள். திலீப் நினைத்தான். அழகான உதடுகள் என்றார்கள் எல்லா திலீப்களும். நான் மட்டும்தான் சொல்வேன் என்றான் திலீப். அந்தப் பெண் டைப் செய்த காகிதத்தை மேஜை டிராயரைத் திறந்து உள்ளே போட்டபடி கண் ஓரத்தால் திலீபைப் பார்த்தாள். அவனுக்குத் தெரியும். அவனைத்தான் பார்த்தாள்.

திலீப்கள் காத்திருக்க, கண்ணாடிக்காரர் அவர்களைப் பொறுமையாக இருக்கச் சொன்னார்.

நான் திலீப் காலே. தினப் பத்திரிகை கையில் வைத்திருந்த ஒருத்தன் சொன்னான். திலீப் ஷிவ்டே, திலீப் கோர்படே, திலீப் சிஞ்வாட்கர், திலீப் காவ்கர் என்று மற்ற திலீப்-கள் அடையாளம் காட்டிக் கொண்டார்கள்.

நீங்க?

மெலிந்து கன்னத்து எலும்புகள் சற்றே துருத்திய முகத்தில் எடுப்பான உதடுகளோடும் பெரிய கண்களோடும் இருந்த டைப்ரைட்டர் பெண் திலீப் பக்கம் தலையைச் சாய்த்து விசாரித்தாள். அவனுக்கு அல்லது பொதுவாக யாரோ ஒருவருக்கு எந்த விதத்திலாவது ஒத்தாசையாக இருக்க அவள் காலையில் உதட்டுச் சாயம் தடவிக் கொண்டபோது முடிவு செய்திருப்பாள். அழகான உதடுகள். அவளைச் சந்திக்கத்தான் திலீப் வந்திருக்கிறான். வேறே எதற்காகவும் இல்லை.

ஹலோ, நீங்க?

திலீப் பரமேஸ்வர். சொல்ல உத்தேசித்ததை நிறுத்திச் சுதாரித்துக் கொண்டு சத்தமாகச் சொன்னான்.

மோரே. திலீப் மோரே.

உங்களைத் தான் கூப்பிட்டது. உள்ளே போங்க.

அந்தப் பெண் உரக்கச் சொல்ல, கூட்டமே அவனை அசூயையொடு பார்த்தது.

சார் வெளியே கிளம்பிட்டிருக்கார். சீக்கிரம் ஆகட்டும்.

அந்தப் பெண் சொல்ல, அவன் உள்ளே ஓடினான்.

செருப்பை விட்டுட்டுப் போங்க.

அவசரமாகத் திரும்பி வந்து, எங்கே செருப்பை விடுவது என்று கொஞ்சம் தடுமாறி, அவள் இடத்துக்குப் பக்கமாகவே சுவாதீனமாகக் கழற்றிப் போட்டான். அவள் காலருகே தன்னுடைய பழைய ஹவாய்ச் செருப்பு பொருத்தமே இல்லாமல் தெரிந்ததால் மேஜைக்குக் கீழே அதை நெட்டித் தள்ளி விட்டு ஓடினான்.

பின்னாலேயே அவளும் ஓடி வந்தாள்.

சுனியே ஜீ...

ரகசியம் பேசுகிற குரலில் அவனை அழைத்தபடி, உள்ளறைக்குப் போவதற்கு முந்திய இடைநாழிக்குள் அவளும் வந்தாள்.

இத்தனை நெருக்கத்தில், டால்கம் பவுடர் மணமும், தலையில் வாசனைத் தேங்காய் எண்ணெய் வாடையும், செதுக்கிய உதட்டில் கச்சிதமாகக் கவிந்த உதட்டுச் சாயமுமாக ஒரு பெண்ணை திலீப் இந்த நிமிடம் வரை பார்த்ததில்லை. இந்தக் குரலுக்காக, கிசுகிசுத்த அழைப்புக்காக திலீப், பித்த வெடிப்போடிருந்தாலும் அவள் பாதத்தில் சதா முத்தமிட்டபடி இனி மிச்சம் உள்ள ஆயுளைக் கழிப்பான். அவள் அப்படிச் செய்யென்று ஒரு வார்த்தை சொன்னால் நன்றாக இருக்கும். சொல்லப் போகிறாள்.

திலீப் ஜி.

சொல்லுங்க.

அவள் உள்ளே கைகாட்டினாள்.

அவர் யாரை என்று குறிப்பாக வரச் சொல்லலை.

அப்படியா?

வெளியே போகிற அவசரத்தில் இருக்கார். ரெண்டே நிமிஷம் பார்க்கலாம்.

ரெண்டு நிமிஷம் மட்டும் எடுத்துக்கறேன் என்றான் சிரித்தபடி திலீப்.

நீங்க பார்க்க தேவ் ஆனந்த் மாதிரி இருக்கீங்க. சிரிப்பு கூட அவர் மாதிரி. அதான் உங்களை உள்ளே போகச் சொன்னேன்.

அவள் சிரித்தபடி வந்த வழியே திரும்பப் போனாள்.

அவன் தேவ் ஆனந்தையும் இதர தெய்வங்களையும் மனதில் துதித்து நன்றி சொல்லி உள்ளே போனான்.

அறைக் கோடியில், மேஜையைப் பூட்டி விட்டு எழுந்து நின்றவர் அவனைப் பார்த்தபடி ஓரமாக இருந்த கதவைத் திறந்தார்.

அவன் இருகையும் கூப்பி மெய்மறந்து கும்பிட்டான்.

தலைமை வகிப்பவர். உய்விக்க வந்தவர். தேவ் ஆனந்த் போன்ற கடவுள்களை வாழ வைப்பவர். உதட்டழகி டைப்பிஸ்ட் பெண்களுக்கு மாசாந்திர சம்பளம் அளிப்பவர். நகைச்சுவையும் கிண்டலும் பொங்கிப் பெருகி வழியும் பத்திரிகை நடத்துகிறவர். சீக்கிரத்திலேயே தேசத்தை ஆளப் போகிறவர்

எந்த ஏரியா?

சொன்னான். அவர் காதில் வாங்கிக் கொண்டது போல் தெரியவில்லை. வெளியே போய் விட்டார்.

பாதி திறந்த கதவுக்கு வெளியே காத்திருந்து, உள்ளே வந்து மேஜை மேலிருந்த காகித அடுக்கை எடுத்தவன் அவனையே பார்த்தான்.

வேலைக்கு சிபாரிசா?

ஆமா. மில் வேலை. ஆறு மாசம் அனுபவம் இருக்கு.

மில் வேலைன்னா டாக்டர் கிட்டே போக வேண்டியதுதானே?

இல்லே, நம்ம சார் அவரை விட பெரியவர்.

சந்தோஷம். உங்க ஏரியாவிலே அவங்க கடை, ஓட்டல்லாம் எத்தனை இருக்கு தெரியுமா?

அவங்க யார் என்று திலீபுக்குத் தெரியும். அவங்க நடத்தும் ஓட்டலும் கடையும் எத்தனை என்றும் தெரியும்.

அங்கே எல்லாம் வேலை கிடைக்காதா உனக்கு?

கிடைக்கும். திலீப் இந்த ட்வீட் பேண்டைக் களைந்து விட்டு மதராஸ்காரப் பிள்ளை சாமி கும்பிடப் போவது போல் வேட்டியைக் கச்சம் கட்டாமல் தட்டுச் சுற்றாக உடுத்திக் கொண்டு நெற்றியில் பட்டையாக வீபுதியோடு போனால் அவனுக்கு அங்கே வேலை கிடைக்கலாம்.

இன்னும் ஒன்று கூட உண்டு. திலீபுக்குத் தமிழ் சரளமாகப் பேசத் தெரியும்.

மெட்ராஸ் நுங்கம்பாக்கம் நீலகண்டனின் இளைய மகன் பரமேஸ்வரனுக்கு ஒரே புத்திரனான திலீப் என்ற வைத்தியநாதனுக்குத் தமிழ் வராதா என்ன?

ஆனாலும் அவன் ஷாலினி மோரே மகன். லாவணி ஆட்டக்காரியாக மாநிலம் முழுக்கச் சுழன்றாடிய ஷாலினிக்கும் எந்தக் காலத்திலேயோ தகரப் பெட்டியோடு பம்பாய் வந்த பரமேஸ்வரனுக்கும் பிறந்த பிள்ளை.

திலீப் பரமேஸ்வரனுக்கு இங்கே வரவேற்பு கிடையாது.

கூட்டத்துக்கு எல்லாம் தவறாம வா. அவங்க கடையிலே எதுவும் வாங்காதே. செவ்வாய்க்கிழமை விரதத்துக்கு சாபுதானா வடை போட்டுக் கொடுப்பான். நல்லா இருக்கும்னு நாக்கிலே நொட்டை விட்டுட்டு சாப்பிடப் போகாதே. போறவங்களை திருப்பி அனுப்பு. நாம சத்ரபதி பரம்பரை. அவங்க ட்ரங்க் பெட்டியோட ரயிலேறி வந்தவங்க. நம்ம காலைத் தொட்டுக் கும்பிட்டுக் கணக்கெழுதிக் காசு வாங்கினவங்க. வீடு, ஆபீஸ், துணி மில், பேக்டரி, கடை, ஓட்டல். நமக்கு மிஞ்சித்தான் அவங்களுக்கு. புரியுதா?

ஆமா.

பத்திரிகை வாங்கிப் படிக்கிறியா?

தினம் வாங்கறேன். இன்னிக்குக் கூட கார்ட்டூன்லே.

சரி, அப்புறம்?

எனக்கு வேலை.

சார் நாக்பூர் போய்ட்டு அடுத்த வாரம் வந்துடுவார். வந்து பாரு. லெட்டர் கொடுப்பார்.

அவன் வாசல் பக்கமாகக் கையைக் காட்டினான். கடவுளோடு ரெண்டு நிமிஷம், பரிவார தேவதையோடு அஞ்சு நிமிஷம். இந்த தினத்துக்குக் கட்டாயமாக ஒரு அர்த்தம் இருக்கும். அந்தப் பெண் கொடுத்தது தவிரவும்.

வாசல் பெஞ்சுகள் வெறுமையாக இருந்தன. அவள் இன்னும் மும்முரமாக டைப் அடித்துக் கொண்டிருந்தாள்.

அவன் தயங்கி நின்றான். இவள் தமிழோ மலையாளமோ பேசினால் எப்படி இருக்கும் என்று ஒரு வினாடி தோன்றியது. என்ன பயித்தாரத்தனம். அப்படியே பேசினாலும் பதிலுக்கு அதே படி பேசிக் காரியத்தைக் கெடுத்துக் கொள்ள திலீப் தயாரில்லை.

என்ன, வந்த வேலை முடிஞ்சுதா?

அவள் தமிழில் கேட்டாள்.

ஒரு வினாடி ஆச்சரியம். தான் இதை எதிர்பார்த்ததைப் பற்றி.

வார்த்தையாக இல்லாமல் ஹூம் என்றபடி சிரித்தான்.

பாண்டுப் சர்வ மங்கள் சால் தானே. ரெண்டாவது பில்டிங், முதல் மாடி. வாசல்லே டால்டா டப்பாவிலே துளசிச் செடி. உள்ளே மெல்லிசா ஆர்மோனிய சத்தம்.

ஆமா, அம்மா லாவணி ஆடுவா. வயசாகி ஆட்டம் எல்லாம் க்ளோஸ். அப்பா ஆர்மோனியம் வாசிச்சுப் பாடுவார். உச்ச ஸ்தாயிலே குரல் கிட்டப்பா மாதிரி இருக்கும். அவர் ரயிலேறும் போது தடுக்கி விழுந்து ரெண்டு மாசம் முந்தி காலை எடுத்தாச்சு. நான் படிச்சுட்டு வேலை இல்லாம

சுத்திட்டிருக்கேன். இன்னிக்கு காலையிலே காமத் ஓட்டல்லே ஜவ்வரிசி வடை சாப்பிட்டேன்.

அவன் நிதானமாகச் சொன்னான். அவள் நிமிர்ந்து பார்த்த பார்வையில் சிரிப்பும் சிநேகமும் தெரிந்தது.

உள்ளே இருந்து கூட்டமாக வெளியே வருகிற சத்தம். அவள் திலீபிடம் மராத்தியில் இரைந்தாள்.

செருப்பை இப்படி மேஜைக்குக் கீழே விசிறிப் போட்டுப் போய்ட்டீங்களே. சார் வரும்போது இதான் முதல்லே அவர் கண்ணுலே படும். ரொம்ப தப்பு. முதல்லே எடுங்க.

சாரி மேடம்.

திலீப் கண்ணால் சிரித்தபடி செருப்புக்காகத் துழாவினான்.

# அத்தியாயம் ஐந்து

**அ**து பிசாசு பிடிச்ச வண்டி ஒண்ணும் இல்லை என்றார் அமேயர் பாதிரியார்.

ரொம்பத் தெளிவான வார்த்தைகள். அவர் இருக்கப்பட்ட பிரதேசத்தில் இப்படியான சில்லுண்டி வினோதம், வேடிக்கை எதுவும் நடக்காது. நடக்கிற எல்லாவற்றுக்கும் காரண காரியம் இருக்கும். அற்புதங்கள் ரோம் நகரில் இருந்து மடாலய அறிவிப்போடு ஞாயிற்றுக்கிழமை தவிர்த்த பிற தினங்களில் எப்போதாவது நிகழக் கூடும். அவற்றில் யந்திரங்கள் சம்பந்தப்பட்டிருக்காது.

அவர் முன்னால் நின்றபடி மாமிசம் அரிந்து கொண்டிருந்தவன் பாதிரியார் சொன்னதை ஆதரித்துத் தலையைத் தலையை ஆட்டினான். அவன் வெட்டிச் சாய்த்த ஆட்டின் தலை கூட அந்தக் காலை நேரத்தில் வினோதமாக ஆடிக் கொண்டிருந்தது. விடிகாலையில் பரலோகம் போன ஆடானால் என்ன, சும்மா வெறுமனே வாய் பார்த்துக் கொண்டு சுற்றித் திரிகிற மனுஷனானால் என்ன? இது ஆச்சரியகரமானது என்று ஊரோடு சொல்கிறதை பாதிரியார் மறுக்கிறாரே. அந்த வார்த்தைக்கு மதிப்புக் கொடுப்பது அவசியமில்லையா?

விஷயம் வேறொன்றுமில்லை. கொச்சு தெரிசா வீட்டுக்காரன் ஒரு கார் வாங்கி இருக்கிறான். கால்டர்டேல் தொடங்கி, சந்தைப் பேட்டை வரை இதுதான் பேச்சாக இருக்கிறது ஒரு வாரமாக.

கொச்சு தெரிசா அளவுக்கு அவள் வீட்டுக்காரன் பிரசித்தமானவன் இல்லையென்று இருந்ததை இந்தக் கார் வந்து மாற்றிப் போட்டது.

அதைத் தான் பிசாசு பிடிச்ச வண்டி என்றார்கள் எல்லோரும். இல்லை என்கிறார் அமேயர் பாதிரியார். அவர் வீட்டில் பிரஞ்சும் வெளியே இங்கிலீஷூம் பேசுகிற கத்தோலிக்கர். இந்தக் கொச்சு தெரிசா வீட்டுக்காரனோ சுத்த சுயம்புவான இங்கிலீஷ் பேசும் பரம்பரையில் வந்த பிரிட்டீஷ்காரன், அதுவும் யார்க்ஷையர் பிரகிருதி என்பதால் எடுத்தெறிவதும், ஏளனமும் பேச்சில் நிறைந்து அவமரியாதை கரைபுரண்டு ஓடும். அவன் இந்தியாக்காரி கருப்பியைக் கல்யாணம் செய்த இங்கிலீஷ்காரன். அதற்கான மனோதிடம் இருக்கப்பட்டவன். அந்த விதத்தில் அமேயர் பாதிரியார் அவனை எப்போதும் மதிப்பார். அவன் போக்கிரி என்றாலும்.

சரி, அவரை யார் போய்க் கேட்கிறார்கள்? போனால், சர்ச்சுக்கு ஏன் வரலை என்று துளைத்தெடுப்பார். உயிர்த்தெழுதல் தினத்தில் ஆவிக்கு யார் சாட்சி நிற்பார்கள்? அவர் டீ குடித்துக் கொண்டே பயம் காட்டுவார். சர்ச் வளாகத்துக்குள் ஓரமாகக் கட்டி வைத்து சதா சுவரை நனைக்காமல் கால் தூக்கும் அவருடைய லாப்ரடார் நாய்கள் பல்லைத் துருத்தி அவரையோ வந்தவனையோ ரெண்டு பேரையுமோ அழகு காட்டும். அதுகளுக்கு மறு உயிர்ப்பு நாள் பிரச்சனை எல்லாம் இல்லை. உயிர்த்தால் அவை கோயில் உத்யோகஸ்தராகும் என்பார் பாதிரியார்.

அமேயர் பாதிரியார் கொச்சு தெரிசா வீட்டுக்காரன் மேல் கொஞ்சம் போல பொறாமை கொண்டவர் தான். கால்டர்டேலில் பழைய வீட்டை வாங்க, விற்க, மற்றும் குடித்தனத்துக்கு ஆள் பிடித்து விட என்று உத்யோகத்தை ஏற்படுத்திக்கொண்டு மெட்காப் என்று பெயர் வாய்க்கப்பட்ட

அந்த மனுஷன் சீலமும் செல்வமும் கொழிக்க ஜீவிக்கிறான். ஏகத்துக்கு உடம்பு கொழுத்த மனுஷன்.

கால் பக்கம் அழுக்கான அங்கியை மாட்டிக் கொண்டு பூசை வைக்க நடந்தே அமேயர் பாதிரியாரின் வாழ்க்கை சூரியாஸ்தமன நாட்களுக்கு வந்தானது. அட, சூர்யாஸ்தமனம் என்றால் சூர்யாஸ்தமனம் இல்லைதான். ஐம்பத்து ரெண்டு வயசெல்லாம் கல்லறை சவுகரியங்கள் பற்றி சதா நினைத்துத் தூக்கம் கெட்டுப் புரண்டு படுக்க வைக்குமா என்ன? அமேயர் பாதிரியாரின் அப்பா எண்பது வயதும், மூத்தச்சன் எழுபத்தைந்து வருஷமும் ஜீவித்துத் தீவனமும் குடியும் அபாரமாக நடத்தி ஒரு வழியாகப் போய்ச் சேர்ந்திருக்கிறார்கள். அமேயர் பாதிரியார் கணக்கில் வள்ளிசாக ஒரு நூறு கூடக் கர்த்தர் வரவு வைத்து அனுப்பியிருக்கலாம். ரோமாபுரியில் விசேஷமான கருப்புப் பாதிரி உடுப்பில் தேவ ஊழியம் பண்ணச் சொல்லி ரெமிங்க்டன் டைப்ரைட்டரில் அடித்து போப்பாண்டவர் கையெழுத்தோடு லத்தீனில் எழுதிய கடிதம் வரலாம். மெல்ல வரட்டும் அதெல்லாம்.

சும்மாவா. ஒரு ஐநூறு பிள்ளைகளுக்கு நல்லதாகக் கிறித்துவப் பெயர் வைத்து ஆசிர்வதித்தும், முன்னூறு கல்யாணங்களை நடத்திக் கொடுத்தும், மூவாயிரத்துச் சொச்சம் ஞாயிறு திருப்பலி கொடுத்துப் பிரசங்கித்தும் கடவுள் ராஜ்யத்துக்கு இந்தப் பிரதேசத்தில் ஆழமாக அடித்தளம் போட்டிருக்கிறார் அவர்.

ஆனாலும், கொச்சு தெரசாவின் வீட்டுக்காரனான கள்ளன் மெட்காப் மாதிரி பேர்வழிகளும் ஒரு துரும்பையும் நகர்த்தாமல், அமேயர் பாதிரியாரின் பிரார்த்தனை மூலம் அற்புத சுகம் அடைந்து ஆத்ம சரீர இளைப்பாறுதல் பெறுவார்கள் போல் இருக்கிறது. அது என்ன விதத்தில் நியாயமாகுமோ.

பாதிரியார் பிழைப்பில் இது ஒரு கஷ்டம். அடுத்தவன் நாசமாகப் போகட்டும் என்று பிரார்த்திக்க முடியாது. நல்லது வேண்டித் தினசரி சிறிய, பெரிய அசௌகரியங்களைக் கருதாது செய்த ஊழியத்துக்குச் சம்பளமும் சொல்லொணாத் தரத்தில், கால்டர்டேல் பஸ் நிறுத்தத்தில் தொப்பியை நீட்டி யாசிக்கிற

ஜேம்ஸ் இவானுக்குச் சமமாக, இன்னும் சொலலப் போனால் அதுக்கும் குறைவாக அன்றோ கிடைக்கிறது.

பாதிரியார்கள் மில் தொழிலாளர்கள் போல் தொழிற்சங்கம் எல்லாம் வைக்கக் கூடாதென்று சட்டம் சொல்லுகிறதாம். அவர்களுடைய முதலாளி இங்கே பிரத்யட்சமாக, சதா எல்லோருடைய கண்ணிலும் படுகிற மாதிரி இருந்தால் தான் தொழிலாளி முதலாளி உறவு சட்ட பூர்வமாக அங்கீகரிக்கப் படுமாம். கர்த்தரை எப்படி கால்டர்டேல் அழைத்து வருவது என்று அமேயர் பாதிரியாருக்குத் தெரியாது.

கள்ளன் மெட்காபுக்கு அந்த கர்த்தரின் கரிசனமும் பரிபூரண ஆசியும் அதிகமாகவே இருப்பதாக அமேயர் பாதிரியார் கருதினார். தேவைக்கு மேலே, தினசரி மூக்கு முட்டக் குடித்து, வாயோயாமல் தின்று தீர்த்து, புகைச் சுருட்டாக ஊதியும் விட்ட பிறகு அந்தக் களவாணியிடம் சாக்கிலும் முறத்திலும் கொட்டிக் கொட்டிக் கட்டி வைக்க ஏராளமான காசு இருக்கிறது. நினைத்துக் கொண்டாற்போல லண்டன் போகிறான். மேன்செஸ்டரில் கால்பந்து பார்த்து, சுற்று வட்டாரத்தில் செம்மறியாட்டுக் கிடா மாதிரி மதர்த்துத் திரிந்து விட்டு வருகிறான். ரெண்டு வீடு ஒரே நேரத்தில் வாங்கி, இடித்துப் பொளித்து பெரியதாக புதுவீடு அமைத்துக் கொண்டு அங்கே ஆசிர்வாதம் செய்யக் கேவலம் பத்து பவுண்ட் மட்டும் தட்சணை கொடுத்து அமேயர் பாதிரியாரைக் கூப்பிட்டு விட்டு வேலை வாங்குகிறான். இப்போதானால், நூதனமான ஒரு காரை வாங்கி ஊர் முழுக்க அதைப் பற்றியே பேச வைத்திருக்கிறான்.

போன வாரம் அந்தத் தடியன் லண்டனுக்கே போய் இந்தக் காரை வாங்கிக் கொண்டு வந்தான். போவதற்கு முந்தைய நாள் ராத்திரி கூட கொலாசியம் மதுக்கடையில் முட்ட முட்டக் குடித்தபடி லண்டன் போகிற திட்டத்தை ஒரு பிள்ளை மிச்சமில்லாமல் பகிர்ந்து கொண்டான் அவன்.

மழை பெய்ய ஆரம்பித்த ராத்திரியில், திறக்க மாட்டேன் என்று அடம் பிடித்த குடையை அரைகுறையாக விரித்துப் பிடித்துக்

கொண்டு அமேயர் பாதிரியார் கொலாசியம் மதுக்கடையைக் கடக்க முற்பட்டபோது உள்ளே இருந்து அவன் குரல், அவர் முன்னால் போகவொட்டாமல் தடுத்து நிறுத்தியது.

அமேயர் அப்பன், ஒண்ணு கேட்கணும். எனக்கு வேண்டிக் கொள்றதை சரிபாதியா கொறச்சு என் காருக்கு மிச்ச வேண்டுதலைச் செலுத்தணுமே. ஆமென். உங்க கால் ஆணி மற்றும் நாட்பட்ட ஆஸ்துமா சொஸ்தமாக நான் ரோமாபுரி போய் போப்பரசரிடம் வேண்டிக்கறேன். மறுபடியும் ஆமென்.

இதைச் சொல்லி விட்டு அந்த மெட்காப் போக்கிரி சிரிக்க, அவனுடைய சில்லுண்டி சிநேகிதன்மார் மெட்காப் கணக்கில் குடித்த பியருக்காக இன்னும் உரக்கக் கெக்கே என்று கூக்குரலாக நகைத்தார்கள். அவர்கள் ஆசனவாய் வழியாக சாத்தான் நுழைந்து, மூக்கு வழியாக வெளியேறட்டும்.

அமேயர் பாதிரியார் மதுக்கடையைக் கடந்து போகும்போதெல்லாம் தனக்குக் காது கேட்காது, கண்ணு ரெண்டும் பார்க்காதொழிந்தது என்ற பாவனையிலேயே நடந்து போவார். பூசை வைக்கிற நேரத்தில் கோவிலில் பவ்ய ஜீவன்களாக கடைசி வரிசையில் உட்கார்ந்து கருதலோடு ஜபம் செய்கிற நல்லாட்டுக் குட்டிகள் கூட, ஒரு திராம் மது உள்ளே போனால் சாத்தான் சகவாசம் கிடைத்த பெருச்சாளிகளாகிற ஆச்சரியம் சொல்லி மாளாதது. இந்த கொச்சு தெரசா புருஷனோ நல்ல நேரத்திலேயே வாயைக் கிண்டி வேடிக்கை பார்க்கிறவன்.

இந்த மாதிரி வல்லடி வம்படிக்காரர்கள் எல்லோரும் அவருடைய கோவிலில் பூசை பங்கு வைப்பவர்களாக அமைந்து போகிற ஆச்சரியம் சொல்ல ஒண்ணாததே. நாலு ரெண்டு பேராவது புராட்டஸ்டண்டு, பெந்தகொஸ்தேக்கள் ஆகாமல், ஊரில் இருக்கப்பட்ட சகலரும் இவருடைய குடை நிழலில் பம்மிப் பதுங்கி வரும் ரகசியமும் என்னவோ தெரியலை. ஒருவேளை, கத்தோலிக்கர் என்றால் ஆயுள் கூடுதலாக ரெண்டரை வருஷம் நீடிக்கப்பட்டிருக்கலாம். கர்த்தருக்கு ஸ்தோத்திரம்.

கொச்சு தெரிசாவின் புருஷன் சொன்னதற்கு மறு வார்த்தையாக, ரொம்ப சரி ரொம்ப சரி என்று குரல் உயர்த்திச் சொல்லி விட்டு குடையை முகத்தை மறைக்கிறதாகப் பிடித்துக் கொண்டு

போன வாரம் மழை ராத்திரியில் நடந்து போனார் பாதிரியார்.

அப்படியாகக் கேட்டு வாங்கிய ஆசிர்வாதத்தோடும், இன்னும் ரெண்டு சக குடிகாரர்களோடும் அடுத்த நாள் கால்டர்டேலில் அவன் ரயிலேறும் போது அமேயர் பாதிரியாரும் அசம்பாவிதமாக அதே ரயிலில் போக வேண்டிப் போனது.

மடத்திலிருந்து அவசரக் கூட்டம் என்று கூப்பிட்டு விட்டதால் அமேயர் பாதிரியார் உடனே கிளம்ப வேண்டிப் போனது. கைப்பணம் செலவழித்துத் தான் பயணம். நாலு காகிதத்தில் இந்தத் தகவல் எல்லாம் பதிந்து, டிக்கெட்டையும் இணைத்து அனுப்பினால் செலவழித்த பணம் திரும்பக் கைக்கு வரும். அதற்கு இரண்டு மாதம் கூடப் பிடிக்கும். தேவ ஊழியமானதால் கறாராக இருக்க முடிவதில்லை.

கால்டர்டேலில் வண்டி ஏறும்போது ஜாக்கிரதையாக அந்தத் தடியன் ஏறுகிற பெட்டியைத் தவிர்த்து வேறே பெட்டியில் ஏறினார் பாதிரியார். வண்டியா அது? மாட்சிமை தாங்கிய ராணியம்மாள் சீரோடு ஆட்சி புரிந்த இருண்ட கண்டமான ஆப்பிரிக்கா, அஞ்ஞான இருட்டில் கிடந்து சொல்லொணாத் துயரம் எய்தியிருந்த பரத கண்டம், முண்டக் கட்டையாக ஆணும் பெண்ணும் கைகோர்த்துத் திரிகிற டிம்பக்டுவோ வேறே எதோ பெயரிலோ கூப்பிடப்படும் பிரதேசம் இங்கேயெல்லாம் பிரிட்டீஷ் சாம்ராஜ்யத்தால் நீள நெடுக ஏற்படுத்தப் பட்டுச் செயல் பட்டுக் கொண்டிருக்கும் ரயில்வேக்களில் கூட இந்த பிரிட்டீஷ் ரயில் போல அறுதப் பழைய கம்பார்ட்மெண்ட்களும், அதிலெல்லாம் தண்ணீர் படாது மூத்திர வாடை மூக்கில் குத்தும் கழிப்பறைகளும் இருக்காது.

நீராவியால் போக்குவரத்துக்கு வாகனம் ஏற்படுத்தி ஜனங்களை ஏற்றிப் போகலாம் என்று நிச்சயித்து முதலில் இரும்படித்து, மரம் அறுத்துச் செய்த பெட்டிகள் அல்லவோ இவையெல்லாம் என பாதிரியார் ஆழமான சிந்தனையில் மூழ்கி இருந்த போது ஓசைப்படாமல் கொச்சு தெரிசா வீட்டுக்காரனான அந்தக் களவாணி அவருக்கு முந்திய இருக்கையை ஆக்கிரமித்துக் கொண்டான்.

மெட்காபே, நீர் என்ஞ்சினுக்கு அடுத்த பெட்டியிலே ஏறினீர் அல்லவோ. எப்படி இங்கே வந்து சேர்ந்தது?

பாதிரியார் விசாரிக்க மனசில் உத்தேசிச்சது அடே திருடா, என்னத்துக்கு இங்கே வந்து என் பிராணனை வாங்கறே.

நான் அங்கே வண்டி ஏறினது உண்மைதான் அப்பன். சிநேகிதர்களும் கூட வந்திருக்கிறார்கள். அவர்கள் எல்லோரும் சேர்ந்து அபிப்பிராயப்பட்டது என்னவெனில் அப்பன் இப்படித் தனியாக ஒரு பெட்டியில் ஒற்றையனாக இருக்க, நாம் ஐந்து பேர் இங்கே கூத்தும் கும்மாளமுமாக பயணம் போகலாகாது என்றபடிக்கானது. சொன்னது மட்டுமல்லாமல் என்னையே ஐர்ஷயர் வரும்போது வண்டி மாற்றி ஏறச் சொல்லி வற்புறுத்தினார்கள் அவர்கள் எல்லாரும்.

கொச்சு தெரிசா வீட்டுக்காரன் உதட்டோரம் கள்ளச் சிரிப்போடு இதைச் சொன்னதைப் பாதிரியார் கவனிக்கத் தவறவில்லை. கள்ளன் டிக்கெட் பரிசோதகருக்கு பின்புறத்தை ஆட்டிக் காட்டிவிட்டு காசு செலவில்லாமல் பிரயாணம் செய்கிறவனாக இருப்பானோ என்று ஒரு கணம் நினைத்தார் அவர்.

ஆனாலும் அதிக சல்யப்படுத்தாமல் அவன் நீட்டி நிமிர்ந்து உறங்க ஆரம்பித்தான் பயணம் போன அன்று. பாதிரியார் ஏறியதாலோ என்னமோ அவனைத் தவிர இதர விஷமிகள் ஏறாமல், எந்த ஆபாசப் பேச்சும், அதற்கு அனுசரணையான எக்காளச் சிரிப்புச் சத்தமும், புகைவலிப்பதும், நாராசமான பாட்டும், ஆட்டமும், தகரக் குடுவைகளில் இருந்து பியர் மாந்தி இன்புறுவதும் இன்றி அந்தப் பெட்டி சாந்தமாகவே இருந்தது. மெட்காப் மெய்யாகவே ஓய்வு எடுக்க வந்திருப்பான்.

லண்டனில் வண்டி இறங்கும்போது இன்னொரு முறை தனக்காகவும் தன் புதுக் காருக்கும் பிரார்த்திக்கச் சொல்லி விட்டுப் போனான் கொச்சு தெரசா வீட்டுக்காரன். பாதிரியார் நேற்று மாலை தான் சர்ச் வியவகாரங்கள் குறித்த பேச்சு எல்லாம் முடிந்து, தலைமை ஆயர் சொல்லி அனுப்பியிருந்த திட்டம், வழிமுறை, செயல்படுத்தக் கொஞ்சம் போல் முன்பணம் இதெல்லாம் எடுத்துக் கொண்டு திரும்பி வந்தார். கொச்சு

தெரிசா வீட்டுக்காரன் முந்தாநாளே வந்து விட்டான் என்று தெரிந்தது அவர் ரயில் இறங்கி வெளியே நடக்கும்போதே.

ஒரு பழைய எனினும் பளபளப்பாகத் துடைத்த பெரிய காரை அவன் கெத்தாக ஓட்டியபடி, நீளமாக ஹாரன் முழக்கிப் போனான். பக்கத்தில் யார்? வேறே யார். மதுக்கடைக்காரன் செபஸ்தியன்.

கோவில் சுத்தம் பண்ணக் காலையில் வந்த ஜென்சனும், தோட்டத் தெருவில் ஒரு வயசன் ராத்திரி மரித்த வகையில் கல்லறை ஏற்படுத்த கோவில் கல்லறை வளாகத்தில் இடம் தேட வந்திருந்த சவ அடக்க நிர்வாகம் செய்கிற ஹார்பரியும் வந்த வேலையைக் கூட ஒரு நிமிடம் நிறுத்தி அவரிடம் பகிர்ந்து கொண்டார்கள்-

கொச்சு தெரிசா வீட்டுக்காரன் லண்டன் டாக்யார்டில் யாரிடமோ சொல்லி வைத்து வாங்கி வந்திருந்த பழைய பெரிய கார் பெட்ரோலில் ஓடுவதில்லை.

அவன் பெட்ரோல் அடைக்கிற இடத்தில் வண்டியை நிறுத்தி பத்து காலன் போடச் சொல்லி அடைத்துக் கொண்டு புறப்பட்ட போது ஏக களேபரமாக சத்தமிட்டு அந்த வாகனம் தெருவோரம் அப்படியே நின்று விட்டதாம். ஒரு மணிக்கும் மேலாக வில்லியம் ஹட்டன் பட்டறை மெக்கானிக்குகள் அதன் இஞ்சினைப் பரிசோதிக்கிறேன் என்று குடைந்து விட்டு, இந்த ரக இஞ்சின் இந்த நாட்டிலேயே கிடையாது என்று சொல்லி விட்டார்களாம். போகிற போக்கில், அடைத்திருந்த பெட்ரோலையும் நீளக் குடுவைகளிலும், ஓவல்டின் அடைத்து வந்த டப்பாக்களிலும் அவர்கள் எடுத்துப் போய்விட்டார்களாம். கொச்சு தெரிசா கோபத்தோடு ஒரு வாளி தண்ணீரை வண்டியில் பெட்ரோல் இருந்த இடத்தில் வீசிப் பொழிய அடுத்த நிமிஷம் ஆக்ரோஷத்தோடு வண்டி கிளம்பி ஊர ஆரம்பித்ததாம்.

அது நிச்சயம் பிசாசு பிடித்த காராக இருக்கும், அப்பன். கொச்சு தெரிசா வீட்டுக்காரன் வாங்கிய வண்டியைப் பார்க்கவே திகிலாக உள்ளது.

பெர்னாந்தஸ் பாதிரியாருக்காக அரை ராத்தல் ஆட்டுக் கறியை நிறுத்து, துணிப்பையில் போட்டுக் கொடுத்தபடி சொன்னது அவர் ஊரில் இல்லாத நேரத்தில் நடந்த அற்புதத்தை அவன் பங்குக்கு கோவில் பிரதிநிதி காதில் போட்டு வைக்க மட்டும் இல்லை. கார் வாங்கப் போனவனோடு பாதிரியாரும் பட்டணம் போயிருந்தாரே, அங்கே இந்த அமேயர் பாதிரியாரோ, சபையில் அங்கம் வகிக்கிற அவருக்கு மூத்த குருமார்களோ கொச்சு தெரிசா வீட்டுக்காரன் மேல் பிரியப்பட்டு கூட்டு ஜபமும் வேண்டுதலும் நடத்தி அவனுக்கு இந்த நூதன வாகனத்தை இப்படியான சௌகரியத்தோடு ஏற்படுத்திக் கொடுத்தார்களோ என்று தெரிந்துகொள்ளவும்தான்.

பாதிரியார் ஜாக்கிரதையாகத் தன்னை அந்த இரும்பு ரதத்தின் ஈர்ப்பிலிருந்து விடுவித்துக் கொண்டவராக, புதிய விஞ்ஞானத்திலும், தொழில் நுட்பத்திலும் ஆர்வம் மிகுந்த தெய்வீகப் பணியாளராகத் தன்னை இனம் காணும் உற்சாகத்தோடு சொன்னார்:

அது பிசாசு இல்லே. அந்தக் காரில் மந்திரமொண்ணும் இல்லே பெர்ணாந்தஸே, புது ரக யந்திரம் காரணமாக இருக்கும் இப்படி அது செயல்படுவது. நம் பிரதேசத்தில் இல்லாவிட்டாலும் இப்படியான நூதன வாகனங்கள் அமெரிக்கா இன்னும் இதர பிரதேசங்களில் உண்டு. ஆஸ்திரேலியாவில் காற்று மட்டும் அடைத்து ஓட்டிச் செல்கிற வாகனம் வந்திருக்கு. பத்திரிகையில் படித்தேன்.

ஆனால், ஆஸ்திரேலியாவில் என் மருமகன் இருக்கானே, அவன் ஒண்ணுமே எழுதலியே என்று அங்கலாய்த்தான் பெர்னாந்தஸ். பாதிரியார் அவன் தலையைத் தொட்டு ஆசிர்வதித்தார்.

அடுத்த வாரம் மருமகனுக்குக் கடிதாசு எழுதும்போது, அந்த ஊர் வம்பு தும்பு விவகாரங்களோடு இந்த விஷயமாகவும் எழுதச் சொல்லணும், ஆஸ்திரேலியாவிலே எங்கேயாம், சிட்னியிலா, பெர்த்திலா அல்லது மெல்போர்ன் பட்டணத்தில் தானா என்று பெர்னாந்தஸ் இது விஷயமாக நிறைய ஆர்வம் காட்ட, அமேயர் பாதிரியார் சுதாரித்துக் கொண்டார்.

ஆஸ்திரேலியான்னு சொன்னால் ஆஸ்திரேலியாதானா. பக்கத்துலே நியூசிலாந்து இன்னும் சின்னதும் பெரிசுமாக அங்கே இருக்கப்பட்ட தீவுகள். உலகம் பெரிசு.

அவர் உற்பத்தி செய்த செய்தியை ஊர்ஜிதப்படுத்திக் கொண்டிருந்தபோது, சைக்கிளில் வந்து இறங்கிய கோவில் ஊழியன் பாதிரியாரிடம் களேபரமாக அறிவித்தான்:

கொச்சு தெரிசா வீட்டு முகப்பில் வினோதமான ஒரு பறவை ஆடிக்கொண்டிருக்கு. வர்ணமயமான றெக்கைகளும், குரோதத்தோடு நீண்ட அலகுமாக அழகும் ஆபத்துமாக ஒரு பறவை. அப்பன் ஒரு முறை பார்த்து மேற்கொண்டானதைச் செய்ய வேணும். எல்லோரும் தெரு முனையிலேயே காத்திருக்கிறார்கள். பிசாசு பிடித்த கார் கூட அங்கேதான் நிற்கிறது.

பாதிரியார் கையில் பிடித்த ஆட்டுக் கறிப் பையோடு சைக்கிளின் பின் இருக்கையில் உட்கார, வந்தவன் வண்டி மிதித்துப் போனான்.

கொச்சு தெரிசா வீட்டில் ஆடும் பறவையைப் பாதிரியார் அறிவார். அவர் கனவில் விடிகாலையில் அந்த மயில் ஆடிக் கொண்டிருந்தது.

சொப்பனங்கள் பற்றி மனத்தத்துவ நிபுணர்கள் எழுதிய புத்தகங்களில் இப்படியான கனவுகளும் அவை பின்னால் நடக்கிறதும் அங்கே இங்கே என்று உண்டு. இதெல்லாம் வினோதமோ வேடிக்கையோ இல்லை.

அமேயர் பாதிரியார் சைக்கிளின் பின் இருக்கையில் அமர்ந்து தனக்குத் தானே உறுதி சொல்லிப் போய் கொச்சு தெரிசா வீட்டு வாசலில் குதித்து இறங்க, அந்தப் பறவை பெருஞ் சத்தமிட்டபடி குளிர்ந்த புகைப் போக்கிகளின் ஓரமாகப் பறந்து மேலே உயர்ந்தது.

அவர் குரலைத் திடப்படுத்திக் கொண்டு அறிவித்தார்.

அது ஒரு வித அன்னப் பறவை.

# அத்தியாயம் ஆறு

**வை**த்தாஸ் எழுதும் நாவலில் இருந்து

மழை.குளிரக் குளிரப் பெய்துகொண்டிருந்தது.

நேற்று விடிகாலையில் அது தயக்கத்துடன் ஆரம்பித்தது. தலையில் துணி பரத்தி அமர்த்திய பலாப் பழமும், தோளில் தொங்கும் துணி முடிச்சில் பழுத்துக் கனிந்து கொண்டிருக்கும் மாம்பழங்களும், கையில் பிடித்த மஞ்சள் மினுக்கும் பூவன் பழக் குலையுமாக வீட்டு வாசலில் நின்று கதவைத் தட்டுகிற வயசன் அம்மாவன் போல அலை பாய்ந்து கொண்டு சத்தம் எழுப்பிப் பெய்யும் மழை.

பிசகாகப் புரிந்து கொண்டு, போக வேண்டியதற்குப் பதிலாக வேறேதோ வீட்டுக்கு முன் நின்று ஒச்சையிட்டுக் கதவு தட்டுகிறதாக ஒரு கணத்தில் தோன்ற, பம்மிப் பதுங்கி நிற்கிற கிழவன் அவன்.

வரணும் வரணும்.

மழை ஓய்ந்த கணத்தில் உச்சத்தில் ஒலிக்கிற ஸ்ரீகிருஷ்ணன் அம்பல மணிச் சத்தம் அழைக்கிறது. வாக்கப்பட்ட பெண் போல கூடவே மாராரின் எடக்க வாத்தியம் சன்னமாக இழைந்து வரவேற்கிறது.

சோபான சங்கீதம் எடுத்துப் பாடும் மாரார் குரல் வீட்டு மூத்தவனாக ‘எதுக்கு வெளியே நிற்கறே? உள்ளே வாடா என்று வாத்சல்யத்தோடு கூவிக் காற்றில் கலக்க, வந்தேன் வந்தேன் என்று கும்மாளி கொட்டி ஆடி வந்த கர்க்கடக காலத்து அடைமழை.

எந்த அவசரமும் இல்லை. நின்று, இருந்து, படுத்து ஓய்வெடுத்து விட்டு சாவகாசமாகத் திரும்பலாம் என்று முடிவு செய்த மேகங்கள் அடர்ந்து சூழ்ந்து கவிந்து இறங்கச் சீராக நிலம் நனைத்து, மண் நிறம் கலந்து, வெள்ளமாகப் பெருகித் தெரு எல்லை மறைத்த மழை.

மேல்சாந்திக்கார கேசவன் எம்ப்ராந்திரி சாய்வு நாற்காலியில் இருந்து எழுந்தார். கையில் பிடித்திருந்த புத்தகம் தரையில் வழுக்கி விழ, சற்றே சிரமத்தோடு அதைக் குனிந்து எடுத்து நாற்காலியின் கைத்தண்டையில் வைத்தார். சிரமம்தான். தானே இழுத்து வாரிப் போட்டுக் கொண்டதாச்சே அது. உச்சைக்கு ஊண் கழித்து உறக்கம். அந்தியுறக்கம் ராத்திரி ஒன்பது மணிக்கே ஆரம்பிக்கிற பரிபாடியும் எந்த இடர்பாடும் இல்லாமல் போய்க் கொண்டிருக்கிறது. இவ்வளவுக்கு சுகம் கொண்டாடினால் சுகக்கேடு வராமல் என்ன செய்யும்?

நாக்கைக் கட்ட வேணும். முடியவில்லை.

பாலும், பால் பொருளான தயிரும், வெண்ணெயும், நெய்யும் உடம்பில் பூசிக் குழைத்து ஏற்றி வைத்திருந்த வண்ணம். என்றால் தடிமன். கூடவே, வெண்ணெய் காய்ச்சி நெய் வடிகட்டிய உருளியில் மீந்த கசண்டோடு முருங்கை இலையையும் அரிசி மாவு, வெல்லச் சர்க்கரையையும், தேங்காய்ப் பூவையும் ரசனையோடு போட்டுக் கலந்து அடுப்பில் மிச்சம் இருந்த இளம் சூட்டில் துழாவித் துழாவி வதக்கி வாரிக் கொட்டி எடுத்த பெயரில்லாத இனிப்பு. அதைப் போக வரப் பிடிப் பிடியாகத் தின்று தீர்க்கிற சீலம், எங்கே எங்கே என்று சதையை எழுப்பித் திரட்டிக் கொண்டு வந்து வயிற்றுக்குக் கீழே உருட்டிப் பிடித்துக் கவிழ்த்த குட வயிறு. என்றால் பாண்டிச் சொல்லில் தொந்தி.

கோயில் பால் பாயசம் வேறே தினமும் ஒரு இலை மடக்காவது, சமைத்த நேர்த்தியைப் பற்றி அபிப்பிராயம் சொல்லவோ, பூஜைக்கு அப்புறம் பிரசாதமாக வழிபட வந்தவர்களுக்குக் கொடுக்கும் முன்னால் சற்றே ருசி பார்த்துத் தரம் தீர்மானிக்கவோ குடித்து வைக்க வேண்டிய கட்டாயம்.

ஒரு கட்டாயமும் இல்லை. அம்பலத்திலே மேல்சாந்தி அடுக்களைப் பதார்த்தத்துக்குமா பொறுப்பு? அச்சன் தலையை இடவலமாக அசைத்தாலே போதும். அந்த ஸ்ரீகிருஷ்ணனே வந்து சாப்பிடுடா சாப்பிடுடா என்று தாடையைப் பிடித்துக் கெஞ்சினாலும், ஐயோ வேணாம், சர்க்கரை வியாதி மாத்திரை போட்டு மாளாது என்று நைச்சியமாகக் கழண்டு கொள்ள சாமர்த்தியம் வேணும்.

இது பதிவாக அவர் மகன் பத்மன் சொல்வது.

மேல்சாந்தி சிரித்துக் கொண்டார்

பத்மன் இங்கே ஆலப்புழை காலேஜில் சரித்திர புரபசராக இருந்த வரைக்கும் தினமும் ஸ்கூட்டர் விட்டுக் கொண்டு காலேஜ் போவான். இனிப்பு சாப்பிட வேண்டாம் என்று மேல்சாந்தியிடம் எச்சரிக்கை விடுத்தபடி வண்டியைக் கிளப்பினால் தான் அது மேற்கொண்டு ஓடும்.

பத்மன் இப்போது ஸ்கோட்லாண்ட் யூனிவர்சிட்டியில் சரித்திரம் சொல்லிக் கொடுக்கிறான். கிளாஸ்கோ என்று ஊர்ப் பெயர் சொன்னான். சிசுக்கள் ஆரோக்கியமாக இருக்க வென்னீரில் கரைத்துப் புகட்டுகிற பால் மாவுப் பெயர் போல இருக்கே என்று மேல்சாந்தி கேட்க அது கிளாக்ஸோ என்றான் மகன்.

எதோ ஒண்ணு. காதில் விழுகிற சமாச்சாரமாகவே இதெல்லாம் இருந்து விட்டுப் போகட்டும்.

மேல்சாந்தி ஆளோடியில் நின்று வெளியே பார்த்தார். மழை எப்போது விடும் என்று மனதில் கணக்குப் போட என்னமோ விருப்பமில்லை. அதைக் கணக்குப் போட நான் யார்? இன்னும் தொடர்ந்து அது அடித்துப் பெய்தால் அம்பலத்துக்குப் போவது பற்றி யோசிக்க வேண்டி வரும்தான்.

எதாவது சாக்கு போக்கு சொல்லி வேலைக்குப் போகாமல் தப்பித்துக் கொண்டதாக கோவில் உத்தியோகஸ்தன் ஒருத்தனை நேற்று தான் மேல் சாந்தி சத்தம் போட்டார். பூ மாலை கட்டுகிற வேலையாள் அவன். உள்ளபடிக்கே மழைக்காலம் ஒத்துக் கொள்ளாமல் காய்ச்சல் தீவிரமாகி வீட்டில் முடக்கிய பாவம் மனுஷன்.

ஆனாலும் என்ன, மேல்சாந்தி கூப்பிட்ட குரலுக்குச் சாடி எழுந்து உந்திப் பறந்து வந்து திருமுகம் கண்டபடிக் கை கூப்பி நிற்காமல் போனால், பூமாலை தொடுக்கிற, களபச் சந்தனம் மை போல அரைக்கிற, குடலையில் துளசிதளம் நிறைத்து வைக்கிற ஸ்ரீகாரியம் செய்கிற ஊழியர்களான வாரியக்காரர்களின் பிழைப்பு அந்தரத்தில் நிற்கக் கூடும்.

வேணாம். குளித்துத் தொழுது அத்தாழ பூஜையையும் முடித்து வந்து விடலாம். அர்ச்சனை முடக்குவதால் குறைந்தது அரைப்படியாவது பால் பாயசம் சுண்டக் காய்ச்சி விற்க ஆள் வரக் காத்திருக்கும் சமையல் சுயம்பாகி மற்றும் கோயில் உத்தியோகஸ்தர்கள் மட்டுமில்லை, கோயிலுக்குத் தொலை தூரத்தில் இருந்து வரக்கூடிய யாத்திரீகர்கள் கூட பாதிக்கப் படலாம். தரங்கெட்ட சோம்பலால் அந்தப் பாவம் எழுந்து மேலே சூழ்வதை மேல்சாந்தி அனுமதிக்கப் போவதில்லை.

மகாகவி குமாரன் ஆசானின் வீண பூ காவிய தர்சனம்.

உள்ளறையில் இருந்து உரக்கக் கேட்டது. தொடர்ந்து ரேடியோ கர்ரென்று கர்ஜிக்கத் தொடங்கியது. மேல்சாந்தி இடுப்பு வேட்டி அவிழ்ந்ததைக் கையால் பற்றித் தாங்கிக் கொண்டு உள்ளே போனார்.

நாராயணி அம்மாள் தரையில் நித்திரை போயிருந்தாள். அவள் கண் விழித்திருந்தாலும் இல்லாவிட்டாலும் உதட்டில் நிரந்தரமாக ஒட்டிக் கொண்ட புன்னகை முடிவதே இல்லை.

புஞ்சிரி பொழிஞ்சு கொஞ்சி நடக்குன்ன வஞ்சி களப் பெண்ணே.

மேல்சாந்தி பழைய சினிமா கானம் ஒன்றை வாய்க்குள் பாட யத்தனித்தார். நாராயணி அம்மாளைக் கல்யாணம் கழித்து வந்த மழைக் காலத்தில் வீட்டில் மழைச் சத்தத்தோடு நிறைந்து நின்ற பாட்டு அது. முப்பது வருடம் முன் மழைச் சத்தம் இன்னும் வலுவாக இருந்தது. நாராயணி அம்மாளும், நாராயணிக் குட்டியாக வலம் வந்து கொண்டிருந்த போது அம்பலத்தில் அப்போதைய மேல்சாந்திக்கு அடுத்த தந்திரி பதவியில் இருந்தார் அவர்.

பகல்லே அப்படி என்ன பயங்கர உறக்கம் பெண்ணே. அடி நாணி. எழுந்துக்கோ.

மகாகவி ஆசான் வீண பூவினெ ஆஸ்பதமாக்கி.

பகல் நேரத்தில் அதுவும் மழை ஒளித்து மறைத்து வஞ்சனை செய்யாது வானத்தைப் பொத்துக் கொண்டு கொட்டிய பொழுதில் யாருக்காக வீண பூ பற்றி ரேடியோ பேசுகிறது? யார் பேசுகிறார்கள்?

மேல்சாந்திக்குப் புரியாவிட்டாலும் ரேடியோவை மரியாதையும் பணிவுமாக அமர்த்தினார். ஆசான் கவிதை அவருக்கும் பிடித்திருந்தது. அது நாராயணி வீட்டுக்கு வந்த பொழுது. மகன் பிறந்து அடுத்த இருபது வருடத்தில் ஆசானும், வள்ளத்தோலும் உள்ளூர் கவிதையும் அவனுக்குக் கைமாற, மேல் சாந்திக்குக் குடிக்க ஒரு மடக்கு பால்பாயசமும் குட வயிறுமே மிச்சம்.

நாராயணி அம்மாள் எழுந்து உட்கார்ந்தாள். ரேடியோவைப் பார்த்து 'நிற்திக்கோ' என்றாள். அது சுபாவமாக நின்றது.

அதுவும் சரிதான். இல்லாது போனால் இன்னொரு முறை வயிறு வலித்து நோக மேல் சாந்தி ரேடியோவோடு போராட வேண்டி இருக்கும். அவருக்கும் கரண்ட் பாய்ந்து வேலை பார்க்கும் யந்திர தந்திரங்களுக்கும் அவ்வளவு நல்ல சிநேகிதம் கிடையாது.

ராத்திரியில் தூக்கம் கலைந்து தோட்டத்துக்கு மூத்திரம் ஒழிக்க வரும்போது சுவிட்சைப் போட்டால் விளக்கு எரிய மாட்டேன் என்று அழிச்சாட்டியம் பண்ணும். இருட்டில்

தட்டுத் தடுமாறிப் போய்த் திரும்பி வந்து கட்டிலில் சரீரத்தைக் கிடத்திய வினாடியே ஏதோ சத்தியத்துக்குக் கட்டுப்பட்ட மாதிரி அந்த விளக்கு மட்டும் இல்லாமல் வீடு முழுக்க, படுக்கை அறை தவிர்த்து மீதி இடமெல்லாம் ஜகஜ்ஜோதியாக விளக்கு எரியும்.

பக்கத்து மனை தந்திரி கோபிகிருஷ்ணன் கூட காலையில் விசாரிப்பான்

மூப்பு தான், சந்தேகமே இல்லை. விளக்கை அணைக்கக் கூட மறந்து போகிறது போல் ஒரு ஷீணம். அப்படித்தானே திருமேனி?

போடா பட்டி.

மேல் சாந்தி தன் கீழ்ப்படிதல் உள்ள உத்தியோகஸ்தனான தந்த்ரி கோபிகிருஷ்ணனை இடது காலால் சவட்டினார். ரேடியோ வைத்திருந்த உயர மேசையில் கால் பட ரேடியோ அதிர்ந்தது. இன்னும் பலமாக இடித்திருந்தால் வீண பூ திரும்ப விடர்ந்து வந்திருக்கும்.

ஆசானே, உம் கவிதைக்கு இன்று ராத்திரி அத்தாழம் கழித்த பின்னே, வெற்றிலை பாக்கு மெல்லும் பொழுது நேரம் ஒதுக்கட்டுமா?

போடா பட்டி. நான் அஷ்டமுடிக் காயலிலேயே படகு கவிழ்ந்து ஜல சமாதி ஆகிறேன்.

ஆசான் கரகரப்பான ரேடியோ சத்தமாகக் குரல் எழுப்பி விட்டுப் போனார். அடுத்து நாராயணி அம்மாள் மெல்லச் சுவரைப் பிடித்தபடி நடந்து பின்கட்டுக்குப் போனாள். இனிக் குளியும், தலை துவட்டுதலும், அம்பலத்துக்கு கொழும்புக் குடையோடு புறப்படுவதுமாக இருக்கும். ஒரு டம்ளர் காப்பியோ டீயோ உண்டாக்கிக் கொடுத்துவிட்டுப் போவாளா?

மகன் பத்மன் வேளி கழித்து அம்புஜாட்சி அந்தர்ஜனத்தை வீட்டுக்கு அழைத்து வந்தபோது நாராயணி பெருமையாக முழங்கியது மேல் சாந்திக்கு நினைவு வந்தது.

உங்களுக்கு இனிமேல் கொண்டு தலைவலி, கால்வலின்னு ஏது வந்தாலும், எதுக்கு வரணும்? வந்தா நான் இல்லாம போனாலும் மருமகள் அகத்து உண்டு. கஷாயமும் சுக்கும் இஞ்சியுமாக சிஷ்ருஷை கிட்டுமாக்கும்.

அம்புஜாட்சியின் அச்சன் நீலாம்பரன் நம்பூதிரி கொல்லத்தில் பெயர் வாங்கிய வைத்தியன். முக்கியமாக சிசு வைத்தியத்தில். வயிற்றில் மாந்தம் கண்டு வலி அதிகப்பட்டு நாட்பட்ட வாதனை சூழ்ந்த சிசுக்களும் வயிற்றில் மெல்ல ஆள்காட்டி விரலால் அவர் நீவி விட்ட மாத்திரத்தில் குணம் அனுபவப்பட்டுக் கரைச்சலை நிறுத்தும் என்று மலையாள பூமி முழுக்கப் பிரசித்தம்.

ஆனாலும் அம்புஜாட்சிக்கும் இந்த சிசு வைத்தியத்துக்கும் ஏகத்துக்கு தொலைவு. அடிக்கடி தலைக்குக் குடைச்சல் என்று குழைந்து உட்கார்ந்து, வீட்டுக்காரன் பத்மன் கோடாபிரின் குளிகை இங்கிலீஷ் மருந்துக் கடையில் வாங்கி வந்து கொடுத்துத்தான் இங்கே இருந்த வரை காலம் தள்ளிக் கொண்டிருந்தான்.

இப்போது அவளுக்குக் கொடுக்க லண்டனிலோ வேறே லார்ட்ஷிப் பட்டணங்களிலோ கோடாப்ரின் கிடைக்கிறதா என்று மேல்சாந்திக்குத் தெரியவில்லை.

‘மருமகள் ராசிக்கு ஒரு குறைவுமில்லை. அவள் இங்கே வந்த பிற்பாடு உங்களுக்கு தலை, நாசி, கண்ணு, தொண்டை என்று ஏதாவது பெரிதாக நோய் கண்டிருக்கோ? உங்க வயதுக்கு அதுவும் இப்படி முறுக்கான் முறுக்கான் என்கிறபடி கண்ணு விழித்த நேரம் முழுக்க, அம்பலத்தில் பகவான் சந்நிதியில் சேவைக்காக நிற்கிற நேரம் போக சதா வெற்றிலைக் காட்டை மேய்ந்தாகிறதே இந்த சீலத்துக்காகவே வாதனை எல்லாம் வந்து சேருமே’.

நாராயணி அம்மாள் சரியாகத்தான் கணித்தாள். மேல் சாந்தியின் குடவண்டி வயிறு அடிக்கடி வலி காணுவதும், நாராயணி அம்மாளின் முகத்தில் தசை இழுத்து சதா

சந்தோஷமாக இருக்கிறதைத் தெள்ளத் தெளிவாகப் படம் வரைந்து காட்டியது போல சிரிப்பாக எழுதி வைத்ததும் பத்மனும் அம்புஜாட்சி அந்தர்ஜனமும் நாடு விட்டுப் போன பிற்பாடுதான் என்பதும் மேல் சாந்திக்கு நினைவு வந்தது.

அதெல்லாம் ஒரு பக்கம் இருக்கட்டும். அம்பலக் குளத்தில் குளி கழித்து சாயந்திர பூஜையும் அத்தாழ பூஜையும் முடித்து வந்தால் இன்றைய பொழுதுக்கு விதித்த கர்மங்கள் எல்லாம் முடிந்து விடும். அப்புறம் நேரே அத்தாழமாகச் சம்பாரம் விரகிய அவல் சோறும் உண்ணி மாங்காயும். ராச்சாப்பாடாக மோரில் ஊறிய அவலும் மாங்காய் ஊறுகாயும் என்று தமிழ்ப் படுத்துவான் அம்பலவாசி ஸ்ரீகிருஷ்ணன்.

அப்புறம் வெற்றிலை. நித்திரை. நாளை இன்னொரு மழை நாளாக இருந்தாலும் இல்லாமல் போனாலும் எழுப்பிவிட்டோ, போதும் என்று தீர்மானித்து ஒரேயடியாக உறங்கவிட்டோ, கோயில் துரை கவனித்துக்கொள்வான்.

வாசலில் மழைத் தாரைகளுக்கு இடையே சற்றுச் சிரமப்பட்டு பாதையை நோக்கினார். ஓரத்தில், கால் பட்ட ரேடியோ மேசை மாதிரி ஆடிக்கொண்டு அம்பலக் குளமும், முரசு வைத்த மிழா மண்டபமும் நீர்க் கம்பிகளுக்கு இடையே அலைந்து அடங்கின. பார்த்துக்கொண்டிருந்த போதே மழையினூடே மீண்டும் ஆட ஆரம்பித்தன அவை.

கோயிலுக்கு அந்த மழைக்கு நடுவே குடை பிடித்து, முண்டு மடக்கிக் குத்திப் போய்க் கொண்டிருக்கிறது யார்? புதுசாக வந்த வெடி வழிபாட்டுக்காரனா? இந்த மழையில் எந்த வெடி வெடித்து வழிபாடு செய்ய?

எதோ ஒரு காலத்தில் நக்னனான ஒரு வயசன் கொடிமரத்தைச் சுற்றிப் பறந்து அங்கிருந்து எவ்வி விழுந்து அம்பல வெடி வழிபாட்டை நிறுத்திப் போட்ட கதையெல்லாம் உள்ள இடமாச்சே இது.

அவரவர் அவரவர் ஜீவிதம், தொழில், ஆகாரம், ஓய்வு எல்லாம் பார்த்துக் கொள்ள எழுதியிருக்கேன். நீ என்னதுக்கு வெட்டிக்

கவலைப்படறே. பட்டுத்தான் ஆகணும் என்றால் நாராயணி சாயா எடுக்கலையே இன்னும், அதுக்காக ஒரு நிமிஷம் முட்டுக் குத்திக் கவலைப்படு.

ஸ்ரீகிருஷ்ணன் ரேடியோ குரலில் உசிதமான ஆலோசனை சொன்னான்.

வாசலில் யாரோ வந்து நின்றார்கள் என்று மேல் சாந்திக்குப் பட்டது.

தடி தடியாக மூட்டை முடிச்சுக்களோடு பத்மனா? இந்தப் பொக்கம், ஆறரை அடி உயரம் எப்படி உடனே சித்திக்கும்? பத்மனாக இருந்தால் பெண்டாட்டி அம்புஜாட்சி அந்தர்ஜனம் கூட வரணுமே?

ஆரா அது?

வந்தவன் தொப்பியிலிருந்து வழியும் தண்ணீரைத் தள்ளியபடி ஏதோ பெயர் சொன்னான். ஆப்பிரிக்க தேசத்திலிருந்து வருகிறவனாம். மழையோடு சேர்ந்து கொண்டு ஸ்ருதி பிசகாமல் ஒலித்த அவன் ஆங்கிலம் கம்பீரமாக இருந்தது. நல்லவனாக இருப்பான் என்பது தவிர மேல் சாந்திக்கு எதுவும் தோன்றவில்லை.

உள்ளே வரச் சொல்லி சைகை காட்டினார் அவர்.

அகத்து கேரி வரு.

ஷூவை எங்கே விடணும் நம்பூதிரி?

கம்பீரமான ஆங்கிலத்தில் சொன்னவன் கருத்த துரை என்பதை மேல் சாந்தி கவனித்தார்.

பத்மன் இங்கிலாந்திலிருந்து ஏதாவது கொடுத்து விட்டிருக்கிறானோ? அல்லது அம்புஜாட்சிக்காக மருந்து வாங்கித் தரச் சொல்லி அனுப்பியிருப்பானோ?

உலகத்தில் நம்மவர்கள் தவிர்த்தும் அனந்தகோடி பேர் உண்டே.

கிருஷ்ணனோடு நித்தியச் சிரிப்பில் ஆழ்ந்து நாராயணி அம்மாளும் சாயாவோடு வந்தாள்.

இன்னொரு சாயா எடு நாணிக்குட்டி.

மேல்சாந்தி மனசில் மழைக்கு இதமாக வாத்சல்யம் வழிந்தோடியது

நான் வைத்தாஸ். வைத்தியநாதன். மொரிசியஷில் இருந்து வரேன்.

அம்பலத்துக்குப் போகலியா?

கிருஷ்ணன், அப்பு மாரார் செண்டையில் ஏறிக் கூப்பிட ஆரம்பித்ததும், மழை சற்றே நின்றதும் அப்போதுதான்.

# அத்தியாயம் ஏழு

நேற்று இந்த ரயிலின் சக்கரங்கள் உருள ஆரம்பித்தன.

பழைய தில்லி பஹார் கஞ்ச் சந்திப்பில் இருந்து வண்டி கிளம்பிய போது, குளிர் கவிந்து இருட்டு கூடவே வந்து ஒண்டிக் கொண்ட அந்தி ஆறே முக்கால் மணி.

கிராண்ட் டிரங்க் எக்ஸ்பிரஸ் என்று பெயரை வெள்ளைக்காரன் வைத்து முப்பது வருஷத்துக்கு மேல் ஆகிறது. ரெண்டாயிரத்து எழுநூறு குதிரை இழுப்பு சக்தி கொண்ட டபிள்யூ பி ரெண்டு ரக நீராவி இஞ்சின் இழுக்க வைத்து ஓட்டப்படுவது. இங்கிலீஷ்காரன் விக்னம் தொலைக்க சக்கரத்துக்கு அடியில் ஆரஞ்சுப் பழத்தை நசுக்கி, அப்போஸ்தலர்களுக்கு வெள்ளாடும், வான்கோழியும் நேர்ந்து கொண்டு முதல் தடவை ரயில் ஓட்டிய போது இந்த வண்டி லாகூரில் கிளம்பி, தில்லி வழியாக உதக மண்டலத்துக்குப் போய்க் கொண்டிருந்தது. லாகூர் இப்போது பாகிஸ்தானில் என்பதால், தில்லியில் கிளம்புகிறது. உதக மண்டலத்துக்கு இந்த வண்டி செல்லாமல், சென்னையோடு முடித்துக் கொள்ள சுதந்திர இந்தியாவின் முதல் ரயில்வே மந்திரி ஆணையிட்டார்.

படித்துக்கொண்டிருந்த இந்துஸ்தான் டைம்ஸ் ஞாயிற்றுக்கிழமை சப்ளிமெண்டை மூடி வைத்தான் சின்னச் சங்கரன். நேற்றைய

தினசரி இணைப்பு. நேற்று ராத்திரி சாப்பாட்டு நேரத்தில் கீழே விரித்ததால், வத்தல் குழம்பு, எலுமிச்சை சாத வாடையோடு சாத்வீகமான ஆங்கிலம் மணக்க ரயில் கட்டுரை இருந்தது.

ரெண்டு நாள் முழுக்க ரயில்லே சாப்பிடக் கட்டித் தரேன் என்றாள் வசந்தி.

வேண்டாம் என்று மறுத்துப் பார்த்தான். ஆசையூட்ட முற்பட்டாள் வசந்தி.

வண்டி ஏறி வேஷ்டிக்கு மாறினதும் சாப்பிட மணக்க மணக்க எலுமிச்சை சாதம். நாளைக் காலை ஆகாரமா மிளகாய்ப்பொடி புரட்டின தோசை, தேங்காய் போட்டா ஊசிடும், போடாம காரசாரமா இஞ்சித் துவையல், நாளை மதியத்துக்கு புளிக்காய்ச்சல் ஊறி, நல்லெண்ணெய் வாசனையோட புளியஞ்சாதம், கூட கட்டை வடாம், ஜவ்வரிசி வடாம். நாளை ராத்திரிக்கு பொடி இட்லி.

புண்ணியமாப் போறது லைம்ரைஸ் தேவி, நிறுத்திக்கோ என்றான் சங்கரன்.

ஆமா, நான் ஆரம்பிச்சா உடனே அஸ்து கொட்டிட வேண்டியது. ரயில் போற வழியிலே மூத்திரக் கையாலே தோலானும் லோலானும் கிண்டிக் கிளறி அழுக்குத் தட்டுலே வச்சு நீட்டுவான் பாருங்கோ அந்தக் கண்றாவி மசாலா, வெளக்கெண்ணெய் பூரி, அவன் வாய் கொப்பளிச்ச கரம் சாயா இதெல்லாம் திவ்யமா இருக்கும். ஊத்தப் பல்லோட அவன் பொண்டாட்டி வந்து எடுத்து நீட்டினா இன்னும் திவ்யமா இருக்கும். வாரி வாரிக் கொட்டிக்கலாம்.

வசந்தி நீட்டி முழக்கிச் சொல்லி விட்டு அவன் முகத்தைப் பார்த்தாள், சிரிடா படுவா என்கிறாள் கண்ணால். சிரிப்பேனா என்கிறான் கள்ளுளிமங்கனாக, இவனானால். போடா கடன்காரா என்று அடுத்த வினாடி அவன் முதுகில் பலமாகத் தட்டிப் பெரிய குரலில் அவள் சிரிக்க சங்கரனுக்கும் உடனே தொற்றிக் கொண்டது.

உலகத்தில் இது தவிர வேறேதும் இல்லை என்று ரெண்டு பேரும் இறுகத் தழுவிச் சிரித்துக் கொண்டிருக்க, பொழுது பம்மிப் பம்மி நழுவியது. சின்னச் சங்கரன் அவளைத் தரையில் இழுத்துக் கிடத்தி குத்திட்டு நின்ற மார்பில் முகம் புதைத்தான். அவள் வேண்டாம் என்று சொல்லி அவன் தலையை உயர்த்தினாள். தீர்க்கமாக உதடுகளில் முத்தினாள்.

இவளோடு இப்படி சுகித்துக் கொண்டே இந்தக் குளிர்காலமும் அடுத்த குளிர்காலமும் நகர்ந்து போகட்டும். ஊருக்கெல்லாம் போக வேண்டாம். ஆனால், காத்திருக்கிறார்கள் அங்கே. எல்லாரும். எதற்கெல்லாமோ.

வசந்தி ஆர்வத்தில் மண்ணைப் போட வேணுமா? சங்கரன் வழங்கி வந்தான்.

உனக்குக் கஷ்டம் எதுக்குன்னுதான் வசு நான் டிரெயின்லேயே சாப்பிட்டுக்கறேன்னது. இனிமேல் கொண்டு புளிக்காய்ச்சல் செஞ்சு இறக்க ரொம்ப டைம் ஆயிடும் கண்ணம்மா.

அவள் தலையை முடித்துக் கொண்டு எழுந்தாள்.

உங்களுக்கேன் கவலை. அப்பா எல்லாம் கொண்டு வந்து கொடுத்திருக்கார். எலுமிச்சை சாத எசன்ஸ் கூட உண்டு.

வீட்டுக் கடை ரோட்டுக்கு வந்து எட்டு வருஷமாகிறது. ஆள் அம்பு நிர்வாகம் என்று வசந்தியின் தம்பி ரகு தூள் கிளப்பிக் கொண்டிருக்கிறான். புளிக் காய்ச்சல் பொடி, எலுமிச்சை எசன்ஸ் போக, பாட்டிலில் அடைத்த புளிக் காய்ச்சல் கூட விற்கப்படுகிறது. நம்பூதிரி தந்த சூரணமும். வசந்தி அதை எடுத்து வைத்திருக்கிறாள் இந்தக் கித்தான் பையில்.

சங்கரன் பைக்குள் கைவிட்டுப் பார்த்தான். ஒன்றுக்கு இரண்டாக பல்பொடி டப்பா தட்டுப்பட்டது. மெஸ்ஸில் இப்போது சுமாராக விற்கிறதாம். விற்கட்டும்.

சுந்தர வாத்தியார் மெஸ் இப்போது அவன் சாப்பிடப் போனபோது இருந்தது போல், நாலு சாது பிரம்மசாரிகள் சிகரெட் பிடித்த வாடை போக சாக்லெட் மென்றபடி தினசரி

வீட்டுச் சாப்பாட்டை உத்தேசித்து வந்த இடம் இல்லை. ஞாயிற்றுக்கிழமை காலை பெல்லாரி வெங்காய சாம்பார் என்று கரோல்பாக் பக்கம் இருந்தும் கல்காஜி, ராமகிருஷ்ணா நகர் என்றிப்படியும் குடித்தனம் இருக்கப்பட்ட தமிழ் பேசும் குடும்பங்கள் வந்து கூடும் இடம் அது இப்போது.

ரயில் ஆடியது. கூடவே, சங்கரன் மனதில் மயில் ஆட ஆரம்பித்தது.

முன் முற்றத்தில் ஆடிய மயில். நீண்டு விரிந்த தோகையில் மனது குவிந்தது. மயிலின் கூர் அலகில் நடுக்கத்தோடு நிலைத்தது அது. செத்து விழுந்து முற்றம் விட்டு வெளியே வீசப்பட்டு, சிறகெல்லாம் உதிர தார் ரோடில் பனி மூட்டத்தைக் கிழித்து ஓடி, அய்யயோ என்று அகவுகிற மயில். சங்கரனுக்கு உடம்பு விதிர்த்தது.

அடித்துப் புரட்டிப் போடும் வேகத்தில் முன்னேறிக் கொண்டிருக்கும் ரயில். வண்டியின் போக்குக்கு எதிரான திசையை நோக்கி உட்கார்ந்து இருந்தான் சங்கரன். ரயில் நகரும் வேகம் ஆட்டி வைத்தபடி ஆடி, முன்னால் சாடி நிமிர வைத்தபடி நிமிர்ந்து, கண்ணில் கரி விழ கசக்கி எடுத்தபடி பொழுது நகர்ந்தது, பனிக்கால தரிசும் பச்சையுமாக பூமி கடந்து போகக் குளிர் வாடை மூக்கில் ஏறியது. ஸ்வெட்டரைக. காதுப் பக்கம் இம்மி நகர்த்திக் கொண்டு மர ஆசனத்தில் கால. மடித்து நிலைக்க, மனம் என்னமோ எல்லாம் வித்தை காட்டுகிறது.

வசந்தியோடு சுகித்துக் கிடப்பதாக மனசைக் கற்பனை செய்ய உத்தரவிட, அது மூணு நாள் விலக்கென்றது. வசந்தி உரக்கச் சிரித்தபடி முதுகில் தட்ட, திரும்ப வாசலில் மயில் வந்து இறங்கியது. குளிரும் இருட்டுமாகத் திட்டு திட்டாக சுற்றிச் சூழ்ந்து மிரட்டியது. தனித்து இருக்கும் சின்னஞ் சிறுவன் போல மருட்சி.

மனம் இந்துஸ்தான் டைம்ஸ் அட்டை போட்ட பாடப் புத்தகத்தில் மயிலாகிறது. எப்போதோ பாடிய பள்ளிக்கூட

ப்ரேயர் பாட்டை முழுக்க நினைவுபடுத்திப் பாட வைக்கிறது. திரும்ப, முன் முற்றத்தில் ஆடிய மயிலாகிறது. சிரிடா படுவா. ஆபீஸ் மேஜை மேல் ஃபைலாகக் குவிகிறது. பாபிஜி, குளிருக்கு இதமாக, காரசாரமாக ஏதாவது. பிரபவ, விபவ என்று அறுபது தமிழ் வருஷப் பெயர் சொல்லச் சொல்கிறது. போ, செருப்புக் காலோடு உள்ளே வராதே. வசந்தியின் புடவைப் பெட்டிக்குள் போட்டு வைத்த வாசனைப் பொடியின் மணத்தை இழுத்துப் பிடித்துக் கொண்டு வருகிறது. ரெண்டு வாரம் பிக்கல் பிடுங்கல் இல்லாம சந்தோஷமா இருப்பேன். வாரப் பத்திரிகை கடைசி அட்டையில் வாராவாரம் பார்த்து கரோல்பாக் கடையில் வாங்கி வசந்தி பூசிக் கொண்ட ரெமி ஸ்நோ நிறம் கலந்த கபடமான லோஷன் வாசனையாகிறது. வசந்தி தனியாக இருக்க உள்ளே வரும் மயில். வர்ண மயமாக உடுத்திக் கொண்டு பாடும் பஞ்சாபிப் பெண்ணாக, குர்னாம் வீட்டுக்காரி குரலில் மூக்கு நுனி உச்சரிப்பில் கமாஸ் வர்ணம் பாடிக் கேட்க வைக்கிறது.

ஆடி விழுந்த மயில். வாசலில் மோதி விழுந்த மயில். ஒரு வினாடி கிடந்தபின் எழுந்து கோணலாக, தாங்கித் தாங்கி மெல்ல நடந்த மயில். அப்புறம் பறந்த மயில். இறந்தும் போயிருக்குமோ?

இனம் புரியாத குளிர்கால சோகமும் லேசான பயமும் இன்னும் கவிய, வாசலில் உயிரை விடும் மயில். எழுந்து, மனசில் பிடித்துக் கிடந்த சடங்கு சம்பிரதாயக் களிம்பு பூசி எண்ணெய் மினுக்க அசுரத்தனமாகச் சுழன்றாடியது அது. எதற்காகவோ கையைக் கூப்பினான் சங்கரன். சுற்று முற்றும் பார்க்க, ரயில் பெட்டியில் எல்லோரும் காலை நேரத்துக்கு ஒவ்வாத அரைத் தூக்கத்தில்.

மயில் வேணாம். வேறு எதையாவது நினைக்கலாம். ரயிலில் சத்தம். ஆடிக்கொண்டிருக்கும் ரயில் சங்கிலி. கம்பார்ட்மெண்ட் ஓரத்தில் காத்திரமாகச் சிறுநீர் நெடி. வசந்தி அரிவாள் மணையில் திருவாதிரைக் கூட்டுக்காக பூசணிக்காய் அரிகிறாள். பதினைந்து வருடம் முந்திய சுந்தர வாத்தியார் மெஸ்ஸில் கையலம்பும் இடத்தில் ஊசிப்போன குழம்பு வாடை. மெஸ்

உக்கிராணத்தில் பூசணிக்காயையும் உருண்டைப் பரங்கியையும் அலங்காரமாக சுவரை ஒட்டி வைத்திருக்கிறார்கள்.

சின்னச் சங்கரனுக்கு உக்ரமாகப் பசிக்க ஆரம்பித்தது. இவ்வளவுக்கும் காலை எட்டு மணிக்கு போபாலில் கெட்டியாக சாயா, பன்ரொட்டி என்று வயிற்றுக்குத் தீனி போட்டிருக்கிறான். சாப்பிட்ட பின் தூக்கம். எழுந்து அடுத்த பசி.

ஆம்லா ஜங்ஷன் வந்திடுத்தா?

கீழே உட்கார்ந்திருந்த யாரோ யாரையோ கேட்டார்கள்.

இடார்ஸியே வரல்லே. அதுக்குள்ளே என்ன ஆம்லா?

பதிலாக நாலைந்து குரல்கள் எழுந்தன.

சின்னச் சங்கரன் சட்டமாகக் கால் மடித்து அரை பெஞ்சை ஆக்ரமித்துக் கொண்டு உட்கார்ந்திருக்கிறான். மேலேயும் அவனுடைய சிவப்பு மஞ்சள் பவானி ஜமுக்காளமும், குற்றாலத் துண்டும் அனுபவ பாத்யதை அறிவித்தபடி விரிக்கப்பட்டிருக்கின்றன. நேற்று சாயந்திரமே ஆபீஸ் டவாலி பியாரிலாலும் அவனுடைய ரயில்வே சிப்பந்தி மைத்துனனும் சங்கரனுக்காக அந்த மூட்டை முடிச்சு வைக்கிற பலகையை ஒழித்துக் கொடுத்து, விரிப்பைப் பரத்தினார்கள். சின்னச் சங்கரன் சமுத்திர சேனை அலுவலகத்தில் முக்கிய அதிகாரி, அவசர ஆபீஸ் வேலைக்காகப் போவதால் இந்த சாமானியர் கம்பார்ட்மெண்டில் போகிறார், அவரை எந்தக் காரணம் கொண்டும் தொந்தரவு படுத்த வேண்டாம் என்றும் பலமாகவே காதில் போட்டு அகற்றி உட்கார்த்தி விட்டார்கள்.

மதராசி ஆபீசர் விமானத்தில் போகலாமே என்று உத்தரப் பிரதேச கிளார்க் ஒருத்தன் ஜன்னல் பக்கம் ஒண்டிக் கொண்டு கேட்டபோது, அவனுடைய ரயில் டிக்கட்டை வலுக்கட்டாயமாக வாங்கி ஆயிரத்தெட்டு தடவை பரிசோதிக்கிற மாதிரி பாவனை செய்து மனசே இல்லாமல் திருப்பிக் கொடுத்தார்கள் சங்கரன் கூட வந்தவர்கள். குமாஸ்தா இந்தக் குரங்குப் பயல்கள் மிரட்டலுக்கு மசிந்து வண்டி கிளம்பினதிலிருந்து ஒண்ணுக்குக்

கூட போகாமல் ஜன்னலே கதி என்று ஒட்டிக்கொண்டு இருக்கிறான்.

இடார்ஸியிலே மெட்ராஸ் மீல்ஸ் ஆரம்பிச்சாச்சு தெரியுமோ? அபாரமா இருக்கு.

ரயில் தரையில் அழுக்கு, தூசி, ரயில் கரி அடை அடையாகப் படிந்து கிடப்பதை லட்சியம் செய்யாமல் நியூஸ் பேப்பர் விரித்து உட்கார்ந்து மூணு சீட்டு விளையாடுகிற ஒரு கூட்டத்தில் மாத்வ ராவ்ஜி என்று பார்வைக்குப் பட்ட ரெட்டை நாடி மனுஷர் புகையிலையைக் குதப்பிக் கொண்டே சொன்னார். நேற்று ராத்திரி பத்து மணி தொடக்கம் சீட்டுக் களி மும்முரமாக நடந்து கொண்டிருக்கிறது. இவர்கள் அங்கங்கே வண்டி நிற்கிற போது சின்னச் சின்ன ஸ்டேஷன்களில் மண் சட்டியில் நிறைத்துத் தரும் சாயாவைக் குடித்தே ஒரு ராத்திரி முழுக்கக் கண் விழித்து, விடிந்து சூரியன் உயர்ந்து பனிரெண்டு மணி வரைக்கும் ஜீவித்து விட்டார்கள்.

சீட்டு விளையாட்டு அப்படி மனதில் லஹரியை ஏற்றி மற்ற எல்லாவற்றையும் மறக்கச் செய்துவிடும் போல் இருக்கிறது. கள்ளு மாதிரி. பெண் பித்து போல.

வரட்டுமா என்று சங்கரன் நினைப்பில் மறுபடி மயில் எட்டிப் பார்த்தது. போ போவென்று சங்கரன் கையசைக்க உள்ளே படிந்து நிரம்பிய கரிப்புகை அலங்கி விலகி திரும்ப அடர்ந்தது. மேலே விரித்த ஜமுக்காளத்தை சீராகத் திரும்ப விரிக்கும் உத்தேசத்தோடு எழுந்தான் அவன்.

பலகையில் விரிப்பை வண்டி ஆட்டத்தைச் சமாளித்து நின்ற படிக்கே சரிசெய்ய சிரமமாக இருந்தது. எதையும் பற்றிக் கொள்ளாமல் நின்று, எடுத்து உதறித் திரும்ப விரிப்பதில் இருக்கும் சிக்கல் அது. ஏற்கனவே கரி புரண்டு கிடக்கிற துணி. உதறி விரிக்காமல் முடியாது. எடுத்து மடித்து வைத்தால் வேறு எவனாவது குரங்கு போல் தாவி மேலே ஏறி விடுவான். அப்படி ஏறுகிறவன் அநேகமாக வழியில் ஜான்ஸியோ அதற்கு முன்னால் குவாலியரோ கடந்த போது ஏறியவனாக இருப்பான்.

அவனுக்கு சின்னச் சங்கரன் சமுத்திர சேனையில் கப்பல் ஓட்டிப் போகிற கதையெல்லாம் தெரியாது. சொன்னாலும் கேட்டுக் கொள்ளப் போவதில்லை. என்னமோ மற்றவர்கள் எல்லாம் சும்மா இருப்பதால் அவர்களை அனுசரித்துக் கேள்வி கேட்காது இருப்பான்.

வரட்டா என்றது மயில்.

எதுக்கு? அது வராமல் இருக்க இப்போது செய்ய வேண்டியது என்ன இருக்கு? சின்னச் சங்கரன் அவசரமாக யோசித்தான். காலையில் வயிறு சுத்தமாகவில்லை. உட்கார்ந்தும் படுத்தும் வந்ததில் அடிவயிற்றில் இறுக்கம். மேலே உட்கார்ந்தபடி கீழே குனிந்து, சாயா விற்க வருகிறவன் நீட்டுகிற மண் சட்டியை வாங்கக் கஷ்டமாக இருந்தது. அவனுக்குச் சில்லறைக் காசு கொடுக்க இன்னொரு தடவை அரை வட்டம் திரும்பி பர்ஸையும் பர்ஸ் வைத்த தோல் பையில் கும்பகோணம் சீவல் டப்பாவில் போட்டு வைத்த பத்து நயாபைசா, ஐந்து நயாபைசா சில்லறையைத் தேடி எடுக்கவும் பின்னும் சிரமம்.

சாப்ஜி, வண்டி கிளம்பப் போறது. ஜல்தி பைசா தேதோ.

அந்தப் பையன்களின் அவசரத்தை சமாளித்து பலகையில் பக்கத்தில் சாயா சட்டி கவிழ்ந்து விடாமல் வைத்து பணம் பைசல் செய்து விட்டு சாயா ஆறுவதற்குள் குடிக்க வேண்டி இருந்தது. ஆறிக் குடித்தால் மண் ஊறி டீயில் அந்த வாடை தான் தூக்கலாக வரும் என்று எத்தனையோ முறை அனுபவமான புத்தி சொன்னது.

கிளம்பு, வேலையை முடிச்சு வந்துடலாம்.

வயிறு முறையிட்டது.

கம்பார்ட்மெண்ட் தரையில் சால் கட்டாத குறையாக அழுக்கும் கெட்ட வாடையுமாகத் தண்ணீர் சின்ன ஓடையாகத் துள்ளி ஓடியது. டாய்லெட்டுக்கு நேர் எதிர் இருக்கையில் ஒண்டிக் கொண்டிருந்த குஜராத்தி சேட் எந்தச் சிரமமும் தெரியாமல் மாவு பண்டம் எதையோ அள்ளி அள்ளி

மென்றுகொண்டிருந்தார். இந்தக் கந்தர்கோள மனுஷ மகா சமுத்திரத்தில் விடிந்தும் விடியாததுமாக ஓமப்பொடி சாப்பிட அவருக்கு பிறந்தது முதல் தீவிரமான பயிற்சி மூலம் திறமை சித்தியாகி இருக்கும் என்று சின்னச் சங்கரன் நினைத்தான்.

ஏக் கப் தூத் தேனா.

சேட்ஜி காப்பிக்கார பையனிடம் முறையிட அழுக்குக் கோப்பையில் கொஞ்சம் பால் எடுத்து தேனீருக்காக வைத்திருந்த ப்ளாஸ்கில் இருந்து வென்னீரைக் கவிழ்த்து அவரிடம் நீட்டினான் பையன்.

அந்தத் தேவபானத்தை இக்கு இக்காக ரசித்தபடி அவர் இன்னொரு துணிப்பொதியைத் திறந்து குஜராத்தி சிவ்டா என்று சொல்லத்தக்கத் தரத்தில் இருந்த மற்றொரு படைப்பை அள்ள ஆரம்பித்தார்.

*சாய் சாப்?*

புதிதாக கம்பார்ட்மெண்டில் நுழைந்த இன்னொரு காப்பிக்காரப் பையன் சின்னச் சங்கரனை விசாரித்து விட்டு பதிலை எதிர்பார்க்காமல் சேட்டிடம் ஆவலாகக் கேட்டான்.

பால் தவிர நான் வேறு எதுவும் எப்போதும் குடிப்பதில்லை என்றார் பொரித்த கடலை மென்றபடிக்கு சேட்.

*சாப்ஜி, உங்களுக்கு?*

நான் காப்பி தவிர வேறேதும் குடிப்பதில்லை என்றான் சங்கரன் நடந்தபடிக்கு.

காப்பி காப்பின்னு அலையறையே. வயசு பத்து கூட ஆகலே. அப்படி என்ன காப்பிப் பைத்தியம்? விஷம்னா அது. அம்ம மொல குடிச்சு விழுந்ததும் காப்பிக்குடி ஆரம்பிச்சுட்டே படவா. ரொம்ப குடிச்சா மக்காயிடுவே. எதிரகத்து கிரி பாரு. எப்பவும் பால் தான். எல்லா கிளாஸிலும் மொதல்லே வந்து ஆண்டு விழாவிலே ஸ்லோக புஸ்தகம் ப்ரைஸ் வாங்கறான். அவன் குசுவைக் குடி.

பகவதிப் பாட்டியம்மா எந்தக் காலத்திலேயோ சொன்னது.

மயில் அலகால் ரயில் பெட்டிச் சுவரில் தட்டியது. வரலாமா?

சின்னச் சங்கரன் கக்கூஸ் கதவு திறக்க கால் மாற்றி நிற்க, வெளியே ஓட்ட ஓட்டமாகப் போய்க் கொண்டிருந்த மண் தரையில் யாரோ குரிச்சி போட்டார்கள். சேட் மாதிரி உடுத்திக்கொண்டு கடலை மாவு பண்டம் மென்றபடிக்கு கிரி மெதுவாக வந்தான். சயன்ஸ் வாத்தியார் வெருகு வெங்கடேசன் அவனைப் பிடித்துக் குரிச்சியில் உட்கார்த்தி விட்டு பெசீமர் உலையை நிறுவச் சொல்லி சுற்றி நின்று வாய் பார்த்துக் கொண்டிருந்த நான்கைந்து பேருக்கு உத்தரவு பிறப்பித்தார். எதுக்கு பெசீமர் உலை? அது இரும்பை உருக்க இல்லையா? சின்னச் சங்கரன் பயத்தோடு கேட்கிறான். எல்லாம் எனக்குத் தெரியும் என்கிறார் வாத்தியார். பெசீமர் உலையில் இருந்து நீளமான குழாயை எடுத்துக் கொண்டு கிரி பக்கம் வாத்தியார் நடக்க அவன் கலவரமாகப் பார்த்தான். நீ உக்காருடா கிரி, இதைப் பின்னாலே சொருகிட்டு ஆரம்பிக்கலாம் என்றார் அவர். வாடா சங்கரா, கீழே உக்காரு. உங்க பாட்டி சொன்னாளே.

பாத்ரூம் கதவு திறக்க சின்னச் சங்கரன் கக்கென்று சிரித்தான். உள்ளே இருந்து சங்கடத்தோடு வந்த அழகான அந்நிய ஸ்த்ரீ ஈரக் கையைப் புடவைத் தலைப்பில் துடைத்துக் கொண்டே சின்னச் சங்கரனை முறைத்தபடி போனாள். அவள் பின்னால் அப்பியிருந்த ஈரம் பாட்டித் தள்ளை சொல்படி அன்னத்ரேஷமாக இருந்தது.

இடார்ஸி. இடார்ஸி. இடார்ஸி.

ஆவேசம் வந்தது போல் கூட்டம் கூவ ரயில் ஓய்ந்து போய் நின்றது. ஆணும் பெண்ணுமாக கரி புரண்ட உடம்பும் கலைந்த தலையுமாக கம்பார்ட்மெண்ட்களில் இருந்து அவசரமாகக் குதித்து வாழ்க்கையில் கடைசி ஆகாரத்தை அள்ளி விழுங்குகிற பசியோடு ஓடினார்கள். பின்னால் தொடரும் குழந்தைகள் எப்படியும் வந்து சேர்ந்து விடும் என்ற இரை கண்ட நம்பிக்கை எங்கும் வியாபித்திருந்தது. மாகாணிக் கிழங்கும் நிலக்கரியும்

மணக்க, தண்ணீர் இல்லாத கழிப்பறை வாடை கூடச் சேர, ரயில் சாப்பிடப் போனது.

வரிசை வரிசையாக இலை போட்டு சகலமானதும் பரப்பி வைத்திருந்தார்கள். அடித்துப் பிடித்து வந்தவர்களில் முதல் பத்தில் சின்னச் சங்கரனும் உண்டு. மின்விசிறிக்குக் கீழே இருந்த மேஜையைப் பாய்ந்து பிடித்து கால் கடகடத்த நாற்காலியில் உட்கார்ந்தபோது , டோக்கன் வாங்கிட்டு வாங்க என்றார்கள். கஷ்டம். போனால் வேறே யாராவது இங்கே வந்து சட்டமாக இடத்தைப் பிடித்துக் கொண்டு பாதி சாப்பிட்டு முடித்து விடுவான்.

ஸ்டேஷன் குழாயில் சுத்த நீர் பிடிக்கக் கொண்டு வந்திருந்த பித்தளை கூஜாவை நாற்காலியில் வைத்து விட்டு அதைப் பார்த்துக் கொண்டே சாப்பாட்டு டிக்கட் வாங்கினான். பழைய கூஜா. போனாலும் பரவாயில்லை. ஆனால் சாப்பாடு கைவிட்டுப் போகக் கூடாது.

உடம்பே வயிறாக, வேறு நினைப்பு ஏதுமில்லாது மனம் ஒத்துழைக்க, வியர்வை முகத்தை நனைத்து வடியச் சாப்பிட்டான்.

அவன் திரும்ப கம்பார்ட்மெண்டில் நுழையப் போனபோது மயில் பறந்து வந்து தோளில் இறங்கியது. குன்னக்குடியில் பாலபிஷேகம் பண்ணுடா மயில் தோஷம் போயிடும் என்றாள் பாட்டித் தள்ளை, பெசீமர் ஃபர்னஸை சாணி கரைத்த தண்ணீர் வீசி அணைத்தபடி. மயில், ரயில் கம்பார்ட்மெண்ட் மேல் தாவித் தாவி ஓடித் திரும்பப் பறந்தது. இனி வராது அது. சங்கரனுக்குத் தெரியும்.

சாப், உங்க சட்டையில் ஏதோ அசுத்தம்.

ரயில் நகரும் போது யாரோ சொல்லப் பார்த்தான். எச்சமிட்டுப் போயிருந்த பறவை எது என்று தெரியவில்லை. அது மயில் இல்லை.

# அத்தியாயம் எட்டு

கொச்சு தெரிசாவுக்கு விழிப்பு வந்தபோது கட்டிலில் புரண்டு படுத்து மெட்காபே, ஒரு முத்தம் தா என்றாள்.

எடி தெரிசாளே அவன், அந்தக் கேடுகெட்ட மெட்காப் தடியன் கல்லறையில் இருந்து இனியும் திரும்பி வந்து உனக்கு முத்தமும் மற்றதும் அனுபவப்படுத்துவானென்று தோணவில்லை. வந்தாலும் அந்நிய புருஷன் யாரும் அதையொண்ணும் உனக்குத் தரவேணாம். நானே தருகிறேன். வாங்கிக்கொள்.

முசாபர் புகையிலை மணக்க, ஒழுங்கில்லாமல் கோரைப் புல்லாக வளர்ந்த மீசை தெரிசாவின் மேலுதட்டில் படிந்து, உள்ளே எட்டிப் பார்த்து எச்சிலில் நனைய, கீழுதட்டில் அழுத்தமாக முத்தமிட்டான்.

கண்ணை மூடிக் கொண்டாள் தெரிசா. மெட்காப் சுகமாக என்றென்றைக்கும் உறங்கட்டும். முசாபர் அவளை உறங்க விடாமல் கிடத்த வந்து விட்டான். உடம்பு சுகம் சுகம் என்கிறது. புகையிலை வாடையைப் பொறுத்துக் கொண்டால், குறைந்த பட்சம் சௌகரியங்கள் உள்ள சொர்க்கம் தான்.

தெரிசாவுக்குக் கண்ணில் மயில் ஆடியது. ராத்திரி பனி விழுந்து இன்னும் தள்ளாத வீட்டு முகப்பில், மீனும் வறுவலும்

கிடைக்கும் என்று தொங்கும் தகரப் பலகைக்கு வெகு கீழே ஆடுகிற பறவை அது. ஒரு வாரத்துக்கு முன், மெட்காப் இங்கே அவளோடு படுக்கையில் இருந்த போது ஆடியது.

அது ஒரு விதமான அன்னப் பறவை என்றார் அமேயர் பாதிரியார். யார்க்ஷயரில் மயில்களும் அண்டங்காக்கைகளும் இல்லையே, எனவே அன்னம்தான் என்று விளக்கம் சொன்னார் அவர். அன்னப் பறவை கூடத்தான் இங்கே இல்லை என்று யாரோ சொன்னதற்கு, வேதப் புத்தகத்தில், இங்கே அன்னப் பறவைகள் நல்ல சேதி சொல்லிப் பறந்து போனதைப் பற்றிக் குறிப்பு உண்டு என்றார். அதெல்லாம் அந்தப் பொழுதில் தெரிசாவுக்கு மனசுக்கு இதமாக இருந்த தேவ வார்த்தைகள்.

மெட்காப்பின் மதுக்கடை சிநேகிதன் மஞ்சள் பல்லைக் காட்டிச் சிரித்துக் கொண்டு விடாப்பிடியாக, அது மயில் இல்லையோ என்ற போது அவனை ரெண்டு கன்னத்திலும் அவன் அபிப்பிராயத்தைக் கேட்காமல் அறைந்து கால்டர்டேல் சந்தையில் பன்றி மாமிசம் விற்கிற கடையில் நீளக் கொக்கியில் தொங்கும் தலையறுந்த பன்றியின் பிருஷ்ட பாகத்தில் இவன் முகம் புதையத் தொங்க விட வேண்டும் என்று ஆவேசம் வந்தது தெரிசாவுக்கு அன்று.

ஒண்ணும் உளறாமல் சும்மா இரு என்று அவனைக் கண்டிக்க அவள் முன்னால் போனபோது சுற்றுக் காரியம் வைத்து ஒத்தாசையாக இருக்கும் இமல்டா வீட்டுக்குள் இருந்து ஓவென்று கூக்குரல் இட, அமேயர் பாதிரியாரோடு தெரிசாவும் உள்ளே ஓடினாள். மெட்காப் படுக்கையில் இருந்த படிக்கே பரலோகம் போயிருந்தான் அங்கே.

ஒரு நோய் நொடி இல்லை. இழுத்துப் பறித்துக் கொண்டு படுத்து எல்லார் வாயிலும் விழவில்லை. துர்நெடியும் இல்லை. சாவு திடமாக உட்கார்ந்த கண்கள் தாமதமாக இமைக்க, இருமலுக்கு நடுவே பேச முயற்சி செய்து தளர்ந்து, கோப்பையில் துப்பி மூச்சு முட்டும் அவலமும் அவனுக்கு இல்லாமல் போனது. ராத்திரி அவளோடு கலந்திருந்தான். வெள்ளை ஒயினை நடு ராத்திரிக்குத் தனியாக அருந்தி ரேடியோகிராமில் ஜிம் ரீவ்ஸ்

என்ற அமெரிக்கன் பாடிய பாட்டுகளை அவன் உரக்க வைத்துக் கேட்டுக்கொண்டிருந்தபோது தெரிசா உறங்கியிருந்தாள்.

லண்டனுக்கும் மான்செஸ்டருக்கும் நினைத்துக் கொண்டது போல் கிளம்பிப் போவது மாதிரி ராத்திரி எத்தனை மணிக்கோ, அல்லது விடிந்த பிறகுதானோ, புறப்பட்டுப் போய்விட்டான் அவன். தெரிசாவால் நம்பக் கஷ்டமாக இருந்தது.

அவள் இதை எதிர்பார்க்கவில்லை என்றாலும், மெட்காப் போய்ச் சேர்ந்ததில் அவளுக்கு ஒரு துக்கமும் மேலெழுந்து வரவில்லை. ஒருவேளை அடுத்த தலைமுறை வீட்டில் தலையெடுத்து மகனும் மகளுமாக இடம் நிறைந்திருந்தால் அழுகை வந்திருக்குமோ.

என்றாலும் மெட்காபை கல்லறைத் தோட்டத்துக்கு நேர்த்தியான ஒரு சவப்பெட்டியில் வைத்து அனுப்பும்போது தெரிசா கொஞ்சம் அழுதாள்.

இது என்ன ஜீவிதம்? இந்தியாவில் அதுவும் தென்னிந்தியாவில் கடல் ஓரமாக இருக்கப்பட்ட ஏதோ பிரதேசத்தில் இருந்து அவளுடைய பாட்டித் தள்ளை தீபஜோதியம்மா இங்கே வந்தபோதே ஏதோ விதத்தில் கொச்சு தெரிசாவின் ஜீவிதமும் தீர்மானிக்கப்பட்டு விட்டது என்று அவளுக்குத் தெரியும்.

தீபஜோதி இங்கிலாந்து வந்த நடப்பு எல்லாம் கொச்சு தெரிசாவின் சின்ன வயசு ராத்திரி கதைகள். அவள் அப்பன் அந்திரோஸ் அவனுக்குத் தெரிந்த வரை சொன்னது. வலிய தெரிசா என்ற பெயரில் வீட்டுக்கு முக்கிய மனுஷி தேவ ஊழியம் செய்ய நூறு வருஷம் முன்பு இங்கே வந்ததாகவும். அவளுடைய வீட்டுக்காரன் வெள்ளைக்காரன் என்றும், அந்தப் பெரியவள் பெயரைத்தான் இந்தக் கொச்சு தெரிசாவுக்குச் சூட்டியதாகவும் அந்திரோஸ் தன் மகளுக்குச் சொல்லியிருக்கிறான்.

அவள் ஸ்மால் தெரிசா, அந்த மூத்த பெண்மணி ஓல்ட் தெரிசா. கொச்சு தெரிசாவுக்கு வயசாகும்போது அவளும் வலிய தெரிசா ஆகிவிடுவாளா?

மகளுடைய பயத்தை உடனே ஒதுக்கித் தள்ளினான் அந்திரோஸ் அப்போது.

நீ எப்பவும் கொச்சு தெரிசா தான் மகளே.

அந்த வெள்ளைக்காரனின் அரண்மனை போன்ற வீடும் மற்ற சொத்தும் முப்பது சொச்சம் பேருக்கு வாரிசு உரிமையாகப் பங்கு போடப்பட்டு, வந்த தொகையை தீபஜோதியம்மாவுக்கு வலிய தெரிசா எழுதி வைத்துவிட்டு எடின்பரோவில் அடக்கம் ஆகியிருக்கிறாள் என்று கொச்சு தெரிசாவுக்குத் தெரியும்.

அந்திரோஸ் ஒரு கல்லறைத் திருநாள் நேரத்தில் மகள் கொச்சு தெரிசாவை அங்கே கூட்டிப் போயிருக்கிறான்.

மெட்காபைக் கல்யாணம் கட்டி தேன்நிலவுக்கு எடின்பரோ போனபோதும் அந்தக் கல்லறை வளாகத்தைத் தேடிப் போயிருந்தாள் கொச்சு தெரிசா. கல்லறைகளை இடம் மாற்றி விட்டு அங்கே வீடு கட்டக் கடன் தரும் வங்கியின் தலைமை அலுவலகத்தை உசரமாகவும் விரிந்து பரந்தும் எழுப்பியிருப்பது கண்ணில் பட்டது.

மாற்றிக் குடிபோன இடத்தில் வலிய தெரிசாவைத் தொந்தரவு படுத்த மனசில்லாமல் தேன்நிலவு தம்பதி ஊர் வனப்புக் காண சிகப்பு பஸ்ஸின் கூரையில் உட்கார்ந்து புறப்பட்டு விட்டது அப்போது.

சாவகாசமாக ஒருநாள் திரும்பி வரலாம் என்றான் மெட்காப். இனி எப்போதுமே அவனுக்கு சாவகாசமான ஓய்வுதான். ஆனாலும் வருவதுதான் சிரமம்.

எழுந்திருக்கலாம் என்றாள் கொச்சு தெரிசா, முசாபரிடம்.

மெட்காபின் கல்லறைப் பக்கம் மரம் முழுக்க பனி படர்ந்து ரம்மியமாக இருக்கு. இன்னிக்கு அங்கே போய் ஜோடியா நின்னு போட்டோ பிடிச்சுக்கலாமா?

முசாபர் கேட்டான். அவன் கொச்சு தெரிசாவின் வீட்டுக்காரன். மெட்காபின் கல்லறை ஈரம் காயும் வரை காத்துக் கொண்டிருந்து விட்டு இங்கே வந்து சேர்ந்து விட்டான்.

நீ திரண்ட தினத்தில் இருந்தே உனக்காக ஏங்கிக் காத்திருக்கேன்.

முசாபர், மெட்காப் இறந்து போன துக்கம் கேட்க வந்தபோது சொன்ன முதல் வாக்கியம் அதுதான். கொச்சு தெரிசா பெரியவளான தினத்தைச் சொன்னான் அடுத்தாற்போல. அது மிகச் சரியாக இருந்ததற்காக தெரிசா சந்தோஷப்பட்டாள்.

வீட்டு முன்னறையில் மெட்காப் இறந்த துக்கம் கேட்க வந்த மற்றவர்கள் சாயா குடித்தபடி இந்த வருஷம் பனிக்காலம் தரும் சுகவீனங்களைப் பட்டியல் போட்டுக் கொண்டிருக்க, பின்கட்டுக்கு வந்த முசாபர் மண்டி போட்டுக் கொச்சு தெரிசா முன் இருந்து அவளுடைய நைட்டியால் தன் முகவாய்க்கட்டையில் வடிந்த புகையிலை எச்சிலைத் துடைத்தபடி, அவளைக் காதலிப்பதாகச் சொன்னான்.

அவன் வரும் வாரம் புதன்கிழமை பிராட்போர்டுக்குப் போய் காஜியார் மூலம் கல்யாணம் செய்து கொள்ளலாம் என்றபோது மெட்காப் இறந்த தருணத்தில் மயில் ஆட ஆரம்பித்தது பற்றி வெளியே பேசிக் கொண்டிருந்தார்கள். அமேயர் பாதிரியார் அது அன்னப் பறவை என்று சொன்னதாக முசாபரின் தலைமுடியில் கைவைத்தபடி தெரிசா உள்ளிருந்தபடியே விளக்கம் சொன்னாள்.

ரெண்டு பேருமே பிள்ளை குட்டி என்று முப்பது வயசுக்குப் பிக்கல் பிடுங்கல் இல்லாமல் கடந்தவர்கள் என்பதாலும், முசாபரின் முந்தைய ரெண்டு மனைவியரும் விவாகரத்து வாங்கிப் போய் அடுத்தடுத்து ஜோடி அமைந்து நல்ல வண்ணமாக இருக்கிறபடியாலும், இந்தக் கல்யாணத்தில் அதன் அவசரம் தவிர வேறே பிரச்சனை ஏதும் எழவில்லை. முசாபர் பலசரக்குக் கடை வைத்திருந்தான்.

கல்யாண ஆலோசனை பற்றிக் கொச்சு தெரிசா கலந்தாலோசித்த போது, அமேயர் பாதிரியார் ரொம்ப யோசித்துச் சொன்னதாவது–

இத்தனை வேகமாக இந்த முசாபருக்கு நீ வேண்டி இருக்கிறதனாலே, என் கொச்சு தெரிசாளே, அவனை வேதத்தில்

ஏற்ற முடியுமா என்று முயற்சி செய்யேன். கற்பாறை மீது வீடு கட்டுகிற தோதில் கர்த்தரில் அவன் நம்பிக்கை வைத்தால் அவனுக்கும் பரலோக சாம்ராஜ்ஜியத்தில் இடம் நிச்சயம் உண்டாச்சுதே. மற்ற விசுவாசங்கள் எதுவும் அவனை அங்கே கொண்டு சேர்க்காதென்றும் சொல்லு.

முசாபர் கிறிஸ்தியானி எல்லாம் ஆக மாட்டேன் என்று திட்டவட்டமாகச் சொல்லி விட்டான். பிரஞ்சு பேசுவது போல் அவனை அவமானப்படுத்தும் தரத்தில் அமைந்திருக்கும் யோசனை அது என்று தெரிவித்தான் அவன். அப்படி கிறிஸ்தியானியாகாமல் அமேயர் பாதிரியார் அவனுக்குத் தெரிசாவை உடனடியாகக் கல்யாணம் செய்து வைப்பதாக இருந்தால், எரிமலைப் பக்கமோ, சமுத்திரத்தின் உள்ளேயோ கூடப் போய் மோதிரம் மாற்றத் தயார்தான்.

காஜியாரிடம் கொடுத்த முன்பணத்தையும் திருப்பி வாங்கி வந்துவிட்டதாகச் சொன்னான் முசாபர். அமேயர் பாதிரியார் கால்டர்டேலில் மெட்காபைப் புதைத்த கல்லறைத் தோட்டத்துக்கு அடுத்து இருக்கும் ஊர்ப் பொதுக் கட்டிடத்தை சொற்ப வாடகைக்கு ஒரு நாளைக்கு மட்டும் பிடித்துச் சுருங்கிய செலவு தெரிசாவுக்கு வைத்தபடி அங்கே அவள் கல்யாணத்தை நடத்தி வைத்தார்.

பிராட்போர்ட் காஜியாருக்கு அமேயர் பாதிரியார் வாழ்த்துகளோடு, சொர்க்கத்தில் சந்திப்போம் என்று அவர் கைப்பட எழுதிய காகித உறைக்குள் வைத்து முசாபர் திரும்ப வாங்கி வந்த பணம் அனுப்பப்பட்டது. சரிவரத் தபால்தலை ஒட்டாததால் தான் கைக்காசு போட்டு அந்தக் கடிதத்தைப் பெற்றுக் கொண்டதாகவும், அமேயர் பாதிரியாருக்கு நன்றி சொல்வதாகவும் எழுதி காஜியார் அனுப்பிய கடிதம் உடன் வந்தது. கிறிஸ்தியானி சொர்க்கம் கால்டர்டேலை ஒட்டி இருக்கிறதா என்று காஜியார் அந்தக் கடிதத்தில் விசாரித்திருந்தார். அதற்கு இன்னும் தெரிசா பதிலெழுதவில்லை.

இன்றைக்காவது எழுத வேணும். அதற்கு முதலில் எழுந்திருக்க வேணும். தெம்பாக ஒரு குவளை சாயா குடிக்க வேண்டும்.

தெரிசாவின் மார்பகங்களின் நடுவில் முகம் புதைத்து இப்படி சுகம் காணும், புகையிலையும் போகமும் தவிர அறியாத இந்த மளிகைக் கடைக்காரன் அவளை விட்டுத் தொலைக்க மாட்டேனென்கிறான். அவளுக்குப் புகையிலை பிடிக்காது. முசாபர் பரவாயில்லை.

முசாபர் மெல்லத் தலை தூக்கி, தெரிசாவின் உதட்டில் இன்னொரு புகையிலை முத்தம் கொடுத்தபடி தெரிசாவை சாரைப் பாம்பு நல்ல பாம்பைக் கலக்கிறது போல இறுக்கிக் கொண்டான். இவ்வளவு போகம் கொண்டாடினால் நோக்காடு வந்து இவனை கபர்ஸ்தானில் விட்டுவிட்டு வர வேண்டியிருக்கலாம்.

அவன் போனால்? அமேயர் பாதிரியார் ஞாபகத்துக்கு வர சிரித்துக் கொண்டாள் தெரிசா. கம்பளிப் போர்வைக்குள் இருந்து கொஞ்சம் வெளிப்பட்டு, சொல்லிட்டு சிரி என்றான் முசாபர். உன் முலைக் காம்புகள் என்றாள் தெரிசா அவன் வெற்று மார்பைப் பார்த்து. அவன் சிரிக்கக் காவிப்பல் வரிசையில்லாமல் தெரிந்தது.

மெட்காபுக்கு இந்தக் கண்றாவியான புகையிலைப் பழக்கம் எல்லாம் கிடையாது. விஸ்கியும் பியரும் வகைதொகை இல்லாமல் குடித்துத் தீர்ப்பான். மெத்தையைத் தரையில் உருட்டி விட்டு அதிலே படுத்து விடுவான் வழக்கமாக. ஒண்ணு ரெண்டு முறை குசினியிலும், உலர்ந்த மாமிச வாடைக்கு நடுவே தூங்கியிருந்தான் அவன்.

புகையிலை தவிர, இன்னொரு மகா அசிங்கமான பழக்கத்தோடு வந்து சேர்ந்தான் முசாபர். போன வாரம் கல்யாணம் முடிந்து வந்தபோது பிற்பகல் மூணு மணி. அமேயர் பாதிரியாருக்கும், சர்ச் வளாகத்தில் கல்லறை தோண்டுகிற உத்தியோகஸ்தனுக்கும், இசைக்குழுவில் இருக்கப்பட்ட ஏழையான நாலு பையன்களுக்கும் கொச்சு தெரிசாவின் வீட்டுக் கடையிலேயே பொரித்த மீனும் வறுவலும் பழைய பத்திரிகையில் வைத்து எண்ணெய் சொட்டக் கொடுக்கப் பட்டது. பிக்கில் சாப்பாட்டுக் கடையில் வாங்கிய வான்கோழி

மாமிசமும், ரொட்டியும், செபஸ்டியான் ஓ'கோனர் பேக்கரி கேக்கும், வென்னிலா ஐஸ்க்ரீமும் அவர்களுக்கு விருந்தாக அளிக்கப்பட்ட மற்ற உருப்படிகள்.

சாயந்திரம் ஐந்து மணிக்கு அவர்களெல்லாம் புறப்பட்டுப் போனபோது வீடு காலியாக, முசாபர் தெரிசாவிடம் சொன்னான் - கொஞ்சம் உறங்கலாம் வா.

அவன் தெரிசாவைப் பின்னால் இருந்து அணைத்தபடி கேட்டது - மெட்காப் இப்படி உன்னைக் கட்டிக் கொள்வானா?

கையை விடுவித்துப் படுக்கையில் உருண்டபடி தெரிசா அவனையும் இழுக்க, அவள் தோள்களை அவசரமாக வருடியபடி அவன் சொன்னது - தோள்கள், அதுவும் இறுக்கமான மேல்சட்டைக்குக் கீழே திண்ணென்று நிற்கும் தோள்கள் எனக்குக் கிளர்ச்சியூட்டுகிறவை. மெட்காப் உன் தோளை இப்படி வருடுவானா?

சரி மேலே ஆகட்டும் என்று அவள் கண்டிப்பாகச் சொல்ல, உறை தேடி எடுத்தபடி அவன் சொல்ல ஆரம்பித்தது - மெட்காப், உறைகளை.

அவன் முடிக்கும் முன் தெரிசா எழுந்து நின்று, மெட்காப் இருந்தால் இந்த மட்டித்தனத்தை எல்லாம் நான் சகித்துக் கொள்ள வேண்டியிருக்காது என்று சத்தமாகச் சொன்னாள். இரண்டு துண்டு சாக்லெட் கேக் சாப்பிட்டது திருப்தியான ஏப்பமாக வெளியேறி அவள் குரலின் கேலியை நிறையக் குறைத்துப் போட்டது.

தெரிசா காத்திருக்க, முசாபர் அவளுக்குள்ளே வந்தபோது வாசலில் காலிங் பெல் சத்தம்.

நான் போய்ப் பார்த்து விட்டு வரேன், மெட்காபாக இருக்கும் என்றான் அந்தப் பாழாப் போனவன். தெரிசா பலமாக அவனை இழுத்து வைக்க வேண்டி இருந்தது அப்போது.

அந்தரங்கமான நேரத்தில் யாராவது வாசலில் வந்து கூப்பிட்டால், மெட்காப்.

அவனை முடிக்க விடாமல் முகத்தில் ஓங்கி அறைந்தாள் தெரிசா அப்போது. இனிமேல் மெட்காப் பெயரையே சொல்ல மாட்டேன் என்றான் முசாபர். நல்லது என்றாள் அவள். வாசலில் அப்போது திரும்ப எழுந்த மணியோசையை ரெண்டு பேருமே நிராகரித்திருந்தார்கள் மயக்கம் சூழ்ந்த கல்யாண நாள் மாலையில்.

முசாபர் சாயா குடித்துவிட்டுப் படுக்கலாம் என்றான் அப்போது. அதுக்குப் பால் வாங்கவில்லை என்றாள் தெரிசா. சாயா இல்லாவிட்டால் பாதகமில்லை என்று முடிவானது.

கல்யாண தினத்து சாயங்காலம் நீண்டு இருட்டு நுழைந்த அந்தியாக, தெரிசா வாசலுக்குப் போனபோது, முன்வசத்தில் குளிரைச் சட்டை செய்யாமல் வசீகரமான கோட்டும், மஞ்சள் நிற கழுத்துப் பட்டியுமாக நின்றிருந்த உயரமான மனிதரைப் பார்த்தாள்.

அரசாங்க அதிகாரியாக இருக்கலாம், மெட்காப் எப்படி இறந்தான் என்று கேட்க வந்திருக்கலாம் என்று தெரிசாவுக்குத் தோன்றியது. மெட்காப் சாவுக்குக் கட்டியம் கூறிக் கொண்டு வாசலில் வந்து ஆடிய மயில் வேறு நினைவில் எழுந்து வந்தபடி இருந்தது. இந்தப் பிரதேசத்திலேயே, ஐரோப்பாவிலேயே மயில் இல்லை, அதுவும் இந்தக் கடும் குளிர்காலத்தில். ஆடிப் போனது அன்னப் பறவையாக்கும் என்றார் திரும்ப அமேயர் பாதிரியார் மனதில் எழுந்து.

உறவு கொண்டதற்கு அப்புறம் உடம்பு சுத்தப்படுத்திக் கொள்ளாமல் உடனடியாக அந்நிய ஆண்களைச் சந்தித்துப் பேசுகிறதில் கொச்சு தெரிசாவுக்குக் கூச்சமாக இருந்தது. ஆனாலும் என்ன, வந்தவர்களை இனியும் காக்க வைக்க முடியாது.

மெட்காபுக்கான சவப்பெட்டி விலையாக நூற்றிருபது பவுண்ட் வாங்கிப் போக வந்திருந்ததாக சூட்டும் டையும் அணிந்த கனவான் வெகு மரியாதையாகத் தெரிவித்த அந்த அந்தி நேரத்தில் தெரிசாவுக்கு அவளுடைய ரெண்டாம் கல்யாண

தினம் சகல மகிழ்ச்சியும் கொண்டதாகத் தட்டுப்பட ஆரம்பித்தது.

கனவான்கள் சங்கடமான கேள்விகள் கேட்க மாட்டார்கள். அவர்கள் சவப்பெட்டி விற்பார்கள். எதிரில் நின்று பேசும் பெண்களின் அசௌகரியம் தெரிந்து, சந்திப்பை மிகச் சுருக்கமாக வைத்துக் கொள்வார்கள். சவப்பெட்டிக்கான பணம் பெற்றுக் கொண்டதற்கான ரசீது உடன் அளித்துவிட்டுத் திரும்புவார்கள்.

அந்த உத்தியோகஸ்தரின் முகத்தை நினைவில் வருவித்துப் பார்த்தபடி இருந்த தெரிசாவின் காதில் நீண்ட சீழ்க்கை சத்தம் படிந்தது. பால் காய்ச்ச எடுத்த அடுக்குப் பாத்திரம் ஒய்யாரமாக விசிலடிக்கும் சத்தம் அது. இமல்டா வந்திருப்பாள். விடிந்து வெகு நேரம் ஆகியிருக்குமோ?

கொச்சு தெரிசா வலுக்கட்டாயமாக முசாபரை உரித்து ஓரமாகப் போட்டு விட்டுக் குசினிக்குப் போனாள்.

இமல்டா பாலைக் காய்ச்சி இறக்கி விட்டுச் சொன்னாள் –

தெரிசா, தெரியுமா, மெட்காபின் கார் தன்னிச்சையாக கால்டர்டெல் கடந்து ஓடுறது. யார் மேலும் மோதாமல், எந்த சேதமும் இல்லாமல்.

வாசலில் அமேயர் பாதிரியார் ஓட்டமும் நடையுமாக வந்து கொண்டிருந்தது தெரிசாவுக்குத் தெரிந்தது.

# அத்தியாயம் ஒன்பது

இங்கேல்லாம் நிக்கக் கூடாது. மந்திரி சாப் வீடு. ஹட் ஜா.

மலபார் ஹில்ஸ் மந்திரி பங்களா வாசலில் துப்பாக்கி ஊன்றி நின்ற போலீஸ் சேவகன் சொன்னான். சொன்னதோடு மட்டுமில்லை. திலீப் தோளில் கை வைத்து ஓரமாகத் தள்ளினான் அவன்.

மதராஸி மந்திரி. உள்ளூரில் மந்திரி இல்லை தான். ஆனால், டில்லியில் மத்திய சர்க்காரில் சகல சக்தியோடும் இருக்கப் பட்டவர். மதராஸில் இருந்து இங்கே எப்போதோ குடி பெயர்ந்து, யூனியனில் பிரபலமாகி, கணிசமாக ஓட்டு வாங்கி லோக்சபா, ராஜ்யசபா என்று டில்லிக்குப் போனவர். போலீஸ் சேவகர்களாலும், மேலதிகாரிகளாலும் மதிக்கப்படுகிறவர். மராத்திக்காரராக இல்லாவிட்டாலும்.

திலீப் ஓரமாக நின்றான். பகலிலும் சூரியன் தொடாமல் இருளோ என்று கிடந்த அறைக்குள் இருந்து, ஒட்டடையும், தூசியும், குப்பையும் மண்டிய முடை நாற்றமடிக்கும் அறைக்குள் இருந்து, மூத்திரச் சுவடுகள் உலராமல் குளம் கட்டி நிற்கும் உயரம் தணிந்த அறையிலிருந்து அம்மா குரல் எழுந்து வந்தது.

என்னைத் திறந்து விடு. நான் ஆடணும்.

திலீப்பின் அம்மா அவன் நினைவில் ஒவ்வொரு கதவாகத் தட்டிக் கூப்பிடுகிறாள். ஆஸ்பத்திரியில் அணிவித்த அழுக்கு வெள்ளைச் சேலையை லாவணி ஆடத் தயாராகத் தூக்கிச் செருகி, குச்சியாக மெலிந்த கால்கள் நடுங்க நிற்கிறாள். ஜன்னல் ஜன்னலாகத் திறந்து அழுதபடி கூப்பிடுகிறாள்.

திலீப்பை போலீஸ் சேவகன் கூர்ந்து பார்த்தான்.

இளைஞன். போலீஸ்காரனை விட இளையவன். மதராஸி. கை மடித்து விட்ட மஞ்சள் டெர்லின் சட்டையும், காக்கி பேண்டுமாக மதராஸிகள் உலகமெங்கும் சகல உரிமையோடும் திரிந்து கொண்டிருக்கிறார்கள். இன்னொரு மதராஸி இருக்கும் இடத்தை, அது உலகத்தின் கோடியில் என்றாலும் எப்படியோ மோப்பம் பிடித்துத் தேடி, ஓடி வருகிறார்கள். கதவுகள் திறக்குமென்று நம்பி நிற்கிறார்கள்.

என்றால், தெருவில் போகிற எவனும் மந்திரி வீட்டில் நுழைந்து விடாமல் காக்கவே சர்க்கார் சம்பளமும் காக்கித் துணி சலவைக்கான வர்தி பேட்டாவும் போலீஸ் உத்தியோகத்தில் மாதாமாதம் வருகிறது. இவர்கள் மேல் சகிப்பும் கருணையும் காட்ட வேண்டியதில்லை. விலங்குகள் போன்றவர்கள். காம்பவுண்டுக்குள் நுழைந்த நாயை விரட்டித் துரத்துவது நியாயமே. போ. அங்கே இங்கே காலைத் தூக்காதே.

திலீப் சற்றே பின்னால் போய் நின்றான்.

மாதாமாதம் மந்திரி வீட்டுக் காவலுக்கு நிற்கிற இந்த போலீஸ் உத்தியோகஸ்தர்கள் மாறிக்கொண்டிருக்கிறார்கள். இந்த வீட்டில் இருப்பவர்களுக்கு நெருங்கிய உறவுக்காரன் திலீப் என்று அவர்களுக்கு முதலில் தெரியாது போகும். மந்திரி பங்களா வாசலில் ஏங்கி அழுது புலம்பி நிற்கிற யாசகனை விரட்டுகிற மாதிரித் துரத்துவார்கள். உள்ளே வாக்கி டாக்கி மூலம் கேட்கச் சொல்லி ஆயிரம் தடவை வேண்டினால், வேண்டா வெறுப்பாக ஒரு தடவை, ஒரே ஒரு தடவை, கரகரவென்று குழாயைப் உயர்த்திப் பேசுவார்கள்.

வாசலில் ஒரு மதராஸி பையன் ரொம்ப தொந்தரவு செய்கிறான்.

பெயர் திலீப் என்று சொல்றான். மந்திரி சாப் உறவு என்கிறான். துரத்தி அனுப்பிவிடலாம் இல்லையா?

உள்ளே இருந்து அநேகமாக ஜனனியோ, அபூர்வமாகப் பெரியம்மாவோ, அதைவிட அபூர்வமாக, மினிஸ்டர் பெரியப்பாவோ, வாசலுக்கு வந்து வாடா என்று கையைப் பிடித்துக் கூட்டிப் போவார்கள். திரும்பும் போது முன்னால் காட்டிய முரட்டுத்தனம் பற்றிய சங்கடமும் புதிய சிநேகமுமாகப் புன்னகை புரியும் அந்தப் போலீஸ் சேவகன், அடுத்த முறை திலீப் பெரியப்பா வீட்டுக்குப் போகும் போது மாறி இருப்பான்.

மாறட்டும். என்னைத் திறந்து விடு. நான் ஆடணும்.

திலீப்பின் அம்மா ஆஸ்பத்திரிக் கதவுக்குப் பின்னால் யாரோ பலமாகப் பிடித்துப் பின்னால் இழுக்க, திமிறித் திமிறிச் சொல்கிறாள்.

முன் வாசல் பரபரப்பானது. உயரமாக நடுவில் நின்ற போலீஸ் உத்தியோகஸ்தன் கையில் பிடித்திருந்த வாக்கி டாக்கி உயிர் பெற்றது. காலில் அணிந்த கருப்பு பூட்ஸ் சப்திக்கக் குறுக்கும் நெடுக்கும் மற்றவர்கள் என்னத்துக்கோ ஓடினார்கள்.

மந்த்ரிசாப் மந்த்ரிசாப் மினிஸ்டர் சார்.

உள்ளே கதவு திறந்தது. கையில் அள்ளிப் பிடித்த சிவப்புத் துணியில் கட்டிய காகிதப் பொதியோடு, மூலக்கச்ச வேட்டி அணிந்த ஒருத்தர் வெளியே வந்தார். தீ விபத்தான வீட்டில் இருந்து வெளியேறுகிற அவசரத்தோடு அவர் அவசரமாகக் கையசைத்தார். ஓரமாக ஷெட்டில் நின்ற கருப்பு அம்பாசிடர் காரின் இஞ்சின் உயிர் பெற்று உறுமி கார் மெல்ல வாசல் பக்கமாக நகர்ந்து வந்தது.

பிசாசே அந்தாண்டை போ. மினிஸ்டர்ஜி வரார்.

போலீஸ் சேவகன் உரக்கக் கத்தி திலீப் நெஞ்சில் கை வைத்துத் தள்ளும்போது பெரியப்பா உள்ளே இருந்து தந்த பிரேம் மூக்குக் கண்ணாடியும், வெள்ளை ஷெர்வாணியும், தொளதொள பைஜாமாவும், தோளில் மந்திரி கோலத்துக்குப் பாந்தமில்லாத துணிப்பையுமாக வெளியே வந்தார்.

பெரியப்பா.

அவன் குரலை உயர்த்திக் கூவினான்.

ஒரு வினாடி நின்று என்னடா என்றார் சிரித்தபடி. போதும். கடவுள் திலீப் வசம் தான். அவன் தனக்கு முன்னால் நின்ற போலீஸ் உத்தியோகஸ்தனைத் துச்சமாகப் பார்க்க காக்கிச் சட்டைக்காரன் கிட்டத்தட்ட வாய் விட்டுக் கதறி அழப் போகிற பதத்துக்கு வந்திருந்தான்.

இந்த மதராஸிகள் வினோதமானவர்கள். சகல அதிகாரமும் கொண்ட மந்திரிப் பதவியில் இருந்தாலும் சரி, சேஃப்டி பின் சொருகிய ஹவாய் செருப்பும் கையில் மஞ்சள், சிவப்பு நிறத்தில் துணிப்பையும், மதராஸி பாஷையில் சதா கூச்சலாக வருகிற சளசள பேச்சுமாக லோக்கல் ட்ரெயினில் தாதரில் இருந்து டோம்பிவிலி போகிற, முகத்தில் நாலு நாள் தாடி மண்டியவனாக இருந்தாலும் சரி, இவர்கள் எப்படியோ உலகம் முழுக்க ஒருத்தருக்கு இன்னொருத்தர் உறவுக்காரராக இருப்பார்கள். அதை நினைவில் கொள்ளாமல் தோரணை காட்டினால், இதோ இந்தப் பையன் மந்திரியிடம் புகார் சொல்ல, முன்னூறு மைல் தெற்கே, அம்பேகாம் போலீஸ் ஸ்டேஷன் சரகத்தில் கள்ளச் சாராயக் காரர்களைத் துரத்தியபடிக்கு இனிமேல் அவன் உத்யோகம் திசைமாறிப் போகப் போகிறது. சர்வ நிச்சயம்.

அவன் திலீபிடம் சாப் கூப்பிடறார் போங்க என்று மரியாதை நிமித்தம் சிரித்தபடி சொன்னான். திலீப் அங்கீகரித்தபடி பாய்ச்சலாக போர்ட்டிகோவுக்கு ஓடினான்.

வந்து, அப்பா, உங்க கிட்டே.

அவன் தயங்கித் தயங்கி ஆரம்பிக்க, பெரியப்பா அவன் தோளில் கை வைத்து அன்போடு பார்த்தார்.

புனா போயிண்டிருக்கேன். வந்து பேசலாம். உள்ளே போடா. சாப்பிடு. அவல் கேசரி பண்ணச் சொல்லி இருக்கேன்.

பெரியப்பா கடந்து போனார்.

உள்ளே போய் என்னைத் திறந்து விடு. நான் ஆடணும்.

திலீப்பின் அம்மா அவல் கேசரியை அள்ளி முழுங்கியபடி கண் கலங்கச் சொல்கிறாள். அவள் தலைமுடி நார் நாராகக் கலைந்து தூசி படிந்து சிடுக்கேறி இருக்கிறது. எச்சில் கையைத் தலைக்கு உயர்த்தி, முடியில் கேசரி அப்ப வெறும் விரலால் பரபரவென்று கோதிக் கொள்கிறாள்.

உள்ளே மாடிப் படிகளை ஒட்டி இருந்த விசாலமான அறையில் இருந்து திலீப்புக்குப் பழக்கமில்லாத ஏதோ மொழியில், மத்தளம் கொட்டியபடி யாரோ ஆண்குரல் பாட்டு சாவகாசமான வேகத்தில் இழைந்து கேட்டுக் கொண்டிருந்தது.

சோபாவில் அரைக் கண்மூடி உட்கார்ந்தபடி, மத்திய வயசுக்காரர் ஒருத்தர். நூறு பேர் முழங்கிக் கொட்டும் இசைக்குழுவை நடத்துகிற மாதிரி மிகையாகக் கையசைத்துத் தாளம் போட்டுக் கொண்டிருந்த அவர் பக்கத்தில் அவர் மனைவியாக இருக்கக்கூடும் என்று ஊகிக்கத்தக்க ஸ்தூல சரீரப் பெண்மணி.

மூக்கு நுனியில் கண்ணாடியும், கையில் பேனாவுமாக பெரிய கிரண்டிக் டேப் ரிக்கார்டரில் அந்த சங்கீதத்தைக் கேட்டபடி பெரியம்மா அதைத்தானோ அல்லது வேறு எதையோ க்ளிப் போட்டுப் பிடித்த காகிதத்தில் எழுதிக்கொண்டிருந்தாள்.

அவள் கையில் பிடித்திருந்தது மசிப் பேனா இல்லை என்பதை திலீப் கவனித்தான். அழகாக நிப்புக்குப் பதிலாக உருண்டு திரண்ட உலோக முனையோடு பால்பாயிண்ட் பேனா அது. திலீப்புக்கு வேலை கிடைத்ததும் இதுபோல ஒரு பால்பாயிண்ட் பேனா வாங்குவான். பால்பாயிண்ட் பேனாவை யாசிக்கக் கூடாது.

பெரியம்மா அவனைப் பார்த்தாள். டேப் சத்தத்தைக் குறைத்தாள். பால்பாயிண்ட் பேனாவை டேப்ரிக்கார்டர் பக்கத்தில் வைத்தாள்.

வாடா, ஒரு மாசமா ஆளே காணோம். எப்படி இருக்கே?

பெரியம்மா பக்கத்து சோபாவில் உட்காரச் சொல்லிக் கைகாட்டினாள்.

நல்லா இருக்கேன். என்னைத் திறந்து விடு. நான் ஆடணும்.

அம்மா சகஜ பாவனையில் சொல்ல, டாக்டர் இஞ்செக்ஷன் போடுகிறார். உடனே பணம் கட்டாவிட்டால், இந்தம்மாளைக் கூட்டிப் போகணும் என்று கண்டிப்பாகச் சொல்கிறார். போகலாம் போகலாம் என்று நச்சரிக்கிறாள் திலீப்பின் அம்மா.

கிரண்டிக் டேப் ரிக்கார்டரில் சீராக மத்தளம் கொட்டி பாட்டு தொடர்ந்தது.

இது அந்த கன்னி காணணம்னு மலையாளத்திலெ பாடுவாளே அது தானே.

பட்டுப் புடவையில் சற்றே வியர்த்து நெற்றியில் குங்குமம் அலுங்கியிருக்க உட்கார்ந்திருந்த பெண்மணி தயக்கத்தோடு கேட்டாள்.

அசடே அது கனி காணறது. நாமெல்லாம் விடிஞ்சு உள்ளங்கை ரேகையைத் தேச்சுப் பார்த்தபடி எழுந்திருக்கற மாதிரி கேரளாவிலே பழ வர்க்கத்தைப் பார்த்துத்தான் தினம் முழிச்சுப்பா. படுக்கை பக்கமா வரிசையா வாழை, பலான்னு வச்சிருப்பா. திவசம் திதின்னா இன்னும் விசேஷம். உக்ராணத்துலேயே படுக்கை.

பெரியம்மா பெரிதாகச் சிரித்தாள்.

சாஸ்திரி மாமா, நம்ம மாமியா இதுக்கெல்லாம் அசருவா? பரத நாட்டியம் மட்டும் இல்லை, மத்ததிலும் அதாரிட்டிதான் அவா. என்னைப் போல, ஜமுக்காளத்திலே வடிகட்டின அசடா என்னா? ஆனாலும் சொல்வேன், நீங்க ரொம்ப மோசம் மாமா.

அசடு என்று விளிக்கப்பட்ட ராம சாஸ்திரிகளின் பெண்ஜாதி பெரியம்மாவின் இந்தக் கிண்டலால் உற்சாகமடைந்து அவரைப் புச்சமாகப் பார்க்க, அந்த மனுஷர் யாரிவன் என்று தெரியாமலேயே திலீப்பின் ஆதரவைக் கண்ணால் யாசித்தார்.

இவன் மினிஸ்டரோட தம்பி பிள்ளை. படிச்சுட்டு வேலை தேடிண்டு இருக்கான்.

பெரியம்மா சுருக்கமாக திலீப்பை விருந்தாளிகளுக்கு அறிமுகம் செய்து வைத்தாள்.

திலீப், சாஸ்திரிகள்னா தர்ப்பைக் கட்டைப் பிடிச்சுண்டு அமாவாசை தர்ப்பணம் பண்ணி வைக்க லோக்கல் டிரெயின்லே ஓடற பிரகிருதி இல்லே. கல்கத்தாவிலே கெத்தான பிஸ்கட் கம்பெனியிலே டைரக்டர். நாட்டிய சாஸ்திரத்திலே எக்ஸ்பர்ட். அகமதாபாத்லே வாசம். என் குஜராத் யூனிவர்சிட்டி டாக்டரேட் தீசிஸ் கைடு இவர் தான். இது அவாத்து மாமி. அந்தக் கால நாட்டிய மேதை. உங்கம்மா மாதிரி.

பிள்ளாண்டன் என்ன படிச்சிருக்கான் என்று நாட்டிய மேதை விசாரிக்க, அதைத் தொடர்ந்து, இவா அம்மா பேரு என்ன, பாத்திருப்பேனா இருக்கும், பந்தநல்லூர் பாணியா, வழுவூர் பாணியா என்று பிஸ்கட் கேள்விக் கணை தொடுத்தார்.

பி.ஏ படித்திருப்பதாக திலீப் அறிவித்தான்.

பேஷ். எகனாமிக்ஸா?

பிஸ்கட் சுவாரசியம் மாற்றுக் குறையக் கேட்டார்.

இல்லே மாமா, பி.ஏ மராட்டி.

பிஸ்கட்டுக்கு சுத்தமாக அக்கறை போயொழிந்தது.

பி.காம் என்னாக்க கல்கத்தாவிலே அமையறதான்னு பார்க்கலாம். பிரவுக்குக் கொஞ்சம். கொஞ்சமென்ன ரொம்பவே பிரயத்னப்படணும். அதுவும் மராட்டி பி.ஏ.

உள்ளூர்லே கிடைச்சாலும் சரிதான். என்னடா திலீப்?

பெரியம்மா மூணாம் மனுஷத்தனத்தோடு பொத்தாம் பொதுவாகச் சொன்னாள்.

இங்கே எங்க பிஸ்கட் கம்பெனி இருந்தா முயற்சி பண்ணலாம். பிடிவாதமா கல்கத்தாவிலே வச்சு என்ன ஒரு கஷ்டம்

பாருங்கோ. அகமதாபாத்தில் இருந்து மாசம் ஒரு தடவை ப்ளேனைப் பிடிச்சு, உசுரைக் கையில் பிடிச்சுண்டாக்கும் போய்ட்டு வரேன். இவளுக்கு திருமாங்கல்யம் இரும்பிலே அடிச்சுப் போட்டிருக்கு. அதான் எனக்கும் சாவே இல்லை.

நாட்டியத் தாரகை திருமாங்கல்யத்தைக் கண்ணில் ஒற்றிக் கொள்வாள் என்று திலீப் எதிர்பார்த்தான். அந்தம்மாள் ஆமா, எப்பவும் அச்சானியமா எதாவது சொல்ல வேண்டியது என்று உரக்க முணுமுணுத்தாள்.

அதுவும் சுமங்கலிப் பிரார்த்தனைக்கு மினிஸ்டர் மாமியைக் கூப்பிட வந்த இடத்திலே. உங்களுக்குப் போறவே போறாது.

பிஸ்கட். சூழ்நிலையைச் சகஜமாக்க திலீப்பைப் பார்த்தார். மினிஸ்டர் உறவுக்காரன். மாமா என்று வேறே சொல்லி விட்டான். பிஸ்கட் கம்பெனி வகையிலும், தன் வகையிலும் மினிஸ்டர் கருணை தேவை. மினிஸ்டர் மாமி கௌரவ டாக்டர் ஆவதோடு தொடர்பு முடிந்து விடக் கூடாது. சுமங்கலிப் பிரார்த்தனை, காதுகுத்து, வளைகாப்பு. போய்ச் சேர்ந்து பத்தாம் நாள் எள்ளுருண்டை, அப்பம், வடை. சகலமானதுக்கும், டாக்டர் மாமி வரணும்.

அம்பி, எங்கே, பேஷா நான் கல்கத்தா வரேன் மாமா, மாசாமாசம் என்ன கிடைச்சாலும் பரவாயில்லேன்னு சொல்லு, பார்க்கலாம்.

பிஸ்கட் ஆதரவாகச் சொன்னார். கரண்ட் போன கல்கத்தா ஆபீசில் மாசம் முழுக்கக் கணக்கு எழுதிய அப்புறம் நூறு பாக்கெட் உப்பு பிஸ்கட் சம்பளமாக வாங்குவதாக திலீப் கற்பனை செய்தான். அப்படியே இருந்தாலும், பம்பாயில் சமாளிக்கலாம். சாலில் விற்றுக் காசாக்கி ஒரு மாசம் ஓட்டி விடலாம். கல்கத்தாவில் சிரமம். பொழுதுக்கும் விதவிதமாக மீன் சாப்பிடுகிற ஊர் அது.

ஏதோ பாருங்கோ. திலீப் ஒரு அப்ளிகேஷன் அனுப்பு சாஸ்திரி மாமாவுக்கு.

அனுப்பிட்டு என்னைத் திறந்து விடு. நான் ஆடணும்.

ஆஸ்பத்திரி கட்டிலுக்குக் கீழே இல்லாத சலங்கைகளைத் தேடி, இரும்புச் சங்கிலியை எடுத்துக் கணுக்காலில் கட்டித் தோற்கிறாள் திலீப்பின் அம்மா.

குழப்பமாகப் பெரியம்மாவைப் பார்த்து, சரியென்றான் திலீப். பசிக்கிறது. வந்த விஷயம் பற்றி இன்னும் பேச முடியவில்லை. கிரண்டிக் டேப் ரிக்கார்டரில் மைல் கணக்காக நீண்ட டேப் சலிப்பில்லாமல் பாடிக்கொண்டிருந்தது.

இது சோபான சங்கீதம். அர்ஜுன நிருத்தத்துலே வர்ற பின்பாட்டு.

பெரியம்மா சொன்னாள்.

அர்ஜுன நிருத்தம்னா ஒத்தைக் கால்லே ஆடறதா?

நாட்டிய மாமி அடுத்த அசடு பட்டத்தை எதிர்பார்த்தபடியோ என்னமோ கேட்டாள்.

பெரியம்மா எழுந்து நின்றாள். அறிவுத் தெளிவு உண்டு பண்ண அவளுக்குக் கிடைத்த மகத்தான சந்தர்ப்பம் இது. நழுவ விடப் போவதில்லை எந்தக் காரணத்துக்காகவும்.

டேப் ரிக்கார்டரை சத்தம் தாழ்த்தி வைத்தபடி பெரியம்மா சொன்னாள் –

அர்ஜுன நிருத்தம் ஆண்கள் மட்டும் ஆடறது. சில சமயம் ரெண்டு ஆம்பளை சேர்ந்து ஆடறதும் உண்டு. மயில் நிருத்தம்னும் இதைச் சொல்லுவா. போன மாசம், கேரளத்தில் ஆலப்புழை ஜில்லா போயிருந்த போது ரெகார்ட் பண்ணினேன். இடுப்பைச் சுத்தி தழையத் தழைய மயில் பீலி கட்டிண்டு ரொம்ப மெதுவா ஆடுவா.

உள்ளே எதாவது போட்டுப்பாளா இருக்கும். றக்கை உதுந்துடுத்துன்னா ரசாபாசமாயிடுமே?

ராம சாஸ்திரிகள் இடைவெட்டினார்.

அசடே என்று அவரைப் பார்த்துக் கனிவாகச் சிரித்தபடி பெரியம்மா தொடர்ந்தாள்.

லண்டன் போகறதுக்குள்ளே மயில் நிருத்தம் மோனோகிராப் தயார் பண்ணிடறேன். ரிசர்ச் தீசிஸோட சேர்த்துடலாம். சரியா சாஸ்திரி மாமா?

மந்திரி பத்தினியான அவள் சட்டென்று எட்டாத உயரத்தில் அறிவின் சிகரமாக, கலை, கலாச்சாரத்தில் யூனிவர்சிட்டி டாக்டர் பட்டம் பெற்ற ஆராய்ச்சியாளராக பிரம்மாண்டமாக வியாபித்து நிற்கிறாள். ஆராய்ச்சி கைட் என்றாலும் அற்பமாக ராமா சாஸ்திரி பிஸ்கட்டை எச்சில் படுத்திக் கடித்துக் கொண்டு வெகு கீழே நிற்கிறார். அதுகூட இல்லாமல் கீழ்ப்படியில் செருப்புத் துடைத்துக் கொண்டு திலீப் உட்கார்ந்திருக்கிறான்.

சமையல்கார மாமி வந்து நின்று, இலை போட்டாச்சு, சாப்பிடலாம் என்றாள்.

அப்புறம் சாப்பிடலாம். என்னைத் திறந்து விடு. நான் ஆடணும்.

திலீப்பின் அம்மா பொறுமையின்றிச் சொல்கிறாள்.

ஓசிச் சாப்பாடு கிடைக்கறது அம்மா. உனக்கும் எடுத்து வரேன். சாப்பிட்டுட்டு ஆடலாம்.

திலீப் சொல்கிறான்.

மதராஸி பிராமணச் சாப்பாடு வேணாம்டா. பெருங்காயம் நாறும். கொலிவாடா மீன் வாங்கி கமகமன்னு சமைக்கறேன். திறந்து விடு. ஆடிட்டு வந்து சமைக்கறேன்.

அம்மா நினைவின் உள் அறையில் காலில் இரும்புச் சங்கிலியோடு படுத்துக் கொள்கிறாள்.

வாங்கோ டைனிங் ரூம் மாடியிலே இருக்கு. திலீப், மாமாவைக் கூட்டிண்டு வாடா.

பெரியம்மா தான் இன்னும் இளமையாக இருப்பதாக பரதநாட்டிய மாஜி நடன மணிக்குக் காட்டவோ என்னவோ மாடிப் படியில் வேகமாக ஏறினாள்.

வாஷ்பேசினில் கை கழுவும்போது ராமசாஸ்திரி ரெஸ்ட் ரூம் எது என்று திலீபிடம் சத்தம் குறைத்து விசாரித்தார். அவன்

வெகுளியாக இடது கைப்பக்கம் இருந்த பெரிய படுக்கை அறையைக் காட்ட, பெரியம்மா சிரித்தபடி வாஷ்பேசினுக்குப் பின்னால் சாத்தி வைத்திருந்த லெட்ரினைச் சுட்டினாள்.

ராமா சாஸ்திரி சட்டைக்குள் கைவிட்டுப் பூணூலைத் தூக்கிக் காதில் மாட்டிக் கொண்டு கதவைத் திறந்து உள்ளே போக, திலிப் புதியதாக ஒரு வார்த்தை கற்றுக்கொண்ட பெருமையும் ஈரக் கையுமாக டைனிங் டேபிளுக்கு வந்தான். இந்தப் புத்தறிவுக்காக ஒரு வேலை உடனே கிட்டினால் நன்றாக இருக்கும். கழிப்பறைக் கட்டணம் வசூலிக்கிற வேலை என்றாலும் சரிதான். ஆனால் கல்கத்தாவில் எல்லாம் வேண்டாம்.

எலையை நேராப் போட்டுக்கோ. கும்மாச்சி மாதிரி குமிச்சு நிறுத்தி வச்சா பரிமாற மட்டுமில்லே சாப்பிடவும் கஷ்டமாச்சே.

சமையல் மாமி சொல்லியபடி செங்குத்தாக வைத்த திலீப்பின் வாழை இலையைக் கிடைமட்டமாக்கி, கத்தரிக்காய்க் கறியும் அரிசிச் சாதமும் வைத்துப் போனாள்.

மராத்தி பழக்கம் இப்படி நேரா எலையை வச்சுக்கறது.

பெரியம்மா நடனமணியின் தகவலுக்காகச் சொல்ல அவள் வேறு கிரகத்திலிருந்து வந்தவனைப் பார்ப்பது போல் திலீப்பைப் பார்த்தாள்.

ஜனனி எங்கே பெரியம்மா, காலேஜ் போயிருக்காளோ?

ஒப்புக்காகக் கேட்டான். இதை சந்தோஷமாக வரவேற்று ஆமா என்ற பெரியம்மா தன் மகள் படிக்கும் பெண்கள் காலேஜின் சரித்திரம், அவள் படிக்கும் வகுப்பின் மேன்மை, ஜனனியின் நாட்டிய, இந்துஸ்தானி சங்கீத ஈடுபாடு என்று சொல்ல ஆரம்பித்தது, எல்லோரும் சாப்பிடுவதில் மும்முரமானபோது தேய்ந்து மறைந்தது.

இந்தப் பிள்ளையாண்டான் பெங்களூர் அன்னபூர்ணா அக்கா வகைதானே. முகத்திலே ஜாடை அச்சு அசலாத் தெரியறதே. மைசூர்லே நீ பிறந்த போது நான் அங்கே புரகிராம் கொடுக்க வந்திருந்தேன். ஆச்சு இருபத்தஞ்சு வருஷம் இருக்கும்.

அன்னபூர்ணா அக்கா மாதிரி வேகமா ஃபுட் ஓர்க் வேறே யாருண்டு?

ரசம் கலக்கி இங்கே போடுங்கோ. சரியாப் போச்சு. இவன் அம்மா மராத்தி. பண்டர்பூர் ஷாலினி கங்கா பாய். எனக்கு ஓர்ப்படி. லாவணி ஆடுவா. சதாராவிலே மேடையிலே ஆடிண்டு இருக்கறச்சே இவன் பிறந்தான். என்னடா சரிதானே?

அவல் கேசரி போடுங்கோ மாமி.

திலீப் வேறு எதுவும் பேச மாட்டான். இப்போதைக்கு.

ராமா சாஸ்திரி புறப்பட்டுப் போன பிறகு திலீப் பெரியம்மாவிடம் ஐயாயிரம் ரூபாய் பணம் கேட்டான். அம்மா வைத்தியச் செலவுக்கு. மனநோய் ஆஸ்பத்திரியில் ஆயிரம் ரூபாய் கட்டாவிட்டால் அவளை அழைத்துப் போகச் சொல்கிறார்கள்.

பெரியப்பா கிட்டே கேட்டியோ?

இல்லே, அவர் கிளம்பிப் போய்ட்டார்.

திலீப் அறை வாசலிலேயே நின்று கொண்டிருந்தான். பெரியம்மா ரிக்கார்டரை ஆன் செய்தாள். கிரண்டிக் டேப் மெதுவாகக் அகவுவது தொடர்ந்தது.

அறைக்குள் மயில் ஒன்று நாட்டியம் ஆடிக் கொண்டிருப்பதாக திலீப்புக்குப் பட்டது.

அம்மா ஜன்னல் கதவுக்குப் பின்னால் நின்றபடி அவனையே கூர்ந்து பார்த்தாள்.

என்னைத் திறந்து விடு. நானும் ஆடணும்.

# அத்தியாயம் பத்து

டைப்ரைட்டர் சத்தம் நின்றது. இரண்டு அத்தியாயம் முடிந்த சந்தோஷத்தோடு வைத்தாஸ் எழுந்தான்.

அவனுடைய எட்டாவது ஆங்கில நாவல் கர்கடக மழையில் சொட்டச் சொட்ட நனைந்து கொண்டு ஆரம்பித்திருக்கிறது.

கர்கடகம். மெல்ல சொல்லிப் பார்த்தான். சரியாக வருகிறது.

நந்தினி, எழுந்திருக்கலியா?

கட்டில் பக்கம் போய்க் குனிந்தான். உஷ்ணமேறிய கரங்கள் போர்வைக்குள்ளிருந்து நீண்டு கழுத்தைச் சுற்றி அணைத்து, வலுவாக இழுத்தன.

கர்கடகம் மட்டும் போதாது. மற்றதும் வேணும். மறுபடியும்.

நந்தினி சிணுங்கினாள்.

ஞாயிற்றுக்கிழமைக் காலை போகத்தோடு விடிகிறது.

நான் எம்..எம்பிரா..

வைத்தாஸ் வார்த்தை கிடைக்காமல் தடுமாறினான்.

எம்பிராந்திரி

ப்ரா பிராந்தா

விஷமமாகப் பார்த்தபடி அவன் உதட்டில் கடித்தாள் நந்தினி. நீண்டு வெளுத்த மென்மையான விரல்கள் அவனுடைய கருத்த காது மடலை வருடி நகம் பதித்தன.

எம்பிராந்திரி படகுத் துறையில் இருக்கறதா ஆரம்பிச்சா என்ன?

அவள் மார்பை அள்ளியபடி கேட்டான். பதிலை எதிர்பார்க்கிற கேள்வி இல்லை.

அஞ்சு அஞ்சு அத்தியாயம் முடிச்சு அனுப்பிட்டா தமிழிலேயும் மலையாளத்திலேயும் மொழி மாற்ற ஸ்தூல சரீரப் பெண்கள் தயாரா இருக்காங்க.

அவன் மூக்கில் குத்தினாள் நந்தினி. மெலிந்த தேகம் காதலுக்கு உகந்தது. காமத்துக்கில்லை என்று வைத்தாஸின் மனம் சொல்ல அதைச் சபித்தான்.

நந்தினி திரும்ப அவனை விஷமமாகப் பார்த்தாள்.

நீயே நேரே கொண்டு போய்க் கொடுத்து, சிரம பரிகாரம் பண்ணிட்டு வாயேன்.

சிரம பரிகாரம். அடுத்த அத்தியாயத்தில் அல்லது தொடர்ந்து வருவதில் கலவி முயக்கத்தைச் சொல்லும் போது வைத்தாஸ் உபயோகிப்பான்.

வேணாம். எனக்கு இன்னொரு ஜன்மத்துக்கு பரிகாரம் பண்ணிக்க இது போதும் நந்தினி.

ஊர்ந்த கையை விலக்கினாள்.

அடுத்த தடவை அங்கே போறபோது ஹவுஸ்போட் வாடகைக்கு எடுத்து காயல்லே மிதந்த படிக்கே, ஓகே டா?

கண் சிமிட்டினாள்.

எல்லாம் முடிந்து சுத்தம் செஞ்சுக்கறது காயல்லே சுலபமில்லியோ. அப்படியே படகுக்கு வெளியே கையை விட்டு அள்ளி தண்ணி எடுத்து இப்படி.

டெவில். அங்கே இருந்து கையை எடுக்கச் சொன்னேனே.

கூச்சலாகச் சொன்னாள். ஆனாலும் அந்தக் கையை விடுவிக்கவில்லை. இன்னொரு கையும் துணைக்கு வந்தது. பாதகமில்லை. எல்லா பாதகமும் கொண்டும் கொடுத்தும் தொடரட்டும். எல்லாமே வேண்டித்தான் இருக்கிறது.

முதல்லே அவன் பெயரை சேஞ்ச் பண்ணு. நீயும் வைத்தாஸ், உன் நாவல்லே வர்ற அவனும் வைத்தாஸ். அப்படி இருக்க முடியாது,

வெற்று முதுகில் தட்டிச் சொன்னாள் நந்தினி.

எப்படிச் சொல்றே?

நேத்து நீ தூங்கின பிறகு வந்திருந்தான் அவன். மழை வாசனையோடு காயல்லே ரமித்தபடி நாங்க சந்தோஷமா இருந்தோம். அவன் போன பிற்பாடு கூட அந்த ஈர வாசனை கூட இருந்தது. காயல். காயல். காயல்.

நந்தினி கண்ணை மூடிக்கொண்டு மந்திரம் போல ஜபித்தாள்.

அவளோடு பேச அவனுடைய நாவலிலிருந்து சகலரும் இறங்கி வந்து விடுகிறார்கள். முடித்து, புத்தகம் வெளியிட்டு, நாலைந்து பதிப்பு போன நாவல் என்றால் பரவாயில்லை. அவர்கள் முடிந்த காலத்துக்குத் திரும்பியே ஆக வேண்டும். ஆனால் எழுதிக்கொண்டிருக்கும் நாவலின் பாத்திரங்கள் இப்படி எல்லாத் திசைக்கும் வழுக்கி ஓடுவது எவ்வளவு தூரம் மேற்கொண்டு எழுதுவதைப் பாதிக்கும்?

வைத்தாஸுக்குத் தெரியவில்லை.

காயல். நல்லா இருக்கு இல்லே சொல்றதுக்கு?

நந்தினி கேட்டாள்.

இங்கிலீஷிலும் அப்படியே வச்சிருக்கேன். இதைக் கேளு.

எழுதியதை நினைவில் இருந்து சொல்ல ஆரம்பித்தான் வைத்தாஸ்.

ஏதாவது பேசாவிட்டால் காயல் காவு கொள்ளும் என்று பயந்தது போல் வெற்று வார்த்தைகளைப் பரிமாறியபடி நிற்கிறார்கள். வாய் ஓயாது பேசுகிறவர்கள் மழைநாளில் குரல் சலித்து ஓய்ந்த கணத்தைக் கணக்காக்கி, வந்த அலையைச் சாக்காக, போன அலையைச் சாட்சியாகக் கொண்டு தலை குப்புறக் கவிழ்த்துக் காலம் உறைந்த ஆழத்தில் அமிழ்த்தி உயிர் பறிக்கும் காயலை அவர்கள் அறிவார்கள். எல்லோரும் அறிவார்கள்.

கடவுளே. இது என்ன பனிக் கட்டியிலே பொம்மை பண்ற மாதிரி வெற்று வார்த்தையாப் பிசைஞ்சு நிறுத்தி வச்சிருக்கே?

நந்தினி சிரித்தாள்.

வைத்தாஸ் அவள் உதட்டில் விரலால் நீவினான்.

இந்த வெர்ஷன் தமிழிலே மொழிபெயர்க்க. வார்த்தை விளையாட்டை அங்கே அதிகமா ரசிக்கறாங்கன்னு என் ஏஜண்ட் சொல்றாங்க. Threaten த்ரிட்டன். மிரட்டினாத்தான் எழுத்தாம்.

நரகத்துக்குப் போகச் சொல்லு என்றாள் நந்தினி.

ஆளுக்கு நாலைந்து சில்லுண்டி விருது வாங்கிக்கொண்டு மாலையும் கையில் எலுமிச்சம்பழமுமாக அவர்கள் கதவுக்குப் பின்னால் நின்று ஒருத்தரை ஒருத்தர் பயமுறுத்தி விளையாடட்டும். இப்போது நந்தினியோடு கலப்பது மட்டும் வைத்தாஸுக்குப் போதுமானது

அவன் நக்னமாக எழுந்து நடந்து அலமாரியைத் திறந்தான்.

யோகி மாதிரி இருக்கேடா.

நந்தினி குரல் பின்னால் தொடர்ந்தது.

திரும்பிப் பார்த்து, நிறைய ஒத்திகை பார்த்த குரலில் சொன்னான்.

யோகம், அகன்று நிறுத்தும் மன நிலை. போகம், சேர்ந்து துய்க்கும் மன நிலை. யோகத்துக்குள் போகம் உணர்ச்சிப்

பெருக்கு மேவுதலால் அதீதமானது. போகத்துக்குள் யோகம் பெரும் ஞானிகளுக்கு வாய்க்கலாம். என் கதாபாத்திரங்களுக்கு அது சித்தியாகும். எனக்கு இல்லை.

*நாலு மைக், ஆட்டோகிராப் வாங்க ரெண்டு பொண்ணுங்க. அப்போ இப்படி நக்னமா நின்னு உளறு.*

*இப்போ?*

உறையை எடுத்தபடி விசாரித்தான்.

*நீ மட்டும் வாடா.*

நந்தினி கண்டிப்பாகச் சொன்னாள். எடுத்த உறையைத் தலையணைக்குக் கீழே வைத்தபடி கட்டில் ஓரமாக உட்கார்ந்தான். அவசரமாகப் புரண்டு அவன் மடியில் தலை சாய்த்துக் கொண்டாள் அவள்.

*வேணாம். ரூம் சர்வீஸ் காபி கொண்டு வருவாங்க.*

வைத்தாஸ் குரல் அவள் உச்சந்தலையில் முத்தமாக ஒலி இதழ் பிரிந்து வழிந்தது.

*இப்போ தானே ஃபோன் செஞ்சேன். இன்னும் பதினைந்து நிமிஷம் ஆகும். அதுக்குள்ளே நீ ராகம் தானம் பல்லவி முடிச்சுடலாம்.*

நந்தினி அவனைப் பார்த்துத் திரும்பிச் சிரித்தபடி ராகம் இழுத்தாள்.

*மாதே மலய்த்வஜ பாண்டிய சம்ஜாதே.*

*காபி?*

கமாஸ் என்றாள்.

*வாடா.*

நந்தினி அவனை மேலே இழுத்துக் கவிந்து கொண்ட போது அவள் மனதில் மேல்சாந்திக்கார கேசவன் எம்ப்ராந்திரி வீட்டு வாசலில் இருந்து வைத்தாஸும் சாமுவும் வீட்டு முன்னறைக்கு வந்து உட்கார்ந்தார்கள்.

வைத்தாஸ் எழுதும் நாவலில் இருந்து

உள்ளே போகலாம் என்றான் சாமு. போய்த் தான் ஆக வேண்டுமா என்று வைத்தாஸுக்குத் தெரியவில்லை.

இது என்ன, சாமுவா வற்புறுத்தி குடைக் காம்பால் குத்தித் தள்ளி அழைத்துப் போவது? அவனா, இந்த மனையில் போய் பழைய கதை கிடைக்குமா பார், இந்தத் தரவாட்டில் அம்பலப்புழையும் மங்கலாபுரமும் சம்பந்தம் தேடிக் கிடைத்தவர்கள் உண்டா என்று பார் என்று விதித்தது?

ஊரும் மண்ணும் வைத்தாஸோடு ஒட்டுவதற்கு முன், இந்தப் பாவப்பட்ட சாமு எங்கிருந்தோ வந்து ஒட்டிக் கொண்டு விட்டான்.

சாமுவின் மூன்றாம் கரம் போல கருத்து நீண்ட குடை மழைத் தண்ணீர் சொட்டச் சொட்ட அவன் தோளில் தொற்றியபடி எங்கே போனாலும் கூட வந்தது. அவன் குடையைப் பிடித்து, அந்தக் கூரைக்குள் வைத்தாஸையும் கூட்டி வைத்தபடி, இரண்டு பேருக்கும் தலை நனையாமல் நடக்க யத்தனித்த முயற்சிகள் இதுவரை தோல்வியில் தான் முடிந்திருக்கின்றன.

இந்த நடை முடிவதற்குள்ளோ மழைக்காலம் ஒரு முடிவுக்கு வருவதற்குள்ளோ அது நடைமுறை சாத்தியமாகலாம்.

அதை எதிர்பார்த்து, கை இடுக்கில் அந்தக் குடை புகுந்து உட்கார்வது வைத்தாஸுக்கு ஒவ்வாதது. குடைக்கு ஒரு ராஜ கம்பீரம் உண்டு. அது பொத்தல் குடையாக இருந்தாலும், மானியம் இழந்த ராஜா போல ஒரு கெத்து உண்டு. கக்கத்தில் இடுக்கிய குடை சாமான்யமாகிப் போகும்.

எனக்கெதற்கு இது? எந்தப் பிறவியில் நான் இங்கே பிறந்து இதெல்லாம் மிச்ச சொச்சமாகக் கூடவே இழைந்து கொண்டு வருகிறது? வைத்தாஸுக்குப் புரியவில்லை.

என்றாலும், அவனைச் செலுத்துகிற பலமான நினைவுகளுக்கு சொந்தமானவள் இந்தப் பிரதேசத்துப் பெண். சின்ன வயசுக் கிழவி அவள்.

குஞ்ஞும்மிணி.

## அத்தியாயம் பதினொன்று

அரசூர் ஜீவித்திருந்தது. காலம் கடந்து ஜீவித்திருந்தது. எல்லோருக்கும் ஏதாவது ஒரு கணத்தில் பிரியமாகும் கிழவனைப் போல. நித்தியப்படிக்குக் கரித்துக் கொட்டி, எப்போ ஒழிவானோ, எழவு ஓயுமோ என்று அங்கலாய்க்கிற சகலமானவருக்கும் பிருஷ்டத்தைக் காட்டிக் கொண்டு, நிதானமாக வேட்டி திருத்திக் கட்டிக் கொள்கிற சோனியான கிழவன் போல. எல்லோரிடமும் நேசத்தை யாசித்து, ஒரு வெகுளிச் சிரிப்போடு தளர்ந்து நிற்கிற வயசனாக. வயோதிகச் சிரிப்பின் வசீகரத்தோடு நிற்கிற ஊர்.

ஊருணிக் கரையில் பசும்புல்லும், கை கோர்த்து நிற்கிற ஒதிய மரங்களும், ஒற்றை ஆலும் விட்டு விட்டுத் தழைத்துப் பூ உதிர்க்கும் வேம்புமாக மனசை அள்ளுகிற ஊர் வனப்பு.

அரசூர்த் தெருவெல்லாம் கெட்ட வாடையோடு சாக்கடை தேங்கி நிற்க, லைபிரரி சுவரில் செங்கல் இடிந்து, பள்ளத்துச் சகதியில் புரண்ட பன்றிகள் பக்கத்தில் தாவளம் கட்டி உறங்கிக் கிடக்கின்றன.

எல்லாக் கட்டிடங்களும் புழுதி வாரி அடித்த செம்மண் பூசி, நூறு வருடம், அதுக்கு முந்தி என்று நினைவைச் சுமந்து

கொண்டு வா வா என்று கூவுகின்றன. சின்னச் சங்கரனுக்கு அவை விடுக்கும் அழைப்பு அது. வான்னா வரணும். கண்ணு இல்லியோ, வா தங்கம். வாடா, சரிதான்.

ஒவ்வொரு வருடம் வரும்போதும் ஊர் கொஞ்சம் போல் கூடுதலாக உள் நோக்கிக் கவிகிறது. கனவில் கண்ணைச் சிறுத்துக் கொண்டு நடந்து போகும்போது எதிரே தெரிகிற காட்சி மாதிரி, வரிசையில்லாத அழுக்கு வெளுப்புச் சுவர்கள் நீளும் தெருக்களும், உயரமான வாசல்படிகள் இருட்டுக்குள் ஏறி நுழையும் வீடுகளும் அழுந்த சூழ்கின்றன. அவை, எழுதாத, பேசாத ஏதோ துக்கத்தைக் காற்றில் தூறல் போல் பரத்துகின்றன.

இந்தத் தெருவுக்கு என்ன பெயர்? நடக்க ஆரம்பித்த தெருவில் ஓரமாக நின்றபடி நினைவுக்குக் கொண்டு வர முயற்சி செய்தான் சின்னச் சங்கரன். பகவதிப் பாட்டியின் கைபிடித்துக் கொண்டு எப்போதோ நடந்த பழைய தெருவும் எதிரே விரிகிறதும் கலந்து பின்னிய பிம்பமாக ஊருணிக் கரை நோக்கி ஓடும் பாதை இது.

பெயர் என்னவாக வேணுமானாலும் இருந்து விட்டுப் போகட்டும். அது இல்லாமலேயே நினைக்கவும், சொப்பனத்தில் மசமசவென மங்கலாக வரவும் இந்தத் தெருவுக்கு முடியும். எதற்காகப் பகவதிப் பாட்டி கையைப் பிடித்துக் கொண்டு எப்போதோ இங்கே வந்தது?

ஒரு பொங்கல் பண்டிகை நேரத்தில் இங்கே யாரையோ தேடி வந்த நினைவு. யாராக இருக்கும்?

மனதில் வரும் முகங்களைத் தெருவில் நிறுத்திப் பார்க்க சுவாரசியமாக இருந்தது. முதலில் வந்து நின்ற சர்தார் குர்னாம் சிங் இங்கே எதுக்கு வந்தார்? பழைய டெல்லி பகட்கஞ்சில் மோடா கடை வைத்திருக்கிறவராச்சே அவர். அவரிடம் தள்ளுபடி விலையில் வாங்கி ஊருக்குக் கொண்டு வருவதற்காக எடுத்து வைத்திருந்த ரெண்டு மோடாவுக்கு, தில்லி திரும்பியதும் தேடிப் போய்க் காசு கொடுத்து விட

வேண்டும். மோடா ஊசிப் போகாது. தில்லியில் புதுசாகக் குடித்தனம் வரும் நம்மடவர் யாருக்காவது போன விலைக்குக் கொடுத்து விடலாம்.

யாரைத் தேடி வந்தது இங்கே? எதிர் வீட்டு மாடியில் சிரிக்கும் வடிவான பஞ்சாபிக்காரி லாஜ்வந்தி, கோல் மார்க்கெட் வங்காளி இனிப்பு மிட்டாய்க்கடை சிப்பந்தி ரொபீந்த்ர கோஷ், சீனியர் நியூஸ் எடிட்டரும், டவுன் பஸ்ஸில் சக பயணியுமான ரெட்டை நாடி சரீரம் கொண்ட பிடார் ஜெயம்மா, கரோல்பாக் அஜ்மல்கால் வீதி ஓரம் சின்னப் பலகையடைத்து ஒண்டிக் கொண்டு வெற்றிலை பாக்கும் பத்திரிகையும் விற்கிற கேளு நாயர் என்று யார் யாரையோ இதுதான் சாக்கென்று மனம் கொண்டு வந்து குறுகலான அரசூர் தெருவில் நிறுத்தப் பின்னால் யாரோ சைக்கிள் மணி ஒலிக்கிற சத்தம்.

‘சங்கரா, நடுத் தெருவிலே ராபணான்னு நின்னுண்டு என்ன பண்றே?’

சைக்கிளை நிறுத்திக் கால் ஊன்றப் பார்த்த சாஸ்திரிகள் ஒருத்தர் கால் நிலத்தில் பதிவதற்குள் அவசரமாக அலை பாய்ந்து சைக்கிளைச் சரித்துக் கொண்டு மட்ட மல்லாக்கக் கிடந்தார். சின்னச் சங்கரன் ஓடிப் போய்க் கைகொடுத்தான்.

இதென்ன, தினசரி நாலு தடவை கிரமமாக நடக்கிறதுதானே என்ற சகஜ பாவத்தோடு அவர் எழுந்து நின்று சைக்கிளை ஸ்டாண்ட் போடும்போதுதான் சங்கரனுக்கு வந்து எழுந்தருளியது யாரெனப் புரிந்தது.

தியாகராஜன் தானே?

சந்தேகமில்லாமல் நிச்சயப்படுத்திக் கொள்ளக் கேட்டான் சங்கரன்.

ஆமடா, அதே பிரம்மஹத்தி தியாகராஜன்தான். ராஜா தலையை வெட்டித் தாம்பாளத்திலே வச்சுண்டு வரும்போது தொபுகடீர்னு விழுந்தேனே இதே மாதிரி.

நாலு தெருவுக்குக் கேட்கிற மாதிரி சத்தம் போட்டுச் சிரித்தார்

தியாகராஜ சாஸ்திரிகள். கூடச் சிரிக்கும்போது சின்னச் சங்கரனுக்கு மனசே லேசாகி விட்டிருந்தது. எல்லாம் முப்பது வருஷத்துக்கு முற்பட்ட விஷயம்.

எலிமெண்டரி ஸ்கூல்லேதான் இன்னும் படிக்கறியா?

தியாகராஜனின் தோளில் தட்டினான் சின்னச் சங்கரன். தட்டி முடித்ததும் தான் தப்பு என்று அவனுக்கு உறைத்தது. சாஸ்திரிகள் குளித்து மாரிலும் தோளிலும் வீபுதி பூசி நிற்கிறார். அட்டுப் பிடித்த சங்கரன் எப்படித் தட்டப் போச்சு.

அடடா என்று சொல்லிச் சங்கரன் கையை விலக்க, சாஸ்திரிகள் பரவாயில்லேடா என்றார். ஏகத்துக்கு வருஷம் கழித்துப் பார்க்கும் சிநேகிதன் தோளில் தட்டினால் தோஷமில்லை என்ற சகஜ பாவம் முகத்தில்.

முப்பது வருஷம் முந்தி, சிவராத்திரி நேரத்தில் நாடகம் போட சங்கரனை ராஜாவாகவும், தியாகராஜனைப் புலவராகவும் எலிமெண்டரி ஸ்கூல் வாத்தியார்கள் வேஷம் கட்டி விட்டிருந்தார்கள். சங்கரனுக்கு முண்டாசு வைக்கப்பட்டது. மீசை எழுதி ராஜ முழி முழித்தபடி அவன் நிறுத்தப்பட்டான்.

இன்னும் சின்னதாக ஒட்டு மீசையும், காதில் தோடுமாகப் புலவன் வேஷத்தில் தியாகராஜன். பேப்பர் கூழைப் பிசைந்து ஒரு மண்டை செய்தார் கைத்தொழில் வாத்தியார். அதற்குள் தேங்காய் நார் அடைத்து பழுக்காத் தட்டுத் தாம்பாளத்தில் வைத்து, சிவப்பு மசி கரைத்துத் தெளிக்கப்பட்டது. அதைப் புலவர் கையில் கொடுத்தானது.

பத்திரமாகப் பிடிச்சுக்கடா, தலைவெட்டித் தாண்டவராயா. ராஜாவைக் கொன்னு அவன் தலையை வெட்டி மந்திரி உன் கிட்டே கொடுத்திருக்கான். அதை எடுத்துக்கிட்டு காளி கோயிலுக்குப் போறே என்று தியாகராஜனிடம் காட்சி விளக்கிச் சொல்லப்பட்டது.

காளி கோயிலுக்குப் போகும்போது புலவர் வேட்டி தடுக்கி விழுந்து தலை எகிறி மேடைக்கு வெளியே விழுந்து விட்டது. தியாகராஜன் என்ன செய்வதென்று புரியாமல் அழ ஆரம்பிக்க,

ஹெட் மாஸ்டர் நீளமாக விசில் ஊதிப் படுதாவை இறக்க வைத்தார்.

என்ன செஞ்சிட்டிருக்கே என்றான் சின்னச் சங்கரன்.

ஏண்டா, பார்த்தாத் தெரியலே? நான் என்ன பலசரக்குக் கடைக்காரன் மாதிரியா இருக்கேன். வைதீகத்தைத் தொழிலா வச்சுண்டேன். உங்க கொள்ளுத் தாத்தா சுப்பிரமணிய அய்யர் மதகூர்லே ஏற்படுத்தினாரே வேத பாடசாலை, அங்கே தான் அத்தியாயனம். நான் முடிக்கற முந்தி நீ டெல்லிக்கு போய்ட்டே.

டெல்லியிலே போய் உக்கார்ந்து இருபது வருஷத்துக்கு மேலே ஆயிட்டுதுப்பா.

நான் இங்கே கல்யாணம், காதுகுத்து, சீமந்தம், ஆவணி அவிட்டம்னு ஓடிண்டே இருக்கேன். நீ சாவகாசமா உக்காந்து வேலை பார்த்து சம்பளம் வாங்கிண்டு இருக்கியாக்கும்.

என்னத்தை உட்கார்ந்து சம்பளம் வாங்க. சுதந்திரம் வந்தது. வெள்ளைக்காரத் துரை போனான். உள் நாட்டுத் துரை வந்தான். அவனை விட மோசம், கேட்டுக்கோ. சகலமான பிசாசுகளுக்கும் சேவகம் செஞ்சுதான் காலத்தை ஓட்டிண்டிருக்கேன்.

இருக்கப்பட்ட நிலைமைக்குக் கூடுதலாகவே இறக்கிச் சொன்னான் சின்னச் சங்கரன். தியாகராஜ சாஸ்திரிக்குக் கொஞ்சம் போலாவது மனசில் ஆசுவாசம் கிடைக்கட்டும். சைக்கிளைப் போட்டுக் கொண்டு விழுந்திருக்கான் பாவம்.

சுதந்திரம் வந்த அன்னிக்கு பெருமாள் கோவில் தெரு சுப்பாமணி சிரார்த்தம். நடுத்தெரு ராஜப்பா பேத்திக்குக் காதுகுத்தி ஆயுக்ஷேமம், அனுமார் கோவில் ராயர் சமாராதனை. சமாராதனையிலேதான் உரைக்க உரைக்க சாப்பிட்டேன்.

தியாகராஜன் கவனமாகச் சொல்ல சங்கரன் மட்டும் இன்னொரு தடவை சிரித்து ஓய்ந்தான். ஊருக்குத் திரும்பியதும் வீட்டுக்காரியிடம் சொல்ல வேண்டும். முதல் சுதந்திர தினத்தைப் பற்றி இப்படியும் ஒரு பார்வை இருக்கிறது. இந்துஸ்தான் டைம்ஸ் நிருபர் குரியன் ஜோசப், நியூஸ் டிரஸ்ட் பிடார்

ஜெயம்மா, தைனிக் ஜாக்ரன் குப்தாஜி எல்லோரிடமும் சொல்லணும். ஏன், மாமனாரிடம் சொல்லி அவர் என்ன செய்து கொண்டிருந்தார் அன்றைக்கு என்று கேட்கணும்.

ரஷ்யாக்கார கபோதிகள் பத்தி தில்லியிலே என்ன பேசிக்கறா?

தியாகராஜ சாஸ்திரிகள் ஆர்வமாக விசாரித்தார். சோவியத் யூனியனோடு அவருக்கு என்ன விரோதம் என்று சின்னச் சங்கரனுக்கு அர்த்தமாகவில்லை.

ரொம்ப நல்ல அபிப்பிராயம். ரஷ்யான்னு சொல்லாதே. சோவியத் தேசம். நேருவுக்கு ரொம்ப பிடிச்சது.

ஆமா, அந்த நேரு கடன்காரன், பம்பாய்லே ஒரு கூத்தாடி இருக்கானே பேரென்ன, ராஜ கர்ப்பூரம்னு வருமே, அந்த எழவெடுத்தான். எல்லோருக்கும் அந்த தேசம்னா வெல்ல அச்சு மாதிரி இஷ்டம். கும்புட்டு விழுந்து அபிவாதயே சொல்லிண்டு நிப்பான் கேட்டுக்கோ. நேரு பீடி குடிப்பான், தெரியுமோ?

அதுக்கு என்னை என்ன பண்ணச் சொல்றே என்றான் சங்கரன். நேருவைக் கண்ணுமண்ணு தெரியாமல் திட்டுகிறவர்களும் எதிர்க்கிறவர்களும் அரசூரிலும் இருக்கிறார்கள். புரோகிதத்துக்கு ஓடிய நேரத்துக்கு நடுவிலும் அவர்களுக்குப் பிரதம மந்திரியைச் சபிக்கச் சமயம் வாய்த்து விடுகிறது.

போன வாரம் சுக்கிரனுக்கு ராக்கெட் விட்டான் பாரு. ரஷ்யாவிலே துஷ்டன் துராக்கிதன் எல்லாப் பிரகிருதிகளும் சப்ஜாடா சேர்ந்து. என்ன ஆச்சு?

சின்னச் சங்கரனுக்கு அதெல்லாம் தெரியாது. பைல் புரட்ட, நோட் போட்டு மேலே அனுப்ப, வந்ததைக் கட்டி வைக்க, வத்தக்குழம்பும் சுட்ட அப்பளமுமாகச் சாப்பிட, பெண்டாட்டியைக் கட்டிக் கொண்டு, குளிருக்கு ரஜாய் போர்த்திக் கொண்டு, தலகாணியில் எச்சில் வழியத் தூங்க. இதுதான் வாழ்க்கை. இதில் ரஷ்யாக்காரனும், அவன் சுக்கிரனுக்கு விடும் ராக்கெட்டும் எங்கேயும் வருவதற்கில்லை. அதெல்லாம் அரசூரில் புரோகிதம் செய்து ஜீவிக்கிற

தியாகராஜ சாஸ்திரி போன்ற வேத விற்பன்னர்களுக்கும் இதர மேதைகளுக்குமானது.

போறது சங்கரா, சுக்ரனுக்கு இங்கிலீஷ்லே வீனஸ் தானே?

தியாகராஜ சாஸ்திரிகள் கேட்டார். இல்லாவிட்டால்தான் என்ன? சங்கல்பித்துக்கொண்டால் ஆச்சு. அமாவாசை தர்ப்பணத்தில் சுக்ரன் வருமா என்ன?

சின்னச் சங்கரன் விஷயம் ஏதும் அர்த்தமாகாமல், சும்மா தலையாட்டி வைத்தான்.

அந்த ராக்கெட் விட்டது சுக்ரனுக்கு இல்லே சங்கரா. அமெரிக்காவிலே அதே நாளிலே. அன்னிக்கு குட் ப்ரைடே. அவாளுக்கு மங்களமான தினம். மேரியோ அவாத்துக்காரரோ அவதரிச்ச ஜன்ம நட்சத்திரம்.

இல்லேப்பா ஜீசஸை சிலுவையிலே அரைஞ்ச நாள் என்று மகிழ்ச்சியோடு திருத்தினான் சின்னச் சங்கரன். இந்த மாதிரி சின்னச் சின்ன சந்தோஷங்கள் தில்லி கடந்து தெற்கே அதுவும் சொந்த ஊருக்கு வந்தால்தான் கிடைக்கும்.

எதோ ஒண்ணு. அந்த ரஷ்யாக் கபோதிகள் அனுப்பிச்ச ராக்கெட் காக்கா குருவி பறக்கற மாதிரித் தாழப் பறந்து அப்புறம் விழுந்து நொறுங்கிடுத்துன்னாளே, அது தகிடுதத்தம், மாய்மாலம், ஏமாத்து, தெரியுமோ?

அப்படியா?

பின்னே? ஜமுக்காளத்திலே வடிகட்டின பொய்யாச்சே. அந்த ராக்கெட்டை கடன்காரன் அப்படியே நாசூக்கா அமெரிக்காவுக்குத் திருப்பி விட்டுட்டான். அலாஸ்காவில் அது மண்ணுக்குள்ளே போய், பெரிய பூகம்பம் தெரியுமோ. ஆயிரம் பேர் அவுட். போன வாரம்.

அட அப்படியா தெரியாதே?

நிஜமாகவே ஆச்சரியப்பட்டான் சின்னச் சங்கரன்.

அந்தப் பயல்களுக்கானா பிருஷ்டத்தைத் தாங்கிண்டிருக்கான்

இந்த நேரு கடன்காரன்.

நேருவுக்கு இதெல்லாம் வாயு மார்க்கமாகப் போய்ச் சேர்ந்திருந்தால், தில்லி மதுரா நெடுஞ்சாலையில் பெரிய லாரியாக வரும்போது பார்த்துக் குறுக்கே விழுந்திருப்பார் என்று சின்னச் சங்கரனுக்குத் தோன்றியது.

எல்லாம் அந்த காந்தி பண்ணின அட்டூழியம். சட்டையிலே ரோஜாப்பூவைக் குத்தி, குல்லாவைப் போட்டு, நேருவைக் கொண்டு வந்து உக்காத்திட்டான் கட்டாலே போவான்.

அந்த மனுஷன் போயாச்சு பாவம். விடு.

சங்கரன் சொல்ல, சரிதான் என்று தலையாட்டியபடி சைக்கிள் முன் சக்கரத்தை அசுத்த வஸ்து மாதிரிப் பாவித்துத் தொட்டு உள்ளே காற்று இருக்கிறதா என்று சோதித்தார் சாஸ்த்ரிகள். அவருக்கு ஏற்பட்ட திருப்தி ஒரு சின்னச் சிரிப்பாக, சங்கரனை ஆதரவாகப் பார்த்தார்.

அது எல்லாம் கிடக்கட்டும். நம்மூர் ஆச்சரியம் ஒண்ணு கவனிச்சியோ?

தியாகராஜ சாஸ்திரிகள் விசாரிக்க ஆவலோடு காது கொடுத்தான் சங்கரன்.

போன வருஷம் சிவராத்திரி வந்த வாரத்துக்கு அப்புறம் நம்மூர்லே ஒரு சாவு கூட விழலே தெரியுமோ?

சாஸ்திரிகள் அவனுடைய திகைப்பை ரசித்தபடி சைக்கிளில் ஏறினார்.

சிவராத்திரிக்கு அடுத்த நாள் ராஜப்பா போனார், அதுக்கும் அடுத்த நாள் ஸ்தானிஸ்லாஸ் வாத்தியார் போய்ச் சேர்ந்தார். அதோட சுபம் போட்டாச்சு. சாவே இல்லே அரசூர்லே. சந்தேகம்னா வேறே யார் கிட்டே வேணுமானாலும் கேளு.

சரி.

சின்ன ஊரிலும் சுவாரசியத்துக்குக் குறைச்சல் இல்லை. இதெல்லாம் சங்கரன் வந்து கேட்க, நம்ப என்று கட்டப்பட்டது.

செங்கல் வைக்காத மண் சுவர் மாதிரி. அது பாட்டுக்கு நிற்கட்டும். சங்கரனுக்கு அதுவும் வேண்டித்தான் இருக்கிறது.

நினைவு வந்து விட்டது. இந்தத் தெருப் பெயர் சம்பானூர் மடத்துச் சந்து. தெருவெல்லாம் இல்லை. கொஞ்சம் பெரிய சந்து. அவ்வளவு தான்.

தெம்பாகப் பார்த்தான் சங்கரன்.

நாளைக்குப் பார்க்கறேன் சங்கரா. நானும் உங்கப்பா வருஷாப்திக்கு வரேன். பிராமணார்த்தம். விஷ்ணு எலைக்கு நடராஜ வாத்தியார். பண்ணி வைக்க சீனு கனபாடிகள். நான் செகண்ட் இன் கமாண்ட்.

சொல்லியபடிக்கு, தியாகராஜ சாஸ்திரிகள் சைக்கிள் விட்டுக்கொண்டு போனார்.

ஒரு வருஷமா ஒருத்தர் கூடவா சாகலே?

சின்னச் சங்கரன் கேள்வி, பதில் கிடைக்காமல் வெட்டவெளி வெய்யிலில் சுழன்று கொண்டிருந்தது.

# அத்தியாயம் பனிரெண்டு

சின்னச் சங்கரன் அவன் அப்பா சாமிநாதனுக்கு திவசம் கொடுத்துக் கொண்டு உட்கார்ந்திருக்கிறான். அப்பா சாமிநாதன் தி செகண்ட். பிள்ளையான இவன் சங்கரன் தி செகண்ட். செகண்டா, இல்லை, ஆறா, ஏழா? தெரியாது. பிரிட்டீஷ் ராஜ வம்சம் மாதிரி, போன தலைமுறையில் வைத்து வழங்கி வந்த பெயர்தான் வம்சம் மேலும் தழைக்க வைக்க உதவும் என்கிறார்கள், பெயர் வைக்கப் பணிக்கப்பட்டவர்கள். சின்னச் சங்கரனுக்குத் தன் முப்பத்தைந்தாம் வயதில், ஒரு சின்னச் சாமிநாதனை உலகத்துக்குத் தர முடியுமா என்று தெரியவில்லை.

சங்கரன் சரி, சின்னச் சங்கரனின் தாத்தா பெயர். பகவதிப் பாட்டியை அம்பலப்புழையில் தாலி சார்த்திக் கைபிடித்துக் கூட்டி வந்து, தமிழ் பேசுகிற பிரதேசம் முழுக்க, மெட்றாஸிலும் கூடப் புகையிலைக் கடை வைத்து ஓஹோ என்று இருந்த மனுஷராம் அவர். ராசியான பெயர்தான். ஆனால், சின்னச் சங்கரனின் அப்பாவுக்கு வைத்த பெயரான சாமா என்ற சாமிநாதன்? அது அந்தச் சாமாவின் தாத்தா பெயர் இல்லை. அவருடைய பெரிய தகப்பனார் பெயர். புதிரும் பூடகமுமான அந்த சீனியர் சாமா பற்றி எப்போதாவது பகவதிப் பாட்டி ஒரு

வாக்கியம், ரெண்டு வாக்கியம் என்று ஏதாவது சொல்லியது தவிர அவர் யாரென்று தெரியாது சின்னச் சங்கரனுக்கு. இத்தனைக்கும் அவளும் தனக்கு மூத்தாரான அவரை நேரில் பார்த்தது இல்லை. அவள் கல்யாணமாகி அரசூர் வருவதற்குள் அந்த மைத்துனர் சாமிநாதன் என்ற சாமா போய்ச் சேர்ந்து விட்டதாகக் கேள்வி.

பூணூலை வலது பக்கம் போட்டுக்கச் சொல்லி ஃபைவ் மினிட்ஸ் ஆறது. ஆபிசர் சாருக்கு என்ன பலமான யோஜனை? மாஸ்கோ பத்தியா? மகானுபாவன் குருஷேவ் பரம செளக்கியமா இருக்கறதாத்தான் தகவல்.

அபயமளிக்கிறது போல கையை விரித்துக் காட்டியபடி தியாகராஜ சாஸ்திரிகள் சிரிக்கிறார். புரிகிறதோ, இல்லையோ, மற்ற புரோகிதர்களும் கூடவே சிரிக்கிறார்கள்.

லெளகீகாளுக்கு ஆயிரம் ஒர்ரி இருக்கும் ஓய். வைதீகாள், நாம தான் சின்னச் சின்ன விஷயத்துலே அட்ஜஸ்ட் பண்ணிண்டு பெரும்போக்கா இருக்கணும்.

விஷ்ணு இலையில் ஆகாரம் பண்ண வந்தவர் நைச்சியமாக மத்தியஸ்தம் பண்ணி வைக்கிற குரலோடு தியாகராஜ சாஸ்திரிகளை இடை வெட்டுகிறார். அப்படியா சங்கரா என்று அவன் தாடையைத் தடவுவதாகச் சிரித்தபடியே அபிநயிக்கிறார் சாஸ்திரிகள்.

டெல்லியில் ஸ்திர வாசம் செய்யும், சகல சக்தியும் வாய்ந்த மத்திய சர்க்கார் சீனியர் அதிகாரியான சின்னச் சங்கரனுடைய லங்கோட்டி தோஸ்த்தாக, பால்ய காலம் முதல் கொண்டு சிநேகிதனாகத் தனக்கு அந்நியோன்யம் இருப்பதை சபைக்குக் காட்டிக் கொண்டு, கல்யாணப் பந்தலில் மாப்பிள்ளைப் பிள்ளையாண்டான், சங்கோஜமான கல்யாணப் பெண்ணை அடிக்கடி பார்த்து அவள் மேல் சகல பாத்யதையும் கொண்டாடும் விதமாகக் கள்ளச் சிரிப்புச் சிரிப்பது மாதிரி, அவ்வப்போது இப்படிச் சிரிக்கிறார் தியாகராஜ சாஸ்திரிகள்

சங்கரன் பூணூலை வலமாக்கிக் கொண்டு எள்ளையும் நீரையும்

இறைக்கும்போது வாசலில் நிழல் தட்டுகிறது. மருதையன் மாமா. அரசூர் ராஜா. அப்பா அப்படித்தான் கூப்பிடுவார். அவருடைய சிநேகிதர். அதே எழுபது சொச்சம் வயது. தேகம் தளர்ந்தாலும், மிடுக்கு குறையவில்லை. இத்தனைக்கும் ஆகாரம் ரொம்பக் குறைவு. மதுரைக் காலேஜில் புரபசராக இருந்து ரிடையர் ஆன மகாவித்வான்.

மருதையன் வாசலில் இருந்தபடியே எக்கி, கூடச் சுவரில் மாட்டியிருந்த தாக்கோலை எடுத்துக் கொண்டு, கைப்பிடி வளைவைப் பிடித்தபடி ஜாக்கிரதையாக மாடி ஏறுகிறதை அரைக்கண்ணால் பார்த்துக் கொண்டு பூணூலை நேராக்கி, இன்னொரு தேவதையை எழுந்தருளக் கூப்பிடுகிறான் சங்கரன்.

மாடியில்தான் மருதையன் கிட்டத்தட்ட நாள் முழுக்க இருக்கிறார். அவரும் சின்னச் சங்கரனின் அப்பா சாமாவும் தேடித் தேடிச் சேர்த்த புத்தகங்கள் அலமாரி அலமாரியாக மாடியில்தான் இருக்கின்றன. இங்கிலீஷில் பெரும்பாலும். இரண்டு அடுக்கு நிறைய தமிழும் உண்டு. மர்ரே ராஜம் என்று பெயர் எழுதி அழகான அச்சில் கம்ப ராமாயணம் அங்கே இருந்ததைப் போன முறை வந்தபோது புரட்டிப் பார்த்துக் கொண்டிருந்தது நினைவு வந்தது சின்னச் சங்கரனுக்கு.

டெல்லி மினிஸ்டர் மந்திரம் சொல்லணும் தயவு செய்து. இப்படி அப்பப்போ ப்ரேக் பிடிச்சா வண்டி மதுரை போய்ச் சேர சாயந்திரமாயிடும், ப்ளீஸ் கோவாப்பரேட்.

தியாகராஜ சாஸ்திரிகள் நைச்சியமாகச் சொல்கிறார். காலையில் வரும்போதே அவர் உரிமை நிலை நாட்டப்பட்டு விட்டது. சாஸ்திரிகளின் பலத்த சிபாரிசு இல்லாமல் இந்தப் பித்ரு காரியம் தடையின்றி நடந்தேறிக் கொண்டிருக்காது.

நியாயமாகப் பார்த்தாலோ, சாஸ்திர சம்பிரதாயப்படி நோக்கினாலோ, சின்னச் சங்கரனின் அண்ணன் சுப்பிரமணியன் தான் சீமந்த புத்திரனாக, சாமாவுக்குத் திவசம் கொடுக்க வேணும். எத்தியோப்பியா தேசத்தில் பள்ளிக்கூட உபாத்தியாயராக அவன் உத்தியோகம் பார்க்கக் குடும்பத்தோடு

பயணம் வைத்தது சின்னச் சங்கரன் டெல்லிக்குப் போனதற்கு நாலு வருஷம் முன்பாக.

அப்பா காலமான போது கூட நாலு நாள் கழித்து வந்து சுபசுவீகாரம் முடிந்து கிளம்பிவிட்டான் அண்ணா. அவன் குடும்பம் எப்போதுமே வந்ததில்லை. அபிசீனியாக்காரர்களாக அவர்கள் கிட்டத்தட்ட ஆகிவிட்டார்களாம். ஆமரிக் என்ற அந்த தேச மொழியைத்தான் அவர்கள் வீட்டிலும் பேசுகிறார்களாம்.

உங்கம்மா சுமங்கலியாப் போயிட்டா. அப்பாவும் தீர்க்காயுசா இருந்து கல்யாணச் சாவு தான். பித்ரு காரியத்தை மட்டும் குறை வைக்காம பண்ணு. மாசாந்திரம் அமாவாசைக்குப் பண்ணாட்டாலும் பரவாயில்லே. இது வருஷ முடிவிலே வர்றது. அனிவர்சரி. மேரேஜூக்குக் கொண்டாடறது மாதிரி ஜாம்ஜாம்னு செய்ய வேண்டிய காரியம். உங்கப்பாவும் சந்தோஷப்படுவார் கேட்டுக்கோ. ஷேமமா இரு.

சீனு வாத்தியார் காலையில் வந்ததும் தெற்கிலிருந்து திவசத்துக்கு மூதாதையர் சகிதம் புறப்பட்டு வந்து கொண்டிருந்த சாமாவுக்கும் கேட்கிற சத்தத்தில் இரைந்து ஆசிர்வாதம் சொல்லி, ஆத்துக்காரியை வரச் சொல்லு என்றார்.

நான் மட்டும்தான் வந்திருக்கேன்.

பம்மிப் பதுங்கிச் சொன்னான் சின்னச் சங்கரன் அப்போது.

சாஸ்திர விரோதமாகத் தான் எந்த நல்ல, அல்லாத காரியத்தையும் இந்த ஜன்மம் எடுத்து ஓடிக் கொண்டிருக்கிற இந்த அறுபத்து ரெண்டு வயசு வரை நடத்தி வைத்ததில்லை என்றும் இனி இருக்கக் கூடிய சொற்ப காலத்திலும் அந்த சீலத்தை மாற்ற உத்தேசம் இல்லை என்றும் இன்னும் பெருஞ்சத்தமாக, சாமா விதிர்விதிர்க்கவும், கூட வந்தபடி இருக்கும் முன்னோர்கள் இது ஏதடா ஏடாகூடமாச்சே, நிலைமை சரியாக என்ன செய்யணுமோ என்று மருகவுமாகச் சொன்னார் சீனு வாத்தியார்.

தியாகராஜ சாஸ்திரிகள் தான் கைகொடுத்தார். தில்லியில்

வீட்டு வாசல்படி தாண்டி நகர முடியாதபடி சின்னச் சங்கரன் பெண்டாட்டியின் - மாமி பெயரென்னடா - வசந்தா. வசந்தலட்சுமி உடம்பு ஸ்திதி கொஞ்சம் காஸிங் கன்சர்ண். டாக்டர்கள், சங்கரனும் அங்கேயே இருந்து அவளைக் கவனித்துக்கொள்ள வேண்டியதன் அவசியத்தைக் கண்டிப்பாகச் சொன்னாலும், அக்கம்பக்கத்தில் சொல்லி வைத்து விட்டு, வீட்டோடு இருக்க நர்சம்மாவையும் பெரும் செலவில் அமர்த்தி விட்டு சங்கரன் இங்கே வந்தான். ஆபீசில் லீவு கிடைக்காமல் கடைசி நிமிஷத்தில் அடித்துப் பிடித்துக் கொண்டு புறப்பட்டது, மூணு ராத்திரி ரெண்டு பகல் முழுக்கக் கூட்டமான ரயிலில் நின்றும், கக்கூஸ் பக்கம் ஈரத் தரையில் உட்கார்ந்தும் மெட்றாஸ் போய்ச் சேர்ந்தது, மெட்றாஸில் இருந்து பல பஸ் மாறி ராத்திரி முழுக்கத் தூங்காமல், முழங்கால் வீங்கி உடம்புச் சூட்டில் கண் பொங்கி, தலைக்குள் குடைச்சலான அவஸ்தையோடு அரசூருக்கு வந்து சேர்ந்தது எல்லாமே இங்கே வைதீக காரியம் முடங்காமல் நடத்தித் தரத்தான் என்று ஏகத்துக்கு சங்கரனின் அவஸ்தைகளைப் பட்டியலிட்டார் தியாகராஜ சாஸ்திரிகள். அதில் பலதும் சங்கரனே அறியாதது.

புரோகிதத்துக்கான தட்சணையைக் கணிசமாக உயர்த்தும் உத்தேசத்தோடு சங்கரன் வந்திருக்கிறான். கோதானம் கொடுக்கவும் பணமும் மனமும் உண்டு. வெங்கடாசலக் கோனாரிடம் சொல்லி வைத்து அவர் காராம் பசுவோடு வந்து கொண்டிருக்கிறார். அவருக்குப் பணம் கொடுத்து பசுவை வாங்கித் தானமாக சீனு வாத்தியாருக்குக் கொடுத்து, ஒரு மணி நேரம் கழித்து சீனு வாத்தியார் கோனாருக்கே, வாங்கினதுக்கு ஐம்பது ரூபாய் குறைவாகப் பசுவை விற்று விடலாம். இதையெல்லாம் உத்தேசித்து, ஒரு தர்ப்பையைக் கிள்ளிப்போட்டு அதை சின்னச் சங்கரன் பெண்டாட்டியாக சங்கல்பித்து, ஆத்திர அவசரத்துக்குத் தோஷமில்லை என்றபடி, எடுத்த காரியத்தை நல்லபடிக்கு நிறைவேற்றி முடிக்க வேண்டியது தான்.

போறது, இவரோட அப்பா சாமா தங்கமான மனுஷர்.

அப்பேர்க்கொத்தவர், திதிக்கு வந்துட்டு பசியோடு திரும்பினா, என்னடா வைதீகன் நீன்னு என்னையில்லையோ சபிப்பார்? தாங்குவேனா?

சீனு வாத்தியார் அதிகமாகவே நடுநடுங்கி வசந்தியைத் தருப்பையில் சங்கல்பித்து மளமளவென்று வருஷாப்திக காரியத்தை நடத்திப் போய்க் கொண்டிருக்கிறார்.

மீதி இருக்கப்பட்ட நெய்யை எல்லாம் அக்னியிலே விட்டுடுப்பா. எலை போடச் சொல்லு.

சீனு வாத்தியார் அறிவித்ததற்குப் பத்து நிமிஷம் கழித்து வைதீகர்கள் சாப்பிட்டுத் திருப்தி அறிவித்து வாசலுக்குப் போக, கொம்பில் ஜவந்திப் பூ சுற்றி, நெற்றியில் குங்குமம் வைத்து நின்றிருந்த பசு மாடு தானமாகியது.

தெருவில் இருந்த, சாமாவுக்கும், புகையிலைக்கடை குடும்பத்துக்கும் வேண்டப்பட்ட ஒரு முப்பது பேர் பேச்சு நெடுக சுவாதீனமாக சாமாவை நினைவு கூர்ந்தபடி, பெரிய இலையில் விளம்பப்பட்ட நேர்த்தியான வாழைக்காய்ப் பொரியல், கொத்தவரங்காய்க் கறி, அவரைக்காய்க் கூட்டு, பாகற்காய்ப் புளிக்கூட்டு, இஞ்சித் துவையல், வெல்லம் போட்ட பாசிப்பருப்புப் பாயசம், பால் திரட்டுப் பால், எள்ளுருண்டை, உளுந்துவடை, அப்பம், மிளகூட்டான், புத்துருக்கான நெய், சம்பா அரிசிச் சாதம், சேப்பங்கிழங்கு மோர்க் குழம்பு, மிளகரைத்த காரக் குழம்பு, ரசம், தயிர்ப் பச்சடி, மாங்காய்ப் பச்சடி, சேனை வறுவல், கெட்டியான மோர், பலாச் சுளை, வாழைப்பழம் என்று ரெண்டு பந்தியாக இருந்து, திருப்தியாக உண்டு முடித்துக் கிளம்பிப் போனார்கள்.

சின்னச் சங்கரன் இதற்கு நடுவில் குவளையில் கொண்டு போய்க் கொடுத்த பாலை மட்டும் குடித்து விட்டு மருதையன் சுவாரசியமாகப் படித்துக் கொண்டிருந்தார். எல்லோரும் சாப்பிட்டுப் போய், சங்கரனும் உட்கார முற்பட்டபோது அவன் திரும்ப ஒரு தடவை மாடிக்கு ஏறி, கொஞ்சம் பாயசமும், தயிர் விட்டுப் பிசைந்த சாதமும் எடுத்து வரலாமா

என்று விசாரித்தான். மருதையன் நீர்க்கக் கடைந்த மோர் மாத்திரம் போதும் என்று சொல்லி விட்டார். அங்கே சாப்பிட விதிக்கப்பட்டவரில்லை அவர் என்று சாமாவுக்கும் தெரியும். மருதையனும் அறிவார்.

அவசர அவசரமாகச் சாப்பிட்டு விட்டுச் சங்கரன் மருதையனைப் பார்க்கத் திரும்ப மாடிக்குப் போனான். மருதையன் நடு அலமாரிக்கு முன் நின்று புத்தகம் தேடிக் கொண்டிருந்தார்.

மருதையன் மாமாவாவது இந்தப் புத்தகத்தை எல்லாம் படிக்கிறாரே. சங்கரனுக்கு ஆசுவாசமாக இருந்தது.

அவர் இன்னமும் தான் செய்கிறார். மாடி மட்டும் தினசரி புழக்கத்திற்கு அவர் வைத்திருந்தாலும், வேலைக்கு ஆள் அமர்த்தி, வீடு முழுக்கத் தினமும் பெருக்கித் துடைத்து, அவ்வப்போது சின்னச் சின்னதாகப் பழுது பார்த்து வீட்டை நல்ல நிலையில் வைத்திருக்கிறார். அவர் மட்டும் இல்லாவிட்டால் வருடம் ஒரு தடவை சங்கரன் வரும்போது வீடு இருளடைந்து, வௌவால் நிரம்பி, தூசியும் ஒட்டடையுமாக ஓய்ந்து போய்க் கிடக்கும்.

மருதையன் அலமாரியில் இருந்து இன்னொரு புத்தகத்தை எடுத்துக் கொண்டு சாய்வு நாற்காலிக்கு வந்தார்.

இதென்ன மாமா, மலையாளப் புஸ்தகம் மாதிரி இருக்கே?

சங்கரன் ஆச்சரியத்துடன் கேட்டான். இங்கே மலையாளப் புத்தகம் இருப்பதே ஆச்சரியம் என்றால் அதை விடப் பெருத்த ஆச்சரியம், மருதையன் அதைப் படிப்பது.

ஆமா சங்கரா, நானும் உங்கப்பாவும் கிரமமா மலையாளம் படிக்க ஆரம்பிச்சோம் ஒரு காலத்துலே. கோட்டயம் புரபசர் வேதையா. பகவதியம்மா அண்ணன் மகன். உனக்கு வல்யம்மாவன்.. அப்படித்தானே சொல்லணும்? அவர் வரும்போதெல்லாம் சொல்லிக் கொடுப்பார். கோட்டயத்திலே புஸ்தகம் வாங்கி, எனக்கு காலேஜ் அட்ரஸ்லே மதுரைக்கு அனுப்புவார். அதுலே ஒண்ணு.

சங்கரன் புத்தகத்தை மரியாதை நிமித்தம் வாங்கிப் புரட்டிப்

பார்த்து விட்டுத் திருப்பிக் கொடுத்தான்.

வேதையன் மாமா எப்படி இருக்கார்? இங்கே வந்திருந்தாரா?

சங்கரன் கேட்க, அவர் போன ஃபெப்ரவரியில் நல்லடக்கம் ஆனதாக மருதையன் அறிவித்தார். கொஞ்ச நேரம் ரெண்டு பேரும் பேசாமல் இருந்தார்கள். தடித்த ப்ரேம் போட்ட மூக்குக் கண்ணாடியும், முழு வழுக்கைத் தலையுமாக வேதையன் மாமா ஞாபகத்தில் இருக்கிறார். இன்னொரு எண்பது சொச்சம் வயதுக்காரர். கிறிஸ்துவராக இருந்தாலும் உறவு உறவுதான்.

சரி மாமா நான் கீழே போய் சமையல், சுத்து காரியத்துக்கு பணம் செட்டில் பண்ணிட்டு வரேன். வரும்போது காப்பி எடுத்து வரட்டா? நானும் குடிக்கப் போறேன்.

உங்க அப்பனைக் கொண்டிருக்கே சங்கரா. உங்க தாத்தா, உன் பேர்க்காரர், அவரும் சரியான காப்பிப் பைத்தியம். கூடத்திலே ஊஞ்சல்லே ஆடிக்கிட்டு காப்பி குடிப்பார். வட்டை டபரா ஆணி அடிச்ச மாதிரி அங்கேயே இருக்கும்.

அவர் சிரித்தபடியே திரும்ப எழுந்து அவசரமாக அலமாரிப் பக்கம் போனார்.

இரு, போயிடாதே. இதைப் பார்த்துட்டுப் போ. குடும்பப் புதையல். அப்படித்தான் சொல்லணும்.

அவர் திரும்பி வந்தபோது கையில் ஒரு பழைய டயரி இருந்தது.

படிச்சுப் பாரு. அசந்துடுவே.

சங்கரன் அவசரமாகப் புரட்டினான்.

அந்த நாற்காலியை இழுத்துப் போட்டு உக்காந்து படி. முழுக்கப் படிச்சு முடிக்கலேன்னாலும் ஆரம்பமாவது எப்படின்னு பாரு.

இதமான பழைய காகித வாசனை அடிக்கிற டயரி. தெளிவான, கருப்பு மசியில் எழுதிய எழுத்துகளில் சற்றே குழந்தைத் தனம் தெரிந்தது. பெண்ணெழுத்து இது என்று யாரும் சொல்லாமலேயே புலனாகியது.

சங்கரன் படிக்க ஆரம்பித்தான்.

பகவதியின் டயரியில் இருந்து

-----------------------

அரசூர் பொங்கல் கழிந்து நாலாவது சனிக்கிழமை இங்கிலீஷ் வருஷம் 1877

நான் பகவதி. பகவதிக் குட்டியாக்கும் முழுப் பெயர். அம்பலப்புழக்காரி. அங்கே பகவதிக் குட்டி என்றால் வெகு சகஜமான பெயர். இங்கே தமிழ் பேசுகிற பூமியில் குட்டி என்றால் கேலியும் கிண்டலும் பண்ணுவார்களாமே. அம்பலப்புழையிலிருந்து கல்யாணம் கழித்து இங்கே வந்தபோது என் புருஷன் அப்படித்தான் சொன்னார். அவர் சொன்னால் சரியாகத்தான் இருக்கும். மலையாளம் மட்டும் தெரிந்த எனக்கு தமிழ் சுமாராக தப்பு இல்லாதபடிக்கு எழுத, மலையாள வாடை அதிகம் கலக்காமல் பேசக் கற்றுக் கொடுத்தவர் அவர்தான்.

நாங்கள் இங்கே அரசூரில் இருக்கிறோம். அவர் புகையிலைக் கடை வைத்து நிர்வாகம் செய்கிற பிராமணன். என்ன யோசனை? பிராமணன் புகையிலைக் கடை வச்சிருக்கானா, அடுத்தாப்பல என்ன, அரவசாலை... ஷமிக்கணும்... கசாப்புசாலை...கசாப்புக்கடை, சாராயக்கடைதான் பாக்கி என்று நினைக்கிற தோதிலா?

புகையிலைக்கடைக்காரனுக்கு எல்லாம் நம்மாத்துப் பெண்ணைக் கல்யாணம் செய்து அனுப்புகிறோமே, காசு வசதி அத்தனைக்கு இல்லாமலா போனது நமக்கு என்று என் அண்ணாக்கள் மூணு பேரும் ஏகத்துக்கு விசனப்பட்டார்கள். இத்தனைக்கும் அவர்கள் யாரும் தாசில்தார், கோர்டு கிளார்க்கர்மார் போல் பெரிய உத்தியோகத்தில் இருக்கப்பட்ட மனுஷ்யர் இல்லை. சமையல்காரர்கள் தான். நாலு பேருக்கு இல்லை, நானூறு பேருக்கு வடிச்சுக் கொட்டி, கிண்டிக் கிளறி, வறுத்துப் பொடித்து வதக்கி, கரைத்து, காய்ச்சி மணக்க மணக்க கல்யாண சமையல் செய்கிற சமையல்காரர்கள். தேகண்ட பட்டன்மார் என்பார்கள் எர்ணாகுளம், கொச்சி பக்கம். பட்டன் என்றால் தமிழ் பேசுகிற

தாழ்ந்த ஸ்திதியில் இருக்கப்பட்ட பிராமணன். நம்பூதிரிகள் உயர்ஜாதி தெய்வ துல்யரான பிராமணர்கள். அவர்களுக்கு பட்டன்மார் ஆக்கி வைக்கிற சமையல் ரொம்பவே பிடிக்கும். எங்களை மாதிரி பட்டத்திக் குட்டிகளையும் கூட. எந்த ஜாதி பெண்ணை விட்டார்கள் அவர்கள்? எது எப்படியோ, தமிழ் பிராமணன் அழுக்கு தரித்திரவாசி. போனால் போகட்டும் என்று ரொம்ப தாழ்ந்த ஸ்தானம் கொடுத்து அவர்களையும் பிராமணர்களாக கொஞ்சூண்டு மதிக்கிறார்கள்.

நம்பூத்ரி கிடக்கட்டும். அம்பலப்புழை பற்றி இல்லையோ பிரஸ்தாபம்.

கல்யாணம் கழிச்சு ரெண்டு வருஷம் பாண்டி பிரதேசத்தில் இந்த அரசூரில் குடியும் குடித்தனமுமாக இருக்க ஆரம்பித்த பிற்பாடு கூடசொந்த ஊர் மோகமும், ஈர்ப்பும், பறிகொடுத்த மனசும், அங்கே போகணுமே என்று சதா மனசிலொரு மூலையில் நமநமன்னு பிறாண்டி பிராணனை வாங்கறது.

கிடக்கட்டும் அதெல்லாம். அதை எல்லாம் வரிந்து கட்டிக்கொண்டு உட்கார்ந்து எழுத இல்லையாக்கும் எங்காத்துக்காரர் இப்படி கட்டுக் கட்டாக காகிதமும் கட்டைப் பேனாவும், ஜலத்தில் கரைத்தால் மசியாகிற குளிகையும் வாங்கிக் கொடுத்ததும் கையைப் பிடித்து உருட்டி உருட்டி தமிழ் எழுத சொல்லிக் கொடுத்தது.

தினசரி மனசில் தோணுகிறதை நாலு வரியாவது எழுதி வை. கையெழுத்தும் தமிழ் ஞானமும் மேம்படும். நிறைய எழுத ஆரம்பித்ததும் பட்டணத்தில் வெள்ளைக்காரன் போட்டு விக்கற டயரி வாங்கி வந்து தரேன். தினசரி ஒரு பக்கம் தேதி போட்டு எழுத சவுகரியமாகக் கோடு எல்லாம் போட்டு வச்சிருக்கும். வருஷா வருஷம் டயரி எழுதி நம்ம சந்ததிக்கு நாலு காசோடு கூட ஆஸ்தியாக விட்டுட்டுப் போகலாம். இதோட மதிப்பு இப்போ தெரியாது. இன்னும் நூறு வருஷம் கழிச்சுத் தெரிய வரும் அப்படீன்னு சொன்னார்.

இங்கிலீஷ்காரன் பிருஷ்டம் துடைச்சுப் போடுகிற

எழவெடுத்தவன். அவன் போட்ட நாத்தம் பிடிச்ச டயரி எல்லாம் வேண்டாம். உங்க பேரை எழுதக் கூட அது தகுந்ததில்லைன்னு சொல்லிட்டேன்.

அய்யோ, மசி தீர்ந்து கொண்டு போறது. நான் இன்னும் விஷயத்துக்கே வரலே. வந்தாச்சுடீயம்மா.

நேற்றைக்கு வெள்ளிக்கிழமையாச்சா? அரசூர் பக்கம் நாட்டுராஜன்கோட்டையில் கண்ணாத்தா கோவிலுக்கு சாயந்திரம் போய் மாவிளக்கு ஏற்றி வச்சு ஒரு கண்மலர் சாத்திட்டு வரலாமேன்னார். அவர் போன மாசம் கண்ணிலே கட்டி வந்து கஷ்டப்பட்டபோது வேண்டிண்டது... வெள்ளியிலே கண் மலர்னு சொல்வா இங்கே... அம்பாள் கண்ணோட சின்ன பிரதிமை... அங்கேயே விக்கற வழக்கம். வாங்கி கண்ணாத்தா பாதத்தில் வச்சுக் கும்புடணும். ரொம்ப இஷ்டமான காரியமாச்சே. அம்மாவோ அம்மையோ எல்லாம் நீதாண்டி ஈஸ்வரி.

ஆக நான், வண்டிக்கார ஐயணை, பக்கத்தாத்து அரண்மனைக்கார ராணி மாமி. என்ன அதிசயமா அப்படி ஒரு பார்வை? எங்காத்துக்கு அடுத்த வீடு ஜமீன் அரண்மனை. ராஜா இருக்கார். மாமனார் இருந்தா அவர் வயசு. ராணியம்மா உண்டு. ராணி மாமின்னு கூப்பிடுப் பழகிடுத்து. தங்கமான மனுஷர்கள்.

நாங்க தவிர, அரசூர் அரண்மனை ஜோசியர் வீட்டு சோழிய அய்யங்கார் மாமி, அவா பக்கத்து எதிர் வீட்டுலே ரெண்டு பெண்டுகள்... பெருங்கூட்டம்தான். ஐயணை ஓட்டற ரெட்டை மாட்டு வண்டியிலே நாங்க. பெரிய கப்பல் மாதிரி விஸ்தாரமான வண்டியாக்கும் அது. ராணியம்மா ஏறணும்னா ஏப்பை சாப்பை வண்டி எல்லாம் சரிப்பட்டு வருமா என்ன?

இது ஸ்திரிகள் பட்டியல். ஆம்பளைகளும் நிறைய. எங்காத்துக்காரர், அவருடைய புகையிலைக்கடை ஸ்நேகிதர்கள், அரண்மனை வாசல் ஜவுளிக்கடை மூக்கக் கோனார், அரண்மனை சமையல்காரன் பளனியப்பன் ஆமா பழனியப்பன்

இல்லையாம். இப்படி இன்னொரு கூட்டம் புளி மூட்டையாக இன்னொரு பெரிய வண்டியில்.

வெய்யில் தாழ நாலரை மணிக்குக் கிளம்ப உத்தேசிக்க, இவர் புகையிலைக் கடை நெடியும், கடைத்தெரு புழுதியும் வியர்வையுமாகக் கசகசக்கிறது என்று குளிக்கக் கிளம்பிவிட்டார். கிணற்றில் இறைத்து ஊற்றி, ஊர்க்கதை பேசி ஐயணை குளிப்பாட்டி விட்டபோது ஐந்து மணிக்கு மேலாகி விட்டது. புருஷன் குளித்துக் கிளம்பும்போது பெண்ஜாதி அட்டுப் பிடித்தாற்போல் போகலாமா என்று நானும் நாலு வாளி இறைத்து ஊற்றிக் கொள்ளும்போது மூக்கில் போட்ட நத்து கிணற்றில் விழுந்து தொலைத்தது. வைரத்தோட்டை எடு, மூக்கில் குத்தி ரத்தம் வர திருகு என்று நரக வாதனையோடு அதைப் போடுவதற்குள் மூத்திரம் ஒழிக்க முட்டிக் கொண்டு வந்தது.

சரி கிளம்பலாம் என்று எல்லோரும் புறபட மாம்பழப் பட்டுப் புடவையைச் சுற்றிக் கொண்டு அவசரமாக மாட்டு வண்டியில் போய் உட்கார்ந்தேன். பக்கத்து அரண்மனையாத்து ராணிமாமி எனக்கு முன்னாடியே அங்கே இருந்தார். ரொம்ப வாஞ்சை அம்மா மாதிரி. மாமியார் இல்லாத குறையைத் தீர்க்கவே இவரை தெய்வம் கொண்டு வந்து விட்டதோ என்னமோ. பிராமணாள் இல்லை. சேர்வைக்காரர் வம்ச வாவரசி. ஜாதி என்ன கண்றாவிக்கு? மனுஷா மனசில் அன்போடு பழகினால் போறாதா?

தட்டை, முறுக்கு, திராட்சைப் பழம் என்று நாலைந்து ஆகார வகையறாவை வண்டியிலேயே ராணிமாமி திறக்க மற்ற பெண்டுகள் வஞ்சனையில்லாமல் தின்று தீர்த்தார்கள். கூட ஆண்கள் இல்லாத சந்தோஷமாக்கும் அது. அப்புறம் பானகம். வேணாம் வேணாம் என்று நான் சொல்ல சங்கிலே சிசுவுக்கு மருந்து புகட்டுகிற மாதிரி தலையைத் திருகி வாயில் ஒரு பஞ்ச பாத்திரம் நிறைய வார்த்து விட்டாள் ராணி. நான் எட்டிப் பார்த்தேன். ஆண்கள் வந்த வண்டியை எங்காத்துக்காரர்தான் ஜன்மாஜன்மத்துக்கும் வண்டிக்காரனாக ஆயுசைக் கழிக்கிற

மாதிரி உற்சாகமாக வண்டி ஓட்டி வந்தார். வாயில் ஏதோ தீத்தாராண்டி பாட்டு வேறே.

நாட்டுராஜன்கோட்டை போனதும் தெப்பக்குளக் கரையில் ரெண்டு வண்டியும் நின்றது. ஆம்பிளைகள், எங்காத்துக்காரரும் கூடத்தான் வரிசையாக இறங்கி ஓரமாக வேலி காத்தான் புதர் ஓரம் குத்த வைத்தார்கள். எங்க வண்டியிலே மசான அமைதி. பொண்ணாப் பிறந்த ஜன்ம சாபம் அப்போது தான் எல்லாருக்கும் உறைத்தது.

அத்தனை பொம்மனாட்டிகளும் பானகமும் ஊருணித் தண்ணீரும், சீடை முறுக்கு சாப்பிட்ட அப்புறம் பித்தளை கூஜாவில் இருந்து ஏலக்காய் போட்ட வென்னீருமாகக் குடித்து எல்லோருக்கும் வயிறு வீங்குகிற அளவு மூத்திரம் முட்டுறது. ஆனா, பெண்ணாப் பிறந்தவ, அவ ஊருக்கே பட்டத்து ராணியா இருந்தாலும், உலகத்துக்கு ஜாதகம் கணிக்கிற ஜோசியர் பெண்டாட்டியாக இருந்தாலும், காசு புரளும் புகையிலைக்கடைக்காரன் ஆம்படையாளாக இருந்தாலும் இடுப்புக்கு கீழே ராத்திரி மட்டும் உசிர் வரப் பட்டவர்கள். மற்ற நேரம், பொண்ணாப் பொறந்தாச்சு, பொறுத்துக்கோ.

சந்நிதிப் படி கடக்கும்போது எங்கே புடவையை நனைத்துக் கொண்டு விடுவேனோ என்று ஏக பயம். அதோடு கண்ணாத்தாளைத் தரிசிக்க, அவள் சிரித்தாள். என்ன அய்யர் ஊட்டுப் பொண்ணே, ரொம்ப நெருக்குதா? என்றாள். ஆமாடி ஆத்தா.

ஒரு நாள் இப்படி போய் வரவே வாயிலே நுரை தள்ளுதே. நான் வருஷக் கணக்கா இப்படித்தானே நிக்கறேன்னாளே பார்க்கணும். இல்லை எனக்கு மட்டும் கேட்டுதா?

அவசரமே இல்லாமல் பூசாரி தமிழ், கொஞ்சம் கிரந்தம், அப்புறம் ஏதோ புரியாத பாஷை எல்லாத்திலேயும் மந்திரம் சொல்லி சிரித்தார். தமிழில் நெஞ்சு உருகப் பாடினால் வேணாம் என்றா சொல்லப் போறா? அவ கிடக்கா. எனக்கு இப்படி முட்டிண்டு.

அப்புறம் ஒரு மணி நேரம் கூடுதல் சித்தரவதையோடு ஊர் திரும்ப வண்டி கட்டினார்கள். போகிற வழியில் ஆம்பிளைகள் திரும்ப குத்தி உட்கார்ந்து இன்னொரு தடவை நீரை எல்லாம் இறக்க, கால் வீங்கிப் போய் நாங்கள் சிவனே என்று வண்டியிலேயே உட்கார்ந்திருக்க வேண்டிப் போனது. பிரம்மா படைச்சபோது ஒரு குழாயை கூடவே கொடுத்திருக்கக் கூடாதா? நாளைக்கு விக்ஞானம் வளரும்போதாவது பிரம்மாவாவது புடலங்காயாவது என்று தூக்கிப் போட்டு விட்டு இந்தக் குழாய் சமாசாரத்தைக் கவனிக்கக் கூடாதா?

வீட்டுக்குள் வந்து பின்கட்டுக்கு ஓடி ஒரு பத்து நிமிஷம் பெய்து தீர்த்தேன். எதுக்கோ உடனே குளிக்கத் தோன்ற கிணற்றில் இறைத்து இன்னொரு ஸ்நானம். உள்ளே வந்து புடவையை மாற்றிக் கொண்டு பிரம்மாவுக்கும் சரஸ்வதிக்கும் நமஸ்காரம் பண்ணினேன். தப்பாச் சொல்லிட்டேனேப்பா உன்னை. பொண்ணு என்ன சொன்னாலும் எப்பச் சொன்னாலும் தப்பாச்சே. குழாய் எல்லாம் வேண்டாம்.

(பகவதியின் டயரிக் குறிப்பு நிறைவு)

எப்படி இருக்கு?

சங்கரன் பிரமை பிடித்தது போல் மருதையனையே பார்த்துக் கொண்டிருந்தான்.

டயரியை மார்போடு அணைத்தபடி சங்கரன் சொன்னான் -

இது பகவதிப் பாட்டி இல்லே மாமா. எனக்கு அர்த்தமாகிற சிநேகிதி பகவதி.

# அத்தியாயம் பதின்மூன்று

**வி**டிகாலை ஐந்து மணிக்கு அலாரம் வைத்த மாதிரிச் சாடி எழுந்து படித்துக் கொண்டிருக்கிறான் சின்னச் சங்கரன்.

குண்டுராயர் ஓட்டலில் இருந்து காலில் மாவுக் கட்டுப் போட்டுக்கொண்டு யாரோ ஒருத்தன், வாழை இலையில் பொட்டலம் கட்டி எடுத்து வந்த கனமான நாலு இட்லியும் வேர்க்கடலைத் துவையலும், மூக்குப் பாத்திரத்தில் வந்த இனித்து வழிந்த காப்பியும் சாப்பிடப் பத்தும் அஞ்சுமாக நிமிடங்கள் போனது. அந்த நேரத்தில் மட்டும் உட்கார்ந்திருந்த ஊஞ்சலில் ஓரமாக வைத்தது தவிர மீதி நேரம் முழுக்கப் பகவதி எழுதிய டயரியைத்தான் படித்துக் கொண்டிருக்கிறான் அவன். எண்பது வருஷம் முந்திய காலம் அப்படியே உறைந்து சங்கரனை உள்வாங்கிக் கொண்டிருக்கிறது. அதன் பரப்பில் அமிழும் பரவசம் அலாதியானது.

காலேஜில் பாடமாக வைத்து வகுப்பெடுத்துச் சொல்லிக் கொடுத்த, வேலைக்குப் போன பிறகு அத்தி பூத்தாற்போல் யாரோ படிக்கச் சொல்லிக் கையில் திணித்த, அதையும் விட அபூர்வமாக கன்னாட்பிளேஸ் நடைபாதைக் கடையில் பேரம் பேசி விலைக்கு வாங்கி வந்து படித்த புத்தகங்கள் உண்டு தான்.

அதில் எந்தப் புத்தகத்தையும் விட அற்புதமான எழுத்தாகப் பட்டது பகவதியின் பெண்ணெழுத்து.

எண்பது வருடம் முன்னால் ஏற்பட்ட பஞ்சம் பற்றிச் சொல்கிறாள் பகவதி. தாது வருஷப் பஞ்சம். அரசூரில் இருந்தும், பக்கத்து கிராமங்களில் இருந்தும் கூட்டம் கூட்டமாக ஜனங்கள் பஞ்சம் பிழைக்க மேற்கு நோக்கியும் வடக்கிலும் போனதை எல்லாம் பார்த்தபடிக்கும் கேட்டபடிக்குமாக எழுதி வைத்திருக்கிறாள்.

அவளுக்கு நாள், நட்சத்திரம், திதி, கிழமை, இங்கிலீஷ் தேதி பற்றி சதா சந்தேகம் இருந்திருக்கிறது. மலையாளத்தில் யோசித்து, சரியான தமிழ் வார்த்தைகள் கிடைக்காமல் அவஸ்தைப் பட்டிருக்கிறாள். கோவையாக வரும் வாக்கியம் எங்கே முடிந்து அடுத்தாற்போல் எப்படி எடுக்க வேண்டும் என்பது அவ்வப்போது குழம்பிப் போகிறது. ஆனால், அதைப் பற்றி எல்லாம் கவலைப்படாமல், அவளுடைய வீட்டுக்காரனும் சின்னச் சங்கரனுக்குப் பெயர் ஈந்தவனுமான புகையிலைக் கடை சங்கரன் தொடர்ந்து எழுதச் சொன்னபடி, விடாது எழுதி இருக்கிறாள்.

பகவதியின் டயரியில் இருந்து

------------------------

அம்பலக்காரர் வந்திருந்தார் இன்னிக்குக் காலையிலே. குத்தகைக்காரர். நெல்லும் வாழையும் மழை இருந்தால் விதைச்சு, பூச்சி பொட்டு வராமல் இருந்தா விளைச்சு எடுத்து வந்து, மிஞ்சினால் விற்றுக் காசாக்கி, அதைக் கொண்டு வந்திருக்கலாம்.

விடிஞ்சதும் வாசல் தெளிக்க பசுஞ்சாணத்தைக் கரைச்சு எடுத்து வாசலுக்குப் போனபோது கம்பிக் கதவுக்கு அந்தப் பக்கமா வாசல் படியிலே உட்கார்ந்திருந்தார் அவர். பக்கத்திலே ஒரு பனை ஓலைக் கடகம். தெருவைப் பார்த்து இருந்தாலும், தலையிலே வெள்ளைத் தோர்த்தை முண்டாசு கட்டி இருந்ததைப் பார்த்ததுமே அம்பலகாரர்னு போத்யமாயிடுத்து.

அய்யோ, ரொம்ப நாழிகையா இங்கே இருக்கேளான்னு பதட்டத்தோடு கேட்டேன். வயசிலே பெரியவர். நம்மையும் ஒரு பொருட்டா மதிச்சுப் பார்த்து விட்டுப் போக வந்திருக்கார். ரொம்ப கவுரவப்பட்ட மனுஷர். எவனோ தீத்தானும் தீட்சிதனும் எந்தக் காலத்திலேயோ எழுதி வச்ச பிரகாரம் கதவு திறக்கற வரைக்கும் வாசல்லேயே உக்காருன்னு சொல்றது மகா தப்பு ஆச்சே. இவரும் அதான் சொல்வார்.

உள்ளே வரச் சொன்னேன். வந்து தரையிலே உக்கார்ந்தார். வேணாம், குரிச்சியிலே உக்காருங்கோன்னேன். மாட்டேன்னார். என்ன தோணினதோ, உக்காந்தார். கால் வீங்கி இருக்கறதை கவனிச்சேன். பாவம், கிராமத்திலே இருந்து நடந்து வந்திருக்கார்.

ஒரு குரல் கொடுத்திருந்தா நானோ அவரோ ஓடி வந்திருப்போமேன்னேன். நான் வந்து பார்க்கறதுதான் மரியாதைன்னார் சிரிப்போட. குப்புசாமி அண்ணா மாதிரி, வாய்க்குள்ளேயே சிரிச்சுக் கண்ணு வழியாக அர்த்தமாகிற சிரிப்பு.

சத்துமாவு எடுத்துண்டு வந்து தரட்டான்னு விசாரிச்சேன். விடிகாலையில் அதை சாப்பிடக் கொடுக்கலாமோ தெரியலே. அதெல்லாம் வேணாம் கொழந்தே. அக்கா மவன் கடைவீதிக்கு அடுத்துத்தானே இருக்கான். நிமிசத்துலே போயிடலாம்னார். குளிச்சுத் தெளிச்சுத்தான் மைத்த விவகாரம் எல்லாம்னதும் எனக்கா சிரி பொத்துண்டு வந்தது. நீங்க குளிங்கோ. நான் தெளிக்கறேன், அதுக்கு முந்தி ஒரு ஆழாக்கு பசும்பால் சூடாக் கொண்டு வரேன்னேன்.

வேணாம் கொழந்தே. அஞ்சு வருஷம் முந்தி இந்தப் பயங்கரமான பஞ்சம் வந்தபோதே பால், தயிர், நெய் எல்லாம் விட்டாச்சு. ஊரும் உறவுமா ஒருத்தருக்கொருத்தர் அனுசரணையா, குடும்பம் குடும்பமா சேர்ந்து இருந்தோம். ஆகாரத்துக்கு குறையே இல்லாம இருந்தது போக, அண்டை அயல்லே சோத்துக்கு இல்லாமே பஞ்சம் பிழைக்கப் போனதுங்க. அதில் யாரும் இன்னும் திரும்ப வந்து சேரலே. இருக்குதோ உசிரை விட்டாச்சோ தெரியலை தாயி. குவளைப் பாலைக் குடிக்கலாம்னு எடுத்தா,

ஊர்க்கோடியிலே பட்டினியிலே செத்த சின்னப் பிள்ளை முகம் தான் நினைவு வருது. நான் தான் அடக்கம் செஞ்சேன் என் கையாலே. ஊரோட ஒடிச்சுப் போட்டுது அம்மா. இன்னும் எந்திரிக்கலேன்னார்.

எல்லாம் சரியாயிட்டு இருக்கு. இனி துன்பம் இல்லே அம்பலகாரரேன்னு உள்ளே இருந்து இவர் குரல் கேட்டதும் நான் நடுவாசல்லே போய் தெளிக்க ஆரம்பிச்சேன். பாவம், இப்பத்தான் எழுந்து கொழந்தே வாசலுக்கு வருது. நான் குருட்டு ரோசனையிலே அதையும் துக்கப்படுத்தினேனேன்னு அம்பலகாரர் இவர் கிட்டே சொல்றது கேட்டுது. அவர் துக்கத்தை இல்லேன்னு ஆக்க என்னாலே என்ன செய்ய முடியும்? பாரத்தை இறக்கினதைக் கொஞ்சம் சுமந்தாலும் தேவலை.

ஒரு குலை நாட்டு வாழைப் பழமும், சோனியாகத்தான் இருந்தது அது. வாழையோடு கூட ஒரு பெரிய பறங்கிக்காயும், சின்னச் சின்னதா சாளூர்க் கத்திரிக்கா ஒரு குத்தும், பனை நுங்கும் அந்தக் கடகத்துலே இருந்து எடுத்து திண்ணையில் பரப்பி இருந்ததை வாசல் தெளிச்சுட்டு வந்த போது பார்த்தேன்.

ஓணக் காலத்தில் நம்பூதிரிகளுக்குக் காழ்ச்ச வைக்க குடியான்மார் குட்டநாடு பிரதேசத்திலே வர்றது ஞாபகம் வந்தது. அங்கே நம்பூதிரிக்குச் சொந்தமான நிலத்தில் குடியான்மார் செய்யற க்ருஷி. தமிழ்லே என்ன? க்ருஷியை அழிச்சு துவம்சம் செய்ய மனசு கேக்கலே அப்படியே இருந்துட்டுப் போறதும்பார் இவர்.

க்ருஷிங்கறது பயிர் சாகுபடியாம். அம்பலகாரர் பயிர் சாகுபடி செய்து எங்க குடும்ப நிலத்தை முழுக்க பார்த்துண்டிருக்கார். வாரம் ஒரு தடவையாவது இவரும் கிராமத்துக்கு வண்டி கட்டிப் போய் நிலத்திலே உழைச்சாறது. நம்பூத்ரிகள் போல மேனி வாடாமல் வாசல்லே உக்கார்ந்து சதா வம்பு பேசறவர் இல்லையாக்கும்.

அது ஆச்சா. இன்னிக்கு ரதசப்தமி நினைவு இருக்கோன்னு கேட்டார் இவர் வாசல்லே இருந்தபடிக்கு. நான் குளிக்கக் கிளம்பினேனாக்கும் அப்போ.

ரதசப்தமி என்ன விசேஷம்னு இவரைக் கேட்டேன். செடி கொடிகளுக்குப் புண்ணியம் கிட்டச் செய்யற பிரார்த்தனைன்னு சொன்னார். அதுனாலே தான் உச்சந்தலையிலே எருக்கு இலையை வச்சபடி குளிக்கற வழக்கமாம். எலை பறிக்க ஆள் போயிருக்குன்னார். சரி வரட்டும்னு உக்காந்து காய் நறுக்கினேன்.

வயலும், தோட்டமுமாக மிந்தியெல்லாம் அரசூரைச் சுற்றி செழிப்பாக இருந்த காலத்தில் எருக்கெலையைத் தேடி கால் தேயப் போக வேண்டியிருந்தது. இந்த வருஷம் புகையிலைக் கடை சிப்பந்தி போய் ஷணத்துலே இலையோட வந்தாச்சு. அம்பலகாரர் சொன்னது சரிதான். பஞ்சம் ஓய்ந்து அஞ்சு வருஷம் ஆனாலும் இந்தப் பிரதேசம் இன்னும் குத்துயிரும் கொலையுயிருமாகத்தான் இருக்கு. எருக்கு மட்டும் எதேஷ்டமா கொப்பும் கிளையுமா முளை விட்டிருக்கு.

குளிச்சுட்டு கோவிலுக்குப் போனபோதுதான் பிராகாரத்தில் யாரோ யார் கிட்டேயோ உரக்கப் பேசினது கேட்டது. ஆகாசத்தில் சூரியன் திசை மாறி வடக்கு நோக்கி சஞ்சரிக்க ஆரம்பிச்சிருக்கற தினமாம் இது. வருஷம் ஒரு தடவை இப்படி வர்றது உத்தராயணமாம். ஆறு மாதம் கழிஞ்சால், தெற்கு நோக்கி இருக்குமாம் சஞ்சாரம். அது தட்சிணாயணமாம். உத்திராயணத்துக்கும் எருக்க இலைக்கும் என்ன சம்பந்தம்னு அவரும் சொல்லலை. நானும் கேட்கலை.

உத்திராயணம், தட்சிணாயணம் மாத்திச் சொல்றேனோ. இவர் கிட்டேத்தான் கேக்கணும். கோயில் பிரகாரத்துக்கா இதுக்காகப் போய் நிக்க முடியும்?

அது ஆச்சா. இன்னிக்கு தரிசனம் முடிந்து மேற்குக் கோபுர வாசல் வழியாக வரும்போது, ஒரு விநோதமான காட்சி. ஒரு பத்து பதினைந்து சாமியார்கள். ஒவ்வொருத்தரும் ஆஜானுபாகுவாக, ஏழடி உசரமும், நல்ல வண்ணம் தடி வச்ச உடம்புமாக இருக்கப்பட்டவர்கள். தடதட என்று தெரு நெடுக ஓடுகிறார்கள் ஒருத்தரோடு ஒருத்தர் போட்டி போட்டுக் கொண்டு. ஆளாளுக்குக் கையில் மர உலக்கை

வேறே. அதை வீசி வீசி ஆட்டியபடி காரே பூரே என்று ஏதோ உரக்கச் சொல்லிக் கொண்டே ஓடுகிற கூட்டம் இது. பார்த்ததே இல்லையாக்கும்.

பைராகிகள். வடக்கே இருந்து கால் நடையா ராமேஸ்வரம் போகிற கோஷ்டி. இது யாருன்னு நான் கேட்கலை. ஆனாக்க, கோவில் நாகஸ்வரக்காரர் நடேசப் பிள்ளை வாத்தியம் வாசிப்பு நிறுத்தி, என் கிட்டே இந்தத் தகவலைக் கர்ம சிரத்தையாச் சொன்னார். நான் இந்தப் பக்கமாத் தானே வீட்டுக்குப் போயாக வேண்டி இருக்கு. இந்தக் கூட்டம் நல்ல மாதிரி மனுஷாளா, நான்பாட்டுக்கு ஒரு ஓரமா நடந்து போனா, தொந்தரவு கொடுப்பாளான்னு கேட்டேன். சத்தமும், நாள் கணக்கா குளிக்காததுனாலே ஒச்சை வாடையும் அதிகமாக இருக்குமே தவிர, பைராகிகள் எல்லாரும் சாதுக்கள், யாருக்கும் ஒரு கெடுதலும் செய்ய மாட்டாங்கன்னு தவில் கருப்பையாப் பிள்ளையும் அவர் கூடவே ஒத்து ஊதினார். இதுக்கு முன்னாலேயும் வந்திருக்கப்பட்ட மனுஷர்களாம். அப்போ எல்லாம் என் கண்ணுலே படாமல், இன்னிக்கு ரத சப்தமியன்னிக்குப் படணும்னு இருக்கு.

பைராகிகள் அந்த உலக்கையாலே தப்பித் தவறிக் கூட நம்ம தலையிலே ஒரே போடாப் போட மாட்டாங்களேன்னு கேட்டேன். உலக்கையை வச்சு அவங்க அவங்க முதுகிலே தான் ஓங்கி ஓங்கி அரைஞ்சுப்பாங்கன்னு நடேசப் பிள்ளை சொல்றதுக்குள்ளே பகவானே அவங்க எல்லோரும் கால் பரப்பி நின்றபடிக்கு முதுகிலே அடிச்சுக்கறதைப் பார்த்து வெலவெலத்துப் போச்சு. காரே பூரேன்னு தெறிப்பாட்டு மாதிரி ஏதோ பாடிண்டே இப்படி உலக்கை பூஜை நடத்திண்டது.

இவங்களுக்கு சோறும் குழம்புமாக சுடச்சுட வடிச்சு எடுத்து வந்து தரலாமான்னு கும்பிட வந்திருந்த ஒரு கிழவி கேட்டா. நீளமாக் காது வளர்த்தவள். அதுலே கல்லுக் குண்டா தங்கத்துலே பெரிய கடுக்கன் தொங்கறது. அதுக்கு ஏதோ பெயர் உண்டு. இவர் கிட்டே தான் கேட்கணும். என்ன அவசரம்? ஓடியா போகப் போறார்? மெல்லக் கேட்டுக்கலாம்.

சோறு எல்லாம் சாப்பிடறது இல்லையாம். வடக்கத்தி மனுஷர்கள் என்கிறதாலே கோதுமை ரொட்டிதானாம். அதையும் தட்டிப் போட்டா வாங்கறது கிடையாதாம். கோதுமை மாவு, பருப்பு, மிளகாய், உப்பு, எண்ணெய், நெய் வேணாம், அடுப்பெரிக்கக் கரி இப்படிக் கொடுத்தால் திருப்தியாக வாங்கிண்டு வாழ்த்திட்டுப் போவாங்களாம். அதுவும் கூப்பிட்டுக் கொடுத்தா வேணாம். அவங்களுக்காத் தோணற இடத்திலே கேட்கறது. பைராகி கேட்டு ஊர்க்காரர் கொடுக்கலேன்னா? அன்னிக்குப் பொழுதுக்கு அவ்வளவுதான். திரும்ப யார் கிட்டேயும் கை யாசிக்காதாம். கேட்டு இல்லைன்னு சொல்றது அரசூர்லே எப்ப இருந்ததுன்னு கேட்டார் நடேசப் பிள்ளை. அதுவும் சரிதான்னு இறங்கினேன்.

நான் மேலத்தெரு வழியா கையிலே பூக்குடலையோட நடக்கற போது பைராகி பாடற பாட்டு தெளிவாகக் கேட்டுது. இந்துஸ்தானியா? பாலாஜி விஸ்வநாத் பாலாஜி விஸ்வநாத் அப்படீன்னு முடியற கோஷம். விஸ்வநாத்ன்னா விஸ்வநாதரா? காசி விசுவநாதன்னு சொல்ற மூர்த்திதானே? பாலாஜிங்கறது திருப்பதி இல்லையோ.

எதுக்கு மண்டையை ஒடச்சுக்கண்ணும். இவர் கிட்டே கேட்டுடலாம். இப்படியே இவர் கிட்டே கேட்டு சந்தேக நிவர்த்தி கிடைக்க எவ்வளவு விஷயம் சேர்ந்து போச்சு. என் ஆயுசுக் காலத்துலே எல்லாத்தையும் நினைவு வச்சுக் கேட்டுப் பதில் வாங்கிடுவேனா இல்லே சந்தேகத்தோடு மேலே போயிடுவேனா? இதையும் இவர்கிட்டேயே கேட்டுடலாம். அசடேன்னு திட்டுவார், ஆனாலும் சொல்வார்.

திடீர்னு வீதி ஓரமாத் தாவி ஒரு பைராகி என் முன்னாலே வந்து நின்னான். நின்னார். பேட்டின்னு கூப்பிட்டார். என்னைத்தான். எனக்கு பயத்துலே நாக்கு மேலன்னத்திலே ஒட்டியாச்சு. பேச்சு ஒண்ணும் எழும்பலே. நாதஸ்வரக்காரரும் தவில்காரரும் சொன்னதெல்லாம் பொய் போல இருக்கே. என்னை மாதிரி சாதுப் பிராணியை இப்படி சல்யப்படுத்தறதா பைராகளோட காரியம்? பேட்டின்னா இந்துஸ்தானியிலே

பொண்ணுன்னு எப்பவோ குப்புசாமி அண்ணா சொன்ன ஞாபகம். அடி பொண்ணேன்னு கூப்பிட்டு யாராவது வம்பு பண்ணுவாளா என்ன.

அவர் அந்த பைராகி உலக்கையைத் தரையிலே ஊணின மாதிரி நிறுத்தி, எப்படியோ விழுந்துடாமல் அது மேல் உட்கார்ந்தார். பத்மாசனம் போட்ட மாதிரியும் இருந்தது. படபடப்பில் சரியாகக் கவனிக்கலே. நம்பணும். சரியா.

என்னை ஆசீர்வாதம் பண்ணுங்கோ. அவரோட வந்து சேர்ந்து நின்னு கும்பிடணும், வீட்டுக்குப் போய்ட்டு ரெண்டு பேருமா வரோம்னு சொன்னேன்.

நான் கைகூப்பிண்டு சொல்ல, அந்த பைராகி என் தலையில் கை வைத்து ஆசிர்வாதம் பண்ணினார்.

வாரணாசிக்கு வா.

பயந்து பயந்து தலையாட்டினேன். வாரணாசியிலே வந்து நான் என்ன பண்ணணும்? உசிரை விட்டா வச்சு எரிச்சு கங்கையிலே விடற ஊர் இல்லே அது?

நான் நினைக்கறபோதே பைராகி முழித்துப் பார்த்தார். வெலவெலத்துப் போனபடி நிக்கறேன். அவரானா சாந்தமா சொல்றார் -

எதுவும் நிரந்தரம் இல்லை. இங்கே மயில் இறங்கச் சாவு தொலையும். அங்கே மயிலாட சாந்தி வரும்

இதைத் தமிழிலே சொல்லிட்டு எழுந்து திரும்ப தெருவுக்கு உலக்கையை ஓங்கியபடிக்கு ஒரு பாய்ச்சல். புழுதியைக் கிளப்பி அந்தக் கூட்டம் போனது. தெருவிலே ஒரு சத்தம் இல்லே.

இங்கேன்னா? இந்த அரசூரா? அங்கேன்னு மேற்குலே காட்டினது? இங்கிலீஷ்காரா தேசமா? அவருக்கு எதுக்கு அதெல்லாம் அக்கறை? என் பூர்விகமான அம்பலப்புழையா இருக்குமோ? தெரியலயே, இவரைத்தான் கேட்கணும்.

நேரே அப்படியே வீட்டுக்கு விரசாப் போனேன். மூட்டையைக்

கட்டுங்கோ. பைராகிகள் நம்மை வாரணாசிக்குக் கூப்பிடறான்னு இவர் கிட்டே சொன்னேன். பைராகியை புகையிலைக் கடையைப் பார்த்துக்கச் சொல்லு. கிளம்பிப் போய்ட்டு வந்துடலாம்கிறார் இவரானா. அந்த உலக்கையாலே, வேணாம்பா, கோவில் பங்குனி உத்தரத்தன்னிக்கு கட்டி எடுத்து வருவாளே மணக்க மணக்க அது போல பெரிய சைஸ் பூச்செண்டாலே இவர் முதுகிலே நாலு சார்த்து சாத்தினா என்ன?

மயில் பேச்சை இன்னொரு நாள் வச்சுக்கலாம்னு தள்ளி வச்சேனாக்கும்.

(பகவதியின் டயரிக் குறிப்பு முடிவடைகிறது)

சின்னச் சங்கரன் உரக்கச் சிரித்தான். உலக்கையை ஓங்கி அடித்துக் கொண்டு போகிற பைராகிகளும், மேலத் தெருவில் நடக்கும் பகவதிப் பாட்டியும், தெரு முழுவதும் பறக்கிற செம்மண் தூசியும் கோயிலில் நாகஸ்வரமும் நினைப்பில் அழுத்தமாகப் பதிந்து இறங்க, இப்பவே மேலத் தெருவுக்குப் போ என்றது மனசு.

உள்ளே போய்ச் சட்டையை அவசரமாக மாட்டிக் கொண்டு கிளம்பும்போது வாசல் அருகே நிழல் தட்டியது. மருதையன் மாமா. மாடிப் படி ஏறியவர் ஒரு வினாடி நின்றார்.

என்ன, மேலத் தெருவுக்குத் தானே?

ரொம்பச் சரியாக அனுமானம் செய்கிறார் ரிடயர்ட் புரபசர். முகத்தைப் பார்த்தே நினைப்பைச் சொல்கிறதும் வசப்பட்ட பெரியவர் என்று பட, சின்னச் சங்கரன் கக்கத்தில் இடுக்கிய டயரியோடு ரெண்டு கையையும் உயர்த்திக் குவித்து மனப்பூர்வமாக அவருக்கு வணக்கம் செய்தான்.

பைராகிகள் பற்றி அம்மா எழுதியிருக்கறதைப் படிச்சு நானும் இப்படித்தான் அந்தத் தெருவிலே போய் ஓரமா நின்னு நாள் முழுக்கப் பார்த்துட்டு இருந்தேன். உன் அப்பன் தான் வலுக் கட்டாயமா வீட்டுக்குக் கூட்டி வந்தது.

மருதையன் மாமா சொன்னபடி மெல்ல மாடிப்படி ஏறினார்.

சின்னச் சங்கரனைக் கூட்டி வர வீட்டில் யாரும் கிடையாது. மருதையன் தான் கைத்தடி ஊன்றி வரவேணும் என்றால் வேணாம். யாருக்கும் எந்தத் தொந்தரவும் வைக்காமல் சங்கரன் போனோம் வந்தோமாகத் திரும்பி விடுவான்.

சூடு இல்லாமல் ஊமை வெய்யிலாகக் காய்ந்து கொண்டிருந்தது. மழை வரும். ஒரு குடையோடு கிளம்பியிருக்கலாம். போகிறது. நனைந்தபடிக்கே வடக்கு வாடி மூலையில் தென்கிழக்குப் பார்த்து நிற்கிற தியாசபிகல் சொசைட்டிக் கிணற்றில் குளித்து விட்டு வந்து விட வேண்டியது தான். போகிற வழியில் மூக்கையாக் கோன் கடையில் ஒரு பத்தாறு வேட்டியும் துண்டும் அடுத்த ராவுத்தர் மளிகையில் நஞ்சன்கூடு பல்பொடியும், தேய்த்துக் குளிக்க சோப்பும் வாங்கினால் முடிந்தது.

சூரியன் அஸ்தமனமாகிறது போல் வீதியில் வெளிச்சம் சடசடவென்று மங்கி வந்தது. மூக்கில் குத்தும் ஈர வாடை. பறவைகள் ஒரு சேர இறகு உலத்துவது போல, தனுஷ்கோடி கடல்கரையில் ஆமைகள் ஒதுங்கி மண்ணில் புரளும்போது கசிகிறது போல், உலர்ந்த மீன் நிரப்பிய கூடைகளோடு சந்தைக்கு மாட்டு வண்டி தெருவில் போகிற போது அனுபவப்படுகிற மாதிரி, வாடை நிமிடத்துக்கு நிமிடம் அதிகமாகி வந்தது.

மேலே நகர்ந்து வந்து கவிகிற ஏதோ நிழல். சங்கரன் நிமிர்ந்து பார்த்தான்.

ஒரு கூட்டம் மயில்கள் தாழப் பறந்து இறங்கிக் கொண்டிருந்தன.

# அத்தியாயம் பதினான்கு

நீல நிறம் தவிர வேறொன்றும் இல்லை.

நீலம் வானம் இறங்கி வருகிறது. நீலம் நிலம்பட நிற்கிறது. செங்குத்தாக நீல இறகு கூம்பிப் பறந்து வருகிறது. தரை தொட்டதும் வெடித்துச் சிதறிய தோகைக் கண்களின் அடுக்காக நீலம் உயர்கிறது. நீலம் காலடி எடுத்து மெல்ல வைத்து ஆடுகிறது. நீலம் சூனியக்காரியின் இச்சையூட்டும் அழைப்பாக, அந்தரங்க ரகசியம் சொல்ல அகவுகிறது. ஒரு நீலம், நீலமாக இன்னொன்று, நீலமே வடிவாக மற்றுமொன்று, புதிதாக இறங்கும் வேறொரு நீலம் என்று உருக் கலந்து, குழைந்து, உயர்ந்து, அகவி, நீலம் மருட்டுகிறது.

மேலத் தெரு ஓரத்தில் நின்றபடி பயத்தோடு பார்க்கிறான் சின்னச் சங்கரன்.

நீலத்தைக் கண்ணால் அள்ளி விழுங்கி ரசிக்கலாம். பறந்து காற்றில் அலைந்தாடும் தோகைகளில் முகம் பதித்துக் காதல் செய்யலாம். கருத்து நீண்ட தலைமுடியில் முகம் புதைந்து, முகம் தேடி, இதழ் தேடி, முலை தேடி முன்னேறுகிற மோகவெறியோடு பட்டாகப் படர்ந்த நீலம் மனமேறலாம். அது துளைத்துக்

கீறிப் படிந்து உயிர் கலக்க, எல்லா நினைவும் இல்லாது போக, போகம் போகம் என அமிழலாம்.

என்றால், குத்திக் கிழிக்கக் கூர் அம்பாக இத்தனை இணை கால்கள் கத்தியாக இறங்கும்போது காமமும் காதலும் கைவிட்டுப் போகும்.

அசிங்கமாகத் திட்டவும், விழுந்து புரண்டு முகத்தில் உமிழ்ந்து குரோதம் பாராட்டி உயிரெடுக்கவுமான ஏதோ மொழியில் திரும்பத் திரும்பக் கூப்பிடுகிற அகவும் ஓசைகள் காற்றைத் துர்வாடையடிக்கச் செய்து கலையாது நிற்கும்.

கனவையும் குத்திக் கீறிச் சிதைத்துக் கொன்று போடும் கோணலான அலகுகள் வழியே அந்த ஓசை நாராசமாகச் சிதறும்போது, நீலமும் நிறமாலையும் தோற்று ஓடும்.

சின்னச் சங்கரன் சுற்றுமுற்றும் பார்த்தான். மேலத் தெருவில் அவனைத் தவிர யாரும் வெளியே இல்லை. எல்லா வீட்டுக் கதவுகளும் அடைந்திருந்தன. தெரு நடுவில் உயரும் மணல் திட்டுகளும், வாசல் தெளித்துக் கோலம் இடாமல் புழுதியேறிக் கறுத்த முகப்புகளும் அணிவகுத்து நிற்கச் சிறுத்து நிறம் மங்கி, குவிந்து உள்வாங்கித் தெருவின் விளிம்புகளுக்குத் தள்ளப்பட்டு நின்ற வீடுகள் அவையெல்லாம்.

இந்தத் தெரு இன்னொரு வடிவிலானது. அவன் நினைவில் அது பசுக்களின் சத்தமாகவும், பசுவும் கன்றும் மேய்த்து, வார்ச் செருப்பு அணிந்து நாலைந்து பேர் ஓங்கிப் பேசி நடக்கிற ஒலியுமாகத்தான் இருக்கிறது. மயில்கள் வராத வீதி அது.

சங்கரன் பார்த்துக் கொண்டிருக்கும்போதே வீதிக் கோடியில் இருந்து ஒரு வில்வண்டி தெருவுக்குள் எக்காளமாக நுழைந்தது. முன்னும் பின்னும் விருதாவாக ரெண்டு பேர் தாம்பூலம் மென்று கொண்டு, வழியெல்லாம் துப்பியபடி வந்தார்கள்.

அசங்கியமான மனுஷர்கள். இவர்களை மயிலும் கழுகும் கொத்திக் கிழிக்கட்டும். சங்கரன் உதாசீனத்தோடு பார்த்தபடி நின்றான். தலைக்கு வெகு அருகே சிறகடிப்புச் சத்தமும், அகவும் பிசாசு ஒலியும் சுழன்று சுழன்று தாக்கின.

நகருமய்யா, கொட்டகுடி தாசி வருகையானது.

ஒரு விருதா தடியன் சொன்னபடி வெற்றிலை எச்சிலை சங்கரன் கால் பக்கம் துப்பினான். அது சில்லு சில்லாக இவன் முழங்காலிலும், செருப்பு அணிந்த பாதத்திலும் தெளித்துத் தரையில் அடரும் சிவப்புப் பிசினாக நீண்டது.

சங்கரன் வாயைத் திறக்கக் கெட்ட வார்த்தை சரம் சரமாக வந்தது. அந்தத் தடியன் இனி வாய் இருக்கிற வரை வெற்றிலையே மெல்லக் கூடாது. கூட வரும் இதர துஷ்டர்களும் தான். தேவைப்பட்டால் சங்கரன் முரடனாகவும் செய்வான். துப்பினவன் கும்பிட்டபடி கடைவாய் எச்சிலைத் துடைத்துத் தூரப் போனான்.

வில்வண்டித் திரை பின்னால் சற்றே திறக்க, உள்ளே பதவிசாக உட்கார்ந்த, லட்சணமான ஒரு மத்திய வயசுப் பெண் சங்கரனைப் பார்த்து சிநேகிதமாகச் சிரித்தபடி கடந்து போனாள். அவளுக்காக இந்த எச்சிலையும், துப்பலையும், தூசியையும் பொறுத்துக் கொள்ளலாம் என்று சங்கரனுக்குத் தோன்றியது. மயில்களைப் பொறுத்துக் கொள்ளப் பழகியிருந்தது.

வண்டியின் மேல் கூரையில் ஆரோகணித்த மயில் ஒன்று இன்னும் சத்தம், பெருஞ்சத்தமாகக் குரல் கொடுத்தது. கூரையில் கால் பாவ நின்று சற்றே ஆடவும் தொடங்கியது அது. வண்டிக்குள் இருந்து மெல்லிய குரலில் ஜாவளி பாடும் சத்தம்.

அடுத்துக் குலவைச் சத்தம் கேட்டது. தலையில் குடமும் அதில் நீரும், பூவும், அரிசியும், மஞ்சளும், பாலும், நெய்யும் நிறைத்து எடுத்து ரெண்டு ரெண்டு பேராக வருகிற பெண்கள் சங்கரனைப் பார்த்துச் சிரித்தார்கள். நடுவிலே வந்த பெண் சங்கரனின் அம்மா ஜாடையில் இருந்தாள். என்ன விசேஷம் என்று சங்கரன் அவளை விசாரித்தான். கொட்டகுடி மாதா சொர்க்கம் போன நாள் என்றாள் அவள்.

அந்த நீண்ட வரிசை போகும் வரை, மயில்கள் தரையில் வழிவிட்டு நின்றன. சில சங்கரன் காலில் படும்படி தத்திப்

பின்னாலும் முன்னாலும் நடந்தன. சத்தம் குறைவாக இருந்தாலும், சூழ எழுப்பி இருந்த செம்மண் புழுதிப் படலம் கலையாமல் இருந்தது. தெரு முனையில் தூசிப் பரப்புக்கு ஊடே ஆரவாரம்.

சிவந்து வழிந்த தெருக் கோடியில் இருந்து பழைய கார் ஒன்று ஒலி முழக்கி வரும் சத்தம். சட்டையில்லாமல் வெள்ளை பனியன் அணிந்த இரண்டு பேர் பக்கத்தில் பக்கத்தில் இருந்து செலுத்தி வந்த கார் அது என்று சங்கரனுக்குப் புலப்பட்டது.

சங்கரனை கார் கடந்த போது ஸ்டியரிங் பிடித்தவனுக்கு அருகில் இருந்த மற்ற பனியன்காரன், பழுக்காத் தட்டு வேணுமா என்று சங்கரனிடம் கேட்டான்.

நீர் சொல்வதென்னவோ, புரியலை. எந்தப் பக்கத்து ஆட்கள் நீங்க எல்லாம்?

சங்கரனின் விசாரிப்புக்கு அவர்கள் கரிசனத்தோடு பதில் சொல்லவில்லை. காருக்கு உள்ளே, பின்னால் உட்கார்ந்து சிரித்துப் போன பெண்ணும் கூட.

சங்கரனுக்கு அவளைத் தெரியும். வில்வண்டியில் அதோ முன்னால் போய்க் கொண்டிருக்கிறாள் அவள், அங்கே அவள் கொட்டகுடித் தாசி. இங்கே மாதா.

பகவதியம்மாளின் டயரியில் இதெல்லாம் விரிவாக உண்டு, தான் படிக்கக் காத்திருக்கிறது என்று சின்னச் சங்கரனுக்குத் தோன்றியது. இந்தப் பெண்கள், தாம்பூலம் மெல்லும் தடியர்கள், இந்த ஊர்வலங்கள், வில்வண்டி, பழைய கார், குடங்களில் பூவும் அரிசியும் எல்லாம் வேறே ஏதோ காலத்தைச் சேர்ந்தவை. மயில்கள் கிளம்பிப் போனதும் அவையும் போய்விடும் என்று அவன் அறிவான். மயில்கள் காலம் கடந்தவை. அவை சாவைக் குறிப்பவையாக இருக்குமோ?

கொட்டகுடி மாதா என்றவள் காருக்குள் இருந்து சன்னமாகச் சொன்னது -

இந்த ஊரிலே இனி மரணமே இல்லை. நான் தான் நிறுத்தி வச்சிருக்கேன் கொழந்தே. நல்லது தானே? என்ன சொல்றே? உனக்கு மூத்தகுடிப் பெண்டு நான்.

தெரியவில்லை சங்கரனுக்கு. ஆனாலும் அவளைப் பார்த்துக் கை கூப்பினான். இந்த மண்ணில் சுவாசித்திருந்த எல்லோருமே அவனுக்குப் பூர்வீகர்கள் தான். நல்லதுக்குத் தான் எல்லாம் செய்வார்கள். அவர்கள் சதா உலாப் போய்வரட்டும்.

தெருவில் ஒரு வினாடி கூட்டமாகத் தலை தூக்கி அலகு அசைத்து, சேர்ந்து எழுந்து சிவன் கோயிலை நோக்கி மயில்களில் கூட்டம் பறக்க ஆரம்பித்தது. ஒவ்வொரு ஜோடிக் கண்களையும் ஏறிட்டுப் பார்த்து நிற்கும் சங்கரனை லட்சியம் செய்யாமல் அவை எல்லாம் சூனியத்தில் வெறித்தபடி நகர்ந்து கிடைமட்டமாக மிதந்து சென்றன.

கோயிலுக்குள் இருந்து அவசரமாக மணிச் சத்தம் உயர்ந்தது. சிவன் சன்னிதிக்கு எதிரே கட்டி இருந்த நகராவும், உச்ச ஸ்தாயியில் எழும் நாகஸ்வரம், கொட்டி முழக்கும் தவில் சத்தமும் கூடவே முழங்கின. சங்குகளை பூம்பூமென்று யாரோ கோயிலுக்கு உள்ளே மூச்சடக்கித் தொடர்ந்து ஊதிக் கொண்டே இருந்தார்கள்.

கோயில் வாசலுக்கு ஓடி உள்ளே பாய்ந்து குதித்து கல் மண்டபத்தின் தூணைப் பிடித்தபடி தலையை எக்கி அங்கிருந்து மயில்களைப் பார்க்க வேணும் போல் இருந்தது. குளிக்காமல் எப்படி கோயிலுக்குப் போறதாம்? பகவதிப் பாட்டி சிரிக்கிறாள். போனால் என்ன, பைராகி தூக்கிப் போயிடுவானா? சரி வேணாம்.

தெருத் திரும்பி வடக்கு வாடியில் எந்தக் களேபரமும் இல்லாமல் இன்னொரு நாள் மெதுவாக முன்னோக்கிப் போய்க் கொண்டிருந்தது. மூக்கக் கோனார் கடையில் இரண்டு ரூபாய் கம்மியாக வாங்கிக் கொண்டு பழைய தினசரியில் பத்தாறு வேட்டியையும், குற்றாலத் துண்டையும் மடித்துப் பொட்டலம் கட்டிக் கொடுக்க வாங்கியானது. மேலே ராட்டை

படம் அச்சடித்த பில்லில் காப்பியிங் பென்சிலால் பெயர் கிறுக்கியிருந்ததில் புகையிலை மட்டும் அர்த்தமானது. சங்கரன் இருக்கும் வரை அவனோடு ஒட்டி இருக்கப் போவது அது. இன்னார் என்று அறிவிக்கவும், சலுகையும் தள்ளுபடியும் கேட்காமலேயே கிடைக்கவும் பெயர் வழி செய்யும்.

அவன் சொசைட்டிக் கட்டடத்துக்குள் நுழைந்தபோது பின்னால் கிணற்றடியில் பேச்சு சத்தமும், கிணற்று ராட்டினம் சுற்றிக் கிறங்க எழும் ஓசையும், இரும்பு வாளி கிணற்றுக் கைப்பிடிச் சுவரில் மோதித் தண்ணீர் சிதறும் ஒலியுமாக எழுந்தது.

சப்தரூபமாக சங்கரனுக்குப் பழகிய இந்த உலகம் ஆசுவாசமளிப்பது. அழகு இல்லை தான். ஆபத்துக்குக் கட்டியம் கூறாதது. நீலம் பூத்த தரையெல்லாம் மயில்கள் ஆடும் அலங்காரமும் ஆனந்தமும் இல்லை. அவை வேண்டாம். இரைத்து இரைத்துப் பத்து வாளி வெதுவெதுவென கிணற்று நீர் போதும். உடல் குளிரட்டும்.

கிணற்றடியில் ஏக ரகளையாக நாலைந்து பேர் குளித்துக் கொண்டிருந்தார்கள். அவர்கள் கௌபீனம் அணிந்து கிணற்றைச் சுற்றி நிற்கிறவர்கள். ஒவ்வொருத்தர் கையிலும் இரும்பு வாளி ஒன்று இருந்தது. ராட்டினத்தில் தாம்புக் கயறு சுற்றி, வாளிக் காதுகளில் இறுக்க முடிந்திருந்த வாளி தவிர மற்றவை பலமான கயிறுகளால் செங்குத்தாகக் கிணற்றில் இறக்கப்பட்டு, நீர் சிதற திரும்ப வாரப்பட்டன. சுற்றிலும் ஈரம் மிகுந்து வேப்பிலை வாடையோடு கிணற்றில் இருந்து இறைபடும் தண்ணீர் இந்த யுகத்தில் வற்றாது. எனில் அப்படியே ஆகட்டும்.

மயில் இறங்கினபோது மேலத் தெருவிலே நின்னுட்டிருந்தீங்க இல்லே?

குளித்துக் கொண்டிருந்த ஒருவன். கண் இமையில் தளம் கட்டி நிறுத்தியிருந்த கிணற்று நீரை விரலால் வழித்தபடி கேட்டான்.

சார் புகையிலைக்கார வீட்டுப் பிள்ளை. கல்கத்தாவோட போயிட்டாரு எப்பவோ.

இன்னொருத்தன் பக்கத்தில் இருந்து சங்கரனைப் பற்றித் தனக்குத் தெரிந்த தகவல் சொன்னான். அதில் பிழை திருத்த அவசியம் இல்லை என்று சங்கரன் தீர்மானம் செய்தபடி கிணற்றடிக்கு அருகில் போனான்.

இங்கே இப்போதைய வழிமுறை தெரிந்திருந்தால், இரும்பு வாளியோடு வந்திருக்கலாம் என்று தோன்றியது. ஆனாலும் என்ன, குளிக்க வந்தவனை மற்றவர்கள் நிச்சயம் திரும்ப அனுப்ப மாட்டார்கள். அதுவும், அவர்களுக்கு அரைகுறையாகவும், அனுமானமாகவும் நல்ல விதத்தில் தெரிந்திருக்கிறவனை.

சங்கரன் வேட்டிக்கு மேல் குற்றாலத் துண்டை அணிந்தபடி, ஜாக்கிரதையாக வேட்டியைக் களைந்து கொசகொசவென்று மடித்துக் கிணற்றுக் கைப்பிடிச் சுவரில் வைத்தான். உள்ளே விழலாம் என்று பட, கிணற்றடியில் இருந்து சொசைட்டியின் பின்கட்டுக்கு நீண்ட கயிற்றுக் கொடிகளில் ஒன்றில் பரத்தினது போல் போட்டான். ராட்டினத்தில் மாட்டிய வாளியை ஒருத்தன் பெருந்தன்மையும் நேசமும் முகத்தில் தெரிய சகஜமான சிரிப்போடு சங்கரன் பக்கம் நகர்த்தினான்.

அவர்கள் மயில்களைப் பற்றி வாயோயாமல் பேசுவார்கள் என்று சங்கரன் எதிர்பார்த்தான். வயல் சூழ்ந்த பூமியிலும், மலையடிவாரத்திலும், குன்றுகளின் உச்சியிலும் மயில்கள் வரும். குளிர்கால டில்லியில் அரசாங்கமானது தங்களுடைய விசுவாசம் மிக்க இடைநிலை மற்றும் மேல்தட்டு குமாஸ்தாக்களுக்கு ஏற்படுத்திக் கொடுக்கும் விஸ்தாரமான குடியிருப்புகளின் குரோட்டன்ஸ் செடிகள் தழைத்த முகப்பிலும் அவை தோகை விரித்து ஆடும்.

அங்கே எல்லாம் ஆடலாம் தான். செம்மண் பாளமாக நீளும் அரசூரில் அவை என்ன செய்கின்றன? யாராவது இது பற்றி அரை வார்த்தை, ஒரு வார்த்தை கோடி காட்டும் விதமாகவேனும் சொல்ல மாட்டார்களா என்று சங்கரன் எதிர்பார்த்தான்.

அவர்கள் மயில்களோடு சேர்ந்து வந்த ஊர்வலங்கள் பற்றியும்

சொல்லக் கூடியவர்களாக இருப்பார்கள். மெல்லக் குளித்து முடித்து, இடைக்கட்டில் கால் பரப்பி நின்று, கெட்டியான கைத்தறித் துண்டால் தலை துடைத்தபடி, காலடி மண்ணை மிதியடியில் ஒற்றி விட்டு அவர்கள் சொல்வார்கள் என்று தோன்றியது.

வாளிகள் உருளும் ஓசையும், தண்ணீர் மேலே விழும்போது சிலிர்த்து முனகி உற்சாகப்படும் ஒலியும், இடமும் வெளியும் பொருந்தாமல் யாரோ வெளியேற்றும் அபான வாயுச் சத்தமும், அதற்கோ வேறெதற்கோ அரைச் சிரிப்புமாக இருந்த அந்தச் சூழலில் சங்கரன் ஒன்றிப் போனான். குரல்கள் செவியில் விழுந்து கொண்டிருந்தன. எதை வேண்டுமானாலும் யாரும் பேசட்டும். சங்கரனுக்கு விரோதம் ஒன்றும் இல்லை. அவன் எல்லாவற்றையும் காது கொடுத்துக் கேட்பான்.

நேத்து முழுக்க முத்துப்பட்டியில் காத்துட்டிருந்தேன். வயசான மனுஷன். சீக்காளி வேறே. சீக்கு ஒட்டிக்குமோன்னு பயமா இருந்துச்சு. சர்க்கார்லேயானா, அந்தாளை எப்படியாவது இங்கே ஆஸ்பத்திரியிலே கொண்டாந்து படுக்க வைன்னு நச்சரிப்பு. சீக்கு குணமாகக் கூட்டிப் போறேன்னு தூக்கிப் போட்டுட்டு வந்தேன்.

துணிக்குப் போடும் சவுக்காரத்தை அழுத்தி அழுத்திக் கம்புக்கூட்டில் தேய்த்தபடி ஒருத்தன் சொல்ல, ஏன் என்ன என்று யாரும் விசாரிக்காவிட்டாலும் எல்லோரும் சேர்ந்து சின்னதாகச் சிரிக்கும் ஒலி. என்ன விஷயம் என்று சங்கரன் கேட்டான்.

ஏன் கேக்கறீங்க. நம்மூர்லே சாவே விழல்லேன்னா தேசம் முழுக்க, அப்புறமா உலகம் பூரா இதைப் பத்தியே பேச்சாயிடுமாம். உலகமே பார்க்க நாம சகஜமா இங்கே மூச்சு விட்டுக்கிட்டு, மூத்தரம் போய்க்கிட்டு, நம்ம வேலை உண்டு நாம உண்டுன்னு இருக்கறது முடியாது இல்லே. அதான் பக்கத்து ஊர், கிராமத்துலே எல்லாம் யாரு போய்ச் சேர்ற மாதிரி இருந்தாலும், நேரா இங்கே கொண்டு வந்துடறது. ஆயுசு போன கணக்குலே ஒண்ணு கூடினா ஒரு மாசத்துக்கு

கவலையில்லே. அதுக்குள்ளே வேறே ஏதாவது வந்து சேரும். கணக்கு முக்கியம்.

தன்னைப் போல் சர்க்கார் உத்தியோகஸ்தன் அவன் என்று சின்னச் சங்கரன் ஊகித்தான். இறப்பைத் தேடி அண்டை அயலில் சதா அலைகிற உத்தியோகம். நாள் முழுக்க, விடுமுறை நாள் தவிர்த்து இப்படியாகச் சுற்றித் திரிய அவ்வப்போது உயரும் விகிதத்தில் பஞ்சப்படி, பயணப்படி, வீட்டு வாடகைப் படி என்று சம்பளம் வழங்கப்படுகிறது. இன்னும் ஒரு வருஷத்தில் இந்த ஊழியனின் பதவி உயரும். சாணித்தாள் அலுவலகம் ஒன்றில் நீட்டிக் கையெழுத்துப் போட்டபடி, அலைகிற இன்னும் இரண்டு கடைநிலை குமஸ்தர்களைக் கட்டி மேய்த்தபடி இருப்பான்.

அப்போதும் சாவு இல்லாத நிலைமை தொடருமா?

சங்கரன் சுற்றிலும் பார்க்க, குளிக்க வந்தவர்கள் போய் விட்டிருந்தார்கள்.

# அத்தியாயம் பதினைந்து

**வை**த்தாஸ் எழுதும் நாவலில் இருந்து

குஞ்ஞும்மிணி என்றான் வைத்தாஸ்.

ஆராக்கும்? மேல்சாந்தி கேட்டார்.

வாசலில் யாராவது பெண்பிள்ளை இவனோடு வந்து காத்திருக்கலாம். ஸ்திரி. உறவு அதில்லாத பட்சத்தில் கரிசனமான அண்டை அயலாரோ, ஆப்பீஸில் கூட வேலை பார்க்கிறவர்களோ.

கோவிலுக்குப் போகிறேன் என்றபோது கூடவே வந்திருப்பார்களாக இருக்கும். மழை நேரத்துக் குட்டநாடு பற்றி, ஈரமும், சேறும், தணுத்த காற்றும், சகல இடத்திலும் கவிந்திருக்கும் வலை வாடை, செம்மீன் வாடை பற்றியும் எல்லாம் அறியாதவர்கள். அல்லது நிறையக் கேள்விப்பட்டு, மிக விரும்பி, எல்லாத் துன்பமும் தூசென்று ஒதுக்கி, சுகானுபவத்தை மட்டும் குறி வைத்து வந்தவர்கள்.

யாருமாகட்டும். இவனோடு கூட வந்தவர்கள் உள்ளே வருவதே முறை. முழுக்க நனைந்து கொண்டு அவர்கள் வாசலில் காத்திருக்க, வந்தவனோடு உபசார வார்த்தை பேசுவது நற்செயலில்லை.

குஞ்ஞும்மிணிதான் அனுப்பி வைத்தாள்.

வைத்தாஸ் அர்த்த கனம் இல்லாத வெறும் தகவலாகச் சொன்னான்.

வாசல்லே இருந்தா உள்ளே வரச் சொல்லலாமே.

மேல்சாந்தி வயசு வித்தியாசம் கருதாது, வந்தவனுக்கு முழு மரியாதை வழங்கி விண்ணப்பித்தார்.

இல்லை. யாரும் இங்கே என்கூட வரவில்லை.

வைத்தாஸ் சொன்னான்.

பெயர் சொன்ன மாதிரி இருந்ததே.

ஊர்ஜிதப்படுத்திக்கொள்ள, மரியாதை கொஞ்சமும் விலகாமல் கேட்டார் மேல்சாந்தி.

ஆமா, குஞ்சம்மிணி. அவளை எனக்கு போன மாதம் என் தகப்பனார் பரிசயப்படுத்தி வைத்தார். குஞ்சம்மிணி காலம் தப்பி அலைகிறாள் இன்னும்.

வைத்தாஸ் சொல்ல, அவர் சிவசிவ என்று பலமாக உச்சரித்துச் சிரித்தார்.

அந்தத் தகவலோடு ஆரம்பிக்கலாம் என்று பட, வைத்தாஸ் மேல்சாந்தியைப் புன்னகையோடு பார்த்தான். ஒரு ஐந்து நிமிடம் உங்கள் நேரத்தை எடுத்துக் கொள்ளலாமா?

அவன் கேள்விக்கு உதடுகளை இறுக மூடி, தலையை இடவலமாக அசைத்தார் மேல்சாந்தி. சொல்லு, கேட்போம் என்று உத்தரவானதாக உணர்ந்த வைத்தாஸ் எப்படி ஆரம்பிப்பது என்று யோசித்தான். நந்தினி கூட வந்திருந்தால் ரத்தினச் சுருக்கமாகச் சொல்லியிருப்பாள் தான். வர மாட்டேன் என்று ஆலப்புழை படகு வீட்டிலேயே மழைக்கு இதமாகச் சுருண்டு படுத்துக் கிடக்கிறாள் அவள்.

சுருக்கமாக. அதுதான் செய்ய வேண்டியது. அப்பனோடு, அந்த வரதராஜ ரெட்டியோடு தொடங்கலாம் என்று முடிவானது.

வைத்தாஸே இவனை உனக்குப் பரிச்சயப்படுத்தி வைக்கிறேன்.

இப்படித்தான் லண்டனில் இரண்டு மாதம் முன்பு ஒரு காலைப் பொழுதில் வரதராஜ ரெட்டி தன் மகனுக்குக் குஞ்ஞும்மிணியை அறிமுகப்படுத்தி வைத்தது.

வைத்தாஸ் ரெட்டி என்ற வெளிநாட்டு அரசு அதிகாரி ஆங்கிலேய துரைத்தனத்துக்கு வேண்டுகோள் விடுக்க லண்டன் வந்திருந்தான். அவனுடையது சின்னஞ்சிறு நாடு. கரும்பு விளைச்சலும், சர்க்கரை உற்பத்தியும், கடனுமாகக் கழிகிறது. ஐரோப்பிய, அமெரிக்க நாடுகளின் தயவு வேண்டி இருக்கிறது. மதியம் துரைகள் தரிசனம் தரச் சம்மதித்திருக்கும் சுப தினம் அது.

லண்டன் பாதாள ரயில் போக்குவரத்து ஊழியர்கள் பணி முடக்கிய தினமும் அதுவாக அமைந்து போனது. மூடுபனி அதிகமாகவே ஜன்னல் கண்ணாடிகளிலும், பிக்கடெலி வீதிக் கடைகளில் கண்ணாடி அலமாரிகள் மேலும் அப்பிய நாள் அது.

மதியத்துக்கு முன் ஓவியக் கூடத்தில் ஒன்றிரண்டு ஓவியங்களைப் பார்த்து வர உத்தேசம். புத்தகங்களில் மட்டும் தேசலான பிரதியாகக் கண்டது அது எல்லாம்.

வைத்தாஸ் இன்னும் ஆள் அரவம் மிகாத பிக்கடெலி வீதியில் மெல்ல நடந்து கொண்டிருந்தான். லண்டன் வாசிகளின் சம்பிரதாயமான உடுப்பு அலங்காரத்தோடு, கையில் அலங்காரமாகவும், உபயோகிக்க வசதியாகவும் குடை ஒன்றையும் அவன் சுமந்து போயிருந்தான். நடக்க லகுவாகவும். சுகமாகவும், சற்றே துக்கமாகவும் உணர்ந்த காலை அது.

பனிக்கு நடுவே சின்ன தூறல் காற்றை முகத்திலும் தலையிலும் செல்லமாக வேண்டாம் என்று மறுத்தபடி வாங்கிக் கொண்டு அவன் க்ரீன் பார்க் ரயில் நிலையத்தை ஒட்டிய ஸ்ட்ராட்டன் தெருவில் காலடி எடுத்து வைத்தபோது, தரையில் வைத்திருந்த பத்திரிகைப் பொதி தட்டித் தலை குப்புற விழுந்தான்.

முன்னால் போய்க்கொண்டிருந்த இரண்டு மூதாட்டிகள் பதற்றமாகித் திரும்ப வந்து வைத்தாஸை நோக்கிக் குனிந்து கீழே கைநீட்டியபடி புகைப்படத்துக்கு நிற்பது போல் உறைந்தார்கள்.

அவர்களால் வேறெதுவும் செய்திருக்க முடியாது என்பது புரிபட அனுதாபமும் குழப்பமும் கழிவிரக்கமுமாக அவர்கள் சாய்ந்து நின்ற அந்த நொடி வைத்தாஸை திரும்ப எழுந்து நிற்கச் சொன்னது.

இன்றைக்கு ரயில் ஓடாது என்று கிரீன்பார்க் ரயில் நிலைய மாடிப் படிக்கட்டில் நின்று திரும்பத் திரும்ப அறிவிப்பு செய்து கொண்டிருந்த கெச்சலான ரயில் உத்தியோகஸ்தன் வைத்தாஸை ஓட்டலை நோக்கித் திரும்பி நடக்க வைத்தான். எல்லாக் காலத்திலும் ரயில் உத்தியோகஸ்தர்கள் கெச்சலாகவே உள்ளார்கள். ரயில் ஓடாது என்று அறிவிக்கவே அவர்களுக்கு ஊதியம் தரப்படுகிறது.

தினசரி விழுவதும் எழுவதும் சகஜம் என்றும் அதெல்லாம் இல்லாது நடக்க மட்டும் முடிந்த தினங்கள் உப்புச் சப்பற்று உருள்கிறவை என்றும் பிரகடனம் செய்யும் முகக் குறிப்போடு வந்த வழியிலேயே நடந்தான் வைத்தாஸ்.

முகமும் இருப்பும் தெரியாமல் சூழ்ந்து இருக்கும் யாரிடமோ மன்றாடினான் அவன்.

நான் இந்த லண்டன் மாநகருக்கு அரசாங்க வேலை நிமித்தம் வந்திருக்கேன். மகாராணியையும் பிரதமரையும் தவிர கீழ்மட்ட தெய்வங்கள், தேவதைகள், பிசாசுகள் என்று எல்லோரையும் சந்தித்து வணங்க வேணும். வணங்கி, நான் பிறந்த நாட்டுச் சர்க்கரை ஆலைகள் அனுப்பும் டெமூரா பழுப்புச் சர்க்கரையை அட்டியின்றி வாங்கிக் கொள்ள வேண்டும் என்று பிரார்த்தனைகளைச் செலுத்த வேண்டிய கடமை எனக்கு உண்டு.

ஆப்பிரிக்க நாடுகளில் அழுக்கைப் பயிரிட்டு, அழுக்கைப் பிழிந்து காய்ச்சி, அழுக்கான கை கொண்டு ஆழக் கிளறி, அழுக்கான சர்க்கரையை உற்பத்தி செய்கிறார்கள். பயிரிடுவதில் தொடங்கி,

டெமோரா சர்க்கரைக் கட்டிகளைக் கையால் நொறுக்கிப் பொடி செய்து பொட்டலம் கட்டி அனுப்பும் வரை சூழலில் இருக்கப்பட்ட எத்தனையோ கிருமிகள் ஆப்பிரிக்க உக்ரத்தோடு அந்த இனிப்புப் பதார்த்தத்தை அசுத்தப்படுத்துகின்றன.

பிரிட்டானிய துரைத்தனம் ஏற்க இயலாத நிலைமை இது என்று திட்டவட்டமாக அறிவித்து விட்டார்கள். என்றாலும் மன்றாடிப் பார்க்க எங்கள் சர்க்கார் என்னைப் பிரதிநிதியாக அனுப்பியிருக்கிறது.

இன்று மதியம் துரைத்தன அதிகாரிகளைச் சந்திக்க வேணும்.

அரசாங்க வேலைக்கு இன்னும் நாலு மணி நேரம் இருக்கிறது. அது வரை என்ன செய்யட்டும்?

எழுது என்றார்கள் முன்னால் நடந்தவர்கள். எழுது என்றது குளிர்ந்த காற்றும் திரும்ப ஆரம்பித்த சிறு மழையும்.

லண்டன் மூடுபனிக்கும், பாதாள ரயில் சேவை ஊழியர்கள் பணி முடக்குக்கும் நன்றி சொல்லி அவன் டைப் ரைட்டரில் தன் அடுத்த நாவலின் முதல் அத்தியாயத்தை எழுத ஆரம்பித்தபோது நேரம் காலை ஒன்பது மணி பதினேழு நிமிடம்.

குஞ்ஞம்மிணி.

அவன் விரல்களை இயக்கியபடி அப்பன் வரதராஜ ரெட்டி இரண்டு நாள் தாடியும், அழுக்கான கால் சராயும், தோளில் துணிப் பையுமாகப் பக்கத்தில் வந்து உட்கார்ந்தான். துணிப்பை பிதுங்கி வழிய வழிய உள்ளேயிருந்து மக்கிப்போன காகிதங்கள் அடைசலாக எட்டிப் பார்த்தன.

நான் போகணும் வைத்தாஸே. சேர்ப்பிக்க வேண்டிய கடுதாசி ரொம்ப இருக்கு.

வைத்தாஸ் குறுஞ்சிரிப்போடு பக்கவாட்டில் திரும்பி அப்பனைப் பார்த்தான். நல்ல உயரம். கருப்பு இல்லாமல், வெளுத்த தோலுமில்லாமல் உடல் நிறம். அமெரிக்கப் பழங்குடியினரில் சிலருக்கு இப்படியான சருமம் உண்டு.

அவா இருக்கட்டுமடா வைத்தாஸே. செகப்புத் தோல்னு ஊர்லே சொல்வா. இதை வச்சு நான் போட்ட ஆட்டம் இருக்கே. அதெல்லாம் உனக்கு வேணாம்.

அப்பன் இறந்து போயிருந்தாலும் பழசை ஒரு துரும்பு கூட மறக்கவில்லை. திடீர் திடீரென்று, முக்கியமாக வைத்தாஸ் எழுத உட்காரும் போதெல்லாம் வந்து விடுகிறான்.

குஞ்ஞும்மிணினு போட்டியோ வைத்தாஸே. நான் போக வேண்டி இருக்கு.

அவன் பொறுமையில்லாமல் வைத்தாஸின் போர்ட்டபில் டைப்ரைட்டரைக் கொஞ்சம் அசைத்தான்.

எழுதிட்டேன். அது யாரு குஞ்ஞும்மிணி?

வைத்தாஸ் கேட்டான். இப்படியும் ஒரு பெயர் தமிழில் இருக்குமா? அவனுக்குத் தெரியவில்லை. மலையாளமாக இருக்குமோ?

மலையாளமே தான். ஆனால் தமிழ் பேசுகிற குடும்பங்களில் புழங்கற பெயர்.

அப்பன் விளக்கம் சொன்னான். அவனுக்கு எப்படி மலையாளம் பரிச்சயமானது என்று வைத்தாஸ் கேட்க நினைத்தான். வேணாம். கேட்டால் அப்பன் வேறு கிளை பிரிந்து பேச ஆரம்பித்து விடுவான்.

குஞ்ஞும்மிணி எழுபது வருஷம் முந்தி பரத கண்டத்தில் ஜீவிச்சவள். அவ தகப்பன் பெயர் மகாதேவய்யன். தாயார் பர்வதவர்த்தினி அம்மாள். கொல்லூர்ங்கற பேரிலே ஒரு தேவி ஷேத்ரம் இருக்காம் மலையாள பூமியில். அங்கே போகற நேரத்தில் குடும்பத்தோடு தொலைஞ்சு போனவள்.

இதை வச்சு நான் நாவல் எழுத முடியாது. கொல்லூர் போய் கேட்டு வந்து புராணம் வேணுமானால் எழுதலாம்.

வைத்தாஸ் முடிக்கும் முன் அப்பனின் குரலை அமர்த்திய படி சோகையான ஒரு பெண்குரல்.

இங்கேயே உக்காந்து பிருஷ்டத்தைத் தேச்சா உடுப்பு தான்

நையும். கிளம்புடா கொழந்தே. ஒரு விசை அங்கெல்லாம் போய்ட்டு வா. எழுதினது எழுதின படிக்கு போகறது போகற படிக்கு நடக்கும். கிளம்பு. நான் இருக்கேன்.

கிளம்பி என்ன செய்யணும்?

தேடு. நான் கரைஞ்சு போகணும். என்னாலே முடியலேடா வைத்தாஸே. யாருக்காவது அது எப்படி முடியும்னு தெரிஞ்சிருக்கும். கோவில் காரியஸ்தர், வழிபாட்டுக்காரர், உருளியிலே பாயசம் காய்ச்சறவர். எனக்காக தேடு.

நான் ஏன் செய்யணும்?

நீ தானே நாவல் எழுதறே. நானா எழுதறேன்?

துறுதுறுவென்று துள்ளிக் குதித்தபடி ஒரு சின்னப் பெண்ணாக குஞ்ஞம்மிணி டைப் ரைட்டர் விசைகளுக்கு நடுவே ஓடினாள். காகிதத்தில் படுத்துச் சிரித்தாள். குழந்தை என்று கூப்பிட்டது அவள் தான்.

குஞ்ஞம்மிணி வைத்தாஸை மனதில் ஒரு நினைப்பாக, காட்சியில் ஒரு சிறு பிழையாக, ஓசை வித்தியாசமாக, பழகிய மணத்திலும் வாடையிலும் படர்ந்த மாற்றமாக வெளிப்படுத்திக் கொண்டு நடத்திப் போகிறாள். மழையிலும் விடாமல் சரித்திரம் தேடி நடக்கும் காலிலும் அவள் உண்டு.

வைத்தாஸ் இதுவரை சொல்லிப் போனதை நிறுத்தி மேல்சாந்தியை ஏறிட்டான். இங்கிலீஷில் சொன்னது அட்சரம் நழுவாமல் கேட்டுக் கொண்டார் அவர்.

சட்டென்று நிமிர்ந்து பார்த்துக் கேட்டார்.

குஞ்ஞம்மிணி என் கிட்டே சரித்திரம் கேட்கச் சொல்றாளா, சோழி எறிந்து பழசும் புதுசுமா மனசிலேருந்து வருத்தித் தரச் சொல்றாளா?

எல்லாமே சோழி சொல்லாதோ என்றான் வைத்தாஸ்.

அதானே.

புதுசாக இடி ஒன்று வாசலில் சத்தமிட்டது.

# அத்தியாயம் பதினாறு

கடுதாசி வந்தாச்சு.

அமேயர் பாதிரியார் வந்தபடிக்கே, மூச்சு வாங்கிக் கொண்டு அறிவித்தார்.

போப்பரசர் உத்தரவு. குட்டி ஆடுகளை வழிபடுத்தும் மேய்ப்பன் எழுத்து.

கையில் பிடித்திருந்த கடிதாசை உயர்த்திப் பிடித்து அவர் அன்போடு சிரித்தார்.

உலகெங்கும் வெள்ளமாகக் கருணை பொழிந்து இன்னும் மிச்சம் உள்ளதை வீட்டில் இருக்கப்பட்ட பீப்பாய், தண்ணீர் வாளி, பால் பாத்திரம், மேசைக் கரண்டி, மர ஸ்பூன் என்று எல்லாவற்றிலும் வழிய வழியப் பிடித்து அதுவுமெல்லாம் நிறைய, ஆளாளுக்குக் கைகுவித்து அள்ளி விழுங்கிக் கடைத்தேற வழி வகுத்து, ஊற்றுக்கண் வற்றாமல் இன்னும் இன்னும் பொங்கி வரும் பிரவாகம் அது.

அமேயர் அப்பன், கார். மெட்காபோட கார்.

இமல்டா குசினிக்குள்ளே ஒரு காலும் நடுவீட்டில் இன்னொரு

காலுமாகக் கருணை வெள்ளக் கரையில் நின்றபடி கீச்சென்று குரலெழுப்பி அவசரப்படுத்தினாள்.

அமேயர் பாதிரியார் அவளைக் கண்ணெடுத்தும் பார்க்கவே இல்லை. அவர் கொண்டு வந்தது, எவ்வளவு முக்கியமான, கேட்டவர்கள் ஒருத்தர் விடாமல் மயிர்க்கூச்செரிந்து ஆனந்தம் மிகக் கொண்டு கண்ணில் துளித்த நீரோடு நிற்க வைக்கக் கூடிய அற்புதமான செய்தி!

இரும்பால் அடித்து நிறுத்திச் சகடம் பொருத்தி ஓட விட்ட அற்பமான காரையும் மோட்டார் சைக்கிளையும் கருத இது நேரமா என்ன?

இஸ்பானியப் பெண்ணே, உனக்கு சமாதானம் உண்டாகட்டும்.

அமேயர் பாதிரியாரின் கண்கள் இமல்டாவைக் கனிவோடு நோக்க, சமாதானம் அவளைச் சூழ்ந்தும் உள்ளிலும் பெருகுவதை உணர்ந்தாள், கொலம்பியாவிலிருந்து அகதியாக வந்த அந்தச் சிறு பெண். இவ்வளவு சமாதானம் இதுவரை அனுபவப்பட்டதில்லை என்பதால் மயக்கமடைந்து குசினித் தரையில் விழவும் செய்தாள் அவள்.

தெரிசா, கையில் பல் துலக்கும் பிரஷ்ஷும், கால் மாற்றி அணிந்த வீட்டுச் செருப்புமாக உடனே இமல்டா பக்கம் நகர்ந்தாள்.

ரெண்டு அடி முன்னால் வந்த அமேயர் பாதிரியார் அவள் தலையில் கைவைத்துச் சொன்னார் –

அவளை உறங்க விடு சிசுவே. அவளுக்கும் இந்த நற்செய்தி போய்ச் சேரும்.

இந்தக் கடிதம் அமேயர் பாதிரியார் வசம் நேற்றுப் பகலே வந்து விட்டது.

போஸ்ட் ஆபீஸில் கடிதங்களைப் பட்டுவாடா செய்ய அமர்த்தியிருக்கும் பெண் புதியவளாம். கதவைத் தட்டிக் கையில் தராமல் என் தபால் பெட்டியில் போட்டிருக்கிறாள். காலையில்தான் பார்த்தேன்.

ஆகச் சிறந்த செய்தியோடு ஒரு நாள் தாமதமாக வந்ததற்காக மனப்பூர்வமாக வருத்தம் தெறிக்கும் குரலில் சொன்னார் அமேயர் பாதிரியார்.

தபால் பெட்டி, வந்த கடிதங்களைப் போடத்தானே என்பதாக தெரிசா அவரைப் பார்த்தாள்.

என் தபால் பெட்டியில் அண்டை அயல் குழந்தைகள் கல்லையும் மண்ணையும் நசுங்கிய ரப்பர் பந்தையும் தான் போடுகிற வாடிக்கை. ஒரு துஷ்டன் அடுத்த வீட்டுக்குக் குடி வந்து, குடித்தனக்காரர்கள் ராத்திரியில் உபயோகிக்கிற அசுத்தமான சமாசாரத்தையும் தபால் பெட்டி உள்ளே போட்டிருந்தான். நல்லவேளை அது வாங்கியபடிக்கு புதுசானது என்பதால் அசுத்தம் குறைவாகவே இருந்தது.

அவர் பம்மிப் பம்மிச் சொல்ல தெரிசா குறுஞ்சிரிப்போடு தலையைக் குனிந்துகொண்டாள். வேலை மெனக்கெட்டுக் கடைக்கு நடந்து, காசு கொடுத்து காண்டோம் வாங்கி அதை ஜரூராக அமேயர் பாதிரியாரின் தபால் பெட்டியில் போட்டவன் முழு முட்டாளாக இருப்பான். ஒரு வேளை மெட்காபோ அது?

பாதிரியார் முன்னால் ராத்திரி உடுப்பில் நிற்க அவளுக்கு வெட்கமாக இருந்தது.

கல்யாண தினத்தன்று, அந்தியில் அனுபவப்பட்டது. மெட்காப் சுகமாக உறங்கும் சவப்பெட்டிக்கான விலையை, அதை வசூலிக்க வந்த கனவானிடம் கொடுத்தபோது உண்டானது. கலவி சுகம் கண்ட உடலைச் சுத்தப்படுத்திக் கொள்ளாமல் வந்ததற்காக அப்போது மனதில் படிந்த கூச்சம் போன்றது அது. இன்னொரு முறை அது அனுபவமானது விவரிக்க முடியாத ஏதோ விதத்தில் சந்தோஷமானதாகவும் இருந்தது.

அமேயர் பாதிரியாருக்குக் கிட்டியிருக்காது அதெல்லாம். தபால் பெட்டியில் போட்டிருந்த ஆணுறை போல விலகிப் போயிருக்கலாம். அல்லது கிடைத்திருந்தாலும், மனக் குமைச்சல் இல்லாமல் அவர் அனுபவித்திருக்க முடியாது அணிந்து

கொள்ள விதிக்கப்பட்ட வெள்ளை அங்கி வருவித்த பயமே அதைத் தூர வீசச் சொல்லிக் கண்டித்திருக்கும்.

படுக்கை அறைக் கதவு திறந்தது. உள்ளே இருந்து, கோமாளி உடுப்பு மாதிரி தொளதொளத்த பைஜாமாவும், ஆரஞ்சு நிறத்தில் மேல் குப்பாயமும் அணிந்து வெளியே வந்தான் முசாபர். அவன் பார்வை தெரிசா மேல் மட்டும் நிலைத்திருந்தது.

காருக்கு என்ன ஆச்சு?

வேறு எந்தத் தகவலும், அற்புதமும், கருணையும், சமாதானமும் தனக்குத் தேவையில்லை என்ற கறாரான தொனியில் கேட்டான் முசாபர்.

கார் தெரு ஓரமாக நிற்கும். எந்தத் தெருவானாலும் சரிதான்.

கொச்சு தெரிசா நெஞ்சில் குரிசு வரைந்தபடி, பொதுவாகப் பார்த்துச் சொன்னாள்.

அமேயர் பாதிரியார் உடனடியாக ஒரு பிரார்த்தனை செய்து காரோட்டி இல்லாத அந்தக் காரை, போன வாரம் கால்டர்டேல் கல்லறையில் உறங்கப் போன மெட்காப் என்ற, குரிசுப் பள்ளிக்குள் ஒரு முறையும் கால் வைக்காத, இங்கிலீஷ் மட்டும் பேச, எழுதத் தெரிந்த நடு வயசு வெள்ளைக்காரன் வாங்கி வந்த தன் முனைப்பான அந்தப் பிசாசு யந்திரத்தை நிறுத்திப் போடட்டும்.

தெரிசாவின் பார்வை யாசித்தது.

அதெப்படி தானே நிக்கும்?

முசாபர் தேவ வேளையில் அபசுவரமாக மேற்கேள்வி கேட்டான். மீன் சாப்பிடும்போது பல் உதிர்ந்து போயிருந்த எயிற்று இடைவெளியில் முள் குத்திய அவஸ்தையைப் பார்வையில் காட்டினார் அமேயர் பாதிரியார்.

உம்மை சாவகாசமாக வந்து கவனித்துக் கொள்கிறேன் என்று முகத்தில் துச்சமான புன்னகையை ஒட்டிக் கொண்டு வாசலுக்கு விரைவாக நடந்த முசாபர், யாரோ சத்தமாக ஏதோ சொல்வது

காதில் பட, வேகமாக ஓட ஆரம்பித்தான்.

அதையொண்ணும் கவனிக்காமல், அமேயர் பாதிரியார் கொச்சு தெரிசாவிடம் ஆவலாக விசாரித்தார்.

போன வாரம் இதே கிழமைக்கு, இங்கே ஆடிய பறவை நினைவு இருக்கா தெரிசாளே?

இல்லாமல் என்ன அப்பன், நீங்க சொன்னீர்களே. அன்னப் பறவையல்லவோ அது.

தெரிசா ஆர்வத்தோடு கேட்க ஒரு புன்சிரிப்பால் அவளைத் தடுத்தாட்கொண்டார் அமேயர் பாதிரியார். அறிவின் பிரகாசமும் ஆராய்ந்து முடிவுக்கு வருவதும் தேவ ஊழியர்களுக்கும் அவ்வப்போது தடைபடுவதும், பின்னர் தெளிகிறதும் நடப்பதுதான். கொச்சு தெரிசா போன்ற ஏதும் அறியாத ஆட்டுக் குட்டிகளை இதுபோன்ற சுகவீனம் இன்னும் சுளுவாகப் பீடிக்க வாய்ப்பு உண்டு. அறியாமை களைய அல்லவோ அங்கி தரித்து அலைந்து திரிகிறார் அமேயர் பாதிரியார்?

மகளே, உன் தகப்பன் ஆந்திரோஸுக்கு ரொம்பப் பிடித்த செயல் நினைவு இருக்கா?

அமேயர் பாதிரியார் நாற்காலியை இழுத்துப் போட்டுக் கொண்டு உட்கார, குசினியில் இமல்டா கருணை காரணமாகக் கவிந்த மயக்கம் தீர்ந்து எழுந்து அங்கிருந்தே அமேயர் பாதிரியாரைப் பார்த்துக் கூவினாள்.

ஆந்திரோஸ் ஐயா நான் வேலைக்கு வந்தபோது என்னைத் தரக் கேடான காரியம் செய்யச் சொல்லித் தூண்டுவாரே அதுதானே அவருக்கு ரொம்பப் பிடிச்சது?

அப்பன் அந்த்ரோஸ் பற்றி தெரிசாவுக்கு வெகு விவரமாகத் தெரியும் என்றாலும் பணிப்பெண் மூலம், அதுவும் அவள் வயசுக்கும் குறைந்த இமல்டா மூலம் இத்தனை காலையில் வெளிப்படுவது அவளுக்கு உடன்பாடாக இல்லை.

இமல்டாவின் அம்மா மீதும் இப்போது அபர்டீனில்

சலவைக்கடை வைத்திருக்கும் இமல்டாவின் சாயல் கொண்ட அவளுடைய தம்பி மீதும் அந்திரோஸுக்கு ஈர்ப்பு இருந்ததை அவள் அறிவாள். அமேயர் பாதிரியாருக்கும் அதெல்லாம் தெரியும். அதைச் சொல்லிக் காட்டிக் களி கொண்டு கூவிக் கூத்தாடவா அவர் வந்திருக்கிறார்?

இமல்டா வலதுகையைப் பூமொட்டாகக் குவித்து வாயில் வைத்துக் கொண்டு சிரிக்க, அமேயர் இமல்டா மேல் சாத்தான் கவிந்ததாக அறிவித்தார்.

அவளை இன்னிக்கு முழுக்க எந்த வேலைக்கும் வரவேணாம் என்று சொல்லி வீட்டுக்கு அனுப்பு என்று தெரசாவிடம் சொன்னார் பாதிரியார்.

இமல்டா கட்டாயமாக வெளியேற்றப்பட, வெளியே போகும்போது அவள் தெரிசாவின் கன்னத்தைக் கிள்ளி, காதில் அந்தரங்கமாக ஏதோ கேட்க தெரிசா முகம் கூச்சத்தால் சிவந்ததையும் அவள் இமல்டாவின் தலையில் தட்டித் தணிந்த குரலில் சிரிப்பதையும் நாற்காலியில் இருந்தே அமேயர் பாதிரியார் கண்டார்.

என்ன ரகசியமோ இந்தப் பெண்பிள்ளைகள் இடையில்? அதெல்லாம் அசங்கியமானதாக இருக்கும் என்று கையில் பிடித்திருந்த போப்பரசர் கடிதம் விரைப்பாகச் சொன்னது.

அப்பன், இதோ வந்தாச்சு.

குசினிக்குப் போய் ரெண்டு கோப்பை சாயாவோடு தெரிசா நடுவீட்டுக்கு வந்தாள். பாதிரியார் போப்பரசரின் கடிதத்தை அங்கிக்குள் வைத்து விட்டு, நிறைய நன்றி சொல்லியபடி கோப்பையை வாங்கிக் கொண்டார். விடிந்து அருந்துகிற முதல் கோப்பைத் தேனீர் இது தான். காலையில் எழுந்ததும் போப்பரசர் கடிதப் பரபரப்பு தொடங்கி அதோடு கூட அலைபாயவே நேரம் சரியாக உள்ளது.

அந்திரோஸுக்கு குடும்ப மரம் வரைவதில் விருப்பம் அதிகம் உண்டு தானே?

அமேயர் பாதிரியார் கேட்டபடி இடது கையால், அங்கியின் பையில் இருந்து நாலாக மடித்த ஒரு காகிதத்தை எடுத்தார். அதைப் பிரித்து தெரிசாவிடம் கொடுக்க அவள் வேண்டாம் என்று அவசரமாக மறுத்தாள்.

அப்பன் எழுதிய நீள் சதுரங்களும், கோடுகளும் நிறைந்த குறிப்பு. நடு நடுவே ஆண், பெண் பெயர்கள் திருத்தமான கையெழுத்தில் சதுரத்துக்குள் இருந்து விழித்துப் பார்க்கும். அடிப்படையான காமம் மிகுந்து ராத்திரி முழுக்க சந்தோஷம் அனுபவித்து விட்டுக் குளிக்காமல் தெரிசா கை நீட்டித் தங்களைத் தொடுவதை அந்தப் பெயர்களைக் கொண்டவர்கள் விரும்ப மாட்டார்கள்.

அமேயர் பாதிரியார் புரிந்ததாகத் தலையசைத்து அவரே அந்தக் காகிதத்தை விளக்கினார்.

தெரிசாளே, போப்பரசர் சாம்ராஜ்ஜியத்தில் இருந்து வந்த கடிதத்தை அவருடைய கார்டினல்களில் ஒருவரான ஜோசப் ஈப்ப்ன் தெக்கேபரம்பில் பாதிரியார் எழுதியிருக்கார். கர்த்தர் அவருடைய பெயரை உச்சரிக்கக் கடினமானதாக வைத்த காரணம் தகுதியில்லாதவர்கள் அதைச் சொல்லிச் சிரமப்படுத்த வேண்டாமே என்பதாக இருக்கலாம்.

தெரிசா தேநீர் குடித்து முடித்திருந்தாள். குளிக்க வேண்டும் என்ற நினைவு இன்னும் வலுவாகத் தாக்க ஆரம்பித்திருந்தது. அமேயர் பாதிரியார் இப்போதைக்கு இறங்கிப் போவார் என்று தோன்றவில்லை. போப்பரசரில் தொடங்கி, இமல்டாவை வெளியேற வைத்து, குடும்ப மரத்தைப் பிரித்து வைத்துக் கொண்டு, கூடவே, யாரோ இந்தியக்கார பாதிரியாரின் மேன்மையைப் பாராட்டுகிற லயிப்பில் இருக்கிறார். அவர் போப்பாண்டவர் கடுதாசுக்கு வருவதற்குள் இன்று மதியமாகி விடும் என்று தெரிசாவுக்குப் பட்டது.

தெரிசா சற்றே நெளிந்து அசௌகரியம் காட்டினாள். நல்ல வேளை, அமேயர் பாதிரியார் விஷயத்துக்கு வந்தார்.

தெரிசாளே இது உங்க குடும்பத்தோட வம்சாவளியைச்

சொல்கிற மரம். இந்தியாவில் தெற்கில் பெயர் வாயில் நுழையாத பிரதேசத்தில் ஒரு பிராமணக் குடும்பம். மூணு சகோதரர்கள். மூணாமவன் கித்தவாயன்.

மன்னிக்கணும் அப்பன். அது இந்தியப் பெயர். கிட்டாவய்யன்னு உச்சரிப்பு. ஜான் கிட்டாவய்யன்.

பாதிரியார் ஆனந்தம் கொண்டு சிரித்தார்.

நல்லதாப் போச்சு. நீயே படி தெரிசாளே. ரெண்டே நிமிஷம்தான்.

அவர் சந்தோஷப்பட்டார். தெரிசா சாயாவில் தாராளமாகக் கலந்திருந்த சர்க்கரை, புத்தியில் உற்சாகத்தை ஏற்றி சின்னச் சின்ன சந்தோஷங்களைப் பெரிசாக்கிக் காட்டுகிறது.

தமிழும் மலையாளமும் பேசும் அம்பலப்புழை பிராமணர்கள் மூணு பேர். அதிலே ரெண்டாமவன் கிட்டாவய்யன். ஜான் கிட்டாவய்யனான இவருக்கு தெரிசா மூத்த மகள், வேதையன் ஒரே மகன். தெரிசா இங்கிலாந்து வந்து பீட்டர் மெக்கன்ஸியைக் கல்யாணம் செய்து, சந்ததி இல்லாமல் அந்தக் கண்ணி நின்று போனது. வேதையன், பரிபூரணத்தைக் கல்யாணம் செய்து அவளுக்கு ஒரே ஒரு பெண் குழந்தையாக தீபஜோதி. தீபஜோதியின் மகன் அந்திரோஸ், அவர் மனைவி நிக்கோலா. மகள் கொச்சு தெரிசா என்ற, அசுத்தமான இந்தப் பெண்குட்டி.

அமேயர் பாதிரியார் இதுக்கும் சிரித்தார்.

கொச்சு தெரிசாளே, போப்பரசர் அந்த தெக்கேபரம்பில் பாதிரியார் மூலம் சொல்ல வந்தது, அன்றைக்கு இங்கே ஆடியது அன்னப் பறவையில்லை. கண்டம் விட்டுக் கண்டம் போகும்போது வழி தவறிய மயிலாக இருக்கக் கூடும். மயில் வருவதாலோ வேறு பறவைகள் வருவதாலோ எந்தக் கெடுதலும் இல்லை. நல்லதே நடக்கும்.

இந்த இடத்தில் நிறுத்தி, அற்புத சுகமும் பரவசமும் அளிக்கிற தகவல் இல்லையோ இது தெரிசாளே. கெடுதல் அண்டாது விலகி ஓடும். இனி எப்போதும் நல்லதே நடக்கும் என்று

ஆயரின் ஆயர் அளிக்கிற ஆசியும் செய்தியும் தினந்தினம் நாம் கால்டர்டேல் சந்தையில் மீனோடும் உருளைக் கிழங்கோடும் வெங்காயத்தோடும் வாங்கி வருகிற சமாசாரமா என்ன?

அது சரிதான். ஆனால் இந்தத் தகவலால் தனக்கு என்ன உபயோகம் என்கிறது போல் கொச்சு தெரிசா அமேயர் பாதிரியாரைப் பார்த்தாள்.

விஷயமுண்டு என்கிற தொனியில் அவர் இன்னொரு முறை சிரித்தார்.

இதுவரை போப்பரசர் சொன்னபடிக்கு இருக்கப்பட்ட கடிதத்தில் கண்ட வார்த்தைகள். தெக்கேபரம்பில் பாதிரியார் எனக்கு தனிப்பட எழுதிய கடிதம் ஒன்று உண்டு. அதைக் காண்பிப்பதற்கில்லை. மயில் எப்படி மிகச் சரியாக உன் வீட்டு முகப்பில் வந்து ஆடியது என்பதற்கான சிறு தகவலாவது உன் பூர்விகம் மூலம் தெரிய வரலாம் என்கிறார் அவர். மூட நம்பிக்கைகளை மடம் ஆதரிப்பதில்லை. உனக்குத் தெரியாததில்லை தெரிசாளே.

நான் என்ன செய்யணும்?

தெரிசா எழுந்து நின்றாள். அவளுக்கு இதொண்ணும் ஒரு சுக்கும் பிரயோஜனமானதாக இருக்கும் என்று தோன்றவில்லை.

உன் தேன்நிலவுக்கு முசாபரைக் கூட்டிக் கொண்டு நீ ஏன் இந்தியா போய்வரக் கூடாது?

அமேயர் பாதிரியார் கேட்டுக் கொண்டிருக்கும்போதே வாசலில் வெகு களேபரமாக மெட்காபின் கார் நுழைந்தது. முன் சுவரில் மோதி செங்கல் உதிர்த்து அது நிற்க உள்ளே இருந்து பெரிய சாதனை செய்த தோரணையில் முசாபர் இறங்கினான்.

# அத்தியாயம் பதினேழு

எத்தனையாவது முறையாகவோ லண்டன்.

வைத்தாஸ் உலகத்தில் எங்கே இருந்தாலும் தேடிக் கண்டுபிடிக்கப் பட்டு உடன் லண்டன் அனுப்பி வைக்கப்படுகிறான்.

போன வருடம் ஆகஸ்டில் இந்தியா போயிருந்தபோது அப்படித்தான் நடந்தது. அவன் அம்பலப்புழையில் இருந்தது பற்றி வைத்தாஸின் அரசாங்கத்துக்கு மூக்கு வியர்த்து விட்டது. உடனே கிளம்பி லண்டன் போ என்று விரட்டினார்கள்.

மேல்சாந்தியோடு பேச ஆரம்பித்ததை அரைகுறையாக முடித்துக் கொண்டு திரும்ப வேண்டிப் போனது அப்போது.

அம்பலப்புழை மேல்சாந்தி மகன், கிளாஸ்கோவில் வரலாற்றுப் பேராசிரியராக இருக்கிறவர் இன்றைக்கு சாயந்திரம் மழை இல்லாமலிருந்தால் சந்திப்பதாகச் செய்தி அனுப்பியிருக்கிறார். வைத்தாஸுக்கு லண்டன் மழை பற்றித் தெரியும். மேல்சாந்தி மகன் பத்மன் எம்ப்ராந்திரி பற்றித் தெரியாது. மழை கட்டாயம் இருக்கும்.

இல்லாமல் போகவும் அபூர்வமாக வாய்ப்பு இருக்கக் கூடும். அப்படி நிகழ்ந்து பத்மன் கிளம்பி வந்தால், அதற்கு முன்னால்

பத்திரிகை சந்திப்பை முடித்துக் கொள்ள வேண்டும்.

வைத்தாஸின் மூன்றாம் நாவலுக்கு திடீரென்று விழித்துக் கொண்டு ஒரு பரிசு அறிவித்திருக்கிறார்கள். நான்கு வருடத்துக்கு முன் எழுதிய நாவல் இப்படித் தாமதமாகத் தேர்வில் சேர்க்கப்பட்டது இதுவரை நடந்ததில்லை.

நான் தான் சேர்க்க வைத்தேன் என்கிறாள் குஞ்ஞம்மிணி டைப் ரைட்டர் விசைகளில் நின்றபடி.

உனக்கும் இலக்கியத்துக்கும் ஒரு தொடர்பும் இல்லைன்னு அடிக்கடி மறந்து போறே. சால்வை வழியில் கிடந்தால் உடனே எடுத்துப் போர்த்திக்கணும். அப்படித்தானே?

வைத்தாஸ் சிரிக்கும்போது குஞ்ஞம்மிணிக்கும் சிரிப்பு வருகிறது.

எழுதிண்டிருக்கறதை எப்ப முடிக்கப் போறே?

விட்ட இடத்தில் இருந்து நாவலைத் தொடர நேற்று அரண்மனை போய் வந்த பிற்பாடு முதற்கொண்டு முயற்சி செய்தபடி தான் இருக்கிறான்.

நந்தினி கூட வந்திருந்தால் நாலு பக்கமாவது எழுதினால் தான் படுக்கைக்கு வர முடியும் என்று சொல்லியிருப்பாள்.

இந்தப் பயணம் தனியாகத்தான் என்றாகியது.

கூட்டிண்டு வந்திருக்க வேண்டியது தானேடா கடன்காரா அவளை. எல்லாத்துக்கும் ஒரு சாக்கு.

குஞ்ஞம்மிணி இரைந்தபோது வாசலில் அழைப்பு மணிச் சத்தம்.

பத்திரிகையிலிருந்து வந்திருக்கிறதாக வந்த இருவரும் அறிவித்தார்கள். சின்ன வயசுப் பெண்கள் இரண்டு பேரும். கருப்பினத்துப் பெண்கள்.

உள்ளே வரச் சொன்னான் வைத்தாஸ்.

இதோ வந்துடறேன். காபி ஆர்டர் செய்யட்டுமா?

வேணாம் நன்றி என்றார்கள் வந்தவர்கள்.

பாத்ரூம் கதவைத் திறக்கும்போது திடமாக வேண்டிக் கொண்டான் வைத்தாஸ்.

வார்த்தைகளைக் கொடு. சரஞ்சரமாக வந்தால் போதும். பெரிய தோதில் அர்த்தம் எல்லாம் வேண்டியிருக்கவில்லை. காத்திரமாக, பிய்த்தெடுத்து பெரிய, சிறிய எழுத்துகளில் அங்கங்கே மேற்கோள் காட்ட உபயோகமாக இருக்க வேண்டும். நீண்ட கட்டுரைகள் களைப்படைய வைப்பவை. யாரும் படிப்பதில்லை. சிறு மேற்கோள்கள் சாஸ்வதமானவை. அவற்றை எல்லா வரிசையிலும் கோர்த்து வளைத்துப் பூச்செண்டாக்கி விடலாம். எனவே மேற்கோள்களின் தெய்வமே, இன்று வேண்டிய மேற்கோள்களை இன்றே தா.

தருவேன். ஆனா, நீ முடிச்சு வந்ததும் நாவலைத் தொடரணும்.

டைப்ரைட்டரின் ஒற்றை விசை உயர்ந்து தாழ்ந்தது.

(வைத்தாஸின் பத்திரிகைச் சந்திப்பில் இருந்து)

கேள்வி: ஆப்பிரிக்க நாடுகளில் இலக்கியம் மூலம் புரட்சி ஏற்படாதது ஏன்? பொதுவான கல்வியறிவுக் குறைவுதான் காரணமா?

பதில்: அந்த வாழைத் தோப்பு ஒருபோதும் பற்றி எரியப் போவதில்லை. கல்வியறிவு இன்னும் அதிகமாக இருந்தால் இன்னும் அதிகம் பேர் என்னைப் போல் பெட்டியைத் தூக்கிக் கொண்டு லண்டனுக்கும் நியூயார்க்குக்கும் மெல்போர்னுக்கும் தான் வேலை நிமித்தம் அலைந்திருப்பார்கள். அப்புறம் இன்னொன்று. வாழைத் தோப்பு என்றைக்காவது எரிய ஆரம்பித்தாலும் நான் ஒரு குவளை நீர் ஊற்றி அணைக்கப் பார்ப்பேன். சர்க்கார் உத்தியோகஸ்தனுடைய அதிக பட்ச எதிர்வினை அதுவாகத்தான் இருக்கும். நாட்பட்டுக் கொஞ்சம் கொஞ்சமாக ஏற்படும் மாற்றங்கள் யாவராலும் வரவேற்கத் தக்கவை. சர்க்கார் உத்தியோகஸ்தன் நிதானமான மாற்றத்தை ஆதரிக்கலாம்.

கேள்வி: உங்கள் நாவல், அகாதமி வெளியிட்ட லாங் லிஸ்டில்

திடீரென்று முளைத்து, ஷார்ட் லிஸ்டில் முதலாவதாக நின்றது. நீங்கள் பரிசுக்காக பிரயத்னப்பட்டதன் காரணமா இது?

பதில்: நான் பட்டியல்களில் இடம்பெறுவதை அசௌகரியமாகவே கருதுகிறேன். பரிசுகளையோ சுபாவமாக எதிர்கொள்கிறேன். பட்டியல்களில் என் படைப்புகள் புதைபடுவது தற்செயலானது. மற்றப்படி, நீள் பட்டியல்களும், குறும் பட்டியல்களும் பட்டியலாளரின் போலியான வாசக அனுபவ விரிவைக் கேட்பவர்களுக்கு உணர்த்தவே தொடுக்கப் பட்டவை. அவற்றில் இடம் பெறும், இடம் பெறாத நூல்களும் அவற்றின் ஆசிரியர்களும் முக்கியமில்லை. எண்ணங்களும் கற்பனையும் பெருவெளியில் மிதந்து கொண்டிருப்பவை. மனதை உயர்த்தி அவற்றைக் கையாக்கிக் கொண்டு இன்னொரு எழுத்தாளர் இதே போன்ற இன்னொரு படைப்பை இதனினும் உன்னதமாக உருவாக்கியிருக்க முடியும். பட்டியல்கள் நிலையானவை அல்ல. தொடுக்கும்போதே அவை மாறலாம்.

கேள்வி: பட்டியல்கள் குறித்த விரோதம் ஏனோ?

பதில்: பரிசுகளும் வெகுமதியும் அளிக்க ஒரு குழு உட்கார்ந்து போடும், நீள், குறுகிய பட்டியல்களைப் பற்றித்தான் இப்படிச் சொன்னேனே ஒழிய, பொதுவாகப் பட்டியல்கள் மேல் ஒரு விரோதமும் எனக்கில்லை. என் பட்டியல்களை நீங்கள் படித்ததில்லை போலிருக்கிறது. பட்டியல்களை உருவாக்குகிறவர்களை வணங்குகிறேன்.

கேள்வி: ஒரு பட்டியலில் எத்தனை பேர் இருக்கலாம்? ஒருவர் குறைந்த பட்சம் எவ்வளவு பட்டியல்களில் இடம் பெறலாம்?

பதில்: எந்தப் பெயரும் இல்லாத வெறும் பட்டியல்கள் வசீகரமானவை. எல்லாப் பட்டியல்களிலும் எல்லாரும் இருக்க வேண்டும் என்று எதிர்பார்ப்பது வெகுளித்தனமானது. இதுவரை வேறு எங்கும் வராத பெயர்கள் இன்னொரு பட்டியலில் ஏறட்டும். ஆயிரமும் அதற்கு மேலும் பட்டியல்கள் மலரட்டும்.

கேள்வி: பட்டியல் போட ஏதும் தகுதி இருக்கிறதா?

பதில்: உங்கள் பட்டியலில் குறைந்தது மூன்று இடங்களில் உங்கள் படைப்புகள் இருக்க வேண்டும் என்பதால், நாலு நாவலாவது எழுதிவிட்டு பட்டியல் போட வாருங்கள். மூன்று போதும் என்று நீங்கள் நினைத்தாலும் சரியே.

கேள்வி: பட்டியலாக இல்லாவிட்டாலும், சிறந்த புத்தகங்கள் இவையென்று நீங்கள் நினைப்பவை எவையெல்லாம்?

பதில்: சிறந்த பத்து உலக எழுத்தாளர்கள், சிறந்த ஏழு இந்திய சமையல்காரர்கள், சிறந்த எட்டு ஐஸ்லாந்து ஓவியர்கள், சிறந்த ஒன்பது ஆஸ்திரேலியா பட்டியல்காரர்கள், சிறந்த ஆறு கொலம்பிய சவ அடக்க நிர்வாகிகள் இன்ன பிற. எந்தவித முக்கியத்துவமும் இல்லாதவை. சவ அடக்க நிர்வாகிகளையும் புத்தகங்களையும் பற்றி யாருக்கும் தெளிவிருக்க வாய்ப்பில்லை. ஒரு வாதத்துக்காக சிறந்த பத்து எழுத்தாளர்களைத் தேர்வு செய்ய முடியும் என்று வைத்துக் கொண்டாலும், சிறந்த பத்து புத்தகங்களாகத் தேர்வாகிறவற்றை அவர்கள் எழுதியிருப்பார்கள் என்பதற்கு எந்த உத்தரவாதமுமில்லை.

கேள்வி: கேள்வியை மீள்வடிவமைக்கிறோம். படித்ததில் பிடித்த புத்தகங்கள்? ஆங்கிலமாக இல்லாவிட்டாலும்?

பதில்: இல்லாத எழுத்தாளர்களின் எழுதாத புத்தகங்கள் வசீகரமானவை. நான் அவற்றை எனக்குப் பிடித்தவற்றின் பட்டியலில் கடந்த ஐந்து வருடமாகச் சேர்த்து வருகிறேன். அந்த நூல்களின் தேர்வு பலரையும் திருப்தியடையச் செய்கிறதையும், அந்தப் பட்டியல்கள் மேற்கோள் காட்டப்படுவதையும் மகிழ்ச்சியோடு கவனிக்கிறேன். இலக்கியம் ஏற்படுத்தும் களிபேருவகையைப் புறக்கணிக்க வேண்டியதில்லை.

கேள்வி: கட்டுரைகள் குறைவாகவே எழுதுகிறீர்களே. அ-புனைகதை இலக்கியமாகாதா?

பதில்: நான் மரண இரங்கல் கட்டுரைகளை மட்டும் எழுதுகிறேன். அவற்றை அதிகமாக எழுதுவது என் கையில் இல்லை. துக்கத்தையும் மகிழ்ச்சியையும் அளிப்பவை இரங்கல் கட்டுரைகள். இன்னார் பிறந்து இத்தனை நாள் இருந்தார்

என்பதை நினைக்கும் துன்பமும், அவர் இப்போது இல்லை என்பதில் எழும் பெருத்த சந்தோஷமும் ஆகும் அது, பலரையும் பொறுத்தவரை.

இரங்கல் பற்றிச் சொல்லும்போது இதையும் சேர்க்க வேண்டியிருக்கிறது. எழுத்தாளர்கள் நிரந்தரமாக இறந்து போவதில்லை. காலமான படைப்பாளிகள் தேவைப்படாத போது எழுப்பி நிற்க வைக்கப்பட்டு, கல் எறிந்து மூக்கும் முகமும் சிதைக்கப்பட்டு திரும்பப் ஆழமாகப் புதைக்கப் படுவது வாடிக்கை.

*(வைத்தாஸ் எழுதும் நாவலில் இருந்து)*

*வாசல் தட்டியை இறக்கி விட்டு வந்துடறேன். சாரல் முழுக்க நனைச்சுடுத்து.*

*மேல்சாந்தி வெளியே போனார்.*

*மனை. எழுபது வருட பழக்கம் உள்ளது என்று சாமு வைத்தாஸிடம் சொன்னான்.*

*உள்ளே உச்ச சப்தத்தில் ரேடியோவில் தொடர்ந்து ஒரு பெண் பேசிக் கொண்டிருந்தாள். குரலோடு இழைந்தும் அதை விட மேலே சஞ்சரித்தும் ஒற்றை வயலின் முன்னேறிக் கொண்டிருந்தது. அந்தப் பெண் முகத்தில் உணர்ச்சிகள் பிழம்பாக ஒளி விட நின்று கொண்டிருப்பாள் அல்லது ஒலிவாங்கிக்கு மிக அருகே மெல்ல நடந்தபடி பக்கவாட்டில் பார்த்து இதையெல்லாம் சொல்லிக் கொண்டிருப்பாள்.*

*மழைக்கு முதுகு காட்டிக் கொண்டு வீட்டு முன் வசத்துக் கொடியில் முண்டும், தோர்த்தும், சோமனும், சோளியும் அலை பாய்ந்து கொண்டிருந்தன. இன்னும் மழை வலுத்தால் சாரல் நீண்டு அவற்றைத் திரும்ப நனைக்கலாம். மழை நேரத்தில் துணி துவைத்தவர்கள் மேல் படியும் சிரத்தையின்மை இந்தத் துணிகளிலும் அங்கங்கே அப்பியிருந்த பழுப்புச் சவுக்காரத் திட்டுகளாகத் தெரிந்தது. எவ்வளவு துவைத்து ஈரம் போகப் பிழிந்து காயப் போட்டாலும், இந்த யுகத்தில் சுக்காக*

உலர்ந்து போகிற வரம் இந்தத் துணிகளுக்கு இல்லை என்பது நிதர்சனமானதால் ஏற்படும் அலுப்பு அது.

உள்ளே நாற்காலி போட்டு உட்கார்ந்திருந்த யாரோ இருக்கையைத் தள்ளியபடி எழுந்தார்கள். அது கத்திரிப் பூ நிற சேலை அணிந்த முதியவள் என்பதை ஆகாயத்தில் வெளிச்சம் போட்டு உள்ளே கசிந்த கொடி மின்னலில் வைத்தாஸ் உணர்ந்தான்.

அங்கே இருந்தே, யார் என்று கேட்க முயன்றபோது சட்டென்று எழுந்து உயர்ந்து ஒலித்த அடுத்த இடி குரலை அடக்கியது.

வைத்தாஸ் மழையைப் பார்த்தபடி, ஆராதகன் ஒருவன் வழிபாட்டுக்காரர்களைப் பரவசப் படுத்துகிற தொனியில் முணுமுணுத்தது இப்படி இருந்தது.

மழையின் நாவுகள் கருத்த மேகப் பொதியில் சூல் கொண்டு எல்லையற்று நீண்டு நெகிழ்ந்து விரிந்த வானக் கம்பளத்திலிருந்து நிறமற்றுச் சிதறி, இருளின் கருமை கிழித்து மண் நோக்கி உதிர்ந்து அடர்ந்து படர்ந்தன. திரி நாளங்களாக, கூடலை சுவர்க்கப் படுத்தும் ஊற்றுக்கண் சிறு துளிகளாக அவை தம்மில் தம்மில் உயிர்த்துப் பற்றிக் கொள்ள நீருடல் தேடி நெளிந்தன.

மாட்டுச் சாணத்தை எறிந்து பயப்படுத்தாதே.

குஞ்ஞும்மிணி சிரித்தபடி சொன்னாள்.

அடிப்படை இலக்கிய ஈடுபாடோ ஒரு புனைகதையோ படிக்கவோ எழுதவோ செய்யாத யாருக்கும் இது பற்றிக் கருத்துக் கூற உரிமையில்லை. ஒரு வாக்கியம் இலக்கியத் தரமாக எழுதியிருந்தால் கூடப் பேசலாம் தான்.

வைத்தாஸ் குஞ்ஞும்மிணியிடம் தீர்மானமாகச் சொல்லி அவளை ஈரக் கைக்குட்டை கொண்டு அடக்கினான்.

இடிகள் இரைந்தொலிப்பதே அடக்கி ஆளுகிறவர்களின் அதிகாரத்தைப் பிரகடனப் படுத்தத்தான். அவர்களுக்குத் தெய்வங்கள் சலித்துக் கொண்டே கொடுத்த வரம் அது.

அந்த ஆட்சியாளர்கள் மண்மூடிப் போய் பல நூற்றாண்டுகள் கழிந்தாலும் ஒலி இன்னும் வானிலிருந்து இறங்கி முடிக்கவில்லை.

சட்டைப் பைக்குள் இருந்து முணுமுணுப்பாக மறுபடி குஞ்ஞும்மிணி குரல் கேட்டது.

வாழைத் தோப்புக்கள் ஒருபோதும் பற்றி எரியாது.

குஞ்ஞும்மிணி சொன்னதா அல்லது வைத்தாஸ் மனம் கட்டி நிறுத்தியதா? எதுவாக இருந்தாலும், இது மற்றவற்றோடு பொருந்தி வரும். இதை கௌரவமான எந்தப் பேச்சு வார்த்தைக்கு இடையிலும் மிடுக்காகச் சொல்லலாம். இந்த வாக்கியத்தோடு வைத்தாஸின் நாவலில் ஒரு அத்தியாயம் தொடங்கும். அநேகமாக அது கடைசி அத்தியாயத்துக்கு முந்தியதாக இருக்கக் கூடும். எல்லா அத்தியாயங்களிலும் இடியும் மழையும் மெய்ப்பொருளாகவோ உருவகமாகவோ வந்து நிறைந்து நின்றால் என்ன?

இவர் இங்கிலாந்தில் இருக்கப்பட்டவர். குடும்ப சாதைகளின் விவரங்கள் சேகரிக்க வந்திருக்கார்.

மேல்சாந்தி மீண்டும் உள்ளே வந்தபடிக்குச் சற்றே குரலை உயர்த்தி, உள்கட்டில் கேட்கச் சொன்னார். சாமு அவசரமாக மடக்கிய குடை பொலபொலவென ஈரம் உதிர வைத்தாஸைச் சுட்டி நீண்டது.

உள்ளே இருந்த முதுபெண் அப்படியா என்று கேட்டபடி ரேடியோவில் திரும்ப கவனத்தை வைத்தாள்.

அங்கே பின்னால் காரோ லாரியோ வேகமாக வரும் ஒலி எழுந்து வந்தது. இதுவரை பேசிய பெண் சத்தமிட்டபடி ஓடிக் கொண்டிருப்பதாக ரேடியோ நாடகம் முன்னால் போகிறதாக இரைச்சல் சொன்னது.

இது நியாயமே இல்லை என்பது போல் முதுபெண் தலை ஆடியது. வைத்தாஸும் துக்கித்தான். கஷ்டப்படும் எல்லோரும் முக்கியமாகப் பெண்கள் பரிவு காட்டப்பட வேண்டியவர்கள். பார்வைக்கு வெளியே உள்ள ரேடியோ நாடகத்தில் என்றாலும்.

முதுபெண்ணின் துயரம் அதிகரிக்க வாய்ப்பு இல்லாமல் ரேடியோ அணைந்து போனது.

நாசம், இனி ரெண்டு மணி நேரம் கரெண்ட் கிடையாது.

அவள் மனித குலத்தின் ஆதி பாவம் உண்டாக்கிய துக்கம் எல்லாம் குரலில் கனக்கச் சொல்லியபடி வெளியே வந்தாள்.

உலர்ந்த நாற்காலியில் உட்காரலாமே.

வைத்தாஸை மாறி உட்காரச் சொல்லி பூமுகத்தில் துணி போர்த்தி வைத்திருந்த மர நாற்காலியைக் காட்டினார் மேல்சாந்தி. மேலே இருந்த நாராயணன் நாமம் வரி வரியாக எழுதிய மஞ்சள் துணி விலக, சுக்காக உலர்ந்த நாற்காலி.

வைத்தாஸ் சுற்று முற்றும் பார்த்தான். ஒரு பழைய சைக்கிள், ஏதோ யந்திரம், பூச்செடித் தொட்டி என்று இன்னும் சிலவும் நாராயணன் நாமம் பாடி நின்றன.

திருமேனி எங்கேயாவது பிரசங்கம் செய்யப் போகும்போது கௌரவம் செய்கிறேன் என்று போர்த்தி விட்டு விடுகிறார்கள், இவற்றால் வேறு உபயோகம் எதுவும் எனக்கு அர்த்தமாகவில்லை.

அந்த முதுபெண் பெரிதாக நகைத்தாள். சாமு இந்த மனையில் சிநேகிதமாகப் புழங்கி வருகிறவன் என்று அறிய வைத்தாஸுக்கு மகிழ்ச்சியாக இருந்தது. தேடி வந்த தகவல் கிடைக்காவிட்டாலும், அரசாங்கக் கட்டிடத்தில் அதிகாரிகளிடம் பேசுவது போல் மொறுமொறுப்பான உரையாடலுக்குத் தேவை இல்லை. எதுவும் பேசாவிட்டால் கூட மற்றவர்கள் பேசுவதைக் கேட்டுக் கொண்டிருக்கலாம் என்று நினைக்க நிம்மதியாக இருந்தது.

முதுபெண் சாமு உட்கார உள்ளே இருந்து பிளாஸ்டிக் நாற்காலி கொண்டு வந்து போட்டாள்.

இந்த ஒரு மனைதான் இங்கே சம்பகச்சேரி ராஜாவு காலத்தில் இருந்து இருப்பது. இன்றைய தேதிக்கு எட்டு, பத்து தலைமுறை இங்கே ஜனித்து விழுந்து வளர்ந்தவங்க தான். தாளியோலைகளுக்கும் இங்கே குறையில்லை. ஏதாவது ஒரு ஓலையில் அவர்களோட வம்ச சரித்திரத்தோடு அக்கம்

பக்கம் இருந்த உங்க பாண்டிப் பட்டன்மார் குடும்பம் பற்றி வந்திருக்கா பார்க்கலாம்.

சாமு நம்பிக்கை குறையாமல் பேசினான்.

முதுபெண் ஒரு தட்டில் இரண்டு கேக்குகளும், நேந்திரங்காய் வறுவலும் இரண்டு பீங்கான் கோப்பைகளுமாகத் திரும்பி வந்தாள்.

பகல் நேரத்தில் வார்த்தைகளுக்கும், சங்கீத நிகழ்ச்சிகளுக்கும், நாடகங்களுக்குமாக ரேடியோவில் லயித்துக் கண் கலங்கி விதிர்விதிர்க்கிற கிழவியாக, பப்பரப்பர என்று நடுக்கூடத்தில் உட்கார்ந்திருக்கும் சராசரிப் பெண்ணாக அவளைப் பற்றி ஒரு பிம்பம், வந்திருக்கும் விருந்தாளி மனதில் ஏற்பட்டிருக்கலாம். அதை உடனடியாக உடைத்துப் போடுவதே இப்போது முதலில் செய்ய வேண்டியது என்று அவள் முடிவு செய்திருந்ததாக அந்தச் செய்கை உணர்த்தியது. முக்கியமாக அவள் எடுத்து வந்த, முட்டை கலந்த அந்தக் கேக்குகள்.

இவள் கொச்சி காலேஜில் லெக்சரராக இருந்து ரிடையர்மெண்டு வாங்கினவள் என்றார் மேல்சாந்தி அவசரமாக. அந்தத் தகவலைச் சொல்லாமல் வைத்தாஸோடு பேச ஆரம்பித்ததற்காக மன்னிப்புக் கேட்கிற தயக்கமான புன்முறுவல் அவரிடமிருந்து புறப்பட்டுக் கொடி மின்னல் போல வைத்தாஸையும் முதுபெண்ணையும் வளைத்தது.

இங்கேயெல்லாம் அம்பத்தைஞ்சு வயசில் சர்க்கார் இதர உத்தியோகஸ்தர்கள் ரிடையர் ஆக வேணும் என்று நியமம் இருக்கு. அம்பலத்தில் சாந்திக்காரனாகவோ, அதுதான் ஆரம்ப வயசு.

மேல்சாந்தி சிரித்தார்.

போன கரெண்ட் எப்போது வேண்டுமானாலும் திரும்பலாம்.

தாளியோலைகள். உங்கள் பத்தாயப் புறையில் உண்டே. சிரமமில்லை என்றால்.

சாமு விடாமல் பிடித்தான். இங்கே வந்ததற்கு வைத்தாஸ்

ஏதாவது பெற்றுப் போக வேண்டும் என அவன் தீர்மானம் செய்திருந்தான். தேநீர் குடித்த பீங்கான் கோப்பை என்றாலும் சரிதான்.

தேத்தண்ணீர் எடுத்து வந்தது உங்களுக்குத் தான். சாப்பிடுங்கள் என்றாள் முதுபெண். சாமு எப்படியோ பல் படாமல் அந்தச் சுடுநீரை வாயில் வார்த்துக் கொள்ள, வைத்தாஸ் தயக்கத்தோடு கோப்பையை வாய்க்கருகே உயர்த்தினான்.

பரவாயில்ல. நீங்கள் பழகியபடிக்கு குடியுங்கள். எங்கள் ஆசாரங்களை உங்கள் மேல் எறிய எனக்கு மனமில்லை என்றாள் முதுபெண்.

கலாச்சார மறுமலர்ச்சியில் நம்பிக்கை வைத்திருக்கும் நம்பூதிரிப் பெண்மணி.

வைத்தாஸ் தேநீர் பருக ஆரம்பித்தான்.

தாளியோலை ஒன்று நான் காலையில் தான் எடுத்து வைத்தேன். இவர் வருவார் என்று தெரியும்.

முதுபெண் குறுஞ்சிரிப்போடு சொல்ல, வைத்தாஸ் சட்டையில் தேநீர் சிந்தியது.

குஞ்ஞும்மிணி.

# அத்தியாயம் பதினெட்டு

**க**ண்பத், சர்வலோக் கேலே?

ஹோகா. எல்லோரும் போயாச்சு

அணி, ஜண்டா வண்டா சக்ளா?

லேவுண் கேலே. கொடியெல்லாம் எடுத்துப் போயிட்டாங்க.

திலீப் சாங்க்லி பகுதி விவசாயிகளின் பேச்சு மொழியில் கண்பத் மோதகிடம் விசாரித்துக் கொண்டிருந்தான்.

அவன் இந்தக் கூட்டத்தைப் பொறுத்தவரை, பம்பாய் மாநகரத்துக்கு வேலை தேடி வந்தவன். கிராமத்தில் கரும்பு பயிரிட்டுப் பயிரும் ஜீவிதமும் கரிந்து போன விவசாயியின் பிள்ளை. எந்த வேலை, எவ்வளவு கூலி என்றாலும் அவனுக்கு சம்மதமே. சாப்பாட்டுக் கடையில் போய்ச் சத்தம் போடுவதும் அதில் ஒன்று தான்.

லுங்கிவாலா ஒருத்தனும் தெருவிலே நடமாடக் கூடாது.

மகாப் பெரிய தலைவர் சொன்னார். பெரிய தலைவர், தலைவர், பிரமுகரான தொண்டர், இடைப் பட்ட தொண்டர், கீழ் மட்டத் தொண்டர், தொண்டருக்குத் தொண்டர் என்று அடுத்த நிலை

மனுஷர்களுக்கு அது எடுத்துரைக்கப் பட்டது. எத்தனாவது நிலை ஆசாமியோ, மிட்டாய்க்கடைக்காரரும், இந்தப் பகுதியில் கட்சியில் பிரமுகருமான பாலகிருஷ்ண கதம் திலீப்பை ஒரு பொருட்டாகக் கருதி இதை மந்திர உபதேசமாக அவனுக்கு எடுத்தோதினார். காசு கிடைக்குமென்றார்.

அண்டாகுண்டா வாலாக்களை அடித்து விரட்டணும். மதராஸுக்குப் போகட்டும் வேசி மகன்கள் எல்லாரும். நமக்கு வரும் வேலை வாய்ப்பைத் தட்டிப் பறிக்கறாங்க பன்றிகள். நீர்யானைகள்.

திலீப் நீர்யானையைப் பார்த்தது கிடையாது தான். என்றாலும், உணர்ச்சிவசப்பட்டதாக முகத்தை வைத்துக் கொண்டு, குரல் பிசிறடிக்கச் சொன்னான்.

நாலு பேருக்கு முன்னால் குரலை உயர்த்தி, வசவு உதிர்த்துக் கோபப்பட இன்னும் அவனுக்குப் பழக்கமாகவில்லை. ஆனாலும் அவன் படித்தவன் என்பதால் பத்து இருபது பேரைக் கோஷம் போட நடத்திப் போகிறான். பணம் கிட்டும் ஏற்பாடு இது. அவனுக்கும், கூட வந்து சத்தம் போட்டு விட்டு நடக்கிற எல்லோருக்கும். அவனுக்குக் குரல் இன்னும் சத்தமாக வந்தால், நூறு இருநூறு பேரைக் கூட நடத்திப் போவான்.

பழக்கமாக வேண்டும். ஆகும். சீக்கிரம் அவனும் நேதாவாக, ஆயிரம் பேருக்கு வழி காட்டுவான். டெரிலின் சட்டையை தினசரி சாயந்திரம் துவைக்க வேண்டிய அவசியம் இல்லாமல் இன்னும் ரெண்டு சட்டை வாங்குவான். கழட்டிப் போட்ட சட்டையில் நூறும் இருநூறும் எடுக்க மறந்து இருப்பதை எடுத்து, சோப்பு நுரைத்த ஈரக் கையோடு உள்ளே கொண்டு போய் வைக்கும்போது கையில் காசு புரளுகிற எக்களிப்பு கூடிவரும்.

கணபத் மோதக் தோளில் வழிந்து தொங்கும் ஜோல்னாப் பையோடு திலீப் பக்கத்தில் வந்தான். பைக்குள் கடமுட சத்தம் கேட்டது.

என்ன வச்சிருக்கே இதுக்குள்ளே?

பையைக் கொஞ்சம் போல் திறந்து காட்டினான் கண்பத். இறுக்கமாக மூடி போட்ட ஸ்டெயின்லெஸ் பாத்திரம். திலீப் சிரித்தான். அவனுக்குத் தெரியும் அந்தப் பாத்திரத்தை.

போராட்டத்துக்குப் போகிறபோது இது எதுக்கு கண்பத்?

என்ன அண்ணா சொல்றே? அங்கே போய் நாலு கோஷம் போட்டு இருக்கப்பட்டவனை நாலு சாத்து சாத்திட்டு வர மட்டுமா இப்படிக் காலங்கார்த்தாலே கிளம்பறோம்?

கண்பத் மோதக் மூணரை வரிசையாக வாயில் இருந்த பல் எல்லாம் முதலைக் குட்டி போல் தெரியக் கேட்டான்.

ஆமடா மோதகமே. அதுக்குத்தானே ஆபீஸ்லே காசு கொடுக்கறாங்க?

காசு மட்டும் கிடைக்குதுன்னு நான் வரல்லே,

கண்பத் மோதக் ரோஷத்தோடு சொன்னான். பின்னே வேறென்ன இருக்கும்?

இந்த ரெண்டு மாசத்துலே எத்தனை மதராஸி ஓட்டலுக்கு உள்ளே கூட்டம் சேர்த்து தடால்னு புகுந்திருக்கோம். போனதும் மதராஸியைத் திட்டி ரெண்டு கோஷம். பரிமாற எடுத்து வந்த பதார்த்தத்தை பறிச்சு தரையிலே வீசறது. உள்ளே உக்கார்ந்து சாப்பிடறவனை ஓட ஓட அடிச்சு விரட்டறது. கல்லாவில் இருந்து பைசாவை எடுக்கற மாதிரி போக்குக் காட்டறது மதராஸுக்கே திரும்பி ஓடப் போறேன்னு அங்கே இருக்கறவனை வலுக்கட்டாயமா சொல்ல வைக்கறது. அம்புட்டுத்தானே.

கண்பத் மோதக் கொஞ்சம் பொறு என்று கைகாட்டி விட்டு, திலீப் தோளில் அவன் ஜோல்னாப் பையை மாட்டினான். கதவைத் திறந்து வைத்துக்கொண்டே ஆபீஸ் லெட்ரினில் தொரதொரவென்று மூத்திரம் பெய்துவிட்டுக் கையை பைஜாமா பாக்கெட்டில் விட்டபடி திரும்ப வந்தான்.

திலீப் அரை அடி இடைவெளி விட்டு நின்று அவனுடைய ஜோல்னாப் பையைத் திரும்ப நீட்டினான். இன்று முழுக்க இந்த மோதகன் தொட்டுக் கொடுத்த எந்தத் தீனியோ, பானமோ

வாங்கப் போவதில்லை அவன்.

போன மாசம் வரைக்கும் நானும் அதெல்லாம் கிரமமா செஞ்சுட்டு வந்து இருபத்தைஞ்சு ரூபாய் வாங்கிட்டுப் போயிட்டிருந்தேன் திலீப் அண்ணா. இப்போ நிலைமை வேறே.

கண்பத் மோதக் வாசல் கதவைப் பூட்ட பூட்டையும் சாவியையும் எடுத்துக் கொண்டான்.

விராரில் உள்ளொடுங்கி இருக்கப்பட்ட கட்டடத்தின் வெகு பின்னால் கதவு வைத்து இணைத்த மற்றொரு தொடுப்புக் கட்டடத்தில் நீள வாக்கில் பம்மிப் பதுங்கிய இடத்தில் பிளைவுட் சுவர் வைத்துத் தடுத்த பாதி அறை அது. வாசகசாலை. ரெண்டு பெஞ்ச், தலைவர் படம். பெரியதாக சத்ரபதி சிவாஜி மகராஜ் படம். கட்சி அலுவலகத்தில் திலீப்பும் கண்பத்தும் கையெழுத்துப் போட்டு வாங்கி வந்தது. நாலு தெரு தள்ளி பிரிஜ்வாசி மிட்டாய்க்கடை நடத்தும் பால்கிருஷ்ண கதம் வெள்ளைக் குல்லாய், பைஜாமாவில் வந்து திறந்து வைத்து, எல்லோருக்கும் எதிரி மதராஸி என்று முழங்கிப் போனது போன மாதம் தான்.

போன மாதக் கடைசியில் கண்பத் மோதக் கல்யாணம் ஆனது. திலீப் அழைக்கப்பட்டிருந்தான். பத்திரிகை வைக்கும்போதே பால் காச்சற குக்கர் வேணாம் அண்ணா என்று கோடி காட்டி விட்டான் கண்பத். வீட்டில் தினசரி புழங்க வேறு எது கொடுத்தாலும் அவனுக்கு இஷ்டமே என்று தெரிந்தது.

கண்பத் மோதக்கோடு தலைமை அலுவலகத்துக்குப் பத்திரிகை வைக்கத் துணைக்குப் போனபோது வாசல் முன்னறையில் மதராஸி சோக்ரி நீள விரல்களை நீட்டி நீட்டி எதோ டைப் அடித்துக் கொண்டிருந்தாள்.

என்ன தேவ் ஆனந்த் இங்கே விசிட்? ஷூட்டிங் இல்லியா?

அவள் திலீபைப் பார்த்துச் சிரித்தபடி இந்தியில் கேட்டபோது டைப்ரைட்டரோடு அவளைத் தூக்கி மடியில் வைத்துக் கொள்ள வேணும் போலிருந்தது அவனுக்கு. சனியன்,

ரெமிங்டன் டைப்ரைட்டர் எதுக்கு உல்லாச வேளையில் என்று புரியவில்லை.

அன்றைக்குத் தப்பித்தவறி அவள் தமிழில் பேசி விடுவாள் என்று ஒரு வினாடி பயந்தது தேவையில்லாதது என்று புரிந்தது திலீபுக்கு. இடம் பொருள் புரிந்து அவனோடு மராத்தியில் பேசினாள். தெய்வங்கள் கூட்டமாக நாகபுரி போயிருப்பதாகவும், அங்கே கல்யாணம், ஆபீஸ் திறப்பு, வாசகசாலை திறப்பு என்று மும்முரமாக இருப்பதாகவும் சொன்னாள்.

யாருமே என் கல்யாணத்துக்கு வர மாட்டாங்களா என்று கண்பத் சோகமாகக் கேட்டபோது, நான் வரேன் அண்ணா என்றாள் அவள். எத்தனையோ இந்தி, மராத்தி சினிமா பார்த்து உருகிக் கண்ணீர் விடும் பதத்தில் இருந்த கண்பத் உடனே நெகிழ்ந்து போய், ரெண்டு கையையும் நான் சொல்ல என்ன இருக்கு என்பது போல் விரித்தது திலீபுக்கு ஞாபகம் வந்தது.

உன்னை மாதிரி ஒரு தங்கை இருக்க எனக்குக் கொடுத்து வைக்கணுமே. பெயர் என்னம்மா?

கண்பத் கல்யாணப் பத்திரிகையைச் சணல் பையிலிருந்து எடுத்தபடி குரல் கமறக் கேட்டான்.

அகல்யா என்று பெயர் சொன்னாள் அவள்.

திலீப் மனதில் இந்தி நடிகை சைராபானு சிரிப்பதும் சாய்வதும் நிமிர்வதும் அகல்யா மாதிரித் தெரிய ஆரம்பித்தது அப்புறம் தான். சாய்ராபானு பூஞ்சை உடம்பு. அந்த உடம்புக்கு டைப்ரைட்டரோடு என்ன, மேஜை நாற்காலியோடு கூடவும் மடியில் இருத்திக் கொள்ளலாம் தான்.

கண்பத் கல்யாணத்துக்கு அகல்யா வரவில்லை. திலீப் கண்பத்துக்கு நாலு லிட்டர் பிடிக்கிற மாதிரி மூடி போட்ட தூக்குப் பாத்திரம் வாங்கிப் பரிசாகக் கொடுத்தான். அதுக்கு முந்திய வாரம் பரேல் உடுப்பி ஓட்டலுக்குப் போய் வந்ததில் கிட்டிய வருமானம் கிழங்கு மாதிரிப் பாத்திரமானது., கண்பத் மோதக்கின் கல்யாண அன்பளிப்பாக சிஞ்ச்போக்லி திலீப்

மோரே கொடுத்தது என்று இங்கிலீஷில் பெயர் அடித்து இருப்பது அந்தப் பாத்திரம். பரிசாகக் கொடுப்பதற்கு முன் தாதர் ராணடே ரோடை அண்டி ஓரமாகப் படர்ந்திருக்கும் மதராஸி கடை வாசலில் எழுத்துக்கு இருபத்தைந்து பைசா கூலி வாங்கிக் கொண்டு தாடிக்கார மதராஸிக் கிழவன் பெயர் கொத்தித் தந்தான், அந்தப் பாத்திரத்தைத்தான் இப்போது கண்பத் கொண்டு வந்திருக்கிறான்.

விரார் ஸ்டேஷனில் ரயிலுக்காகக் காத்திருந்த சொற்ப நேரத்தில், பெண்டாட்டி ராத்திரி பல் துலக்கி, குளித்து விட்டுப் படுக்க வரச் சொல்வது பற்றியும், பிரிஜ்வாசி மிட்டாய்க்கடையில் இருந்து அவன் கல்யாணத்துக்குக் குறைந்த விலையில் பாலகிருஷ்ண கதம் கொண்டு வந்து கொடுத்த பாதி பரிசும் பாதி விலைக்கு வாங்கியதுமான தூத்பேடா, கல்யாண ராத்திரியிலேயே கெட்டுப் போயிருந்ததால், வீட்டுக்காரிக்கு வாந்தியாகி ராத்திரி முழுக்க அவளுக்கு வென்னீர் குடிக்கக் காய்ச்சிக் கொடுத்துப் பொழுது போனது பற்றியும் விளக்கினான் கண்பத்.

திலீப் நினைவு அகல்யாவைச் சுற்றி வந்து கொண்டிருந்தது. இந்தப் போராட்டம் இல்லையென்றால் அவளைப் பார்க்க, இன்று ஏதாவது சாக்கு சொல்லிக் கொண்டு கட்சி ஆபீசு போயிருப்பான். அகல்யாவை அவன் ஒரு நாள் அவன் கல்யாணம் செய்து கொள்வான். மதராஸிக் கல்யாணமாக அது இருக்காது. பால் காய்ச்சுகிற பீப்பாய் சைஸ் குக்கர்கள் அன்பளிப்பாக வரும் அப்போது.

ரயில் வந்து கொண்டிருந்தபோது பாத்திரத்தைத் தட்டியபடி கண்பத் சொன்னது -

மதராஸி ஓட்டல் சாம்பாரும் வடையும் அவளுக்கு இஷ்டம்.

திலீப்புக்குக் கொஞ்சம் பயமாக இருந்தது. இன்றைக்குப் போராட்டம் செய்ய வந்த எல்லோருமே புதுசாகக் கல்யாணம் ஆகி, எல்லோருடைய வீட்டுக்காரிகளுக்கும் மதராஸி ஓட்டல் பலகாரம் இஷ்டம் என்று, தூக்குப்

பாத்திரங்களோடு வீட்டுக்காரர்களைக் குளிக்க, பல் துலக்க வைத்து அனுப்பியிருந்தால்?

தரையில் வீசி வீணடிப்பதற்குப் பதிலாக நாலு மராட்டிக் காரர்களாவது சாப்பிட்டு மதராஸியைத் துடைத்தெறியட்டும். போன காரியம் நல்லபடிக்கு நாசகரமாக முடிந்து, காசு வந்தால் போதும் திலீபுக்கு. யார் கொடுத்தாலும் சரி தான்.

ரயில் நிற்பதற்குள் கண்பத் ஓடி ஜன்னலைப் பிடித்தபடி ஏற, எதுக்கு அவசரப்படறே என்று சத்தம் போட்டான் திலீப். இப்படி யாராவது ஓடும் ரயிலில் ஏறினாலோ, நகர்கிற வண்டித் தொடரிலிருந்து குதித்து இறங்கினாலோ அவனைக் கன்னத்தில் அறைய வேண்டும் போல் ஆவேசம் வருகிறது அவனுக்கு.

ஐம்பது வயசிலும் இந்த தினசரி வாழ்க்கைக்கான சராசரி புத்தி கூர்மை இல்லாமல் அப்பா வீட்டில் உட்கார வேண்டிப் போனது இப்படி ஏறித்தான்.

கட்சிப் பத்திரிகையில் ஆங்கிலக் கட்டுரை எழுதுவதையும், இந்தியில் யாரோ எழுதிய நினைவுக் குறிப்புகளை இங்கிலீஷில் மொழிபெயர்க்க ஒப்புக் கொண்டதையும் இனி வேண்டாம் என்று அகற்றி வைத்தது அப்பாவின் சிறகு முறிந்த இந்த ஒரு வருடமாகத் தான். அவரும் அவருடைய மார்க்சிஸமும், சோஷலிசமுமாக, ரணதிவே, ரங்க்னேக்கர், லிமாயி என்று தேடிப் போய் பழசை அசைபோட்டு விட்டு கையில் நாலு பழைய புத்தகத்தோடு, அடுத்த வேளை சாப்பாட்டைப் பற்றிய கவலையே இல்லாமல் அலைந்து கொண்டிருந்தவர் மனதால் மரித்த கணத்தை திலீப் அறிவான்.

அம்மா சித்தப் பிரமை கண்டதும் இந்த மாதங்களில் தான். திலீபின் பெரியப்பா அமைச்சரான போது, பாரம்பரியக் கலைகளைப் பாதுகாக்க சர்க்கார் நியமித்த ஏதோ கமிட்டியில் அவளை அங்கத்தினராக நியமித்திருந்ததால், மாதாமாதம் உருளைக்கிழங்கு வடையும் சாயாவுமாக ஒரு மீட்டிங், அதுக்குப் போய், நேரம் ஒதுக்கி விவாதம் செய்து உருப் படியாக ஒண்ணும் நடக்கலை என்பாள் அம்மா– திரும்பிய வகையில் உழைப்புக் கூலியாக ஒவ்வொரு கூட்டம் முடிந்தும் ரெவின்யூ

ஸ்டாம்ப் ஒட்டிக் கையெழுத்துப் போட்டு இருநூறு ரூபாய் பேட்டா என்று இருந்த ஏற்பாடு அப்பாவுக்கும், அம்மாவுக்கும் ரொம்பவே தோதாக இருந்தது.

அம்மாவுக்கு வருகிற ஆர்டிஸ்ட் பென்ஷன் ரூபாய் முன்னூறும் அந்த இருநூறும் சேர, ஐநூறு ரூபாய் வந்து கொண்டிருந்தது. கஷ்டமில்லாமல் மூணு பேர் ஜீவிக்க, மழைக் காலத்தில் புதுக் குடை வாங்க, விநாயகர் சதுர்த்திக்கு நாலு நாள் கொண்டாடி பூஜை செய்து, விசர்ஜன் அன்று கடலில் விட, கலர் விநாயகர் நடுத்தர சைஸில் வாங்க, செவ்வாய் தோறும் சாபுதானா வடை நைவேத்தியத்தோடு அம்மா உபவாசம் இருக்க என்று சீராகச் செலவாகி வந்தது அம்மா சித்தம் பேதலித்ததோடு முடங்கியது. சேர்த்து வைத்திருந்த சொற்பமும் அப்பாவை ஆஸ்பத்திரியில் சேர்த்த வகையில் கரைந்து போனது.

எலக்ட்ரிக் ரயிலில் வயசான ஒரு கம்யூனிஸ்ட்காரன் தாவி ஏறி எத்தனை பேர் வாழ்க்கையைக் கெடுத்துப் போட்டான். திலீப்புக்குக் கோபம் அடங்கவில்லை இன்னும்.

என்ன ஸ்டேஷன்?

பயாந்தர் என்றான் கண்பத் மோதக்.

ரயில் ஒரு நிமிஷம் நிற்க பெரிய கும்பலாக ஆபீஸ் போகிற ஒரு படை முன்னேறி சர்வ சுதந்திரமும் உரிமையுமாக இரைச்சலோடு கம்பார்ட்மெண்டில் நுழைந்தது. அவசரமாக உள்ளே வந்த ஒரு நீல நிற முழுக்கைச் சட்டை, இடுப்பில் இருந்து வழியும் ட்வீட் பேண்ட் காரர் கையில் வைத்திருந்த இங்கிலீஷ் பேப்பரை கர்ம சிரத்தையாகப் படிக்க ஆரம்பித்தார்.

போரிவ்லி வர, அங்கே இன்னொரு கூட்டம். யாரும் இறங்குகிற வழியாக இல்லை. திலீப் பக்கத்தில் கம்பத்தைப் பிடித்துக் கொண்டு நின்றவர் கைக் கடியாரத்தில் எக்கி மணி பார்த்தான். ஒன்பதரை. காத்திருப்பார்கள்.

கடிகாரக்காரர் என்னத்துக்காகவோ கடிகாரத்தையும் அப்புறம் முகத்தையும் கைக்குட்டையால் துடைத்ததை எரிச்சலோடு பார்த்தான் கண்பத் மோதக்.

என்ன அவசரம், பார்த்து ஏறுங்க என்று உள்ளே வந்தவர்களிடம் மராத்தியில் கூச்சல் போட்டான் அவன்.

அந்தேரியில் தானே இறங்கணும் திலீப் அண்ணா?

இல்லேப்பா. சாந்தாக்ரூஸ்.

இறங்கி ஐந்து பத்து நிமிடம் நடக்க வேண்டும். மற்றவர்கள் எல்லோரும் போய்ச் சேர்ந்து காத்திருப்பார்கள். காத்திருக்கட்டும்.

ஆமோதித்துத் திருப்தியைத் தெரிவித்தான் கண்பத். அவர்கள் வந்தபிறகு ஆரம்பித்தால் போதும்.

கண்பத் ஒரு வினாடி கண்மூடி நிற்க என்ன விஷயம் என்று கேட்டான் திலீப்.

பதார்த்தம் எதிலும் பெருங்காயம் போட்டு இருக்கக்கூடாதுன்னு சித்திவினாயகரிடம் வேண்டிக்கிட்டேன் அண்ணா.

கண்பத் மொணமொணத்தான். பலமாகச் சிரித்தான் திலீப்.

ட்வீட் பேண்ட்காரன், ஒரு வளைவில் ரயில் வேகமாகத் திரும்பியபோது தடுமாறி திலீப் மேல் மோதிக் கொண்டான். அவசரமாக விலகினான் அவன். மலம் உடுப்பில் பட்டது போல் முகம் சுளித்தான். கைக்குட்டையால் மேலே துடைத்து திரும்பவும் கடியாரத்தைத் துடைத்து, ஒதுங்கி அருவருப்போடு நிற்க, கண்பத் குரல் உயர்த்தினான் -

ஏன், உன் புழுத்த மதராஸ் உடம்பு அசுத்தப்பட்டுப் போச்சா, மராத்தியன் மேலே பட்டு?

கம்பார்ட்மெண்டில் எல்லோரும் கலவரத்தோடு பார்த்தபடி நின்றார்கள். கிட்டத்தட்ட முழுக்க மதராஸிகளின் கூட்டம், இந்த நேரத்தில் கூட்டமாகக் கிளம்பி ஆபீஸ் போகிறவர்கள் இவர்கள் தான்.

கூட்டமாகப் பக்கத்தில் பக்கத்தில் புறாக்கூண்டு ப்ளாட்டில் இருந்து, கூட்டமாக கோவில் கட்டி, கூட்டமாக வருஷம் ஒரு தடவை பூணூல் மாற்றிக் கொண்டு, கூட்டமாக தென்னிந்திய சங்கீதக் கச்சேரி கேட்டு சிலாகித்துக் கொண்டு, தினசரி ஓடி நடக்கிறவர்கள்.

இவர்கள் எல்லோரும் அடுத்த ஸ்டேஷன் வரும்போது இறங்கி அடுத்த கம்பார்ட்மெண்டில் ஏறிக் கொள்வார்கள் அல்லது இறங்கி, அடுத்த ரயிலுக்காகக் காத்திருப்பார்கள் என்று தோன்றியது திலீப்புக்கு.

இறங்கலாம் கண்பத் என்றான் திலீப், ரயில் வேகம் குறைந்து ஸ்டேஷனுக்குள் வந்தபோது.

நகருங்க நகருங்க என்று கண்பத் குரல் விட்டுக் கொண்டே முன்னேற, முழுக் கூட்டம் மதராஸிகளும் ஒதுங்கி நின்று வழிவிட்டார்கள்.

அண்ணா, மதராஸி உடுப்பி ஓட்டல் வடை பிரமாதமா இருக்கும். சீக்கிரம் போகாட்ட தின்னே தீர்த்துடுவானுங்க.

கண்பத் கண்ணில் கனவு தெரிய ஓட ஆரம்பித்தான். நில்லு நில்லு என்றபடி திலீப் அவன் நடைக்குச் சரியாக வேகமாக ஓட, அவனுக்கு மீண்டும் சிரிப்பு வந்தது.

என்ன அண்ணா, நம்ம புள்ளைங்க மாதிரி இருக்கு?

எதிரே ஒரு சின்னக் கூட்டம் கோஷம், போட்டபடி வந்து கொண்டிருந்தது.

கண்பத் கண்ணில் கலவரம் தெரிந்தது.

திலீப்போடு இன்றைக்குப் போராட்டம் நடத்த வந்த கும்பல் தான் இது.

நேரம் ஆச்சு. வாங்க.

கண்பத் அவர்களை இழுக்காத குறையாகக் கூப்பிட வெகு சோனியாகப் பல்லி மாதிரி இருந்த ஒருத்தன், காணாதது கண்டதாகப் பிரமிப்பு நீங்காத குரலில் சொன்னான் -

மதராஸி ஓட்டல்லே மயில் படத்தில் இருந்து உதி விழுது.

முழங்காலுக்கும் தாழ்ந்து பிரம்மாண்டமான பையைத் தோளில் மாட்டி இருந்த அந்தச் சோனன் சொன்னான். அற்புதங்களோடு மோத அவனால் முடியாது என்ற பாவம் அவன் குரலில் பூடகமாகப் பூசி நின்றது.

என்னது?

நம்ப முடியாமல் கேட்டான் திலீப். இன்னிக்கு பேட்டா வராதா?

உதி. சாம்பல். தொரதொரன்னு பொடியா உதிருது. சாப்பிடற இடத்துலே சுவர்லே மாட்டி வச்ச படத்திலே இருந்து விழுது அண்ணா. நானே பார்த்தேன். நாங்க எல்லோரும் பார்த்தோம்.

அதுனாலே?

ரெண்டு மாசமா, ஒவ்வொரு செவ்வாய்க்கிழமையும் காலை ஒன்பதரை மணிக்கும் பகல் மூணு மணிக்கும் கண்ணாடிச் சட்டத்துக்குள்ளே மயில் கழுத்தில் இருந்து பொலபொலன்னு இப்படி சாம்பல் கொட்டறதாம். பிரதி சனிக்கிழமை ராத்திரி எட்டேகாலுக்கும் இது உண்டாம்.

ஏதாவது தூசியா இருக்கும். பழைய படத்தை எல்லாம் வருஷக் கணக்கா மாட்டி வச்சிருக்கானே சாலா மதராஸி. சுவருக்கு சுண்ணாம்பு அடிச்சிருப்பானா ஹராம்சாதே. பல்லு வெளக்குவானா கமீனே? தூத்பேடா செய்யத் தெரியுமா பேவகூஃப்? வாங்க போய் அந்த லுங்கிவாலா குத்தா தலையிலே ஓங்கித் தட்டிட்டு வருவோம்.

வடைகளின் நினைவு அபாரமாகக் கவிய, மூட நம்பிக்கையை நிர்மூலம் செய்கிற, எதிரிகளை எள்ளி நகையாடும் தொனியில் கண்பத் சொன்னான்.

நாங்க வரலே. இன்னிக்கு வேணாம். செவ்வாயும், சனியும் இல்லாத நாளில் வச்சுக்குவோம்.

சோனன் கையைக் குவித்தான். அவனுடைய ஜோல்னாப் பைக்குள் என்ன இருக்கும் என்று பார்க்க வேணும் போலிருந்தது திலீப்புக்கு.

கண்பத் சோனனின் தோளில் அழுத்திக் கேட்டான் –

அன்னிக்கு வடை போட்டிருப்பானா என்ன?

# அத்தியாயம் பத்தொன்பது

**வை**த்தாஸ் எழுந்து அரை மணி நேரமாகிறது. இப்போது காலை ஆறு மணி. டிசம்பர் மூடுபனியில் குளிரக் குளிர நனைந்து கொண்டிருக்கும் தில்லி மாநகரம்.

ஐந்து நட்சத்திர ஓட்டலுக்குள் அந்தப் பனி வராது. வைத்தாஸ் தான் அதைத் தேடிப் போய்ப் பார்க்க வேண்டும்.

அவன் போகக் கிளம்பினான் தான். அதற்குள் சர்க்கார் உத்தியோகஸ்தர்கள் ஒன்று இரண்டாக அவன் அறைக்குள் வந்து கொண்டிருக்கிறார்கள்.

அரை மணி நேரம் முன்னால் வந்த பருமனான நபர் கனமான கறுப்புக் கம்பளிக் கோட்டும், வயிற்றை இறுக்கும் கசங்கிய கால் சட்டையும், மஞ்சள் நிறத்தில் கழுத்துப் பட்டியுமாக உள்ளே நுழைந்தார். அமைச்சர் ஏழு மணிக்கு வருகிறார் என்று சாவுச் செய்தியை அறிவிக்கும் நடுங்குகிற குரலில் தெரியப்படுத்தினார்.

வைத்தாஸ் அதைக் கேட்டுத் திகைக்க வேண்டும் என்றோ, மிகப்பெரும் கருணை காட்டுதலுக்குப் பாத்திரமானவனாக நெக்குருகிப் பரவசமும் அனுபூதியும் பார்வையில் புலப்பட

நெகிழ்ந்து நிற்க வேண்டுமென்றோ எதிர்பார்த்தவராக, ஒரு நிமிடம் காத்துக் கொண்டிருந்தார். வயிற்றில் வாயு உபத்திரவம் அதிகமானதால் அந்த நேரத்தில் அபானவாயு வெளியேற்ற வேண்டிப் போனது வைத்தாஸுக்கு.

இருண்ட கண்டமான ஆப்பிரிக்காவில் ஈசானிய மூலையில் எலிவளையாகச் சுருண்டிருக்கும், மதிப்புக்குரிய நேச நாடு ஒன்றின் பிரதிநிதியாக வந்திருக்கும் வைத்தாஸ் அப்படியெல்லாம் செய்யலாகாது என்று பூடகமாக வலியுறுத்துகிற மாதிரித் தலையை இடவலமாக ஆட்டினார் பொறுப்பு வாய்ந்த அந்த அதிகாரி.

வைத்தாஸ் கடந்த நான்கு நாட்களாகத் தன் நாட்டின் அரசாங்கத் தூதராகப் பணியாற்ற தில்லிக்கு வந்திருக்கிறான். அந்த ஆப்பிரிக்க மண்ணையும், நீரோடைகளையும், மக்களையும், மிருகங்களையும், பறவைகளையும், பூச்சி புழுக்களையும், துணி பொம்மை, மந்திரவாதம், எண்ணெய்ச் செக்கு, மரம், செடி, கொடிகளையும் பிரதிநிதிப்படுத்துகிறவன் அவன். இந்திய மக்கள் நேசிக்கும், இந்தியர்களை நேசிக்கும் சிறிய, தொல்லை தராத, சிநேகிதம் பொங்கி வழியும் தேசம் அது. நட்புறவு பலப்பட்டு தொழில், வர்த்தக ரீதியாக இரு நாடுகளும் கை கோர்த்து முன்னேறும் இனிய தினங்கள் வந்து கொண்டிருக்கின்றன.

அபான வாயு வெளியேற்றும் நேரமில்லை இது. முனைந்து செயல்படும் தினங்கள். வைத்தாஸுக்கு, அரசாங்கத் தூதுவர் என்ற வகையில் இது குறித்த பிரக்ஞை உண்டு. இனி முறையாக நடந்து கொள்வதாக உறுதி செய்கிற பார்வையோடு அதிகாரியை ஏறிட்டான் வைத்தாஸ். அவன் வயிறு இனி ஒருபோதும் இரையாது.

நல்லது, கழிப்பறையை ஒரு வினாடி பார்த்து விட்டு வருகிறேன் என்று களர் நிலத்தில் எடுத்து வைக்கும் நிச்சயமற்ற பாதங்கள் முன்னேற உள்ளே போனார் அதிகாரி. உள்ளே என்ன சோதிக்கிறார் என்று தெரிந்து கொள்ள ஆர்வம் மிகுந்தவனாக வைத்தாஸும் அவர் பின்னாலேயே போனான்.

தண்ணீர் சேகரிக்கப்படும் பீங்கான் கமோடைத் திறந்து கவனமாக உற்று நோக்கினார் அவர். உள்ளே விஷ ஜந்துவோ அல்லது மகா குள்ளமான மனிதனோ பதுங்கியிருக்கக் கூடும் என்று சந்தேகம் எழுந்திருக்கக் கூடும். அது தீர, தண்ணீர்க் குழாயைத் திறந்தார். பீச்சியடிக்கும் குழலில் அந்த நீர் நிரம்பி வேகமாக வருகிறதா என்று பார்த்தார். வெதுவெதுப்பாக இருக்கிறதா எனப் புறங்கையில் அந்த நீர்ப் பொழிவை அடித்து நோக்கினார். அமர்கிற ஆசனம் சௌகரியமானது தானா என்று உட்கார்ந்து பார்த்தார்.

அவர் நீர் பொழியும் குழலைத் தன் முதுகுப் பக்கம் கொண்டு போவதைப் பார்த்ததோடு வைத்தாஸ் திரும்பி வந்தான்.

கழிப்பறை, மர பீரோ, சுவரில் பதித்த, உடுப்பு வைக்கும் அலமாரிகள், படுக்கை மேலே, படுக்கைக்கு அடியில், திரைச்சீலைக்குப் பின்னால், அறையை வெப்பமாக்கும் ஹீட்டருக்குள், மூடிய ஜன்னல்கள் ஊடாக வெளியே மரங்கள் அடர்ந்த தெருவை என்று ஒவ்வொன்றையும் கவனமாக நோக்கி திருப்தி தெரிவித்துப் போனார் அவர்.

சர்க்கார் உத்தியோகஸ்தர்களின் சரிபார்ப்பு அணிவகுப்பு பின்னர் ஆரம்பமானது.

கடைசியாக வந்த அதிகாரியிடம் தன்னைப் பார்க்க வர இருக்கும் அமைச்சர் பற்றி விசாரித்தான் வைத்தாஸ்.

இலாக இல்லாத அமைச்சர். அவர் உட்கார்ந்து கையெழுத்துப் போட கோப்புகள் எதுவும் இல்லையென்பதால் அலுவலகமும் இல்லையாம்.

சிறிய நாடுகளின், கோபித்துக் கொள்ள வேண்டாம், இது ஒரு நாட்டின் ஜனத்தொகை அடிப்படையில் உத்தேசமாக நிர்ணயிக்கப்படுவது. சிறிய நாடுகளின் தூதுவர்களை, கலாசாரப் பரிமாற்ற விழாக்களைச் சிறப்பிக்க வரும் ராஜப் பிரதிநிதிகளை, வியாபாரத் தூதுக் குழுக்களை வரவேற்று நலம் விசாரிக்கவும், சிறிய அண்டை அயல் தேசங்களில் பதவியில் இருக்கும் யாராவது இறந்து போனால் துக்கம் விசாரிக்கவும் இந்த அமைச்சர் தான் அனுப்பப்படுகிறார்.

வெள்ளப் பெருக்கு நிகழும் போது, ஹெலிகாப்டரில் பயணம் செய்ய முன்னனி அமைச்சர்கள் கலவரப்படுவதால் இவரே ஏற்றி அனுப்பிவைக்கப்படுகிறார்.

அமைச்சருடைய பெயரும் அரசு சின்னமும் துணிப் பரப்பு முழுக்கப் பொறித்த பதினேழு விதமான உடுப்புகள் அரசு செலவில் அவருக்கு வழங்கப்பட்டிருக்கின்றன. அவர் உடுத்திய உடுப்புகள் தலைநகரிலும் மற்ற நகரங்களிலும் ஏலம் விடப்பட்டு தேசிய மொழி வளர்ச்சிக்கான பாடல்கள் இயற்றுகிறவர்களுக்கு மானியமாகத் தரப்படுகிறது. அடுத்த ஏலம் இம்மாதம் எட்டாம் தேதி நடக்கும்.

இன்று வைத்தாஸைச் சந்திக்க வரப் போகும் அமைச்சருக்கு அலுவலகம் என்று ஒன்று இன்னும் இல்லையென்பதாலும், இவரும் இந்த அரசும் பதவியில் இருக்கும் இன்னும் இரண்டு ஆண்டுகளும் மூன்று மாதங்களுமான காலகட்டத்தில், அலுவலகம் இவருக்கு ஒதுக்கப்படும் என்ற நிச்சயம் இல்லாததாலும், தன் வீட்டிலேயே அரசாங்கச் சந்திப்புகளை நடத்துகிறார் அமைச்சர்.

அமைச்சர் வீட்டில் மூட்டைப் பூச்சித் தொல்லை அதிகமானதால் மருந்து அடிக்கிற மும்முரத்தில் இருக்கிறார்கள். கெட்ட வாடை அடிக்கும் அந்தப் பூச்சி மருந்தும், தப்பித்துக் குற்றுயிரும் குலையுயிருமாக மூட்டைப் பூச்சிகள் ஓடும் அறைகளுமாக அவர் வீடு தற்போது இருப்பதால், வைத்தாஸை சந்திக்க அவன் தங்கியிருக்கும் ஐந்து நட்சத்திர ஓட்டலுக்கு வந்து கொண்டிருக்கிறார். காலை எட்டு மணிக்கு வருகிறார் அவர்.

பழைய சர்வாதிகாரிகள் காணாமல் போக, புதியதாக ஜனநாயகம் மலர்ந்த நாடு வைத்தாஸின் தேசம். அந்த நாட்டுத் தூதரகத்துக்கு இன்னும் சாணக்யாபுரியில் இடம் ஒதுக்கப்படாததால், லாஜ்பத் நகர் பகுதியில் இருபது வருடம் முன்பு சிந்திக்கார அகதியாக லாஹோரில் இருந்து வந்த ஒரு முனிராஜ் நன்கானி வீட்டு மேல்மாடியில், அதாவது பர்சாதி என்று கூறப்படும் இரண்டு அறைகளில் தூதரகம் இயங்குகிறது. அஸ்பெஸ்டாஸ் ஷீட் கூரையில் சத்தம் கிளப்பியபடிக்குப்

பனி விழும் அந்த மாடிப் பிரதேசத்தில் வைத்தாஸ் தங்க முடியாது, கழிப்பறை சௌகரியமும் போதாது என்பதால் அவர்கள் நாட்டு அரசின் செலவில், தினசரி வாடகைக்கு இந்த ஓட்டலில் பெரிய அறையை எடுத்துத் தங்கி இருக்கிறான்.

பணம் படைத்த அரபு நாட்டு ஷேக், அவர் மனைவிகள், பிள்ளை குட்டிகள், நண்பர்கள், விரோதிகள் சகிதம் வந்து எல்லா வசதிகளோடும் தங்கி விட்டுப் போகத் தோதாக மிகப் பெரிய அறை இது. வைத்தாஸ் தனியாக வந்திருக்கிறான்.

கீழே ஓட்டல் விதானத்தில் இருந்தபடி, அமைச்சரோடு ஆப்பிரிக்க நாட்டுத் தூதர் பேச ஏற்பாடு செய்தால், அந்த நிகழ்வு நேரும் போது பாதுகாப்பு பிரச்சனை எழலாம் என்று இந்திய சர்க்காரின் பாதுகாப்புத் துறைக்குப் பட, வைத்தாஸ் இருக்கும் அறைக்கே வருகை புரிய, இதோ நடந்து வர இருக்கிறார் அமைச்சர்.

ஆப்பிரிக்க நல்லுறவை வளர்க்க அவர் ‘வாக்கிங் த எக்ஸ்ட்ரா மைல்’ ஆக எடுத்து வைக்கும் கூடுதல் காலடிகள் அவை என்று நாளைய பத்திரிகைகள் க்ளீஷே உதிர்த்துச் சொல்லக் கூடும் என்பது வைத்தாஸுக்குத் தெரியும். அது வெளியாவது அநேகமாக அவசரமாகப் புரட்டப்படுகிற கடைசிக்கும் முந்திய பத்திரிகைப் பக்கமாக இருக்கலாம். கழிப்பறையில் செய்தித்தாள் படிப்பவர்கள் தண்ணீரில் பேப்பர் நனைந்த காரணத்தால் அங்கேயே நொசநொசத்துத் தரையில் பரவ விட்டுவிட்டு வரும், படிக்காததால் தலை போகாத சாதுவான செய்திகள் கொண்ட பழுப்பு நியூஸ்பிரிண்ட் காகிதங்களாக அவை இருக்க வாய்ப்பு உண்டு.

அமைச்சர் வந்து கொண்டிருக்கிறார். இன்னும் சிறிது நேரத்தில் வந்துவிடுவார்.

எட்டு மணிக்கு பத்து நிமிடம் கழித்து அமைச்சர் வந்தார். ஐந்து நட்சத்திர ஓட்டல் இருக்கும் தெருவில் குறுக்கே காவலர்கள் துப்பாக்கி ஏந்தி நிற்பது வைத்தாஸ் அறை ஜன்னல் வழியே தெரிந்தது. ஓட்டல் வாசலிலும் அவர்கள் தான்.

மனதைக் கரைக்கும் ஓலமிட்டுக் கொண்டு, மேலே சிவப்பு விளக்கு சுழலும் மோட்டார் வேனும், ஒரு அம்பாசிடர் காரும், தொடர்ந்து இன்னொரு, மற்றுமொரு, வேறொரு அம்பாசிடர் கார்களும் வந்தன. கொடி பறக்க, அமைச்சர் பயணம் செய்யும் வித்தியாசமான கருப்பு நிற அம்பாசிடர் கார் அடுத்து வந்தது.

தொடர்ந்த மோட்டார் சைக்கிள்களும் ஜீப்புகளும் ஊர்வலமாக வந்து ஓட்டல் வளாகத்தில் நுழைந்ததைப் பார்த்த வைத்தாஸ், தன் கம்பளி சூட் கசங்காமல் இருக்கிறதா, கோட்டின் கைப்பகுதி கௌரவமாக மணிக்கட்டுக்குக் கீழே வராமல் இருக்கிறதா, உள்ளேயிருந்து வெள்ளைச் சட்டை சற்றே வெளிப்பட்டுக் கையை மூடி கப்லிங்க்ஸ் போட்டிருப்பது அவசரமான பார்வைக்குத் தெரிகிறதா என்று உறுதிப்படுத்திக் கொண்டான் வைத்தாஸ். உத்தியோக உடையிலிருந்தான் அவன்.

அறை வாசலில் சத்தம். இந்தியில் உரக்கக் கூவிக்கொண்டு துப்பாக்கி சுமந்து வந்த சேவகன் ஓரமாகப் போய் உறைந்தது போல் நிற்க, கனமான பூட்ஸ் அணிந்த காலடிகள் சப்திக்கும் சீரான ஒலி. அமைச்சர் உள்ளே வந்தார்.

நாலரை அடிக்கும் குறைவான உயரமும், பருத்த உடலும், தலையில் முழு வழுக்கையுமாக அமைச்சர். அவருடைய வெள்ளை ஜிப்பா முழங்காலைக் கடந்து வழிந்து மறைக்க, கதர் வேட்டி தரையைப் பெருக்கிக் கொண்டிருந்தது. ஐந்து நிமிடம் முன்னால் கிராம்பு சாப்பிட ஆரம்பித்து சுற்றிலும் அதிகாரத்தையும், கண்டிப்பைக் கட்டி நிறுத்தும் கனமான கிராம்பு வாடை அமைச்சரோடு சுழன்று கொண்டிருந்தது. கிராம்பும் மிளகும் டன் டன்னாக கீழை நாடுகளிலிருந்து இறக்குமதி செய்து விற்கும் பிரிட்டீஷ் மண்டிக்காரனின் ஆளுமை அமைச்சருக்குப் படர்ந்திருக்கலாம் என்று வைத்தாஸ் நினைத்தான். நாலரை அடி உயர பிரிட்டானியர்கள் யாரும் சட்டென்று அவனுக்கு நினைவு வரவில்லை.

ஃபைல்களை அடுக்கி எடுத்தபடி ஒரு அதிகாரி அவர் பின்னால் ஜாக்கிரதையான அரையடி இடைவெளி விட்டு வந்தார். அட்டையில் செருகிய காகிதம், பவுண்டன் பேனா

சகிதம் இன்னொருவரும் வந்தார். அமைச்சரின் உத்தரவுகளை உடனடியாக எழுத்தாக்க வேண்டிய அவசரம் அவர் நடையின் தெரிந்தது.

வைத்தாஸின் கையைக் குலுக்கி தலையை ஆட்டி மாந்திரிகம் செய்யும் ஊடு மந்திரவாதியின் தொனியில் அமைச்சர் முனகினார். ஏதோ தலைக்குள் இருந்து வர மாட்டேன் என்கிறது போல் நெற்றியில் மடக்கிய விரலால் தட்டியபடி அன்போடு சிரித்தார்.

நினைவு வந்த மகிழ்ச்சியில் இன்னொரு முறை கைகுலுக்கினார்.

நல்லா இருக்கியா? சாப்பிட்டியா? வருத்தப்படறேன்.

வரிசையாகச் சொன்னார் அமைச்சர்.

அது தமிழ் என்று வைத்தாஸ் ஊகித்தான். அந்த மொழியை அவருக்குப் பேசத் தெரிந்திருக்காது. எனினும் வைத்தாஸ் இரண்டு தலைமுறை முன்னால் ஆப்பிரிக்காவில் குடியேறிய குடும்பத்தில் பிறந்து, இன்னும் வீட்டில் தமிழ் பேசிக் கொண்டிருக்கிற ஆப்பிரிக்கத் தமிழனாக இருக்கக்கூடும் என்று அமைச்சர் எதிர்பார்த்திருக்கலாம்.

பதிலாக அதே மொழியில் பொருத்தமாக ஏதாவது சொல்ல முடிந்தால் நன்றாக இருக்கும். என்றாலும் அவனுக்குத் தெரியாத மொழி அது என்பதால் ஆங்கிலத்தில் அமைச்சரை நலம் விசாரித்தான் வைத்தாஸ்.

காலை உணவு முடிந்ததா என்று சோபாவில் உட்கார்ந்தபடி கேட்டார் அமைச்சர். அவர் பக்கத்தில் இருந்த அதிகாரி, குழந்தைகளும், பெண்களும் நடனம் ஆடும் புகைப்படங்கள் நிறைந்த ஒரு ஆல்பத்தைப் பிரித்து வைத்தாஸுக்குக் காட்டி ஒவ்வொன்றாக விளக்க ஆரம்பித்தார். எல்லாப் படங்களிலும் கோணலான நீளத் தலைப்பாகையோடு அமைச்சர் நடுவில் ஆடிக்கொண்டிருந்தது கண்ணில் பட்டது.

காலையில் நீங்கள் இட்டலிதானே சாப்பிடுவீர்கள்?

அமைச்சர் தான் சொல்வது சரியாக இருக்கும் என்ற திட

நம்பிக்கையில் வைத்தாஸைக் கேட்டதோடு தானும் இன்று அவனோடு காலைச் சிற்றுண்டியாக அதேதான் உண்ணப் போகிறார் என்ற மகிழ்ச்சிகரமான தகவலையும் சொன்னார்.

அந்த ஓட்டலின் தென்னிந்திய உணவு தில்லியிலேயே மிகச் சிறந்தது என்று அவர் சொன்னபோது வைத்தாஸ் திருப்தியை வெளிப்படுத்தும் விதமாகச் சிரிக்க, முன்னால் வந்த அமைச்சரகப் புகைப்படக்காரர் அந்தக் காட்சியைப் படம் எடுத்துக் கொண்டார்,

வைத்தாஸும் அமைச்சரும் ஆசிய ஆப்பிரிக்க ஒற்றுமையைக் கொண்டாடும் விதத்தில் சேர்ந்து உட்கார்ந்து காலை உணவு உண்ணும்போது, அமைச்சர் வைத்தாஸிடம் கேட்டது -

*நீங்க எழுத்தாளராமே?*

*ஆமா*

*என்ன மாதிரி படைப்புகள்?*

*நாவல்கள்*

*அப்புறம்?*

*நாவல்கள் மட்டும்*

*அவற்றில் பெண்கள் வருவார்களா?*

*அவங்க இல்லாமலா?*

*ஆப்பிரிக்கப் பெண்களா?*

*ஆமா. மற்றவங்களும் வரலாம்.*

அமைச்சர் அதிகாரிகளையும் புகைப்படக்காரரையும் அப்பால் போகச் சொன்னார். அவர்கள் அறை வாசலில் நின்று அசூயையோடு வைத்தாஸைப் பார்த்தார்கள்.

*ஆப்பிரிக்கப் பெண்கள் உறவு கொள்ளும்போது உச்சமடைய பதினேழு நிமிடங்கள் எடுத்துக் கொள்வார்களாமே?*

அமைச்சரின் இந்தக் கேள்விக்கு வாய் நிறைய இட்லியோடு என்ன பதில் சொல்வது என்று புரியவில்லை வைத்தாஸுக்கு.

கையில் கடிகாரத்தோடு கலவி செய்ய முடிந்தால் இதற்கான பதில் கிடைக்கும் என்று தோன்றியது.

அவனோடு சுகித்த பெண்களில் யார் யார் எவ்வளவு நேரம் எடுத்துக் கொண்டார்கள் என்று நினைவில்லை. ஒவ்வொன்றும் ஒரு மாதிரி இருந்தால்? அமைச்சர் அவற்றின் அடிப்படையில் சராசரி எவ்வளவு என்று கோரலாம்.

நந்தினிக்கு எத்தனை நிமிடங்கள்?

அவள் ஆப்பிரிக்கப் பெண் இல்லை.

இன்னொரு இட்லியும் தேங்காய்த் துவையலும் போட்டுக் கொள்கிறீர்களா? கலாசாரப் பரிமாற்றம் நம் இரு நாடுகள் இடையே நடக்க வேண்டும். உங்க ஊர் சினிமா நட்சத்திரங்கள் இங்கே வருவார்களா? நாட்டியக்காரிகள்? நாடக நடிகைகள்?

வைத்தாஸ் அமைச்சரை சங்கடத்தோடு பார்த்தான். அவன் நாட்டில் சினிமா தயாரிப்பது இல்லை என்று சொல்லிவிடலாம் தான். அமைச்சரின் உத்தேசமும் அந்தப் படங்களைப் பார்ப்பது இல்லை என்று தெரியும். சினிமாவில் தோன்றும் ஆப்பிரிக்க நாட்டுப் பெண் ரமிக்கக் கிடைத்து, கையில் நேரம் அளக்க மணல் கடியாரமும் பரிசாகக் கிடைத்தால் அவர் மகிழலாம். அவள் நடிகையாக இல்லாவிட்டாலும் விரோதமில்லை. கிடைத்தது ஸ்டாப் வாட்சாக இருந்தாலும்.

நடிகைகளை இங்கே வரவழைக்க அவசியம் முயற்சி செய்கிறேன் என்று வாக்குறுதி கொடுத்தான் வைத்தாஸ்.

ஆங்கிலத் திரைப்படங்களே அவன் நாட்டில் உள்ள சொற்பமான திரையரங்குகளில் திரையிடப்படுகின்றன. எனினும் அண்டை அயல் தேசங்களில் கடன் வாங்கி, நல்ல ஆப்பிரிக்க சினிமாவை வைத்தாஸ் அமைச்சருக்கும், நட்பு நாட்டுக்கும் அறிமுகப்படுத்தக் கூடும் தான். அவற்றில் நடித்த நடிகர்கள். அவர்கள் யாருக்கு வேண்டும்? நடிகைகள் வருவதாக இருந்தால் இங்கே அழைத்து வரலாம் தான். அரசுத் தூதரின் சேவைகளில் அதுவும் அடக்கம்.

நாம் அடுத்த முறை சந்திக்கும்போது நட்புறவு தொழில் துறை திட்டங்களும், கலாசாரப் பரிமாற்றமும் நடைமுறையில்

இருக்கும். சாணக்யபுரியில் எங்கள் தூதரகத்திலேயே உங்களை வரவேற்க நான் காத்திருப்பேன் என்றான் வைத்தாஸ் அமைச்சர் விடைபெறும்போது.

அதற்குள் நானும் உங்கள் நாட்டுக்கு வந்து போயிருப்பேன் என்றார் அமைச்சர் கண்களில் ஆர்வம் கொப்பளிக்க.

உயரத்தை வைத்துப் பார்த்தால், வைத்தாஸின் சொந்த நாட்டு நடிகைகள் மற்றும் நளினமான ஒப்பனைகளோடு வலம் வரும் அழகிய நடுவயதுப் பெண்களின் இடுப்புக்கு வருவார் அமைச்சர் என்று தோன்றியது வைத்தாஸுக்கு.

அந்தப் பெண்களைப் பற்றி நினைத்தபோதே வீராவாலியின் நினைப்பு கனமாகக் கவிந்தது அவன் மனதில்.

வீராவாலி.

அலையடித்து ஓய்ந்தது போல் அமைச்சரும் பரிவாரமும் கிளம்பிப் போனார்கள்.

வீராவாலி.

மயில் பீலியைத் தோளில் சுமந்து புழுதி புரண்ட உடலோடு தில்லியின் சந்து பொந்துகளில் கழைக்கூத்து ஆடுகிற பெண்.

அந்தக் கண்களை வைத்தாஸ் அறிவான். வியர்வை மணக்கும் அந்த உடம்பையும்.

வீராவாலி.

அவள் பெயரை நேற்றுத்தான் அறிந்தான்.

வீராவாலி.

அவளைப் பார்க்க வேணும்.

நீ என் முதல் நாவலில் இருந்து வந்திருக்கே என்று சொல்ல வேண்டும். கழுத்து நெறிபட்ட மயில்கள் கிடத்தி வைக்கப்பட்ட அறையில் காடா விளக்கு எரிய, அவளை ஆவேசமாக முத்தமிட வேண்டும்.

வீராவாலி.

கோட்டையும், கழுத்துப் பட்டியையும், இடுப்பில் கம்பளி பேண்டையும் களைந்து விட்டு கார்டுராய் கால்சராயும், கனமான கைத்தறிச் சட்டையும் அணிந்து கொண்டான் வைத்தாஸ்.

தில்லியில் சொற்ப வருமானத்தில் காலம் தள்ள நைஜீரியாவில் இருந்தோ, கானாவிலிருந்தோ வந்திருக்கும் ஆப்பிரிக்கர்கள் அணியும் உடை அது. சராசரி ஆப்பிரிக்கர்கள். எந்த நாட்டுக்கும் தூதர்கள் இல்லை அவர்கள். நடிகைகளை அழைத்து வந்து அமைச்சர்களுக்கு அறிமுகப்படுத்த வேண்டிய கடமை இல்லாதவர்கள்.

அறையில் தொலைபேசி அழைத்தது.

அமைச்சர் உங்களுக்கு நேரமிருந்தால் நாளை மாலை விருந்துக்கு வர முடியுமா என்று கேட்டார்.

அமைச்சர் நாசமாகப் போகட்டும். வைத்தாஸுக்கு நேசமான நட்புறவு நாடுகள் பற்றி எந்த விசாரமும் இல்லை.

வீராவாலி அவனுக்காகக் காத்திருக்கிறாள். மயில்களின் சடலம் நாறும் அறைக் கோடியில் நிற்கிறாள். போஜ்பூரியோ, பஞ்சாபியோ, முல்தானியோ. புரியாத மொழியில் கலவிக்கு அழைக்கிறாள்.

அறையின் அழைப்பு மணி ஒலித்தது.

உள்ளே வரலாம்.

தூதரகக் கார் வந்து விட்டது.

வணங்கித் தெரிவித்தபடி நின்றான் ஓட்டல் சிப்பந்தியான இளைஞன். கருந்தாடியும், வெள்ளை தலைப்பாகையுமாக வந்தவன் அவன்.

வைத்தாஸ் புன்னகை செய்தான்.

வீராவாலி.

அந்த இளைஞன் நன்றி தெரிவித்து இன்னொரு முறை தலை வணங்கிப் போனான்.

# அத்தியாயம் இருபது

தழுவிப் பிணைந்து சிக்கலாகச் சுருண்டிருந்த பழைய தில்லித் தெருக்களின் பின்னலில் வைத்தாஸ் சிக்கிக் கொண்டான்.

இந்தக் குறுகலான தெரு தான். நாலு நாள் முன்னால் இங்கே தான் வந்திருந்தான். வரிசையான இந்தச் சாப்பாட்டுக் கடைகள் தான். கோதுமை மாவை வெண்ணெயும் நெய்யும் சேர்த்துப் பிசைந்து கொண்டிருக்கும் திடகாத்திரமான மீசைக்காரன் அவனை இதே போல் தான் சாப்பிட வரச்சொல்லித் தலையை அசைத்துக் கூப்பிட்டான்.

திரும்பும்போது வரேன்.

வைத்தாஸ் ஆங்கிலத்தில் சொன்னபடி அந்தக் கடையின் இடது புறமாக நெளிகிற சந்துக்குள் அரை இருட்டில் நடந்தான். மேலே நடந்து வலது பக்கம் திரும்பினால், இந்தத் தெரு தான். இப்படியே நேராகப் போனால் அந்தப் பெரிய வீடு. அங்கேதான் போகவேண்டும் அவன்.

வீராவாலி.

முணுமுணுத்தான். பக்கத்தில் கடகடத்து ஒரு சைக்கிள் ரிக்ஷா கயிறு கட்டிய மணி அடித்தபடி நகர, சத்தமாகச் சொன்னான்.

வீராவாலி.

குளிர் இதமாகக் கவிந்த சனிக்கிழமை மாலைப் பொழுதில் வைத்தாஸை அலைய வைத்தவள் அவள்.

இரண்டு நாளாக அலுவலகம் அவனை முடக்கிப் போட்டது. புதிய அரசாங்கம் இந்தியாவுக்கு அனுப்பியிருக்கும் தூதுவர் மூலம் இந்திய சர்க்கார் நிறையச் செய்ய வேண்டும் என்று எதிர்பார்த்தது. இந்தியா பொருளாதார ரீதியாக முன்னேறிக் கொண்டிருக்கும் நாடு தான். என்றாலும் ரயில் பாதைகள் அமைத்தல், பாலம் கட்டுதல், அணை கட்டுதல் போன்ற பிரம்மாண்டமான பணிகளில் நல்ல அனுபவம் வாய்த்ததாக இருக்கிறது. இந்தத் திறமையும், அனுபவமும் தங்களோடு பகிர்ந்துகொள்ளப்படவேண்டும் என்று விரும்புகிறது வைத்தாஸின் நாடு.

முயற்சி எடுத்துக்கொண்டிருக்கிறான் வைத்தாஸ்.

மேலும், இங்கிருந்து பள்ளிக்கூட ஆசிரியர்கள் அங்கே வர வேண்டும். நர்ஸ்கள், தச்சர்கள், டிரைவர்கள் மற்றும் இரும்படிக்கிறவர்கள். எல்லோரும் வேண்டி இருக்கிறது வைத்தாஸின் நாட்டில். இந்தியாவில் அவர்களுக்குக் கிடைப்பதை விடக் கூடுதலாக வருமானம் கிடைக்கும். ரொம்ப அதிகமாக இல்லாவிட்டாலும், அங்கே விலைவாசி தணிந்தே இருப்பதால், சேமிக்க முடியும். பத்து வருடம் வேலை செய்து விட்டுக் கணிசமான தொகையோடு ஊருக்குத் திரும்பலாம். இப்படியான திறமைகளைப் பகிர்ந்து கொள்வதில் இந்தியாவுக்குச் சிரமம் எதுவும் இருக்காது தான். விரைவில் இது நிகழ வைத்தாஸ் வெளியுறவு அமைச்சரகத்திடம் பேச வேண்டும். அதற்கு முன்னேற்பாடாக இலாகா இல்லாத அமைச்சரிடம் நட்பை மேம்படுத்தி நிர்வாக யந்திரம் சுழலும் போது தேவையான ஃபைல்கள் சீராக முன்னேற வழி செய்ய வேண்டும். அவருடைய தேவைகள் வேறே. முக்கியமாக, குளிருக்கு இதமாகக் கூட இருக்க அவருக்குத் துணை வேண்டும்.

இரண்டு நாளாக அலைந்து கொண்டிருக்கிறான் வைத்தாஸ்.

இனி தொடர்வதற்கு முன் அவனுக்கு ஓய்வு தேவை. வார இறுதியில் எந்த தெய்வமும் வரம் தர வந்து நிற்கப் போவதில்லை.

அவன் இயல்பாக இருக்கலாம். உறங்கலாம். எழுதலாம்.

அப்புறம் எழுதலாம்.

வீராவாலி.

அப்புறம் உறங்கலாம்.

வீராவாலி.

அவளைத் திரும்பப் பார்க்க வேண்டும். அவள் அருகில் இருக்க வேண்டும். எச்சில் நனைந்து மினுமினுக்கும் கருத்த உதடுகளும் மூக்கில் குத்தும் வாடையுமாக அவள் வைத்தாஸோடு மெய் கலக்க வேண்டும்.

வீராவாலி.

இந்தத் தெருதானே. தெருத் திருப்பத்தில் அந்தப் பெரிய வீடு.

இதென்ன? தெருக்கோடியில் ரொட்டி விற்கிற கடையும், இனிப்புகள் விற்கிற கடையும் இல்லையா பெட்ரோமாக்ஸ் விளக்கு வெளிச்சத்தில் மின்னிக் கொண்டிருக்கின்றன.

இங்கே ஒரு பெரிய வீடு. மிகப் பெரிய வீடு.

வைத்தாஸ் ரொட்டிக் கடைக்காரனை ஆங்கிலத்தில் விசாரிக்க அவன் சிநேகமாகச் சிரித்து நோ இங்கிலீஷ் என்றான்.

வைத்தாஸ் முன்னால் கடந்து போக, சாப் என்று பெருஞ் சத்தம். திரும்பிப் பார்க்க, இனிப்புக் கடைக்காரன் சிரித்தபடி நிற்கிறான்.

ஹம் பி நோ இங்க்லீஷ்.

இருக்கட்டும். கையசைத்தபடி வைத்தாஸ் வந்த வழியே திரும்பினான். இந்த ரெண்டு மனுஷர்களும் அவனுடைய தேசத்துக்குத் தேவைப்படுவார்களா?

பழைய இசைத்தட்டு ஒலிக்கும் இந்தக் கடை. போன முறை

வந்தபோது இதைக் கடந்து தான் போனான் வைத்தாஸ். பெரிய வீடு. அதற்கு இந்தியில் ஏதோ பெயர் சொன்னார்கள். அங்கே தான்.

வீராவாலி.

பழைய தில்லியில் மொகலாய வாடை இன்னும் நீங்காத இருட்டுத் தெருக்களில் ஓர் ஆப்பிரிக்க இந்திய எழுத்தாளன் தன் ஒற்றை இரவுத் துணையைத் தேடினான். ஏன் என்ற கேள்வியும், இதற்காகத்தான் என்ற பதிலும் அவனிடம் இல்லை. அறைக்குள் மர அலமாரியில் தன் கைக்கடியாரத்தைப் பாதுகாப்பாகப் பூட்டிய பின்னரே அவன் படி இறங்கிப் போனான். இணை விழைச்சலும் இந்திய நாவலும் என்ற தலைப்பில் அடுத்த சர்வதேச இலக்கிய அரங்கில் பேசத் தயாரான தீவிரம் அவனுடைய இயக்கத்தில் தெரிந்தது.

நந்தினி சொல்வதாக இது வைத்தாஸ் எழுதிக் கொண்டிருக்கும் நாவலில் வரும். நந்தினி வேண்டாம். வைத்தாஸ் காமம் மிகுந்து இப்படிப் பழைய தில்லித் தெருக்களில் அலைந்து திரிவதை அவள் ஊகித்திருக்க வாய்ப்பு உண்டு என்றாலும், அவள் இப்படிச் சொல்ல வேண்டாம். நாவலில் எத்தனையோ கதாபாத்திரங்கள். வேறு யாராவது சொல்லிவிட்டுப் போகட்டும்.

கையில் குடையோடு சாமு சொல்லட்டும். அம்பலப்புழையில் மழை நிற்கட்டும். படகு வரக் காத்திருக்கும்போது சாமு சொல்லட்டும்.

இந்தத் தெரு தானே? இதேதான். மயில்களின் வாடை.

செத்த மயில்கள் தெரு ஓரம் கிடத்தப்பட்டிருந்தன. நீலமும் கருப்புமாக எண்ணெய் நிறைத்த போத்தல்கள் வரிசையாக நிறுத்தப்பட்டிருந்தன. குளிரில் அந்த எண்ணெய் வாடை பிடிவாதமாகச் சூழ்ந்து நின்றிருந்தது.

இந்தப் பெரிய வீடுதான். மயில்களின் இறகுகள் பரத்திய வாடை கிளர்ச்சியூட்டுகிறது. எல்லா அறைகளிலும் மயில்கள் கிடத்தப்பட்டிருக்கின்றன. வாடை எல்லாம் திரண்டு ஓர்

உருவம் கொண்டது போல் அறைக்கு நடுவே நிற்கிறாள்.

வீராவாலி.

வைத்தாஸ் எழுதும் நாவலில் இருந்து -

இந்தச் சோழிகள் உன் வாழ்ந்த காலத்தைச் சொல்லாது. எதிர்கொள்ள வேண்டிய தினங்களைப் பற்றியும் இவை எதுவும் தெரிவிக்காது. சோழிகள் உயிர் நீத்த சங்குப் பூச்சிகளின் மேல் ஓடு. தாளி ஓலைகளோ, பனை மரத்தில் இருந்து உதிர்ந்த உலர்ந்த சருகுகளின் தொகுப்பு. கணக்கும் இலக்கியமும் வான இயலும், மருத்துவமும் கீறி வைக்கப் பயன்பட்ட, காலத்தால் வாடாத கீற்றுச் சருகுகள். சோழிகளும் தாளி ஓலைகளும் வருங்காலம் உரைக்குமென்று மூடர்களே நம்பினார்கள். மற்றவர்களுக்கு எடுத்துச் சொன்னார்கள். பயமுறுத்தினார்கள்.

மேல்சாந்தி வெளியே கிளம்பும் முன், முகப்பில் இருந்து சொன்னார். வைத்தாஸும் சாமுவும் கேட்டபடி இருந்தார்கள். முதுபெண் அவர்கள் முன்னால் நாற்காலியில் அசையாமல் உட்கார்ந்திருந்தாள்.

மழையோடு மேல்சாந்தி அம்பலத்தில் விளக்கிட்டு சந்தியாகால பூஜை முடித்து வரக் கிளம்பிப் போன பிறகு அவருடைய மனைவியான நாராயணி அந்தர்ஜனம் என்ற அந்த முதுபெண், உள்ளங்கையில் பிடித்திருந்த சோழிகளை முன்னால் இருந்த சிறு தந்த மேஜையில் வீசினாள்.

மழை வலுக்க, அவள் குரலைச் சற்றே உயர்த்திச் சொன்னாள் -

என்றாலும், இந்த ஓலை நறுக்கும், சோழிகளும் என்னோடு இருக்கும்போது நான் எனக்குள் பேசிக்கொள்கிறேன். யுகங்களையும் காதங்களையும் கடந்து காலத்தில் முன்னும் பின்னும் லகுவாக நகர்ந்து என் வார்த்தைகள் மூலம் என்னைப் பிணைத்துக் கொள்கிறேன். நீங்கள் விரும்பினால் உங்களுக்கும் அதைப் பகிர்வேன். கிறுக்கச்சியான கிழட்டுப் பெண்பிள்ளையின் உளறல்கள் என்று நீங்கள் எடுத்துக் கொண்டாலும் சரி தான். வார்த்தைகளுக்குக் கேட்பவர்கள் அன்றோ சகல அர்த்தங்களையும் கொடுக்கிறார்கள்?

சாமு கை கூப்பினான்.

தயவு செய்து சொல்ல உத்தரவாகணும். வெள்ளைக்காரத் திருமேனி, கரிய திருமேனி சீமையில் இருந்து வந்தது உங்களைப் பார்க்க அனுப்பி வச்சுத்தான்.

அவள் வைத்தாஸைப் பார்த்தாள்.

வைத்தாஸ் சலனமில்லாமல் உட்கார்ந்திருந்தான்.

குஞ்ஞும்மிணி என்றாள் முதுபெண்.

வைத்தாஸ் நிமிர்ந்து உட்கார்ந்தான்.

காலையில் இந்தப் பெயர் தானே மனசில் வந்தது. குஞ்ஞும்மிணி என்று ராஜ வம்சத்துப் பெண்கள் ஆறு பேர் இருந்திருக்கிறார்கள். எல்லார் பெயரிலும் ஓலைகள் எழுதி வைத்திருக்கிறார்கள். அதில் ஒண்ணு இது.

முதுபெண் கையில் எடுத்த ஓலையை நீட்டினாள். பொருள் விளங்காமல் ஆனால் சுவாரசியத்தோடு பார்த்தான் வைத்தாஸ்,

இது உங்களுக்குப் பிரயோஜனப் படாது. செம்பகச்சேரி ராஜ பரம்பரை பற்றிய சரித்திரம் ஆராய்ச்சி செய்ய வந்திருந்தால் ஒரு வேளை உபயோகப்படலாம்.

வரலாற்று ஆய்வில் ஈடுபாடு இல்லை என்று வைத்தாஸ் அவளிடம் தயவாகத் தெரிவித்தான். புரிந்து கொண்டதாகத் தலையசைத்தாள் அவள்.

ஆனாலும் நீங்கள் உள்ளே வரும்போது உங்களுக்குப் பரிச்சியமான குஞ்ஞும்மிணி பற்றிக் கொஞ்சம் போல உணந்து கொண்டேன் என்றாள் அவள்.

வைத்தாஸ் அவளை ஆச்சரியத்துடன் பார்க்க, இங்கெல்லாம் பகவானே மதிய நேரம் தேத்தண்ணீர் சாப்பிட இறங்கி வருவார் என்று சகஜமாகத் தகவல் பகிர்ந்து கொள்கிற சிரிப்போடு முதுபெண்ணைப் பார்த்தான்.

அவள் வைத்தாஸிடம் நைச்சியமாகச் சொல்லியது –

குஞ்ஞும்மிணியிடம் நீங்கள் மெல்லச் சொல்லிப் பாருங்கள். அவள் இந்த நாவலில் இருக்க வேண்டியவள் இல்லை. வேறு யாரோ எழுதிய புனைகதையில் மூன்று வயதுச் சிறுமியாக வந்தவள். அவளுடைய பெற்றோரோடு கொல்லூர் ஷேத்ரத்துக்கு காசர்கோட்டில் இருந்து போகும்போது கால வெளியில் காணாமல் போனாள். அறிவியல் முன்னேறி காலத்தில் பயணம் போவது வசப்படும்போது அவளுக்கும் மோசனம் கிடைக்கும் என்று அந்த நாவல் முடிக்கப் பட்டிருந்தது. அவள் அப்போது ஏதும் சொல்லாததால் அதை ஏற்றுக்கொண்டதாகத்தானே பொருள்?

வைத்தாஸ் தலையைக் குலுக்கிக் கொண்டான். குஞ்ஞும்மிணியை இதைச் சொல்லி விலக்கி விட முடியாது. அவள் பழைய சிநேகிதி. மகாலிங்கய்யனால் முடியாததை அவன் பிள்ளை வைத்தாஸ் செய்து தரட்டும் என்று வந்திருக்கிறாள். வைத்தாஸ் அறிவிலும், பிரபலத்திலும், வகிக்கிற பதவியிலும் ஆயிரம் மடங்கு அவன் அப்பனை விட மேலே நிற்கிறவன். அவனால் முடியாவிட்டால் வேறு யாரும் எந்தக் காலத்திலும் செய்து விட முடியாது.

முதுபெண் அவனைப் பார்த்துக் கனிவாகச் சிரித்தாள்.

அப்போ ஒண்ணு செய்யுங்கள். இங்கே அவர்கள் குடும்பம் வசித்த பூர்விக வீடு இருந்த இடம் உண்டு. அதை அரசாங்கம் ஆக்கிரமித்து, இப்போது பராமரிப்பு இல்லாமக் கிடக்கிறது.

அவள் சொல்வது புரிந்தது என்பதாக சாமு வைத்தாஸின் தோளைத் தட்டி உற்சாகமாகச் சிரித்தான். சிறிய மேஜையில் கால் இடிக்க சோழிகள் சிதறின.

இந்த மலையாளிகள் வார்த்தைப் பரிமாற்றத்தைக் கடந்து அவற்றைச் சார்ந்தோ சாராமலேயோ கருத்துப் பரிமாற்றமும் நிகழ்த்தக் கூடியவர்கள். ஊம், ஹம், ங்ஙோ, ஆஆ போன்ற ஒலிக்குறிப்பு மூலமே பேசி முடித்து எழுந்து போகக் கூடியவர்கள்.

முதுபெண் சிறிய மேசையில் இருந்து தரையில் விழுந்த சோழிகளைக் குனிந்து எடுக்க முற்பட, சாமு கீழே அமர்ந்து

அவற்றை வாரியெடுத்தான்.

மெல்ல, மெல்ல என்றபடி அவற்றைப் பரிவோடு கையில் திரும்ப ஏந்திய முதுபெண் தொடர்ந்தாள் –

குஞ்ஞும்மிணியின் தகப்பன் குப்புசாமி அய்யன் மலியக்கல் தோமைக்கு விற்றார். தோமை புது வீடு கட்டினான் அந்த மனையில். மலியக்கல் தோமையின் காலத்துக்குப் பிறகு அவன் மகன் செபஸ்தியானானவன் திருமாந்தாங்குன்னு சேகரன் தம்பிக்கு வீட்டை விற்றான். அங்கே தான் படகுத்துறை நிர்வகிக்கும் கவர்மெண்ட் ஆபீஸ் வந்தது. முப்பது வருடம் மூன்று குமாஸ்தாக்கள், ஒரு சேவகன் என்று தடையில்லாமல் நடந்த ஆபீஸ் ஓய்ந்து போனது அவர்கள் எல்லோருமே பென்ஷன் வாங்கி ஓய்வு பெற்ற அப்புறம் தான். ஆபீஸ் இன்னும் இருக்கிறது. பைல்களும் இருக்கின்றன. நாற்காலி, மேசைகளும் அப்படியே. யாராவது உரிமை நிலைநாட்டி அங்கே போவதாக இருந்தால் அரசாங்கம் கொடுத்து விடும் தான். வாடகை பாக்கி மட்டும் வராது. சேகரன் தம்பியின் பேரனிடம் இருந்து வைத்தாஸ் அந்த இடத்தைக் கிரயம் செய்தால் குஞ்ஞும்மிணி அங்கே யாருக்கும் உபத்திரவம் தராது இருந்து கொள்ளலாம்.

முதுபெண் சற்று நிறுத்தி மூச்சு வாங்கினாள். அவளை இதற்கு மேல் பேச வைத்துத் தொந்தரவு கொடுக்க வைத்தாஸ் விரும்பவில்லை.

பெரிய விலை எல்லாம் இல்லை. அதுவும் உங்களுக்கு. உங்கள் ஊர்க் கணக்கில் பத்து நாள் மூணு வேளையும் சகல விபவங்களோடும் விருந்து சாப்பிடுகிற அளவு அல்லது அதற்கும் குறைவாகவே பணம் செலவாகும்.

முதுபெண் விடாமல் சொல்ல சாமுவும் ஆமோதித்தான். வைத்தாஸ் சம்மதித்தால் இன்னும் பத்து நிமிஷத்தில் முப்பது வருட தூசி படிந்த பைல்களோடு சர்க்கார் அலுவலகம் வைத்தாஸ் கையில் வரலாம் என்று தோன்றியது.

இங்கே வீடு வாங்கி என்ன செய்ய? அதுவும் வேறு நாட்டு

அரசாங்க அதிகாரியான வைத்தாஸ் இங்கே சொத்து வாங்க ஏகப்பட்ட அனுமதிகளும், அரசு அறிவிப்புகளும் கலந்தாலோசித்துச் செயலாற்றுவதும் தேவைப்படலாம்.

நீங்கள் தில்லி போகிறீர்கள்தானே?

முதுபெண் விசாரித்தாள்.

ஆமா. அங்கே உங்களுக்கு ஏதாவது தேவைப்படுகிறதா? வாங்கி அனுப்பறேன்.

நன்றி. எதுவும் வேண்டாம். அங்கே வாங்கும் எதுவும் சரியாக இருப்பதில்லை. நூதன் ஸ்டவ் ஒருமுறை என் மகன் வாங்கி வந்து கொடுத்தான். சமைக்க எடுத்த நேரத்தை விட, குறி சொல்லத்தான் பிரயோஜனமானது. கேள்வி கேட்டு, மேல் தட்டில் பிடித்துக் கொண்டால் காலை உயர்த்தித் தரையில் அடித்துக் குறி சொல்கிறதாக அந்த அடுப்பு அண்டை அயலில் பிரபலம். கடைசியில் அம்பலத்தில் விட்டுவிட்டு வந்தோம்.

சாமு நினைவுபடுத்தினான் -

அந்த டில்லி டிரான்சிஸ்டர் கதையைச் சொல்லவில்லையே? எந்த ஸ்டேஷனைத் திருப்பினாலும் டமடம என்று கழைக்கூத்தாடி ஆட்டம் போல முழங்கிக்கொண்டிருந்தது. மயில் அகவுகிற சத்தம் வேறே. நடு நடுவே திரும்பத் திரும்ப ஒரு பெண் ஏதோ மொணமொணவென்று சொன்னாளே.

முதுபெண் வைத்தாஸைக் கூர்ந்து பார்த்துச் சொன்னாள்.

வீராவாலி.

# அத்தியாயம் இருபத்தொன்று

நந்தினி தொலைபேசியைச் சத்தம் எழ வைத்தாள்.

வைத்தாஸ், எங்கே இருக்கே?

வீதியில் மோட்டார் வாகனம் போகும் இரைச்சல். ஜன்னல் திரையைத் தூக்காமல் ஓரமாக நின்று எட்டிப் பார்த்தாள்.

அழுக்குப் பச்சை நிறத்தில் ஆர்மி லாரி. ஐந்து நிமிடம் முன்னால் தான் ஒன்று கடந்து போனது.

கைக்கடியாரம் எங்கே? பகலில் இருந்து ஜன்னலுக்கும் உள்ளேயுமாக நடந்து கொண்டே இருப்பது தவிர எதையும் மனதில் இருத்த முடியவில்லை.

எல்லாம் சரியாக, எப்போதும் போல் இருக்கிறது என்று பாதுகாப்பாக உணரப் பழகிய காட்சி, சத்தம், வாசனை என்று ஏதாவது ஒன்று கிடைத்தாலும் போதும். இனம் புரியாத பயமாக கொஞ்ச நஞ்சம் மனதின் ஓரத்தில் ஒட்டி இருந்தாலும், துடைத்துப் போட்டு விடும் அதை எல்லாம்.

தலைச்சேரிக்காரி கூட்டத்தையும் இரைச்சலையும் ஒரு சத்தமும் இல்லாத அத்துவானத்தையும் பார்த்து பயப்பட என்ன இருக்கிறது? உயிரை வெகு சாதாரணமாக மதித்து மேலே

பறக்கிற, வட்டம் கறங்கிச் சுழல்கிற சர்க்கஸுக்கு மறுபெயர் ஆச்சே தலைச்சேரி?

அப்படித்தான் அச்சன் சொல்லியிருக்கிறார். நந்தினி இதுவரை தலைச்சேரி போகாவிட்டாலும் தலைச்சேரிக்காரர்களின் துணிச்சலும் திடசித்தமும் அவளுக்குத் தெரியும். அடுத்த முறை கேரளத்துக்கு வைத்தாஸோடு போகும்போது வேம்பநாட்டுக் காயலில் படகு வீட்டுக்குள் சுருண்டு கிடக்காமல் தலைச்சேரி போவாள் அவள். சீக்கிரம் அது நடக்கும்.

ஜன்னல் வழியே நந்தினி பார்க்க, வாசலில் குடை பிடித்தபடி நடந்து போன ஒரு வெள்ளைக்காரச் சீமாட்டியையும், பின்னால் சிகரெட் குடித்தபடி குப்பைத் தொட்டியைக் குடைந்து கொண்டிருந்தவனையும் தவிர யாரும் இல்லை.

நந்தினியின் பெரிய அத்தையும், முத்தச்சனின் தங்கை வீட்டு ஆண்களும் பெண்களும் சர்க்கஸ் பழகித் தொழிலாக ஏற்றவர்கள். அத்தை அந்தரத்தில் பார் விளையாடித் தொங்கும் போது மாரடைப்பு ஏற்பட்டு இறந்து போனாள். வலுவான முத்தச்சி வீட்டு அம்மாவன் ஒருத்தர் மரணக் கூண்டில் மோட்டார் சைக்கிள் பிடி நழுவி உயரத்தில் இருந்து விழுந்து ஆயுசு முடிந்தது.

அவர்களும் பயம் என்பதே தெரியாமல் மரணத்தை எதிர்கொண்டதாக நந்தினியின் அச்சன் சொல்லியிருக்கிறார். மற்ற எல்லாரும் தீர்க்காயுசும், மனசு முழுக்க தைரியமும், பணக் கஷ்டமுமாகத்தான் இன்னும் ஜீவித்திருக்கிறார்கள்.

கைக்கடியாரம் எங்கே? படுக்கையில் இருந்து நழுவிப் படுக்கைக்கு அடியில் விழுந்திருக்குமா?? வைத்தாஸ் இருக்கும்போது உபயோகித்துப் போட்ட உறையும், தூசியும் துணைக்கு இருக்க, அங்கே இருட்டுக்கு நேரம் சொல்லிக் கொண்டு கிடக்குமா?

வாசலில் வண்டிச் சத்தம் கேட்கிற மாதிரி இருக்கே? கடியாரத்தைத் தேடிவிட்டுப் பார்க்கலாம்.

வாஷ்பேசின் பக்கம் பற்பசையும், பல் துலக்கும் பிரஷ்ஷும் துருத்திக் கொண்டிருக்கும் தகரக் கொட்டானில் கைக்கடியாரமும்

சுருண்டு கிடப்பது கண்ணில் பட்டது. எப்போது அங்கே போய் அதை அகற்றி வைத்தது என்று நினைக்க நந்தினிக்கு அலுப்பாக இருந்தது. இருக்கு. அது போதும்.

கடியாரத்தை வலது கையில் கட்டும்போது மணி பார்த்தாள், பிற்பகம் நாலரை.

இப்போது இந்தியாவில் வைத்தாஸுக்கு நேரம்? மூன்றரை மணி நேரம் கூட்டிக் கொள்ள வேண்டும். இந்தியாவில் இப்போது ராத்திரி எட்டு மணி.

வைத்தாஸ் பொம்பளை தேடிப் போயிருப்பானா?

உடனே போன் செய்து, அப்படி இருந்தால் வாழ்த்துச் சொல்லலாம் என்று தோன்றியது நந்தினிக்கு.

ஆணுறை எடுத்துப் போயிருக்கியான்னு கேட்கணும். தலை குளித்த சுத்தமான பெண் தானே? பல் துலக்கியிருக்கிறாளா?

நந்தினிக்குச் சிரிப்பு வந்தது.

கூட்டி வந்து ஓட்டல் அறையில், ஓரமாகக் கரப்பான் பூச்சி ஊரும் படுக்கையில் கிடத்தி முயங்கிக் கிடந்தால்?

ஐந்து நட்சத்திர ஓட்டல் இல்லையோ அது?

ரூம் சர்வீஸ், அந்தப் பூச்சியை எடுத்து வெளியே போடுங்கள். வேறே உதவி எதுவும் வேணாம். நன்றி,

ஒரு நட்பு நாட்டின் தூதர் விருப்பப்பட்டால் எதுவும் செய்து கொடுத்து பில்லில் கட்டணமும் வரியும் காட்டிக் காசு வாங்கி விடுவார்களாக இருக்கும்.

புன்னகையோடு டிரான்சிஸ்டரை ஆன் செய்தாள்.

வழக்கமாக ஜாஸ் இசை முழங்கும் வானொலி நிலையம் மௌனமாக இருந்தது. செய்திகளும், அறிவிப்புகளும், வானொலி நாடகங்களும் நாள் முழுக்க ஒலிபரப்பும் இன்னொரு நிலையத்தில் தொடர்ந்து தேச பக்திப் பாடல்கள் மட்டும் ஒலிபரப்பப்பட்டுக்கொண்டிருந்தன, மாஸ்கோவும், பீகிங்கும் இன்னும் லண்டன் பிபிசியும் வரமாட்டேன் என்று பிடிவாதம் பிடித்தன. என்ன கண்றாவியோ.

வைத்தாஸ் என்ன செய்து கொண்டிருப்பான்?

வைத்தாஸ் யாரோடும், எப்படி வேண்டுமானாலும் இருக்கட்டும். கிடக்கட்டும். நந்தினிக்கு ஒரு கவலையும் இல்லை. இந்தத் தினம் முடிந்து அடுத்தது சாதாரணமாக ஆரம்பிக்க வேண்டும். அதுதான் இப்போதைக்கு மனசு முழுக்க.

திரும்ப ஜன்னலுக்குப் போனாள். அதோ தெருக் கோடியில் இருந்து பழக்காரி இரண்டு கையிலும் இரும்பு வாளிகளோடு வருகிறாள். ஆரஞ்சுப் பழம் விற்கிறவள்.

இக்குங்கவா.

அவள் குரல் தெரு முழுக்க நிரம்பி, இந்த நாளும் மற்ற எல்லா தினத்தையும் போலத்தான் என்று ஆசுவாசம் தரப் போகிறது.

அந்தக் கிழவி நாலு பக்கமும் திரும்பத் திரும்பப் பார்த்தபடி, நிச்சயமில்லாதபடி காலடி எடுத்து வைக்கிறதாக நந்தினிக்குப் பட்டது. அவள் கொண்டு போகிற இக்குங்குவா-ஆரஞ்சுப் பழங்கள் அவளுக்குச் சொந்தமானவையாக இல்லாமல் இருக்கலாம். கடனுக்கு வாங்கி விற்கிறவள் ஆனால் என்ன, விற்க எடுத்ததை வாய்விட்டுக் கூவி விற்க வேண்டியது தானே? விற்றால்தானே கடன் தீரும்?

இக்குங்கவா.

நந்தினி குரல் கொடுத்தாள். கிழவி கடந்து போய்க் கொண்டிருந்தவள் மேலே பார்க்கவே இல்லை. இன்னொரு முறை நந்தினி இக்குங்கவா என்றாள் சத்தமாக.

வேகமாக வந்த ராணுவ டிரக் நந்தினி வீட்டு வாசலில் நிற்க, யூனிபாரம் அணிந்த யாரோ உள்ளே இருந்து குதித்தார்கள். ஒருத்தர் இல்லை. மூணு பேர், ஒருத்தருக்கு அப்புறம் மற்றொருவராக.

பரபரப்போடு பார்த்தபடி இருந்தாள் நந்தினி.

ஒரு ராணுவக்காரன் பழக்காரியின் கையில் இருந்து வாளிகளைப் பறித்தான்.

இக்குங்கவா, இக்குங்கவா

அவள் அழும் குரலில் ஓலமிட்டுத் திரும்பத் திரும்பச் சொன்னாள்.

வாளிகளை ராணுவ டிரக் உள்ளே வைக்க, ஒரு ஆரஞ்ச் கீழே உருண்டு விழுந்தது.

இக்குங்கவா.

கிழவி ஆரஞ்சைக் குனிந்து எடுத்தபடி திரும்பக் கூவினாள். மூன்றாவது ராணுவ வீரன் அவளைப் பேயறை அறைந்தான். அவன் கண்டிப்பாக விரல் சுட்டினான்.

கிழவி அழுதபடி ஆரஞ்சை டிரக் உள்ளே எறிந்தாள். அவளை வந்த வழியே திரும்பச் சொன்னார்கள்.

இக்குங்கவா.

அவள் பேசத் தெரிந்த சொற்களில் அது ஒன்று தவிர மற்றதெல்லாம் நினைவில் இருந்து அழிக்கப்பட்ட மாதிரி அதையே திரும்பத் திரும்பச் சொன்னாள்.

அதை மட்டும் உச்சரித்தால் எல்லாம் சரியாகி விடும் என்று யாரோ எடுத்துச் சொல்லியிருந்ததை அனுசரிக்கிற மாதிரி அவள் குரல் நடுங்க மறுபடி சத்தம் கூட்ட, ஒரு ராணுவ வீரன் அவள் புட்டத்தில் உதைத்தான்.

நந்தினி கலவரத்துடன் அந்த ராணுவ வீரனைப் பார்த்தாள்.

வீட்டு வாசலில் காவல் இருக்க வரும் வீரன் இல்லை இவன். வைத்தாஸ் இங்கே வெளியுறவு அமைச்சக அதிகாரியாக இருந்த பொழுது இரண்டிரண்டு வீரர்களாக தினசரி எட்டு மணி நேரம் துப்பாக்கி பிடித்து வாசலில் நிற்பார்கள். காலை ஆறு மணிக்கு வரும் வீரர்களும், மதியம் இரண்டு மணிக்குக் காவல் மாறுகிறவர்களும் இரவு பத்து மணிக்கு அடுத்த ஷிப்டில் வருகிறவர்களும் வைத்தாஸ் வரும்போதும் வெளியே போகும் போதும், துப்பாக்கியை நேராகப் பிடித்து சல்யூட் வைத்து நிலத்தில் காலை அறைவதை நந்தினி ரசித்துப் பார்த்த நாட்கள்

இப்போது வருவதில்லை. வைத்தாஸ் இந்தியாவுக்குத் தூதராகப் போனதோடு அந்தக் காவல் விலக்கிக்கொள்ளப்பட்டது.

ராணுவ டிரக் நகர, தெருவில் ஒவ்வொரு வீடாக நின்று நின்று பார்த்தபடி எதிர்த் திசையில் ஆர்மி ஜீப் ஒன்று ஊர்ந்த்து வந்தது.

வைத்தாஸ் டெலிபோன் செய்து அரசாங்கத்தைக் கேட்டுக் கொண்டிருப்பானோ?

இன்னும் கொஞ்ச நாளில் என் மனைவி இந்தியாவில் என்னோடு கூட இருக்க வந்து விடுவாள். ஆப்பிரிக்க பல்கலைக் கழகத்தில் அவளுடைய உத்தியோக ஒப்பந்தம் முடிந்து விடும். அதுவரை வீட்டுப் பாதுகாப்பு தர வேணும் என்று அவன் கேட்டு அரசு ஜீப் வந்திருக்குமோ?

வீட்டு வாசலில் சற்றே நின்ற ஜீப் உடனே கிளம்பி ஊர்ந்தது. பாதுகாப்பு கொடுக்க வந்தவர்கள் இல்லை. சும்மா பராக்கு பார்த்தபடி போகிறவர்கள். ஜீப்பில் வந்தால் என்ன, டிரக்கில் போனால் என்ன,இவர்களால் ஒரு சுக்கும் பிரயோஜனம் இல்லை.

ஆப்பிரிக்கனுக்கும் அரேபியனுக்கும் நீ கட்டியோளாக ஏவல் செய்தபடி எந்தவிதமான பாதுகாப்பும் இல்லாத பூமியில் ஜீவிதம் முழுக்க கஷ்டப்பட்டு நிற்கறதுதான் உன் அதிர்ஷ்டம், விதிச்சதுன்னா நான் சொல்ல என்ன இருக்கு?

அச்சன் கேட்டபோது அவள் அது அப்படி இல்லை என்று தீர்க்கமாகத் தலையாட்டி மறுத்தது தப்பாகப் போனதா?

அச்சனுக்குத் தெரியாது. வைத்தாஸ் ஆப்பிரிக்கன் இல்லை. கரும்புத் தோட்டக் கண்காணி வேலை பார்க்க வந்த பாண்டிக்கார இந்திய அப்பனுக்கும் தோட்டம் துரவும் தொழிற்சாலையுமாகக் கொடிகட்டிப் பறந்த ஆப்பிரிக்கப் பெண்ணுக்கும் பிறந்தவன்.

அச்சனுக்குத் தெரியாது. அவன், அச்சன் அடிக்கடி சொல்லும் புத்திசாலி மலையாளி இளைஞர்களை விட அதிகம் படித்தவன்.

உத்தியோகத்தில் இருப்பவன். நாடறிந்த எழுத்தாளன். அவன் லண்டனுக்கு மேல்படிப்புக்கு வந்தது நந்தினியின் அதிர்ஷ்டம் காரணம்தான்.

தெரு அமைதியாகக் கிடந்தது. இப்படியே இன்றைய தினம் கடந்து போகட்டும்.

லண்டனில் படிப்பு முடித்தது நேற்றுத்தான் போல் இருக்கிறது. ஆச்சு, இரண்டு வருஷம் ஓடியே போனது. வைத்தாஸை சக மாணவனாக அங்கே சந்தித்த ஒரு வாரத்திலேயே ஏற்பட்ட காதலும் காமமும் அவளுக்கே ஆச்சரியமானது.

லண்டனில் ஒவ்வொரு சந்திப்பும் கலவியில் முடிய, கலைத்துக் கலைத்துப் பழகியது தவறோ என்னமோ, கல்யாணத்துக்கு அப்புறம் வயிற்றில் கரு தங்கவில்லை. அச்சன் சாபமும் உண்டோ?

நந்தினியை வைத்தாஸ் ஹோலி கிராஸ் கதீட்ரலில் வைத்துக் கல்யாணம் செய்து கொண்டபோது அவனுக்கு நண்பன் என்று யாரும் வரவில்லை.

பாதுகாப்புக்காக பாதிரியாரோடு கூட நின்ற, துப்பாக்கி பிடித்த நான்கு வீரர்கள் , மோதிரம் மாற்றியதும் வாழ்த்தி விட்டுத் துப்பாக்கியை உயரப் பிடித்தபடி நந்தினிக்கு முன்னும் பின்னுமாக ராணுவ நடை நடந்து போனார்கள்.

அன்றைக்கு ராத்திரியே நந்தினி தன் ஹாஸ்டலில் இருந்து வைத்தாஸுக்கு ஒதுக்கியிருந்த இந்த வீட்டுக்கு வந்து குடித்தனம் வைத்து விட்டிருந்தாள்.

சோவியத் நாட்டு அதிபர் வந்திறங்கியதால் வைத்தாஸ் அலுவலகத்தில் அதிகாரி நண்பர்கள் மந்திரிகளோடு அலைந்து கொண்டிருந்த நேரம் அது. அவர்கள் கல்யாண நாள் ராத்திரியில் கதவைத் தட்டி வாழ்த்துச் சொல்லி ஆரஞ்சு ஜூஸ் குடித்துப் போனார்கள்.

பழங்கள், மில்க் சாக்லெட், பேரீச்சை, முந்திரி இவற்றோடு அமெரிக்கத் தயாரிப்பான ஒரு பாக்கெட் ஆணுறைகளையும்

கல்யாணப் பரிசாக அவர்கள் அளித்துப் போனதை வைத்தாஸ் சிலாகித்தான் அப்போது.

அந்த அதிகாரிகள் இப்போது எங்கே இருப்பார்கள்? அவர்கள் வீட்டு வாசலில் இன்னும் ராணுவ வீரர்கள் மரியாதை விலகாமல் காவலில் இருக்கக் கூடும்.

பழகிய அந்த மரியாதை கிட்டாமல் நந்தினிக்கு சங்கடம் அதிகமாக இருந்தது. முக்கியமாக, ராணுவ லாரிகள் விடிந்தது முதல் அவ்வப்போது ஒலியெழுப்பியும் சத்தமில்லாமலும் தெருவோடு உருண்டு போய்க் கொண்டே இருக்கும் நேரத்தில். வைத்தாஸ் இல்லாத நாளில்.

அச்சன் இங்கே வந்து இருக்கலாமில்லையா அவளுக்குத் துணையாக? அவர் மேல் வைத்த சகல ப்ரியத்தையும் மீறிக் கோபம் எட்டிப் பார்த்தது.

பினாங்கை விட்டு வேறு எங்கும் போகமாட்டேன் என்று அச்சனுக்கு அப்படி என்ன பிடிவாதம்? தலைச்சேரி கோவிந்த மேனோன் தலைச்சேரிக்கே இந்த முப்பது வருஷத்தில் ஒரு தடவைதான் போயிருக்கிறார். வாய் ஓயாமல் ஊரைப் பற்றிப் பேசுகிறவர் சொந்த ஊருக்குக் கொடுக்கும் மரியாதை இதுதான். ஆப்பிரிக்காவோ அவர் வர உசிதமான பூமியில்லை. அவர்கள் இன்னும் நக்னமாகத் திரிகிறார்கள். நக்னமாக ஆங்கிலம் பேசுகிறார்கள். நக்னமாக இங்கிலீஷ் சாசேஜ்களையும், பாலாடைக் கட்டிகளையும் விழுங்குகிறார்கள்.

தொலைபேசி ஒலித்தது. காலை முதல் எந்த இயக்கமும் இல்லாமல் கிடந்ததே.

இன்னும் உயிரோடு இருக்கியா?

நந்தினி ஆச்சரியத்தோடு அதன் அருகில் ஓடினாள்.

வைத்தாஸாக இருக்கட்டும்.

நந்தினி, கிளம்பலியா?

வைத்தாஸ் இல்லை. மிசஸ் அகர்வால்.

மிஸ்டர் அகர்வால், இந்திய தூதரகத்தில் முக்கியமான அதிகாரி, நாய் வளர்ப்பதிலும் அவற்றின் இனம் பெருக்கி உயர்ஜாதி நாய்க்குட்டிகளை நல்ல விலைக்கு விற்பதிலும் நிபுணர். *Canine pimp* என்பான் வைத்தாஸ்.

அகர்வால் மாமா நாயை எல்லாம் நண்பர்கள், விரோதிகள் எல்லோருக்கும் கூப்பிட்டுக் கூப்பிட்டுக் கொடுத்து விட்டாராம். வீட்டுத் தளவாடம் எல்லாம் போன வாரமே இந்தியா போயானதாம். இப்போது அகர்வால் குடும்பம் காரில் அண்டை நாட்டுக்குப் போகத் தயாரெடுப்பில் இருக்கிறார்கள். அங்கே இருந்து இந்தியா அடுத்த விமானத்தைப் பிடித்து. ஆப்பிரிக்காவே வேணாம் என்று சொல்லி விட்டாராம் அகர்வால் சாப்.

நீ கிளம்பலியா, நந்தினி?

நந்தினி நினைத்தது சரிதானா? இன்றைக்கு வித்தியாசமான தினமா?

என்ன ஆச்சு?

அவள் குரல் நடுங்கக் கேட்க, தொலைபேசி இணைப்பு துண்டிக்கப்பட்டது.

வாசலில் பெரிய ஓசை. ஜன்னலுக்கு ஓடினாள்.

நான்கு பெரிய ராணுவ டிரக்குகள் அவள் வீட்டு வாசலை, தெருவை முழுக்க அடைத்துக் கொண்டு நின்றன. கூட்டமாக இருபது, முப்பது ராணுவ வீரர்கள் குதித்து இறங்கி காம்பவுண்டுக்குள் அதிரடியாக வந்து கொண்டிருந்தார்கள்.

பரபரப்போடு, செத்துப்போயிருந்த டெலிபோனில் எண்களைச் சுழற்றினாள்.

சத்தம் ஓய்ந்து கிடந்தது அது.

# அத்தியாயம் இருபத்திரெண்டு

**வை**த்தாஸ் எழுதும் நாவலில் இருந்து

கரண்ட் போச்சு. கரண்ட் போச்சு.

எல்லாவிதமான குரல்களும் சேர்ந்து ஒலிக்க, பம்மிப் பாய்ந்து கொண்டு இருள் வந்தது.

ராத்திரியின் அடையாளத்தை தீர்க்கமாக்கிக் கொண்டு விளக்குகள் அணைந்து போயிருந்த தெரு.

வைத்தாஸ் மேலே அடியெடுத்து வைக்க மாட்டாமல் நின்றான்.

ஹவேலி.

வைத்தாஸுக்குச் சட்டென்று நினைவு வந்தது. இவ்வளவு பெரிய வசிப்பிடத்தை வெறுமனே வீடு என்று சொல்வது மரியாதைக் குறைச்சல். ஹவேலி கம்பீரமான பெயர். நேற்று அமைச்சரைப் போய்ப் பார்த்தபோது அவர் நாலைந்து தடவை பேச்சுக்கு நடுவே சொன்னார்.

கூட்டுக் குடும்பங்கள் சிதைந்து கொண்டிருக்கின்றன. ஹவேலிகள் கோதுமையும், மோட்டார் உதிரிப் பாகங்களும் சேர்த்து வைக்கும் கிட்டங்கிகள் ஆகிக் கொண்டிருக்கின்றன.

சமூக உறவுகள் பற்றி அமைச்சர் பேசவேண்டிய ஒரு கருத்தருங்கில் அவர் நிகழ்த்த வேண்டிய உரையில் இதெல்லாம் வரும். அமைச்சரகத்தில் பத்துப் பேர், மதராசிகளாகச் சேர்ந்து இருந்து ராத்திரி கண்விழித்து எழுதிக் கொண்டிருக்கிறார்கள். அங்கேயும் கரண்ட் போயிருக்கலாம்.

வீராவாலி.

மெதுவான குரலில் வைத்தாஸ் அழைத்தான். அவள் அங்கே இல்லை.

உள்ளே வரும்போது பார்த்தானே?

இருட்டில் ஓரமாக மறைந்து நிற்கலாம்.

என்னத்துக்கு மறையணும்?

வீராவாலி.

மூங்கில் கழை பற்றிப் புழுதி புரண்ட உடலோடு தில்லியின் சந்து பொந்துகளில் கழைக்கூத்து ஆடுகிற பெண். ஆடி முடித்துக் கண்ணால் அவனைக் கூப்பிட்டு இங்கேதான் அழைத்து வந்தாள்.

படபடத்து அழைக்கும் இமைகள். நீ வராமல் எங்கே போக என்று அலட்சியம் காட்டும் விழிகள்.

அந்தக் கண்களை வைத்தாஸ் அறிவான். புழுதி புரண்ட அந்த உடம்பையும்.

வீராவாலி.

அடியே உன்னை உன் வியர்வையின் வாசனை கொண்டு அறிவேன். கண்ணில் கண்மை கலங்கிக் கரி வாடையும், தலையில் வைத்த பூ வாடிப் பிறப்பித்த கந்தமும் உடல் வாடையும் வியர்வையும் எல்லாம் என்னில் நெகிழ்ந்து இறங்க உன்னைக் கலப்பேன். உன்னில் கரைவேன்.

காதுக்குள் இதயத் துடிப்பு ஒலி ஓங்கி ஒலிக்க, இரண்டு கைகளையும் தண்ணீரில் நீந்துகிறவன் நீரைத் தள்ளுவது போல் அசைத்து இருளைத் தள்ளியபடி அவன் முன்னால் போனான்.

வீராவாலி.

நீ வேணும். வேறேதும் வேணாம்.

ஒரு வாரத்தில் இப்படி ஒரு ஈர்ப்பு வந்து உடலையும், மனதையும் இறுகிப் பிடித்துப் படர்ந்து ஒட்டிக் கொள்ளுமா? இது என்ன காமம்? நடு வயதில் பிசாசு போல துரத்தி வந்து ஏறிக் கொள்ளுமா என்ன? உடம்பு சுகம் கண்டு கண்டு அனுபவித்து காமம் ஒழித்திருக்க வேண்டாமோ?

உடம்பு விழித்துக் கொண்டதும் தேடிப் போன, தேடி வந்த பெண்கள் எத்தனை பேர். அப்பன் வரதராஜ ரெட்டி, பெண்சுகம் காண்பதில் மட்டும் வைத்தாஸுக்குள் முழுமையாக வந்திறங்கி இருக்கிறான்.

வெளியே நின்றபோது இருந்த குளிர் எல்லாம் போய் வியர்க்க ஆரம்பித்திருக்கிறது. இணை தேடும், சுகித்திருக்க உடல் தேடும் நாயாக இரைத்து இளைத்து உமிழ்நீர் வடியக் குறி விறைத்து அதுவே அவனாக அதுவே மனதாக அதுவே புத்தியாக வியாபித்திருக்க, அவளைத் துரத்தி வந்து கலக்கத் துடித்து நிற்கும்போதே நகக்கண்களிலும் வியர்வை மேலெழுந்து வருகிறது.

ஒழுங்கா ஒரு பொண்ணு. அதான் உனக்கு வேணும். சும்மா போய் வந்துட்டிருந்தா தேவனுக்குப் பிரியமானதில்லே அது. சாத்தான் களிச்சு நடனம் ஆடுற களமாயிடும் உடம்பு. வேணாம். கல்யாணம் செஞ்சுக்க. ஆப்பிரிக்கக் கருப்பி, இந்தியக் களிமண் கலர் சிறுக்கி, உடம்பு அபாரமா விளைஞ்ச வெள்ளைக்காரி. யார் வேணும்னாலும் உன்னோட கூட ஜோடியாகட்டும். மறக்காம கல்யாணம் பண்ணிக்க. உன்னை விட ஒண்ணு ரெண்டு வயசு பெரியவள்னாலும் பரவாயில்லை. உங்கப்பன், அந்தக் கேடு கெட்ட வரதா ரெட்டியை விட நான் நாலு வயசு மூத்தவ. அவனை மோதிரம் மாத்திச் சேர்த்து, அடக்கி ஒடுக்கி உன்னைப் பெத்துக்கலியா? சரி என்ன பண்ணனும்கறே? ஆமா, ஓடிட்டான் களவாணி. போய் ஒழியட்டும். எங்கே கிடக்கானோ இல்லே போய்ச் சேர்ந்துட்டானோ. நரகத்துக்குப்

போயிருப்பான். இன்னும் ஜீவிச்சிருந்தா அதைவிட மோசமான இடத்திலே பன்றிகளோடு கட்டிப் பிடித்து நரகல் குழியில் கிடப்பான் அவன்.

வைத்தாஸின் அம்மா நிறுத்தாமல் பேசினாள். அவன் காதுக்குள் இன்னும் நிறுத்தாமல் பேசிக் கொண்டிருக்கிறாள்.

அவன் படிக்கப் போய் நிரந்தரமாகக் குடியேறி அவனுக்குப் படிப்பும், தூதர் பதவியும் கொடுத்த நாட்டுக்குப் புறப்பட்ட போது சொன்னது இதெல்லாம்.

அவள் அப்போது இன்னொரு தடவை கல்யாணம் செய்து கொண்டு அறுபது வயதில் அடியெடுத்து வைத்திருந்தாள். வைத்தாஸை விட ஐந்து வயதே மூத்த மணவாளன் அவளுக்கு வாய்த்திருந்தான்.

சுகப்படட்டும். வைத்தாஸும் சுகப்பட இருக்கிறான்.

வீராவாலி.

இருட்டு கொடுத்த துணிச்சலில் சத்தமாகக் கூவினான் வைத்தாஸ்.

இங்கே தான் எங்கேயோ இருக்கிறாள்.

பெட்ரோமாக்ஸ் விளக்கை யாரோ எடுத்துப் போகிறார்கள். சதுரம் சதுரமாக ஜன்னலில் கட்டமிட்டுப் போகிற வெளிச்சம் இருட்டோடும் நீண்டு சுவரில் படிந்து மடியும் நிழலோடும் ஒளிந்து பிடித்து விளையாடுகிறது. வெளிச்சத்தையோ தொடர்ந்து இருளையோ எதிர்பார்த்திருக்கும் குரல்கள் ஆசுவாசம் வேண்டி அவசரமும் அலுப்பும் மாறி வர இலக்கின்றிச் சுற்றிச் சுழன்று கொண்டிருக்கின்றன.

வீராவாலி சிரிக்கும் சத்தம்.

சாப்ஜி, நான் இங்கே இருக்கேன். இதோ இங்கே.

அவள் இந்தியில் பேசுகிறாள். அவனுக்குப் புரிகிறது.

இல்லை, கழைக்கூத்தாடிகள் நாடோடி மொழியில் பேசுவார்கள் என்று அமைச்சர் சொல்லியிருக்கிறார். நேற்று சந்தித்தபோது

அவன் வீராவாலியைப் பற்றிச் சொல்ல உத்தேசித்து வேண்டாமென்று வைத்து அந்த நிமிடத்தில் மனதில் வந்த கவிதையைச் சொன்னான்.

கழைக்கூத்தாடிப் பெண் புழுதியும் வியர்வையும் உடம்பில் தண்ணீர் பட்டுப் பலகாலம் ஆகியிருக்கக் கிளம்பும் உடல் நெடியும் மூர்க்கமாகச் சூழ அவளை அணைத்துக் கொண்டவனைப் பற்றிய கவிதை. கவிதை சொல்கிறவன் நினைவும் கனவும் இடை கலந்த ஒரு நொடியில் அவனாகி நேரமும் இடமும் குழம்பி நிற்பது பற்றிய இறுதி வரிகள்.

சோப்பு வாங்கித் தரணும். டெட்டாலும், பல்பொடியும் கூடவே கொடுக்கணும். தலை குளிச்சு முடிச்சு வந்தா கழைக்கூத்தாடியும் சரிதான்.

அமைச்சர் கவிதையைக் கேட்டு விட்டு அபிப்ராயம் சொன்னார் அப்போது. கழையை இறுகப் பற்றியபடி கயிற்றில் நடக்கும் கழைக்கூத்தாடியின் படிமம் அவருக்குள் ஒரே பிம்பத்தைத்தான் அழுத்தமாகச் சித்தரித்துக் கொண்டிருந்தது.

எவ்வளவு நேரம் மேலே ஆட முடியும்?

இதுவும் வைத்தாஸுக்குத் தெரியாது என்பதை அவரிடம் சொன்னான்.

மணிக்கணக்கில் இருக்கும், மலையாளக்கரை போல என்றார் எல்லாம் தெரிந்த அமைச்சர் அவன் தோளை விளையாட்டாகத் தட்டி.

சாப்ஜி, மாடிப் படிக்கு வாங்க. எவ்வளவு நேரம் முடியும்னு சேர்ந்தே பார்ப்போம்.

வீராவாலி ஒரு அரிக்கேன் விளக்கை மாடி வளைந்து மேலேறுகிற படிக்கட்டுகள் சமனமாகி இருக்கும் சிறு தளத்தில் வைத்தபடி சிரிக்கிறாள். விழித்துப் பார்த்தபடி இரண்டு மயில்களின் உடல்கள் தரையில் கிடக்கின்றன. ஈக்களும் சிறு பூச்சிகளும் அவற்றின் தோகையிலிருந்து உதிர்ந்தபடி இருக்கின்றன. இறந்து போன இன்னொரு மயிலைக் கழுத்தில் அணைத்துச் சுமந்து நிற்கிறாள் அவள்.

பறவைச் சடலத்தோடு அவளோடு கிடக்க எப்படி இருக்கும் என மனம் தறிகெட்டு ஓடுகிறது.

போகமூட்டும் நெடியடா அது மகனே, அரையிலும் மயிலெண்ணெய் தடவிப் படுத்தால் எழுந்திருக்கவே மனசு வராது என்கிறான் மேல்படியில் நின்று கொண்டு வைத்தாஸின் அப்பன். தோளில் நூலெல்லாம் போட்டிருக்கிறான் அவன்.

உரக்கப் பேசியபடி புகையிலைச் சிப்பங்களைச் சுமந்து நாலு பேர் வைத்தாஸ் நின்றிருந்த அறைக்குள் வருகிறார்கள். ஒருவன் கையில் பெரிய டார்ச் விளக்கு வைத்திருக்கிறான். விளக்கை அடித்துச் சுழற்றிப் பார்க்கும்போது வைத்தாஸ் கண்ணில் வெளிச்சம் பரவ அவன் கலவரமாக நிற்கிறான்.

விளக்குக்காரன் வைத்தாஸைக் கோபித்துக் கொள்வான். பெரிய உத்தியோகத்தில், கைநிறையச் சம்பளம் வாங்கிக்கொண்டு, சகல வசதியோடும் இருக்கப்பட்டவன், அந்நிய நாட்டில், இங்கே இந்தப் பழைய கட்டிடத்தில் என்ன செய்கிறாய் என்று அதட்டிக் கேட்பான். மயில்களின் செத்த உடல்களைப் பக்கத்தில் இருந்து பார்க்க வந்தேன் என்று வைத்தாஸ் பம்மிப் பம்மிப் பொய் சொல்லும்போது அவன் கழுத்தைக் கட்டிக் கொண்டு முத்தம் கொடுத்தபடி வீராவாலி அவனை மாடிப்படிகளில் ஏறிக் கடந்து வரச் சொல்வாள்.

இந்தப் பெண்பிள்ளை குளிக்கவில்லை. கட்டிய துணியும் உலர்ந்த ரத்த நெடி அடிக்கிறது. இவளைக் கூட வேணுமானால் வெளியே போய் தெருவில் புரளு. மற்ற நாய்களெல்லாம் துணைக்கு நிற்கும். இங்கே வேணாம்.

விளக்குக்காரன் சொல்வான்.

வீராவாலி மாடி இறங்கிப் பக்கத்தில் நெருங்கி நிற்கிறாள். சாப்ஜி என்று மெதுவாகக் கூப்பிடுகிறாள். அவள் வாய் நாற்றமும் வைத்தாஸைக் கிறங்க வைக்கிறது. எல்லா நெடியோடும் அவள் எச்சிலைச் சுவைக்க அவன் மனம் பரபரத்து உடலை முன் செலுத்துகிறது.

விளக்குக்காரன் ஒன்றும் சொல்லவில்லை. அறை ஓரமாகப் புகையிலைச் சிப்பங்களைச் சார்த்தி வைக்கும் மற்றவர்களும் அவனை லட்சியமே செய்யவில்லை. சிப்பங்களின் புழுத்த நெடி அறை முழுதும் சூழ, வீராவாலி கையிலிருந்த மயிலின் சடலத்தை அந்தச் சிப்பங்களோடு சேர்ந்து சுவரில் சார்த்தி வைக்கிறாள்.

சாப்ஜி என்று அகவி, மார்பு நிமிர்த்தி சுவரில் சாய்ந்து உட்கார்கிறாள் அவள். வைத்தாஸ் அந்த மார்பகங்களில் அடக்கமாகிறான்.

மேலே போகலாம் என்கிறாள் அவள் முணுமுணுப்பாக.

மேலே கிடக்க இடம் இருக்கும். புகையிலைச் சிப்பத்தோடு யாரும் வரமாட்டார்கள்.

செருப்புகளின் ஒலி ஓங்கி உயர்கிறது. வீராவாலியின் தோளைப் பிடித்தபடி வைத்தாஸ் பார்க்க, வார்ச் செருப்பு சப்திக்க மாடிப்படிகளில் ஏறி வருகிறான் ஒரு வயோதிகன். வற்றிய இடுப்பு தெரிய சீலை உடுத்தியவன் அவன். பாதி வழுக்கை விழுந்த தலையைப் பின்னிப் பூ வைத்த அவனுடைய நாசி விடைத்துத் தெரிகிறது.

வீராவாலி வைத்த அரிக்கன் விளக்கைக் கையில் எடுத்துக் கொள்கிறான் வார்ச் செருப்போடு வந்தவன். நானும் மேலே தான் போறேன் என்று வைத்தாஸிடம் சொல்கிறான்.

அவனைப் போகச் சொல்லு.

வைத்தாஸ் காதில் என்கிறாள் வீராவாலி.

கேட்டது கிடைத்தால் போவானாம். எவ்வளவு கொடுக்க?

வைத்தாஸ் கேட்க, என்னோடு வா, இல்லை நூறு ரூபாய் கொடு என்கிறான் வார்ச் செருப்புக்காரன்.

வைத்தாஸ் சட்டைப் பையில் பணத்தைத் தேடும்போது இழைப்புளிகள் எட்டிப் பார்க்கும் பைகளைத் தோளில் மாட்டிய சில தச்சர்கள் ஆளுக்கொரு காடா விளக்கைப் பிடித்துக்

கொண்டு மேலே போகிறார்கள். பழைய இந்தி சினிமாப் படம் ஒன்றில் வந்த சோகமான பாடலைக் கூட்டமாக அவர்கள் பாடியபடி நகர, மேலே பழைய கதவைக் கழற்றி வீழ்த்தும் ஒலி.

கதவு இல்லாத அறை என்றாலும் சரிதான். பார்க்கிறவர்கள் பார்க்கட்டும். மரத் துண்டுகளும் மரச்சீவலும் கிடக்கும் தரையில் படிய அசௌகரியம் இல்லை.

அவன் தச்சர்களுக்கு நடுவே புகுந்து மேல் படிக்கட்டில் நடந்து போய்க் கொண்டிருந்த வீராவாலியின் தோளைப் பற்றுகிறான். அவள் அவன் மேல் சாய்ந்து அப்படியே நிற்க, தச்சர்கள் பாட்டை நிறுத்தாமல் முன்னால் போகிறார்கள்.

வா கிடக்கலாம் என்கிறாள் வீராவாலி. தரையில் பரத்தி இருந்த மயில்களை மிதிக்காமல் திரும்பி அவனை இறுக அணைத்துக் கொள்கிறாள். அரிக்கன் விளக்கு அணைந்த நெடி இதமாகச் சூழ்கிறது.

முன்னா, ரொட்டி சாப்பிட்டு தெருவுக்குப் போ என்று கூவியபடி ஸ்தூல சரீர முதுபெண் ஒருத்தி கையில் பிடித்த பெரிய மெழுகுவர்த்தியோடு படி இறங்கி வர, தாவிக் குதித்து முப்பது வயது மதிக்கத் தக்க அவள் மகன் தாடியும் கலைந்த தலையுமாக மாடிப்படிக் கைப்பிடி மரச் சட்டகத்தில் வழுக்கியபடி வருகிறான்.

அடுத்த மாடியில் ஒரு அறை படுக்கை விரித்து இருப்பதாக அவன் வைத்தாஸிடம் சொல்கிறான். அது மற்றவர்கள் தூங்க என்கிறாள் முதுபெண் ஆட்சேபம் தொனிக்க. நான் தெருவுக்குப் போகிறேன். நீங்கள் சிரம பரிகாரம் செய்து கொண்டு போங்கள் என்று முன்னா படிகளில் குறுக்கும் நெடுக்குமாக ஓடிப் புகையிலைச் சிப்பங்களிலும் மயில்களின் உடல் மேலும் மோதிக் கொள்கிறான்.

அங்கேயே இரு, ரொட்டி எடுத்து வரேன் என்று முதுபெண் மேலே போகிறாள்.

பசிக்கிறதா என்கிறாள் கிசுகிசுப்பான குரலில் கழைக்கூத்தாடிப் பெண்.

ரொட்டிக் கடைக்காரன் கொடுத்த கொஞ்சம் பழைய ரொட்டிப் பொட்டலம் அவளுடைய துணிப் பையில் வைத்திருக்கிறாளாம். மேலே எதோ ஒரு மாடியில் நிறைய நாற்காலிகள் வரிசையாகப் போட்ட அறையில் அந்தப் பை கடைசி வரிசை நாற்காலிக்கு அடியில் உண்டு. பேசி முடித்ததும் சாப்பிடலாம் என்கிறாள் அவள்.

அவள் இமைகள் துடிப்பதை மென்மையாகக் கண்களில் முத்தமிட்டு உணர்கிறான் அவன். அப்படியே அவள் தலைமுடியில் முகம் புதைக்கிறான்,

இனியும் நடக்க முடியாது. உடல் கிட கிட என்று பரபரக்கிறது. வீராவாலியை நெட்டித் தள்ளி முன்னால் செலுத்துகிறான்.

மேலே இருந்து தீனமாக அழுகைக் குரல். ஒரு குரல் தொடங்க, இன்னும் சில விம்மி விதிர்த்து நீள்கின்றன. ஒரு வினாடி அமைதி. அழுகை சத்தமாக மறுபடி உயர்கிறது. படி ஏறி ஓடிய யாரோ விழுந்து அரற்றும் ஒலி.

பார்த்துப் போ, பறவை கிடக்கு என்று மெழுகு வர்த்தியோடு திரும்பப் படியேறிப் போய்க் கொண்டிருக்கும் முதுபெண் சொல்கிறாள்.

காது கேட்காத போலோநாத் பாபு இறந்து போனார்.

விழுந்தவன் சுவரைப் பிடித்தபடி எழுந்துகொண்டு சொல்கிறான்.

எப்படி உயிர் போனது?

கீழே இருந்து முன்னா கூச்சலிட்டு விசாரிக்கிறான்.

இருட்டில் தெரியலை. காது வழியாக இருக்கும் என்கிறான் விழுந்து எழுந்தவன்.

எனக்கு எப்படிப் போகும் என்று வீராவாலியைக் கேட்கிறான் வைத்தாஸ். அவள் தொட்டுக் காட்டிச் சிரிக்கிறாள்.

வைத்தாஸ் இருட்டோடு நுழையும் அறை விசாலமாக இருக்கிறது. நாற்காலிகளில் வரிசையாக ஆணும் பெண்ணுமாக அமர்ந்திருக்கிறார்கள்.

வரிசையாக வைத்த மெழுகுவர்த்திகள் உருகித் தரையில் வழிந்திருக்கும் வழியில் நாற்காலி வரிசை ஊடாக மெதுவாக நடக்கிறார்கள் வைத்தாஸும் கழைக்கூத்தாடிப் பெண்ணும்.

உள்ளறைக் கதவு திறக்கிறது. மென்மையான மெத்தை பரத்திய கட்டில். மட்டமான நெடியோடு ஊதுபத்தி புகைந்து கொண்டிருக்கிறது. தலையணைகள் சீராக அடுக்கி வைத்த கட்டில் பரப்பில் வீராவாலியைக் கிடத்துகிறான் வைத்தாஸ். அவள் இழுத்து அணைக்க, நேரம் உறைய, மேலே கவிகிறான் அவன்.

வைத்தாஸ் எழுந்த போது விளக்கு வந்திருந்தது. வீராவாலி போயிருந்தாள்.

கட்டிலின் அந்த ஓரமாக உறங்கிக் கொண்டிருந்தவர் போலாநாத் பாபுவாக இருக்கலாம் என்று அவன் ஊகித்தான்.

வைத்தாஸ் ஹோட்டலுக்கு வந்தபோது, வாசலில் தூதரக அதிகாரி காத்திருந்தார்.

கூ தெதா.

அவன் நாட்டில் ராணுவப் புரட்சி நடந்த சுபச் செய்தியை அறிவித்தார் அவர். தலைநகர் முழுக்க ராணுவம் ஆக்கிரமித்தது என்றார்.

*நந்தினி?*

வைத்தாஸ் உரக்கக் கேட்டான்.

மின்சாரம் மறுபடி நின்று போனது. தில்லியில் இது ஒரு பெரிய கஷ்டம்.

# அத்தியாயம் இருபத்துமூன்று

மூடுபனி காலை முதல் தில்லி முழுவதும் அடர்த்தியாகக் கவிந்திருந்தது. சராசரிக்கும் குறைவான காலை வெளிச்சத்தில் ஆபீஸ் போக பஸ் ஸ்டாப்புக்கு நடக்கிறதும், குழந்தைகளின் பள்ளிக்கூடம் கொண்டு விடும் ரிக்ஷாக்கள் மணியடித்துக் கொண்டு போகிறதும், பெரும்பான்மை வீடுகளில் டபுள் ரொட்டி ஆம்லெட் இருப்புச் சட்டியில் வெங்காயத்தோடு வதங்கும் வாடையும் குளிருமாக அபத்தமான காலைப் பொழுது. நாள் முழுக்க உறங்கி, சாயங்காலம் ஊரோடு விழித்தெழுந்து நாளைத் துவக்குகிறது போல் மூடுபனி ஊரை மாற்றியிருந்தது.

தலைநகரத்தில் கலாசார அமைச்சரகம் இன்னமும் செயல்பட ஆரம்பிக்காத காலை பத்து மணி. இருநூற்று முப்பது பேர் வேலை பார்க்கிற மத்திய அரசு ஆபீஸ் அது. விஸ்தாரமான அரசாங்கக் கட்டிடத்தில் மூன்று தளங்களுக்குப் பரந்து விரிந்திருந்த அந்த அலுவலகத்தில் எண்ணி ஐந்து பேர் தவிர வேறே எந்த ஊழியரோ அதிகாரியோ இதுவரைக்கும் வந்து சேர்ந்திருக்கவில்லை.

படி ஏறி வந்த சூப்ரெண்டண்ட் சின்னச் சங்கரன் மூன்றாம் மாடியில் பூட்டிய கதவுக்கு முன்னால் காத்திருக்க வேண்டிப்

போனது. நாள் முழுக்க, ராத்திரி பூராவும் ஒரு கதவையோ, ஜன்னலையோ கூடச் சார்த்தி வைக்காத ஆபீஸில் இப்படிப் பூட்டித் திறக்கிற ஏற்பாட்டை உண்டாக்கிப் போனவர் சங்கரனுக்கு முன்னால் சூப்பிரண்டாக இருந்து ரிடையரான அப்பள நாயுடு தான். பாத்ரூம் போய் விட்டு வந்தாலே திரும்ப அங்கே போய் குழாயை மூடினோமா, கதவைச் சாத்தினோமா என்று திரும்பத் திரும்ப ஊர்ஜிதம் செய்து கொள்கிற அவர், ஆபீஸை ராபணா என்று அல்லும் பகலும் திறந்து வைத்திருக்கச் சம்மதிக்கவே இல்லை. காவலுக்கு ஆள் போட்டால் சரிதான். ஆனால் அவர்கள் பூட்டிய கதவுக்கு வெளியே உட்கார்ந்து காவல் காக்கட்டும் என்று நிர்தாட்சண்யமாகச் சொல்லி விட்டார் அப்பள நாயுடு.

என்ன மாதிரிப் பூட்டு உபயோகிக்க வேண்டும், எத்தனை சாவி, யார்யாரிடம் சாவி இருக்க வேண்டும், அவர்கள் லீவில் போனால் சாவி கைமாறுவது எப்படி, எத்தனை மணிக்கு எந்த நிலை ஊழியர் எந்த அதிகாரியிடம் இருந்து சாவியை எப்படிப் பெற்றுக் கதவு திறக்கவும் பூட்டவும் வேண்டும், சாவியோ பூட்டோ தொலைந்து போனால் கடைப்பிடிக்க வேண்டிய வழிமுறைகள், பூட்டு வாங்க அனுமதிக்கப்பட வேண்டிய தொகை இப்படி சகலத்தையும் அலசி ஆராய்ந்து நோட் போட செக்‌ஷன் சூபர்வைசராக இருந்த சின்னச் சங்கரன் ஒரு வாரம் பாடுபட்டான். மூன்று உதவியாளர்கள் கூடமாட ஒத்தாசை செய்தார்கள். அதில் ஒருவர் தட்டச்சு செய்கிறவர். மற்ற இரண்டு பேர் புதுசாக சர்க்கார் வேலைக்கு வந்த கன்னடக்காரர்கள்.

நோட்டு மேலே போனபோது ஒரே ஒரு நிபந்தனையில் அப்ரூவ் ஆனது. முழு ஃபைலும் உள்ளது உள்ளபடிக்கு கமா, புல்ஸ்டாப் மாறாமல் இந்தியில் இருக்க வேண்டும் என்பதே அது. ஆபீஸ் முதல் மாடி பீகாரி பாபுக்கள் ஒரு குழுவாக அதை ஒரு மாதத்தில் நிறைவேற்றிக் கொடுத்தபோது ஆபீஸுக்கு பூட்டு திறப்பு நடைமுறையாகி இருந்தது.

ரிடையர் ஆன அப்பள நாயுடுவுக்குப் பிரிவு உபசாரமாக ஜரிகை மாலை போட்டு உருமால் கட்டி, கையில் ஆப்பிள்

பழம் கொடுத்து ரிக்ஷாவில் வீட்டுக்குக் கொண்டுபோய் விட்டபோது சின்னச் சங்கரனை ஆக்டிங் சூப்பரிண்டெண்டாக நியமித்த உத்தரவு வந்திருந்தது. அது போன ஹோலிக்கு. இந்த ஹோலி நேரத்தில் சின்னச் சங்கரனை சூப்பரிண்டெண்ட் பதவியில் நிலையாக்கி அறிவிப்பு வந்து அவனும் சாந்தினி சௌக் கண்டேவாலா மிட்டாய்க் கடையில் தூத்பேடா வாங்கி மூ மிட்டா கர்லோ என்று வாயை இனிப்பாக்கிக் கொள்ள ஆபீஸ் முழுவதற்கும் விநியோகித்தான்.

அப்பள நாயுடு ஆந்திராவோடு போய் ஒரு வருஷத்துக்கு மேலாகியும் ஆபீஸில் தினசரி பூட்டு விழுந்து திறந்து கொண்டுதான் இருந்தது. அதை மாற்றி ஊர் உலக சர்க்கார் ஆபீஸ் நியதிப்படி திரும்ப மாற்ற யாருக்கும் கைவரவில்லை. ஆபீஸைத் திறந்து போட்டு ஏதாவது திராபையான பைல் தொலைந்து போனால்? சின்னச் சங்கரன் சூப்பரெண்டான அப்புறம் இதெல்லாம் நடக்கக் கூடாது. வேண்டுமானால் ஒன்றுக்கு ரெண்டாகப் பூட்டி வைக்கவும் அவன் தயார்தான்.

தப்த்ரி சேவகன் பிரிஜேஜ் குமார் சிங் சாவதானமாகப் படியேறி வந்தான். சின்னச் சங்கரனைக் கதவு பக்கம் பார்த்ததும் கடைசி இரண்டு படியைக் குதித்துக் கடந்து போலியான அவசரத்தோடு சுவரில் முட்டிக்கொண்டு சங்கரனுக்கு சலாம் வைத்தான்.

மன்னிக்க வேணும் மகா அதிகாரியே, பனி நேரத்தில் பஸ் எதுவும் முன்னீர்காவிலிருந்து இங்கே வராததால் மோட்டார் சைக்கிள் ரிக்ஷாவில் இடித்துப் பிடித்து உட்கார்ந்து ஊர்ந்து இப்போதுதான் வந்து சேர முடிந்தது என்றான் பிரிஜேஷ்.

பட்படியில் இஞ்சின் அதிர்வுக்கு இசைவாக அவன் உடம்பு இன்னமும் தன்னிச்சையாக அசைந்துகொண்டிருப்பதாகவும் அவன் சிரித்தபடி அறிவித்தான். சங்கரனுக்கும் சிரிப்பு வந்தது. இனிமேல் இவன் மேல் கோபப்பட முடியாது.

மத்தவங்க எங்கே?

இந்தச் சம்பிரதாயமான கேள்வி சூப்ரெண்ட்டெண்டால் தினசரி கேட்கப் படவேண்டும் என்று விதிமுறை உள்ளதால் சின்னச் சங்கரன் பிரிஜேஷைக் கேட்டான்.

வந்துட்டிருக்காங்க சாப்.

இது மட்டுமே எதிர்பார்க்கப்படும் பதில். அவங்க எல்லோரும் நேத்து ராத்திரி செத்துப் போய்ட்டாங்க, கூட்டமாக எல்லோரும் கனாட் பிளேஸில் நூதன் ஸ்டவ் வாங்கப் போயிருக்காங்க போன்ற பதில்கள் ஆசுவாசம் அளிக்காதவை.

முதலில் கண்ணில் பட்டு முடிக்கப்பட வேண்டிய ஃபைல் சிவப்புத் துண்டு அலங்காரத்தோடு மேஜை மேலேயே இருந்தது.

அமைச்சர் கலாச்சார விழாவில் ஆற்ற வேண்டிய சொற்பொழிவு என்று மேலே இருந்த காகிதம் சொன்னது. இந்த மாதிரி நூறு சொற்பொழிவுகளை மேல்நிலை குமாஸ்தாவாக இருந்தபோது சங்கரன் எழுதித் தள்ளியிருக்கிறான். கலாசார அமைச்சகம் என்பதால் சோவியத் வர்த்தகக் குழுவை வரவேற்று மந்திரி பேச பாலே நடனச் சிறப்பு, எஃகுத் தொழில்நுட்ப மேம்பாடு, ஸ்புட்னிக், ஒடிசி நடனத்தின் தொடக்கம், குருஷேவ், பரத முனிவர், வாலண்டினா தெரஷ்கோவா என்று கலந்து கட்டியாகப் பத்து நிமிடம் பிரசங்கம் செய்ய ஏதுவாக அவன் மூன்றே நாளில் உரை எழுதிப் பாராட்டைப் பெற்றவன். லைபிரரியில் எந்தப் புத்தகத்தை எடுத்து எப்படித் தேடிக் குறிப்பெடுக்க வேண்டும் என்பது அவனுக்கு அத்துப்படி என்பதால் சங்கரன் எழுதிய பிரசங்கங்கள் பொதுவாக அமைச்சர்களால் பாராட்டப்படுபவை. முன்பாரம் பின்பாரமாக ஏதாவது அபத்தமாக அவர்கள் தன்னிச்சையாகப் பேசிவிட்டு சட்டைப் பையில் இருந்து சங்கரனின் உரையை லாகவமாக எடுத்துப் பிரித்து வைத்துக் கொண்டு மூக்குக் கண்ணாடியைச் சரிசெய்து விட்டு பொறுப்பாகப் பேச ஆரம்பிப்பதை சங்கரன் பெருமையோடு பார்த்திருக்கிறான். அந்தச் சொற்பொழிவுகளின் சுருக்கம் பத்திரிகைகளில் வந்தபோது பெருமைப்பட்டிருக்கிறான். இப்போதெல்லாம் அது அலுத்து விட்டது. எல்லா அமைச்சர்களும் ஒரே மாதிரி. எல்லா உரைகளும் ஒன்று போல. ஒரு பத்திரிகைக்கும் மற்றதுக்கும் வித்தியாசம் இல்லை.

பைலில் வைத்திருந்த அமைச்சர் உரையை நான்கு ஜூனியர் குமாஸ்தாக்கள் சேர்ந்து எழுதியிருந்தனர். ஒரு செக்ஷன்

சூபர்வைசர் சரிபார்த்திருந்தார். எல்லோரும் பஞ்சாபிகள். அமைச்சர் கேரளத்தில் பேச வேண்டியது. கேரள நாட்டுப்புறக் கலைகளைப் பற்றிப் பழைய பேச்சுகளில் இருந்து பத்தி பத்தியாக எடுத்து ஒட்ட வைத்திருந்தது. நடுவே ஒரு வரியில் அர்ஜுன் அட்டாம் என்று குறிப்பிட்டிருப்பது அர்ஜுனன் ஆட்டமாக இருக்கலாம் என்று ஊகித்தான். மயில் தோகைகளை உடம்பு முழுக்க மூடி அணிந்து கொண்டு ஆண்கள் மட்டும் ஆடுகிற ஆட்டம் என்றது குறிப்பு.

கலாச்சார விழா இன்னும் ஒரு மாதம் கழித்து நடக்கப் போவது. இதற்கு ஏன் அவசரம் என்று போட்டு ஒரு ஃபைல் உயிர் பெற்றிருக்கிறது?

சொற்பொழிவு காகிதத்துக்குக் கீழே இருந்த காகிதங்கள் அர்ஜுன நிருத்தத்தைத் தழைத்தோங்கச் செய்ய ஒரு சங்கம் ஏற்படுத்தப்பட்டுள்ளதாகச் சொன்னது. பம்பாய் நகரிலும் குஜராத்தில் அஹமதாபாத்திலும் இருக்கப்பட்ட கலைஞர்களும் விமர்சகர்களுமாக அமைத்த சங்கம் அது. சர்க்கார் நிதி உதவியாக இருபது லட்ச ரூபாய் தர சிபாரிசு செய்து அமைச்சருக்கு அனுப்ப வேண்டிய குறிப்பு.

கடைசித் தாளோடு குண்டூசி குத்தி வைத்த ஒரு காகிதத் துண்டு மினிஸ்டர் கிருஷ்ணன் நீலகண்டனின் மனைவி சம்பந்தப்பட்ட சங்கம் என்று சொன்னது. ஃபைல் அதிவேகமாக அனுப்பப் படவேண்டியது அதனால்தான் என்று பிடி கிட்டியது சங்கரனுக்கு ஆசுவாசமாக இருந்தது. வந்தபடிக்குப் பட்டும் படாமல் பாப்பாத்தியம்மா மாடு வந்திருக்கு, கட்டினா கட்டு, கட்டாட்டப் போ என்றபடி எழுதி மேலே அனுப்பப் போகிறான். மற்றபடி பெருந்தலைகள் தீர்மானிக்கட்டும்.

ஒவ்வொருவராக வேலைக்கு வந்து கொண்டிருந்தார்கள். வந்து உட்கார்ந்ததும் பலர் முகத்தில் வெற்றிப் புன்னகை. கண்டம் கடந்து காதங்கள் கடந்து வந்து பத்திரமாகச் சேர்ந்தது பற்றிய சந்தோஷம் அது. உட்கார்ந்த அடுத்த நிமிஷம் கடமையை நிறைவேற்றுகிற அவசரத்தோடு ஆளோடிக்குப் போய் சிகரெட் பற்ற வைத்துக் கொண்டார்கள் அவர்களில் பலரும்.

சாய்வாலா வந்தாச்சா என்ற கேள்வி அங்கங்கே எழுந்து சிகரெட் புகை போல் சுழன்று வர, பிரிஜேஷ் குமார் பொது அறிவிப்பாகச் சொன்னது - கிஷோர் நெஹி முதல் மாடியில் சாயா விநியோகித்துக் கொண்டிருக்கான்.

ஆறுதல் தரும் அறிவிப்பாக இது இருந்தது.

சாய்வாலா சங்கரனின் மேஜையில் சாயா குவளையை வைத்துவிட்டு டெலிபோனை அவன் தோளில் போட்டிருந்த துணியால் துடைத்தான். அவன் ஃபோனை வைத்ததும் அது தொடர்ச்சியாக மணியடிக்க ஆச்சரியத்தோடு பார்த்தபடியே நின்றான்.

என்ன நெஹி, பிரமிச்சுப் போய் நிக்கறே? சங்கரன் கேள்வி அவன் காதில் விழவே இல்லை.

மலை ஜாதிக்காரன். பட்டாம்பூச்சியைக் கட்டிப் போட்டுக் கையில் வென்னீரைச் சுமந்து திரிய விதித்தது போல சஞ்சரித்துக் கொண்டிருக்கிறான். இன்னும் பையன் தான். நகரம் தரும் ஆச்சரியம் அவனுக்குக் குறைவதே இல்லை. ரயிலும், பஸ்ஸும், அழுக்கும் எண்ணெய்ப் பிசுக்கும், பீடியும், இப்படி ஆபீஸும், கூடி உட்கார்ந்து எல்லோரும் ஏதேதோ எழுதுகிறதும், கூடிக் கூடிப் பேசுகிறதும் அதில் அடக்கம். துடைத்ததும் உடனே அடிக்கும் டெலிபோனும் கூடத்தான்.

ராம்ராம் ஜி

சின்னச் சங்கரனின் தில்லி வணக்கத்துக்கு அந்தப் பக்கம் டெலிபோனில் இருந்து தடுமாறும் தமிழில் வணக்கமும், நல்லாயிருக்கியாடா நாயே-யும் உடனடியாகக் கிடைத்தது. ஜாக்ரன் பத்திரிகை ஆசிரியன் சந்தோஷிலால் குப்தா. ஜர்னலிசம் படித்துவிட்டு மினிஸ்டரியில் குப்பை கொட்ட வந்து, வாடை பிடிக்காமல் பத்திரிகைக்கு ஓடியவன். சங்கரனும் அவனும் ஒரே நாளில் வேலைக்குச் சேர்ந்ததால் ஏற்பட்ட நெருக்கம் இன்னும் குறையாமல்தான் இருக்கிறது.

இன்னிக்கு ப்ரஷ் ந்யூஸ் என்ன? சங்கரன் கேட்டான்.

ஆபீஸுக்கு ஏன் இன்னும் யாரும் வரலே மாதிரி சம்பிரதாயமான கேள்வி இது. நீ சொல்லு நான் எழுதிக்கறேன் என்று கிண்டல் அடிப்பான் குப்தா. ஏதாவது ஒருநாள் கலாசார அமைச்சகத்தில் இருந்து, நாடே எழுந்து உட்கார்ந்து நம்பாமல் கண்ணை அழுத்தத் துடைத்துக் கொண்டு படிக்கப் போகும் செய்தியை சங்கரன் கட்டாயம் குப்தாவுக்குத் தருவான். அதை இம்மியும் குறையாமல் பத்திரிகையில் பிரசுரித்து இந்தி மட்டும் பேசுகிற ஒரு மாபெரும் ஜனக்கூட்டம் படித்துக் களி கூர்ந்து குதிக்க வழி செய்வான் அந்த குப்தா. அது நாளை நடக்கும்.

சங்கரன் சிரித்தபடியே பதிலை எதிர்பார்த்து டெலிபோன் ரிசீவரைப் பிடித்திருந்தபோது சட்டென்று ஞாபகம் வர, ஃபைல் முன் பக்கத்தைப் புரட்டிப் பார்த்தான். அமைச்சர் பங்கு பெறும் கேரளக் கலை நிகழ்ச்சி எங்கே நடக்கும்?

அது அம்பலப்புழையில் நடக்க உள்ளது.

சங்கரன் நிமிர்ந்து உட்கார்ந்தான்.

அர்ஜூன் அட்டாம். மயில்பீலி சூடி ஆண்கள் ஆடும் ஆட்டம்.

அமைச்சர் பேசப் போகிறார். ஆட்டம். சோவியத் கூட்டுறவு. யூரல் மலைகள். மேற்குத் தொடர்ச்சி மலை. யூரி ககாரின். கலாமண்டலம் நாணு நாயர். மயில்.

அம்பலப்புழையில் மயில்கள் ஆடும்.

யார் சொன்னது? எங்கே?

அரசூர் மண் வாசனையோடு பகவதிப் பாட்டியின் டயரி நினைவுக்குள் வர, உலக்கையால் முதுகில் அடித்துக் கொண்டு ஓடி வரும் வடக்கத்தி பைராகி.

இங்கே மயில் இறங்கச் சாவு தொலையும். அங்கே மயிலாட சாந்தி வரும்.

பைராகி சொன்னான். அப்படித்தான் பகவதி எழுதியிருக்கிறாள்.

இங்கே அரசூர். அங்கே அம்பலப்புழை. அரசூர்லே சாவு தொலையும். தொலைஞ்சுடுத்தே. அது தலைபோகிற நியூஸ்

இல்லையோ?

சங்கரன் சுபாவத்துக்கும் மீறிய பரபரப்பானான்.

குப்தா, கிரேட் நியூஸ். சொல்றேன் கேளு.

அந்த முனையில் நிசப்தம்.

தொண்டையைக் கனைத்துக் கொண்டு சங்கரன் தொடர்ந்தான்.

ஊர்லே, அதான் என் சொந்த ஊர் அரசூர். மெட்றாஸ் மாகாணத்துலே இருக்கே, அங்கே என்ன சொல்ல, ஒரு விசித்திரம். ஊர்லே சாவு வந்து கிட்டத்தட்ட ஒரு வருஷம் ஆச்சு. ஒரு மனுஷச் சாவு கூட இந்தப் பனிரெண்டு மாசத்துலே நடக்கலே. நம்பலேன்னாலும் நம்பினாலும் யாரையாவது அனுப்பி எழுதச் சொல்லு.

குப்தா சிரித்தான்.

இதை வச்சு என்ன செய்யணும்கிறே? மகாத்மா காந்தி சமாதியிலே பாட்ரிக் லுமும்பா மலர் வளையம் வைத்தார்ங்கிறதை விட பத்து சதவிகிதம் அதிகம் பரபரப்பான செய்தி. அவ்வளவுதான்.

அவ்வளவுதானா? சாவு இல்லாத இடம். எத்தனை இருக்கு சொல்லு. ப்ராபபிள் அப்படின்னாலும் காசை பூவாதலையான்னு சுண்டிப் போட்டு தலை வர என்ன வாய்ப்பு இருக்குன்னு ஊகிக்கற மாதிரி ஆச்சே. இப்படி ஒரு ஊர் இருக்குன்னு தெரிஞ்சா, உலகம் முழுக்க இருந்து அங்கே போகத் தள்ளுமுள்ளு நடக்காதா? வெளிநாட்டுலே இருந்து அவங்க எடுத்து வர்ற பணம் காசு அந்த இடத்தையே ஒரேயடியா மாற்றாதா?

மாறினா சாவு வந்துடுமா அங்கே?

குப்தா சொல்லி விட்டு இன்னும் பலமாகச் சிரித்தான்.

சிரிக்காதேடா. நான் சீரியஸா சொல்றேன். என்னை நம்பலாம்.

சங்கரன் தீர்மானமாகச் சொன்னான்.

சந்நதம் வந்தவன் பேசற மாதிரி இருக்கு சங்கரா. அற்புதமா இருந்தா அது அபத்தம்தான்னு ஜர்னலிஸம் எனக்குச் சொல்லிக்

கொடுத்திருக்கு.

இது அபத்தம் இல்லே. ரொம்ப அசாதாரணமானது. காரணம் இருந்தா கட்டாயம் தெரிய வரும். நம்பு. நடப்பு புரியும்.

சங்கரன் ஊருக்காக வாதாட நியமிக்கப்பட்ட வக்கீலாக குப்தாவிடம் முறையிட்டுக் கொண்டிருந்தான்.

சங்கரா, மினிஸ்டருக்கு குண்டூசி வாங்க பட்ஜெட் சாங்க்ஷன் கேட்டு நோட்டு போட்டுப் போட்டு உன் தலைக்குள்ளே சரக்கும் அதே சைஸுக்குச் சுருங்கிடுத்து.

போடா கட்டேலே போறவனே எனக்காவது அது இருக்கு. உனக்கு மேலேயும் கீழேயும் சாணிச்சீலையாலே மெழுகி இல்லே அனுப்பிச்சிருக்கான் பகவான்.

குப்தா இன்னும் பலமாக சிரித்தான்.

எல்லா தெய்வம் மூலமும் சுபம். லாபம். சரி தோஸ்த். கார் வந்துடுத்து. ஆப்ரிக்கா பிரமுகரை இண்டர்வியூ செய்யக் கிளம்பறேன்.

சங்கரன் கேபின் வாசலில் நிழலாடியது.

சரிடா, நானும் வேலையைக் கொஞ்சம் பார்க்கறேன். நீ டிம்பக்டூ ஜனாதிபதியைப் பேட்டி கண்டுட்டு வந்து எழுது. அதான் உனக்கும் கௌரவம். உன்னோட பத்திரிகைக்கும் கவுரவம்.

டிம்பக்டு இல்லே. ஆப்பிரிக்க நாட்டு தூதர். தூதர் இருக்கார். நாடு இல்லை.

என்ன கொடுமைடா?

ஆமா, அங்கே ராணுவ ஆட்சி வந்தாச்சு. இவர் திரும்பினா தலை போயிடும். நாட்டோட பெயரையும் ராணுவத்தான் மாத்தி வச்சுட்டான். தூதர் புறப்பட்ட நாடு இல்லே இப்போ இருக்கறது. பாஸ்போர்ட் செல்லாது. அதோட அடிப்படையிலே இங்கே இருந்து இவரை வெளியேயும் அனுப்ப முடியாது.

சுவாரசியமாத்தான் இருக்கு.

சங்கரன் ஒத்துக் கொண்டான்.

போய்ட்டு வந்து சொல்லுடா.

சங்கரன் போனைத் திரும்ப வைத்தபோது வெளியே இருந்து செக்‌ஷன் சூப்பர்வைசர் தாமோதர் காலே அவசரமாக உள்ளே வந்தார்.

சார் பம்பாயிலே இருந்து ஒரு மதராஸி ஆபீஸ் வாசல்லே டெண்ட் அடிச்சு தர்ணாவுக்கு உக்காந்துட்டார்.

என்னவாம்? சிரத்தையில்லாமல் கேட்டான் சங்கரன்.

ஷாலினி மோரேன்னு ஒரு இருபது வருஷம் முந்தி பிரபலமான லாவணி ஆட்டக்காரி. அவங்க வீட்டுக்காரர் இந்த மதராசி. உதவி பென்ஷன் கொடுத்திட்டு வந்தோம் அந்த அம்மாவுக்கு. அதை நிறுத்திட்டோம்.

ஏன் நிறுத்தணும்?

தேர்தல் பிரச்சாரத்துக்கு வரச் சொல்லி அவங்களுக்கு மினிஸ்டர் பிஏ தகவல் அனுப்பினாராம். வரலே. இங்கே பிஏ போன் வந்தது. லைப் சர்ட்டிபிகேட் தரலேன்னு நிறுத்தியாச்சு. அவங்க மகன் நேர்லே வந்த போது மினிஸ்டர் ஆபீஸ்லே அப்புறம் வரச் சொல்லிட்டாங்க. இங்கேயும் வந்தான் அந்தப் பையன்.

என்ன சொல்லி அனுப்பினீங்க?

நீங்க லீவுலே இருந்தீங்க சார்.

வாசல்லே காவல் இருக்கறவங்க என்ன செய்யறாங்க?

இவர் தெருவிலே அந்தப் பக்கம் உட்கார்ந்திருக்கார் சார். நடைபாதை.

சங்கரன் ஒரு வினாடி யோசித்தான்.

அந்த மதராஸியை மேலே அனுப்பு.

அவராலே நடக்க முடியாது சார். எலக்ட்ரிக் டிரெயின்லே இருந்து விழுந்து விபத்தாம். ரெண்டு காலும் கணுக்காலுக்குக் கீழே கிடையாது.

ஓ ஓவென்று அவசரமாக எழுந்த சத்தம்.

ஆளோடியில் சிகரெட் பிடித்தபடி நின்றவர்கள் தலைக்கு வெகு அருகே ஒரு மயில் பறந்து சென்றது. சட்டென்று கவிந்த திகிலும், அது விலகியதில் அசட்டுச் சிரிப்புமாகக் கீழே போட்ட சிகரெட் துண்டுகளைப் பார்த்தபடி அவர்கள் நிற்பது சங்கரன் கேபினில் இருந்து தெரிந்தது. அபத்தமான பகல் என்று யாரோ சொன்னது அவன் காதில் விழுந்தது.

இங்கேயும் வந்தாச்சா?

# அத்தியாயம் இருபத்துநான்கு

பகல் ஒரு மணிக்கு இன்னும் ஐந்து நிமிடம் இருக்கிறது.

சின்னச் சங்கரன் பரபரப்பானான். முழு ஆபீஸுமே சாப்பிடத் தொடங்கும் வேளை இது. மூன்றாம் மாடியில் இருந்து முதல் மாடி கேண்டீனுக்குப் போகிற கூட்டம் இங்கே குறைவு. டெஸ்பாட்ச் பிரிவு மேஜையை அவசரமாகச் சுத்தப் படுத்தி, வந்த கடிதாசு, போகிற கடிதம், குண்டூசி, கோந்து பாட்டில், அரக்கு, கெட்டிப் பேப்பரில் சிங்கத் தலை அடித்த, ஸ்டாம்ப் ஒட்ட வேண்டாத சர்க்கார் சாணித்தாள் கவர், ரப்பர் ஸ்டாம்ப் எல்லாம் கீழே இறக்கி வைத்து, முந்தாநாள் தினசரியை விரித்து, சுற்றிலும் பத்து பதினைந்து நாற்காலி சூழ, சாப்பாட்டு மேஜையாக்கப்படும்.

குளிர்காலத்துக்கே உண்டான மெத்தனமும், கூச்சலும், சந்தோஷமுமாக டப்பா டப்பாவாக ரொட்டியும், சப்ஜியும் பிரித்து வைக்கப்படும். வீட்டில் உண்டாக்கி எடுத்து வந்த கேரட் அல்வா நிறைத்த ஸ்டெயின்லெஸ் ஸ்டீல் தூக்குகள் வரிசையாகத் திறந்து வினியோகிக்கத் தயாராகும்.

காஜர் கா அல்வா காலியே.

தட்ட முடியாத அழைப்பு இது. ஆபீஸ் கேண்டீன் மின்சார அடுப்பில் பாத்திரத்தோடு சூடாக்கப்படும் கேரட் அல்வா, ஆபீஸ் முழுக்க குளிர்கால வாசனையைப் பரப்புவதை யாரும் ஆட்சேபிக்கப் போவதில்லை.

சூப்பிரண்டண்ட் சக ஊழியர்களோடு உட்கார்ந்து பகல் சாப்பாடு சாப்பிடுவதை முந்திய சூபரெண்டெண்ட் அப்பள நாயுடு, தூக்குதண்டனை வழங்க வேண்டிய கொடிய குற்றமாக்கி வைத்திருந்தார். அது கேள்வி கேட்பாடு இல்லாமல் இன்னும் தொடர்கிறதால் சங்கரன் தன் கேபினில்தான் சாப்பிட வேண்டும் என்றானபோது அப்படி வேண்டாம் என்று தீர்மானித்தான் அவன்.

பகல் நேர சந்தோஷமாக நியூஸ் டிரஸ்ட் கேண்டீனில் சாப்பிடுவது சங்கரனுக்குப் பிடித்திருந்தது. சதா செய்தி எதிர்பார்க்கிற, கிடைத்ததை உடனே பகிரத் துடிக்கிற பரபரப்பான பத்திரிகை ஆசிரியர்களும், தலைமை நிருபர்களும் நிறைந்த நியூஸ் டிரஸ்ட் கேண்டீன் மனதுக்கு வேண்டிப் போனது சங்கரனுக்கு.

என்றாலும், ஆபீஸில் பகல் நேரக் கூட்டத்தில் கலந்து கொண்டு சாப்பிட அவனைத் தினமும் அழைப்பது வழக்கம் தான். முக்கியமாக ஆபீஸில் வேலை பார்க்கும் பெண்கள். குளிர் என்று காரணம் சொல்லி ரெண்டு நாளுக்கு ஒரு முறை குளித்து விட்டு வரும் அந்த உருண்ட தோள் அழகிகளின் உடல் வாடை அவனுக்குப் போதை ஏற்றும் ஒன்று.

சங்கரனுக்கு தில்லிக் குளிர் பிடித்துப் போனதற்கு முக்கிய காரணம் அவர்களே. எடுப்பான மஞ்சள், கருப்பு, தீவிரச் சிவப்பு, ஊதா என்று கம்பளி ஸ்வெட்டரும், அலட்சியமாகப் போர்த்திய கம்பளிப் போர்வையுமாக வலம் வருகிற எல்லாப் பெண்களுமே பேரழகிகளாகத் தெரியும் உன்னதமான மாதங்கள் டிசம்பரில் தொடங்கி, மார்ச் வரை.

முக்கியமாக தில்ஷித் கவுர். அந்தப் பஞ்சாபிப் பெண் தினசரி சாப்பிட உட்காரும் முன் சங்கரனுடைய கேபினுக்கு வெளியே

நின்று கம்பளிப் போர்வையைக் களைவாள். சங்கரன் நியூஸ் டிரஸ்ட் கேண்டீன் போகும் போது தவறாமல் தட்டுப்படும் காட்சி அது. அவள் அடுத்து ஸ்வெட்டரைக் களைய, வெகுவாக இறக்கித் தைத்த பட்டு மேல்சட்டைக்குள் இருந்து பகுதி வெளியே தெரிய, வனப்பான மார்பு ரெண்டும் பருத்துத் திரண்டு முன்னெழுந்து நிற்கும்.

சங்கரன் மனசில் பூகம்பத்தை உண்டாக்கி விட்டு எதுவும் நடக்காத மாதிரி போர்வையை அங்கவஸ்திரம் போல தோளைச் சுற்றிப் பாதி மறைத்துப் போட்டுக் கொண்டு மற்றவர்களோடு சாப்பிடப் போய் உட்கார்வாள் தில்ஷித் கவுர்.

அவளுக்குத் தன் வசீகரம் பற்றிய பூரணமான சுயநினைவு காரணமாகவே முன்னேற்பாடாகத் தனியாக வந்து நின்று, சாப்பிட உட்கார்ந்த கூட்டத்துக்கு முதுகைக் காட்டிக் கொண்டு சங்கரன் கேபினைப் பார்த்து இப்படி உடை மாற்றம். சங்கரன் கேபினில் இருந்து கிளம்ப வேண்டிய நேரத்தைக் கணக்குப் போட்டு வைத்திருக்கிறான். தில்ஷித் கவுர் சலங்கை சத்தம் கேட்ட இருபதாவது வினாடி மெல்ல வெளியே வரும்போது அவன் பார்வை வேறு எங்கோ இருக்கும். அவள் பக்கத்தில் போகும்போது தற்செயலானது என்பது போல் பார்வை அவள் மேல் விழும். சரியான வினாடியில் புறப்பட்டு, சரியான வேகத்தில் அவளைக் கடந்தால், அவன் பார்க்கும் போது உன்னித்தெழுந்த தட முலைகளின் அன்றைய தரிசனம் கண்ணுக்கு அருகே, மனதுக்கு நிறைவாகக் கிட்டும்.

சங்கரன் தில்ஷித் கவுரின் சலங்கை சத்தத்துக்குக் காத்திருக்கிறான். பொறுமை கடந்து போய்க் கொண்டிருக்கிறது. வெகுவாகப் படபடப்பாக உணர்கிறான் அவன்.

ஐந்து நிமிஷம் சென்றும் கேட்காத சத்தம் அது. கவுர் லீவு எடுத்துக் கொண்ட தினம். நாசமாகப் போகட்டும் அவளும் எல்லா பனிக்கால சுந்தரிகளும்.

சிடுசிடுப்போடு வெளியே வந்தான் சங்கரன். டெஸ்பாட்ச் மேஜையில் இருந்து அவனைச் சாப்பிட வரச் சொல்லி

அழைக்கிற குரல்கள் பலமாக எழுந்தன.

கொட்டிக்குங்க எல்லோரும். அதுக்குத் தானே ஆபீஸ் வந்தது.

தில்ஷித் கவுரின் மதர்ப்பும் வனப்பும் தரிசிக்கக் கிட்டாமல் எழவெடுத்த சாப்பாடு என்ன வேண்டியிருக்கிறது.

ஆபீஸ் வாசலில் வேர்க்கடலை வறுக்கும் வாடை தீர்க்கமாக நிறைந்திருந்தது. குளிர் காலத்தில் நகரம் விரும்பிப் பூசிக் கொள்ளும் இன்னொரு வாடை இது. ஒரு சின்ன பொட்டலம் வாங்கினால் கொறித்துக் கொண்டே போய் முடிக்கும் போது நியூஸ் டிரஸ்ட் செய்தி நிறுவனம் வந்திருக்கும். தெருவில் நடக்கும் போது வாயில் கண்டதையும் இட்டுச் சிறு பிள்ளை போல அரைத்துக் கொண்டு போவது சூப்பரண்டெண்டுக்கு மரியாதை தராதுதான். ஆனால் யார் கவலைப்படுகிறார்கள்?

குளிர் காலம் எல்லா விதமான சுதந்திரங்களையும் கிள்ளி எடுத்து அனுபவிக்கத் தருகிறது. தடைசெய்யப்பட்ட சந்தோஷங்களையும். தில்ஷித் கவுர் போல.

ஸ்வெட்டர் போட்ட, வாய் நாறும், இன்றைக்குக் குளிக்காத குளிர்காலப் பெண் தெய்வம் ஏதாவது இருந்தால், இந்த சந்தோஷங்கள் தடங்கலின்றிக் கிட்ட அருள் செய்யட்டும்.

தெரு திரும்பும்போது கவனித்தான். ஜமுக்காளம் விரித்து, சின்னக் கூடாரம் போல் ஷாமியானா கட்டி பிளாஸ்டிக் நாற்காலி போட்டு யாரோ உட்கார்ந்திருந்தார்கள். தர்ணாக்காரர். மதராஸி. என்ன காரணம் சொன்னார்கள்? ஆமா, பென்ஷன்.

கொறிப்பதை நிறுத்தாமல் வழிப்போக்கனாகக் கடந்தபடி பார்க்க, உள்ளே இருந்தவர் ஒரு வினாடி அவனை உற்று நோக்கி விட்டு, கையில் வைத்திருந்த பத்திரிகையில் திரும்பப் பார்வையை மேய விட்டார். இன்றைக்கு எத்தனை தடவை இப்படி அவர் பத்திரிகை படிக்க வேண்டியிருக்கிறதோ?

பக்கத்தில் வைத்திருந்த அட்டையில் எழுதி வைத்தது என்ன என்று சங்கரனுக்குத் தெரியும். என்றாலும் அதில் அலுவலகத்தில் யார் பெயரையும், முக்கியமாக, நலிவடைந்த கலைஞர்களுக்கான

பென்ஷனை நீட்டிக்காமல் லீவில் போன தன் பெயரை எழுதி வைத்திருப்பாரோ என்று குறுகுறுப்பாக இருந்தது.

எதுவாக இருந்தாலும் அவரைப் போய்ச் சந்திக்க இது நேரமில்லை. அவரோடு பேச்சுவார்த்தை நடத்த இது தகுந்த சூழ்நிலையும் இல்லை. மதியம் செக்‌ஷன் சூபர்வைசர்களோடு ஒரு நடை போய்த் திரும்பி வந்து, குறிப்பு எழுதி அமைச்சருக்கு அனுப்பினால் அவர் கவனித்துக் கொள்வார். பாரம்பரியக் கலைகள் நசியக்கூடாது என்பதில் இந்த சர்க்கார் ஆர்வமாக இருக்கிறது.

நியூஸ் டிரஸ்ட் வாசலுக்கு வந்துவிட்டிருந்தான். நாலைந்து வேர்க்கடலைகள் காகிதப் பொட்டலத்துக்குள் உருட்டி விழித்தன. ஒரு நிமிஷம் நின்று நிதானமாகச் சாப்பிட்டு விட்டுப் போவதா, அப்படியே குப்பைத் தொட்டியில் வீசலாமா?

இந்த அளவிலேயே முடிவெடுக்க வேண்டிய சகலமானதும் வாழ்க்கையில் நிகழ்வது மகிழ்ச்சியானதுதான். இன்றைக்குச் சேர்ந்து படுக்கலாமா என்பதையும் வசந்தி முடிவு செய்யாமல் அவனுக்கு விட்டிருந்தால் அது இன்னும் அதிகமாகியிருக்கும். அப்படியே ஆகியிருந்தாலும் தில்ஷித் கவுர் என்னமோ அவன் மனதில் உடை மாற்றாமலிருக்கப் போவதில்லை. நாளைக்காவது வருவாளா?

பூக்கள். பூக்கள். மேலும் பூக்கள். இந்தியா டிரஸ்ட் நியூஸ் ஆபீஸ் வாசல் பூவால் நிறைந்து இருந்தது. மஞ்சளும், சிவப்பும், வெண்மையுமாக வாசலை மூடி வழிந்த பூக்குவியல். பிறந்த நாளா? யாருக்கு? ஏன் இத்தனை பூவையும் மண்ணில் போட வேணும்? வாசனை கிளப்பாமல் வாசலில் கிடக்கிற பூக்கள் இப்போதைக்கு வாடாது. நிறம் மங்கி கொஞ்சம் கொஞ்சமாக அவை இறப்பதைப் பார்க்கக் கிடைக்கக் கூடாது. சங்கரன் பூக்குவியலில் காலில் அணிந்த ஷூ பட்டு மிதித்து விடாமல் ஜாக்கிரதையாக உள்ளே நடந்தான்.

உள்ளே கும்பல் கும்பலாக ஆளுயர மேஜைகளுக்கு முன் நின்று சமாதானமாக ரவை உப்புமா சாப்பிட்டுக்

கொண்டிருந்தவர்களைக் கடந்து, மூன்று உருப்படி சூட் அணிந்து உள்ளே அளவு சிறுத்த ஆசனங்களில் அமர்ந்து உப்புமா சாப்பிட்டுக் கொண்டிருந்த கூட்டம் பக்கமாக நடந்தான் சங்கரன்.

குப்தா போன வேலை முடித்திருந்தால் இங்கே தான் நேரே வருவான். வரவில்லை.

டைம்ஸ் குரியன் ஜோசப் சாப்பிட வருகிற நேரம் இது. வரவில்லை.

தில்ஷித் கவுர் லீவு போட்டு விட்டு, வீட்டில் உடம்பெல்லாம் கடுகு எண்ணெயை வழித்துப் பூசிக் கொண்டு வென்னீரில் குளிக்கப் போகும் முன் சாபம் போட்டுத் தொடங்கி வைத்த ஏமாற்றமான குளிர் காலப் பகல் இது. அந்த எண்ணெய் வாடை மிச்சம் இன்னும் உடம்பில் தங்கி இருக்க, சங்கரனை மேலும் ஏமாற்றாமல் அவள் நாளைக்காவது வர வேண்டும்.

இன்றைக்கு ஊரோடு உப்புமா சாப்பிடத் தலையில் எழுதியிருக்கிறது. காலை நேரம் வசந்தி அதை நேர்த்தியாக பார்சல் செய்து பகல் சாப்பாட்டுக்காகக் கட்டித் தந்தபோது சூப்பரிண்டெண்ட் உண்ணத் தகுந்த மரியாதை கூட்டுகிற உணவு இல்லை அது என்று நிராகரித்து விட்டு வந்ததற்கு தண்டனை இது.

அம்பாரமாக ஸ்டெயின்லெஸ் ஸ்டீல் தட்டுக்களையும் டபரா செட்களையும் தம்ளர்களையும் கொட்டிக் கவிழ்த்துக் கழுவிக் கொண்டிருந்தவர்கள் உயர்த்திய உச்ச கட்ட சத்தம் கேண்டீனின் கடைசிப் பகுதிக்கு வந்ததை உணர்த்தியது. இங்கே இருந்து சாப்பிடுவதற்குப் பதில் ரெண்டு கூம்பு வறுத்த கடலை வாங்கிக்கொண்டு அள்ளி அள்ளித் தின்றபடி ஆபீஸுக்குத் திரும்பி விடலாம். சாயாவோடு மத்தியானச் சாப்பாட்டை முடித்துக் கொண்டாலும் பாதகமில்லை.

பின்வரிசையில் இருந்து பாத்திரச் சத்தத்தை மீறி ஷங்கரா ஷங்கரா என்று சத்தம் உயர்ந்ததை கவனமாகக் கேட்டாலே உணர முடியும். நல்லதுக்கு சங்கரனின் காது இந்த நிமிஷம்

கூர்மையாக இருந்ததால் அது காதில் பட்டது.

பிடார் ஜெயம்மா குரல் அது. ஆறடி உயரத்துக்கு ஆளை அடிக்கிற ஆகிருதியும் மைசூர் பட்டுப் புடவையுமாக நாற்காலியில் உட்கார்ந்தபடி சங்கரனைக் கூப்பிடுகிறவள் நியூஸ் டிரஸ்ட் தலைமை நிருபரும் கூட.

நாற்பது வயதிலும் நரைக்க ஆரம்பிக்காத தலைமுடியை வழக்கம் போல் தலை குளித்துத் தழைய வாரி இருந்தாள் ஜெயம்மா. அதிகாரமான குரல். அந்தக் குரலில் பேட்டி எடுக்க ஆரம்பித்தால் பிரதம மந்திரி கூட வெகு வினயமாக, தலைமை ஆசிரியை முன்னால் நிற்கிற பள்ளிக்கூடப் பிள்ளை போல் எழுந்து நின்று பதில் சொல்வார். சில இளைய மந்திரிகள் ஜெயம்மா ஏதாவது கேட்டால் ஒரு தடவை வாய்க்குள் சொல்லிப் பார்த்துக் கொண்டு பதற்றம் குரலில் வராமல் இருக்க முயற்சி செய்து தோற்றபடி பதில் சொல்வது உண்டு. பிரதமரின் மகளுக்கு நெருங்கிய சிநேகிதி. பத்திரிகை வட்டாரத்தில் சுவாரசியமான ஆனால் பிரசுரிக்க முடியாத செய்திகளை பத்திரிகைக்காரர்கள் பேசியும் கேட்டும் சந்தோஷப்படும் போது ஜெயம்மா சொன்னதாக ஒரு சொல் சேர்த்தால் அதன் நம்பகத்தன்மை வெகுவாக உறுதிப்பட்டு விடும்.

உலகச் செய்திகளை தினசரி அலசி ஆகாசவாணியில் நல்ல இங்கிலீஷில் நடுநிலைமையான நியூஸ் அனாலிசிஸ் கொடுக்கிற முற்போக்குக்குக் கொஞ்சமும் குறையாத மடி ஆசாரம்.

கன்னடப் பிரதேசத்தில் மலைப் பகுதி நகரமான பிடார் ஊர்க்காரி. எந்தக் காலத்திலேயோ சோழ மகாராஜாவிடமிருந்து தப்பித்து ராமானுஜாச்சாரியார் கன்னட நாட்டில் போயிருந்தபோது கூடப்போன தமிழ் அய்யங்கார்களின் வம்சத்தில் வந்தவள் அவள். தமிழா கன்னடமா என்று உறுதி செய்ய முடியாத மொழியில் பேசினாலும் அநேகமாக அபிநயமும் கூடவே சேர்ந்து வருவதால் புரியாமல் போகாது.

யாரைத் தேடிட்டிருக்கே?

சங்கரனைக் கேட்டாள் ஜெயம்மா. அவளைத்தான் என்று

சங்கரன் சொன்னதை நம்பாவிட்டாலும் சந்தோஷப்பட்டாள் அவள்.

உட்காரச் சொல்லி எச்சில் கையைக் காட்டினாள்.

வசந்தியை நம்ம மனையிலே வந்து வெத்தலை பாக்கு வாங்கிண்டு போகச் சொல்லேன். நாளை மறுநாள் சத்யநாராயண பூஜை வச்சிருக்கேன்.

சரி என்று தலையாட்டினான் சங்கரன். பானகம், சுண்டல், புதுப்புடவை பார்வையிடுவது, உலக யுத்தத்தில் முடியப்போகிற லோதிரோட் சவுத் இந்தியன் மாதர் சங்கப் பிரச்சனைகள் என்று வந்த பெண்கள் பேசி ஓயாமல் வீணாகப் போகிற பனிக்கால முன்னிரவு ஒன்று விரைவில் சங்கரனுக்கு லபிக்க இருக்கிறது.

வசந்தி ஆத்துலேதானே இருக்கா? ஆமா, போன மாசம் பதினெட்டன்னிக்குத் தானே உக்கார்ந்தா? வரலஷ்மி நோம்புக்கு மறுநாள்? ஞாபகம் இருக்கு. நீ ஒண்ணும் பண்ணி அதை மாத்தலியே? எதாவது பண்றியோ? பண்ணேண்டா.

சங்கரன் அவசரமாகப் பக்கத்திலும் பின்னாலும் பார்த்தான். பாத்திரம் கவிழ்க்கும் பெருஞ்சத்தத்துக்கு நடுவே ஜெயம்மா குரல் அவனுக்கு மட்டும் கேட்டிருக்கும். இடம், பொருள் ஏவல் எதையும் பற்றி லட்சியம் பண்ணக்கூடியவள் இல்லை அவள் என்பதால் எதிரே நின்று பேசுகிறவர்கள்தான் அவற்றைக் கவனித்து அனுசரித்துக் கொள்ள வேண்டும். சங்கரனுக்குப் பழகிய விஷயம் இது.

இந்தச் சத்தத்துலே எப்படி உக்கார்ந்து சாப்பிடறே?

ஜெயம்மா தட்டில் இருந்து எச்சில் போண்டாவைப் பாதி பிய்த்துச் சாப்பிட்டபடி சங்கரன் கேட்டான்.

பாஷாண்டம். சூப்ரண்ட் ஆனாலும் ஆனே, கொஞ்ச நஞ்சமிருந்த துப்பல் தூவல் எச்சில் பத்து எல்லாம் தலை முழுகிட்டே.

விட்டால் எச்சில் கையால் அவனை அடித்து விடவும் கூடும்.

இங்கே வந்து வேலைக்குச் சேர்ந்து சாயந்திரம் யூனிவர்சிடியில் எம்.ஏ இங்கிலீஷ் லிட்டரேச்சர் படிக்கும் போதிலிருந்து நெருங்கிய சிநேகிதி. மூத்த அக்காவும் கடைக்குட்டி தம்பியும் போல ஆகிருதியில் ரெண்டு பேரும் இருந்தாலும், சங்கரனும் ஜெயம்மாவும் ஒரே வயசு.

சாப்பிடுடா. என்ன சொல்லணும்?

சத்தம் நின்னா சாப்பிடுவேன்.

இவ்வளவுதானா?

ஜெயம்மாள் மேஜிக் ஷோ நடத்த வந்த மகராஜா தலைப்பாகை கட்டிய மந்திரவாதி போல கையை விரித்துச் சிரித்தாள். அடுத்த வினாடி, ஓங்கி ஒரு சத்தம் அவளிடமிருந்து எழ, பின்னால் இருந்து கேண்டீன் நிர்வாகி அடித்துப் பிடித்துக் கொண்டு ஓடி வந்தார். அவரிடம் ஒரு நிமிடம் கன்னடத்தில் மூச்சு விடாமல் இரைந்தாள் ஜெயம்மா. அவள் முடித்தபோது பாத்திரம் எல்லாம் சத்தமே போடாமல் அதனதன் இடத்தில் உட்கார, சாந்தமும் சமாதானமும் எங்கேயும் ஏற்பட்டிருந்தது.

வந்து நின்ற வெயிட்டரிடம் கட்டை விரல் தவிர மற்ற நான்கு விரலையும் நிமிர்த்திக் காட்டினான் சங்கரன்.

அவன் என்ன உன் பொண்டாட்டியா, எதுக்கு அனாசின் கேக்கறே என்று விசாரித்தாள் ஜெயம்மா புதுசாக வந்து சேர்ந்திருந்த ரவாதோசையை பக்கத்தில் நகர்த்தியபடி.

நாலு இட்லி தானே சார், இதோ.

சிரித்தபடி வெயிட்டர் போனான்.

சொல்லுடா என்ன நியூஸ் இருக்கு ஊர்லே நாலு கவுரவமான மனுஷா கிட்டே சொல்றபடியாக?

தோசையை அடைத்த வாயோடு கேட்டாள் ஜெயம்மா.

தட்டின் இந்த ஓரத்தில் இருந்து ஒரு தோசை விள்ளலைப் பிய்த்தபடி சங்கரன் அரசூர் டைம்ஸ் படி ஜெயம்மா என்றான்.

அது என்ன கண்றாவி?

அடுத்த பத்து நிமிடம் அரசூரில் மயில் வந்ததும், போனதும், திரும்பி வந்ததும் பற்றி ஜெயம்மாவிடம் சங்கரன் சொன்னான். சட்டென்று கவனத்தில் பட, சில காலமாக ஊரில் யாருமே இறக்கவில்லை என்பதும் அவன் சொன்னது. மற்றவர் கவனத்தை ஈர்க்காமல் இருக்க பக்கத்து ஊர், வெளியூர்ச் சாவை அங்கொன்றும் இங்கொன்றுமாகக் கணக்கில் ஏற்றி எல்லாம் சரியாக உள்ளது என்று கணக்கு சமர்ப்பிப்பதை அவன் அடுத்தபடி சொன்னான். இறப்பு இல்லாத நிலையை புள்ளிவிவரக் கணக்காக மட்டும் நோக்காமல் அதன் விளைவுகளைக் கவனிக்க வேண்டியதன் அவசியம் பற்றியும் பேசினான். வசந்தி வீட்டுக்கு விலக்கான இரவுகளில் தூக்கம் வராமல் புரண்ட போதும், ஆபீசுக்கு பஸ்ஸில் வரும்போதும் திடீரென்று மனசில் வந்தவை அதெல்லாம். வசந்தியோடு இணை விழைந்து கலக்கும் போது போகம் முந்த விடாமல் இது பற்றியே நினைத்தான். மனதில் தொகுத்து வைத்திருந்த சங்கதி முழுவதும் சரம்சரமாக வெளிவர, சங்கரன் சொல்லி முடித்தான்.

நடுவில் ஜெயம்மா இன்னொரு தடவை நாலு இட்லி சங்கரனுக்காக ஆர்டர் செய்ததும் சாப்பிட்டதும் அவன் கவனத்தில் இல்லை.

கொஞ்சம் இரு, எச்சக்கை வரவரன்னு பிடிச்சு இழுக்கறது. அலம்பிண்டு வந்துடறேன். போயிடாதே.

ஜெயம்மா போய் ரெண்டு தம்ளர் சூடு பறக்கும் காப்பியோடு வந்து சேர்ந்தாள்.

ஜெயம்மாவிடம் மயில் அரசூர்த் தெருவிலும் இங்கே இன்று பகல் ஆபீசிலும், அர்ஜுன நிருத்தமாகவும் கூடவே வருவதை ஜெயம்மாவிடம் சொல்லலாமா என்று யோசித்தான். அப்படியே பகவதிப் பாட்டியின் டயரி பற்றியும்.

வேண்டாம், சூப்பரெண்டெண்ட் அதிபுத்திசாலியும் உலகம் தெரிந்தவளுமான பத்திரிகையாள சிநேகிதியிடம் பகிர்ந்து

கொள்கிறதில்லை அதெல்லாம். பெர்சனாலிடியை கம்பீரம் குறைத்து சின்னதாக்கி படிப்பறிவு இல்லாத, தன்னம்பிக்கை இல்லாத தோற்றத்தை ஏற்படுத்தி, பழைய செபியாடோன் புகைப்படங்களில் திகிலூட்டிய மாதிரி விழித்துக் கொண்டு நிற்கும் முன்னோர்கள் போல் ஆக்கி விட்டுவிடும்.

குப்தா என்ன சொல்றான்?

நியூஸ் டிரஸ்ட் தலைமை நிருபர் என்றாலும், லட்சக் கணக்கில் விற்கும் பத்திரிகை ஆசிரியன் மாதிரி வாசகனை உடனடியாக அடையக்கூடியவள் இல்லை ஜெயம்மா. அதைச் சாதித்துக் காட்டும் குப்தா மேல் அவளுக்கு மரியாதை உண்டு.

குப்தா இதெல்லாம் நியூஸ் ஆகாதுன்னுட்டான். அற்புதம்னா பத்திரிகை பாஷையிலே அபத்தம்கிறான்.

சங்கரன் ஹெட்மிஸ்ட்ரஸிடம் பக்கத்து இருக்கைப் பையனைப் பற்றிப் புகார் சொல்லும் பிள்ளையாக உணர்ந்தான். கொஞ்சம் வெட்கம் வேறே. இந்தச் சங்கடமெல்லாம் எதற்கு, அரசூருமாச்சு வெங்காயமுமாச்சு என்று இன்னொரு கூம்பு வறுகடலை வாங்கி மென்றபடி ஆபீசுக்குப் போவதே சிலாக்கியம் என்றது ஒரு மனசு. இதெல்லாம் நீ தீர்மானிக்கிறதில்லை என்றது இன்னொரு மனசு.

நல்லது. யாரையாவது அனுப்ப முடியுமான்னு பார்க்கறேன். ஊர்லே காண்டாக்ட் யாரெல்லாம் இருக்கலாம்னு விவரம் கொடு.

மருதையன் மாமா தான் முதலில் நினைவு வந்தார் சங்கரனுக்கு.

சுற்றுப்புறச் சூழ்நிலை பாதிக்கப்பட்டதால் இரை தேடிப் புது இடங்களுக்குப் போக வேண்டிய கட்டாயம் உண்டானதை, மயில் வருகைக்கு அவர் காரணமாகச் சொல்கிறவர். புள்ளிவிவரச் சாவு இறந்து போயிருக்கலாம், உயிரியல் சாவுக்கு என்றும் உயிருண்டு என்பது அவர் கட்சி என்பதை ஜெயம்மாவிடம் சொன்னான். அவளுக்கு மருதையன் மாமாவைச் சந்திக்காமலேயே அபிமானம் உண்டானது.

ஹெட்லைனுக்கு லட்டு மாதிரி தலைப்பு. உங்க மாமாவை நானே சந்திக்கறேன்.

போகும்போது அவனைத் திரும்பக் கூப்பிட்டு, நாளைக்கு அமாவாசை, வெங்காயம் போட்ட எதையும் இங்கேயோ வேறே எங்கேயோ சாப்பிட்டுத் தொலைக்காதே என்று அறிவுறுத்த மறக்கவில்லை நியூஸ் டிரஸ்ட் தலைமை நிருபர்.

சங்கரன் வெளியே நடந்த போது, நியூஸ் டிரஸ்ட் வாசலில் கொட்டி வைத்திருந்த அத்தனை பூவையும் அலங்காரமாகத் தொங்க விட்டு, வாசலில் ஒரு மேடை எழுந்திருந்தது. நாலு மணிக்கு கஸல் இசைக் கச்சேரி என்று வாசலில் கரும்பலகை.

இன்றைக்கு மதியம் இங்கே வேலை எதுவும் நடக்காது என்று நினைத்துப் பார்க்கக் கொஞ்சம் பொறாமையாக இருந்தது. சர்க்கார் ஆபீசில் கஸல் கச்சேரி ஏற்பாடு செய்ய முடியாது. நடத்த முடியுமானால், கையில் பூச்செண்டை சுழற்றிக் கொண்டு தில்ஷித் கவுர் பக்கத்தில் உட்கார்ந்து நேற்று பௌர்ணமி என்று கஸல் கேட்பான் சங்கரன். அவளுடைய கம்பளிப் போர்வை சங்கரன் மடியில் விழுந்து கிடக்கும்.

ஆபீஸுக்குள் நுழையத் தெரு திரும்பியபோது தர்ணா மறுபடி கண்ணில் பட்டது. தர்ணா பந்தலில் உட்கார்ந்திருந்தவர் டிபன் பாக்சில் இருந்து அவல் உப்புமாவை ஸ்பூனால் எடுத்து சாப்பிட்டுக் கொண்டிருக்க, அவரைச் சுற்றி வழக்கமான வேகத்தில் குளிர்கால உலகம் இயங்கிக் கொண்டிருந்தது.

நல்ல வேளை வெறும் தர்ணா தான். உண்ணாவிரதம் இல்லை. போகிறவன் வருகிறவன் எல்லாம் கவனமாகப் பார்த்துக் கொண்டு நகர, எல்லார் கண்ணையும் ஏமாற்றிய ஏதாவது ஒரு நிமிடத்தில் தட்டிக்குக் கீழே குனிந்து இருந்து அவசரமாகச் சாப்பிட வேண்டிய கஷ்டம் கிடையாது.

சாப்பிட்டு, பிளாஸ்டிக் நாற்காலியில் உட்கார்ந்தபடிக்கு சின்ன உறக்கத்தோடு ஓய்வெடுக்கட்டும். ஒரு நாலு மணிக்கு சாயா முடித்த கையோடு இந்த நபரைச் சந்திக்கலாம். இப்போது போய்ப் பார்த்து ஒன்றும் ஆகப் போகிறதில்லை.

சார், மினிஸ்டர் போன் செஞ்சிருந்தார். உடனே கூப்பிடச் சொன்னார்.

ஆபீசில் நாலு சூபர்வைசர்களும் ரெண்டு டெபுடிகளும் யுகப் பிரளயம் வந்து கொண்டிருக்கிறதை அறிவிக்கும் பரபரப்போடு சங்கரனின் கேபினுக்குள் குழுமியிருந்தார்கள். ஒருத்தர் தகவல் சொல்ல, இன்னொருத்தர் டெலிபோனில் அமைச்சரக நம்பரைச் சுழற்றி சங்கரனிடம் கொடுத்தார்.

சங்கரன், உங்க ஆபீஸ் வாசல்லே தர்ணா உக்கார்ந்திருக்கறவர் யார் தெரியுமா?

மினிஸ்டர் நீட்டி முழக்கி ஆரம்பிக்க, சுவாரசியமில்லாமல் இடைவெட்டி மதராஸி சார் என்றான் சங்கரன்.

அதில்லே விஷயம். அவர் என் சகா, மினிஸ்டர் மிஸ்டர் நீலகண்டனுக்கு தம்பி.

ஐயய்யோ என்று தமிழில் ஆச்சரியப்பட்டான் சங்கரன்.

ஐயோ அம்மா தான். அண்ணன் தம்பி பேச்சுவார்த்தை இருபது வருஷமா கிடையாதாம். இவருக்கு ஆக்சிடெண்ட்லே கால் போனதுக்குக் கூட நீலகண்டன் போய்ப் பார்க்கலியாம்.

எப்படி சார் இவ்வளவு தகவல் தெரிஞ்சுது?

சங்கரன் கேட்டான். அமைச்சர் தன் திறமை சிலாகிக்கப்பட்டதை அங்கீகரித்துப் பெருமையோடு சிரித்து எல்லாம் சந்தோஷி மாதா கிருபை, கூடவே பெரியவர்கள் ஆசிர்வாதம் என்றார். இன்னொரு தடவை கேட்டால் இந்தி சினிமாவில் ஆரத்தி வழிபாட்டு நேரம் போல் ராகம் இழுத்துப் பாடவும் செய்வார். அவர் குரலில் அவருக்கே சுயமோகம் உண்டென்று சங்கரன் அறிவான்.

சார், நான் அவரைச் சந்திச்சுட்டு போன் செய்யட்டுமா? என்ன செய்யலாம்னு பார்க்கறேன்.

அதுவும் வேணும். மற்றபடி, நீங்க உங்க ஆபீஸ் வாசல் போலீஸ்காரங்களை அவரை மரியாதையா கவனிச்சுக்க

சொல்லுங்க. அடையாள தர்ணாதானாம். இன்னிக்கு மட்டும் இல்லே இன்னும் ரெண்டு நாள். நல்லா கவனிச்சுக்குங்க. இப்போ உடனே போய் நல்லதா நாலு வார்த்தை பேசுங்க. பைல் நகர்த்தி அந்த அம்மாவுக்கு பென்ஷன் தொடர வழி பண்ணிடலாம். இவருக்கு ஏதாவது அகாடமி மெம்பர்ஷிப், ஆலோசனைக் குழு பதவி இப்படி கொடுத்து உக்காத்திடலாம். ஊருக்குப் போக ப்ளைட் டிக்கட் வேணும்னாலும் சரி ஏற்பாடு பண்ணிடலாம்.

அமைச்சர் தேர்தல் பொதுக்கூட்டத்தில் உறுதிமொழி தருகிற உற்சாகம் குரலில் வழிய, ஏற்ற இறக்கத்தோடு பேசி விடை பெற்றார்.

சங்கரன் வாசலுக்குத் திரும்பி வந்து பார்க்கும்போது எதிரே ஷாமியானா பிரிக்கப்பட்டுக்கொண்டிருந்தது. சர்க்கார் சின்னம் வைத்த கருப்பு அம்பாசிடர் கார் ஒன்றில் ஊன்றுகட்டைகளை பின் சீட்டில் எறிந்துவிட்டு தர்ணாக்காரர் ஏறிக்கொண்டு இருந்தார்.

சார், ஜாக்ரன் எடிட்டர் ஃபோன்லே கூப்பிடறார்.

செக்ஷன் சூப்ரவைசர் தாமோதர் காலே வாசலுக்கு வந்து கூப்பிட்டார்.

குப்தாவுக்கு மூக்கு வியர்த்திருக்கும். பிடார் ஜெயம்மாவுக்கும்.

உங்க ஆபீஸ் வாசல்லேயே நியூஸை வச்சுக்கிட்டு அரசூர்லே தேடச் சொல்றியே.

# அத்தியாயம் இருபத்தைந்து

*மீ*ரட்டுலே நயம் கத்தரிக்கோல் கிடைக்குமாமே?

வசந்தி எந்த நிமிஷத்திலும் வெடிக்கக் கூடிய சிரிப்பை உதட்டில் சுமந்தவளாக, கண்ணை இடுக்கிச் சின்னச் சங்கரனைக் கேட்டாள்.

யார் சொல்றா?

உங்க மனுஷா.

எதுக்குக் காலங் கார்த்தாலே கத்தரிக்கோலும் கத்தி கபடாவும்?

சங்கரன் அவள் பக்கமாக நகர்ந்தபடி கேட்க, அவன் இன்னும் நெருங்காமல் பிடித்துத் தள்ளினாள்.

உங்க ஊர்ப் பொம்மனாட்டிகள் எல்லாம் மீரட்லே இருந்து சன்னமான கத்தரிக்கோல் வாங்கிண்டு வரச் சொல்லியிருக்காளாம்.

எதுக்கு?

எதுக்கு கத்தரிக்கோல் தேடுவா? மயிர் வெட்டிக்கத்தான்.

தலைமயிரா?

இந்த அபத்தத்துக்குத்தான் காத்திருந்த மாதிரி வசந்தி ஓங்கிச் சிரித்தபடி ரெண்டே எட்டில் பாத்ரூமுக்கு ஓடினாள். பின்னாலேயே ஓடினான் சங்கரன்.

வீடு முழுக்க விருந்தாளிகள் நிறைந்து கிடக்கிறார்கள். புருஷனும் பெண்டாட்டியும் வென்னீர் பாய்லரைச் சுற்றி ஓடிப் பிடித்து விளையாடிக் கொண்டிருக்கிறார்கள்.

ஆறு பெண்கள். நாலு ஆண்கள். காலையில் அரசூரில் இருந்து பத்து நபர் கொண்ட ஒரு குழு சங்கரனின் தில்லி லோதி ரோடு குடியிருப்புக்கு வந்து சேர்ந்தது. சராசரி வயசு அறுபத்தைஞ்சு இருக்கும் அந்த கோஷ்டியில் சீனியர்மோஸ்ட் லோகசுந்தரி பாட்டி தான். எண்பது வயசுக்கு கிழங்கு மாதிரி இருக்கப்பட்டவள்.

சங்கரனும் வசந்தியும் தில்லி ரயில்வே ஜங்க்ஷனுக்கு குளிர் ஓய்ந்த விடிகாலையிலேயே ரெண்டு பிளாஸ்க் நிறைய காப்பியோடு போய் கிராண்ட் டிரங்க் எக்ஸ்பிரஸுக்காகக் காத்திருந்து, அவர்களைக் கூட்டி வந்தார்கள். ரயில் ஏகதேசம் ஒரு மணி நேரம் தாமதமாக வந்து சேர்ந்தாலும், ஞாயிற்றுக்கிழமை என்பதால் சங்கரனுக்கு பெரிய தோதில் சிரமம் ஏதும் ஏற்படவில்லை. நாளை திங்களும் கூட ஆபீஸ் இல்லாத அபூர்வமான வாரக் கடைசி இது.

வசந்தியின் சரளமான இந்தியும், சங்கரனின் சர்க்கார் அதிகாரி தோரணையும் அதிக பேரமும் வாக்குவாதமும் இல்லாமல் நாலு ஆட்டோ ரிக்ஷா பிடிக்க உதவின. அந்த ரிக்ஷாவில் ஒன்று லீடர் போல முன்னால் போக மற்ற மூணும் சுமுகமாக அதன் பின்னாலேயே வந்து எல்லாரும் நல்லபடிக்கு லோதி ரோடு வீட்டை அடைய ஏற்பாடு செய்திருந்தது.

ஆனாலும் அதில் ஒருத்தன் கொஞ்சம் தூங்கி வழிந்தபடி வண்டி ஓட்டி முன்னால் போய்க் கொண்டிருந்த வேறு வாகனத்தைத் தொடர்ந்து கல்காஜி போகிற பாதையில் போய் அப்புறம் திரும்பி வந்து தொலைத்தான். அந்தப் பத்து நிமிஷம் பரபரப்பான நேரமாக எல்லோருக்கும் அமைந்து போனது.

தடம் மாறிப் போன அந்த வண்டியில் லோகசுந்தரியும் மற்ற இரு சுந்தரர்களும் இருந்தாலும், பாட்டிக்கு லவலேசம் இந்தி தெரிந்திருந்ததால் பெரிய தோதில் பிரச்சனை இல்லை. அவளுடைய சுருக்குப் பையில், விபூதி மணக்கும் காகித நறுக்கில் எழுதி வைத்திருந்த சங்கரனின் விலாசம் இருந்ததும் அதற்கு ஒத்தாசை செய்தது.

இது கூட இல்லாமல் நாம வடதேச யாத்திரை வந்ததுக்கு லோபமுத்ரா, மகாமுத்ரா லட்சணங்கள் வேணாமா என்றார் சோமசுந்தரமய்யர். சங்கரனின் ரெண்டு விட்ட பெரியப்பா உறவு. அர்த்தம் உருப்படியாக வாய்க்காவிட்டாலும், வாக்கியம் சரியாக இருந்தால் போதும் என்று திடமாக நம்பிய அவர் லோபமுத்ரா, மகாமுத்ரா என்ற பெயர்களை இப்படி டெல்லிக் காலை நேரத்தில் உபயோகித்த உற்சாகத்தில் இருந்தார். அரசூர்க் கோவிலில் ஏதோ உபன்யாசத்தில் கேட்ட பெயர்கள் அவை என்பது தவிர வேறேதும் நினைவில் இல்லாவிட்டாலும் சரியான நேரத்தில் அபிப்பிராயத்தை வலுவாகச் சொல்ல அவற்றைப் பிரயோகித்த தன் மேதாவிலாசத்தின்பால் மோகமும் பெருமையும் கொண்டு பரவசமடைந்தார் அவர்.

வேம்பாவிலே வென்னீர் போட்டு அண்டஞ் சேருமோ? பேசாம விட்டுடு. குழாய் ஜலமே எதேஷ்டம்.

ஏற்கனவே சொல்லி வைத்து ஒத்திகை பார்த்துக் கொண்டது போல பாட்டியம்மாக்கள் எல்லோரும் உறுதியாகச் சொன்னாலும், கிழவர்கள் அந்த முதுபெண்கள் மேல் கருணை காட்ட வேண்டிய அவசியத்தை அதை விட உறுதியாக எடுத்துச் சொன்னார்கள். சொல்லாவிட்டாலும் இன்று முழுக்க வென்னீர் கைங்கர்யம் நடத்துகிற ஏற்பாட்டில்தான் வசந்தி இருந்தாள். குளிர்காலம் முடிந்திருந்தாலும், காற்றில் இன்னும் குளிர்ச்சி இருந்தது.

பாய்லர் வேலை முடிந்துதான் சாப்பாட்டுக் கடை என்று வசந்தி சங்கரனிடம் சொன்னாள். அவன் எப்போதாவது மேலெழும் புத்திசாலித்தனம் இன்னொரு முறை தென்பட, வசந்தியின் தகப்பனார், மெஸ் சுந்தர வாத்தியாருக்கு போன்

செய்தான். ஒரு மணி நேரத்தில், லோதி ரோடுக்கு அண்டா குண்டாக்களில் மெஸ் சாப்பாடு சுடச்சுட வந்து இறங்கியது.

ஜாக்கிரதையாக வெங்காயம் ஒதுக்கி வைத்து, சாப்பாடு சடுதியில் முடிய, வந்தவர்கள் கேட்டது –

இங்கே அக்கம்பக்கத்திலே இருக்கப்பட்ட ஷேத்ரங்கள் எதெல்லாம்?

பிர்லா மந்திர்.

ஸ்தலம் உடனடியாக அங்கீகரிக்கப்பட்டது. பிர்லாங்கறது எந்த ஸ்வாமி என்ற பொதுவான குழப்பம் இருந்தாலும் மந்திர் என்பது கோவில் என்பதில் யாருக்கும் மறு அபிப்பிராயம் இல்லை.

அடுத்து விரல் மடக்கக் கோவில் பட்டியல் இல்லாத காரணத்தால், குதுப் மினார், செங்கோட்டை, லோதி கார்டன், ராஷ்டிரபதி பவன், இந்தியா கேட் என்று அமெரிக்க அதிபரில் இருந்து அரசூர் முதுபெருமக்கள் வரை எல்லோருக்குமான பொதுப் பட்டியல் சங்கரனால் எடுத்துக் கூறப்பட்டு அங்கீகாரமானது.

காந்தி சமாதி எல்லாம் திறந்து வச்சிருக்க மாட்டாளா?

எதிர்பார்க்காத விதமாக லோகசுந்தரிப் பாட்டி கேட்டாள்.

ஏன், போய்த் தரிசிக்காட்ட கிழவிக்கு ஜன்மம் கடைத்தேறாதாமா?

ஆலாலசுந்தரம் தணிந்த குரலில் சங்கரனிடம் எள்ளி நகையாடினார். அவர் என்ன மாதிரி உறவு என்று பேமிலி ட்ரீயான குடும்ப மரம் படம் போட்டுப் பார்த்தால் தான் சொல்ல முடியும். படத்துக்குள்ளே அடங்காமல் உறவு வழுக்கி வெளியே விழுந்து போகவும் வாய்ப்பு இருப்பதாகச் சங்கரனுக்குப் பட்டது.

நேரு சமாதியையும் சேர்த்துக்க வேண்டியது தானே? சீக்கிரம் அந்தக் கட்டேலே போறவனும் போய்ச் சேரட்டும்.

உத்தேசம் எழுபது வயது, முன்பல் நாலு இல்லாமல் காற்றோடு

பேச்சைக் கலந்து ஒலிபரப்பும் மாமா ஒருத்தர் உடனடியாக திருத்தப் பிரேரணையாக காற்றடித்தார்.

சங்கரனுக்கு அரசூரில் அவன் பள்ளித்தோழன் தியாகராஜ சாஸ்திரிகள் உடனடியாக நினைவுக்கு வந்தார்.

ஊரோடு காந்தி வெறுப்பும் நேரு துவேஷமும் வளர்த்து வைத்திருக்கிறார்கள். மேற்படி ஜவஹர்லால் நேரு மூச்சு விட மறந்து போக, கொண்டு போய் வைத்து எரித்தால், அரசூரில் தை அமாவாசை மாதிரி வீடு வீடாகப் பால் பாயசம் பண்ணி, பருப்பு வடை தட்டிக் கோலாகலமாகக் கொண்டாடுவார்களாக இருக்கும்.

போற வழியிலேதான் காந்தி சமாதி. பார்த்துக்கலாம்.

வசந்தி சொன்னது லோகசுந்தரிப் பாட்டி முகத்தில் சொல்லொணாக் குதூகலத்தை உண்டாக்க, உதயாதி நாழிகை பத்து மணிக்கு அங்கே இங்கே என்று அலைந்து தேடிக் கூட்டி வந்த நாலு ஆட்டோ ரிக்ஷாக்களில் அரசூர் கோஷ்டி நகர் வலம் கிளம்பியது.

காந்தி சமாதிக்குள் போக லோகசுந்தரிப் பாட்டியும் காந்தி விரோதர்களில்லாத சில ஆண்களும் சம்மதித்தாலும், இதரர்கள் இது சிலாக்கியமில்லை என்று வாசலிலேயே நின்று விட்டார்கள்.

சமாதிக்குள்ளே எல்லாம் புகுந்து புறப்பட்டு வந்தா, சா தீட்டு பிடிச்சுக்கும். இன்னொரு தடவை குளிச்சாகணும். விழுத்துப் போட்டதை துவைக்கணும். காயப் போடணும். லாயக்குப் படாது.

ராஜ்காட்டில் இருந்து இந்தியா கேட் வந்தபோது அந்த வாசலுக்கு ரெண்டு புறமும் இந்தியாவே இருப்பது ஏன் என்று குழம்பியவர்களுக்கு வசந்தி ஒரு வழியாகத் தெளிவு படுத்தினாள் –

இது ஒரு அடையாள வாசல். இந்தியாவுக்குள்ளே வர்றதுக்கு இல்லே. இந்தியாவுக்குள்ளேயே அதுவும் தலைநகரத்திலே அதான் நிறுத்தியிருக்கு.

இதுவரை தெளிவாக இருந்த சங்கரன் குழம்பிப் போனான். இந்தியா கேட்டை ஏன் வேலை மெனக்கெட்டு ஊர் மத்தியில் நிறுத்தியிருக்கிறார்கள்?

ஆபீஸில் கேட்க வேண்டும் என்று தீர்மானம் செய்து கொண்டான். யாரைக் கேட்க? தில்ஷத் கௌர்? கழுத்துக்கு மேலும் அவளுக்குத் திடமான இருப்பு உண்டே.

லோதி தோட்டத்தில் விருந்தாளிகள் வகை வகையான பூப்பூவாகப் பார்த்ததோடு பின்னணியில் இருந்த சமாதிகளையும் வாசல் படியில் நின்றாவது தரிசிக்க வேண்டிப் போனது. அதுவும் வேறே சம்பிரதாய ஆட்கள் புதைபட்ட இடங்கள்.

இதென்ன ஊரெல்லாம் சமாதி. நடுவிலே நடுவிலே மனுஷா இருக்க வீடு, கடைன்னு ஏற்படுத்தியிருக்கா? அந்த மட்டுக்குமாவது சந்தோஷம். வெள்ளைக்காரன் கைவேலையா? காந்தி கும்பல் அப்போ இருந்து தொலைச்சிருந்தா, ஊர் முழுக்க அவாளே சௌக்கியமா புதையுண்டு போகட்டும், நாங்க வேறே இடத்துலே சின்னதாக் குச்சு வீடு கட்டிக்கறோம்னு தாராளமா தத்தம் பண்ணிட்டு வந்திருக்கும். இங்கிலீஷ்காரன் சத்தியசந்தனாச்சே. சமாதி இதோட போறும்னு கறாரா வச்சுட்டான்.

நேரு விரோதி மாமாக்கள் இங்கிலீஷ் வாழ்த்துப் பாடி மகிழ, வழியோரக் கடையில் டீ குடிக்கலாமா என்று சமய சந்தர்ப்பம் தெரியாமல் சங்கரன் கேட்டது, அவன் அனுபவத்தால் சிறுவன் என்பதால் கூட்டத்தால் மன்னிக்கப்பட்டது. கொஞ்சம் அழுத்திச் சொல்லியிருந்தால் அந்த ஆண்கள் எல்லோருமே கிளாஸில் டீயை எச்சில் பண்ணி ருசிப்பதை விரும்பியிருப்பார்கள் என்று சங்கரன் திடமாக நினைத்தான்.

குதுப் மினார், செங்கோட்டை, ராஷ்டிரபதி பவன் தோட்டம் எல்லாம் போனால் இன்னும் நிறைய சமாதி தான் பார்க்கலாம் என்று பரவலான கருத்து நிலவ, கரோல்பாகில் ஏதாவது சில்லுண்டி சமாசாரங்கள் வாங்கிக் கொண்டு, அப்படியே நாளை ரயிலுக்குப் போக பழ வர்க்கமும் ரொம்ப பழுக்காமல்,

காய்வெட்டாக இல்லாமல் சேர்த்துக் கொண்டு திரும்பத் தீர்மானமாயிற்று.

ரயில் பிரயாணம் நாளைக்கு ஏழு மணி நேரம் தான். மீரட், முசாபர் நகர், ரூர்க்கி. டாண்ணு நடுப் பகலுக்கு ஹரித்வார் வந்துடும்.

சங்கரன் சொல்ல, நாளை மதியச் சாப்பாடுக்கு இட்லி வார்த்துக் கொடுக்க முடியாவிட்டால் பரவாயில்லை, பழமே எதேஷ்டம் என்றார்கள் கூட்டத்தில் பலரும்.

மீரட்டில் ரயில்வே ஸ்டேஷனிலேயே கத்தரிக்கோல் கிடைக்குமா என்று யாரோ கேட்க, வசந்தி சங்கரனைப் பார்த்துப் பரிமாறிக் கொண்ட விசேஷ அர்த்தப் புன்னகைக்காகவே அடிக்கடி விருந்தாளிகள் வந்து போகலாம் என்று தோன்றியது சங்கரனுக்கு. இந்த ரகசியம் பகிர்தல் சுபமாக முடிந்து, பிடார் ஜெயம்மா நூறு பேர் கூடுகிற இடத்தில் சத்தமாக விசாரிக்கத் தேவை இல்லாமல் போகலாம்.

சங்கரனும் வசந்தியும் நினைத்ததுக்கும் அதிகமாக, கரோல்பாக் வந்த விருந்தாளிகள் எல்லோருக்கும் அங்கே போனது மனதுக்கு வெகு இஷ்டமானதாக இருந்தது.

மஞ்ச-மசுக்க வெல்வெட் துணி கிழித்துச் சுற்றிவரப் பசை தடவி ஒட்டி, கண்ணாடிச் சில்லும், இமிடேஷன் வைரமும் மேற்படி ரக மரகதமும் பொடிக் கல்லாகப் பதித்து ஜரிகை ஜரிகையாகத் தொங்க விட்ட ராமர் பட்டாபிஷேகப் படம் எல்லாருக்கும் பிடித்திருந்தது. வடக்கத்திய புஷ்டியும், உப்பின கன்னமுமாக கிருஷ்ண பரமாத்மா சாயலில் ராமன் இருந்தாலும், இங்கத்திய ஆசாரம் என்ற சமாதானத்தோடு வசந்திக்கு பேரம் பேசத் தேவையான யோசனைகள் சொல்லி - அவள் அதில் ஒண்ணைக்கூட கேட்கவில்லை - வாங்கின படம் எல்லாத்தையும் சங்கரன் தான் சுமந்து கொண்டு கூட்டத்துக்குப் பின்னால் நடந்தான்.

கலாசார அமைச்சகம் சூப்பரிண்டெண்ட் செய்யக்கூடிய காரியம் இல்லை இதெல்லாம். அப்பள நாயுடு போல

கஞ்சிப்பசை போட்ட வரவரப்பான அதிகாரி இல்லைதான் சங்கரன். என்ன செய்ய, சந்யாசிக்கும் ஊர்ப் பிரியம், உற்றார் பிரியம் இருக்கும் என்கிற போது ஆபீஸ் சூப்ரண்டெண்டுக்கு வந்து ஏறிக்கொள்ளாதா என்ன?

வாங்கின பழத்தை ஆளுக்குக் கொஞ்சமாக எடுத்து வந்து அஜ்மல்கான் ரோடும் ஆரிய சமாஜ் ரோடும் சந்திக்கிற இடத்தில் நடைபாதை ஓரமாக வைக்க, தலை முண்டிதம் ஆன அத்தனை பாட்டிகளையும் ஒருசேரப் பார்த்த உள்ளூர் ஜனங்கள் பிட்சுணிகளைப் பார்த்த பக்திப் பரவசத்தோடு நமஸ்காரம் செய்து அப்பால் போனார்கள்.

நாலு ஆட்டோ சேர்த்துப் பிடிக்கும் வழக்கம் பழகி இருந்ததால் வீட்டுக்குப் போக அதே மாதிரி ஏற்பாடு செய்யும் உத்தேசத்தோடு சங்கரன் நிற்க, ஆலாலசுந்தரமய்யர் மப்ளரை பழக்கடையில் விட்டு விட்டு வந்ததாக அறிவித்தார்.

மற்றவர்கள் காத்திருக்க, திரும்பிப் போனவர் போனவர் தான். அரைமணி நேரம் அளவுக்கு அவர் திரும்பாததால் சங்கரன் அவரைத் தேடிப் போக வேண்டிப் போனது. அஜ்மல்கான் வீதியை அங்கங்கே இடைவெட்டிப் போகிற எத்தனையோ சின்னத் தெருக்களில் ஒன்றில் வழிதவறிப் போய் இலக்கின்றித் திரிந்து கொண்டிருந்த அந்த ஜனநாயக சோஷலிச விரோதியை சங்கரன் ஓடிப் போய்ப் பிடித்தபோது அவர் குழைந்து போய் அழுகிற பதத்தில் இருந்தார்.

விடிகாலை நாலு மணிக்கே மொத்தக் கூட்டமும் குளித்து உடுத்தி தயாராக இருக்க, ஏற்கனவே ஏற்பாடு செய்து வைத்திருந்த டாக்சிகள் அவர்களையும் வசந்தி, சங்கரனையும் சுமந்து கொண்டு திரும்ப தில்லி ரயில்வே ஜங்க்ஷன் அடைந்தன.

மூன்றே நாள். ஹரித்வார், ரிஷிகேஷ் தரிசித்து தில்லி வந்து அப்புறம் வாரணாசி போவதாகத் திட்டம். அவர்கள் தில்லிக்குத் திரும்பி வருவது வார நாளில் என்பதால் வசந்தியின் தகப்பனார் மெஸ் சுந்தர வாத்தியார் ஏற்பாடில், அரசூர் கோஷ்டி, இந்து மகா சபா கட்டிடத்தில் காலையில் வந்து இறங்கி, அங்கேயே

மெஸ் சாப்பாடு நடக்க, பகலுக்கு வாரணாசி ரயில் ஏற ஏற்பாடு.

மீரட் எப்ப வரும்?

ரயில் கிளம்பும்போது கிசுகிசுப்பாக லோகசுந்தரிப் பாட்டி வசந்தியை விசாரித்தாள்.

இன்னும் ரெண்டு மணி நேரத்துலே. ஜங்ஷன்லேயே கத்தரிக்கோல் கிடைக்கும்.

மெதுவான குரலில் வசந்தி அவளிடம் சொல்ல, அடி பொண்ணே என்று வெட்கமாகச் சிரித்தாள் பாட்டி.

வீடு வெறிச்சுனு இருக்கு.

திரும்பி வந்து, வாசல் கதவைத் திறந்து உள்ளே போனபோது வசந்தி சொன்னாள்.

ஆறு மணிதான் ஆகியிருந்தது. சீக்கிய குரு பிறந்தநாள் என்று சர்க்கார் விடுமுறையான திங்கள்கிழமை.

மீரட் எத்தனை மணிக்கு வரும்?

வசந்தி ரஜாய் மெத்தைக்குள் புகுந்தபடி கேட்டாள்.

இறுகத் தழுவிக் கொண்டு சங்கரன் சொன்னான் -

இன்னிக்கு லேட்டா வரும்.

# அத்தியாயம் இருபத்தாறு

பாண்டேயைப் பார்க்காம பல்லுலே பச்சைத் தண்ணி படாது.

லோகசுந்தரிப் பாட்டி ஹரித்துவார் ரயில்வே ஜங்க்ஷனில் இறங்கியதும் அறிவித்து விட்டாள்.

மாமி, இங்கே இருக்கப்பட்டவா எல்லாருமே பாண்டேக்கள். புரோகித வம்சம் தான். ஒருத்தனுக்கும் இன்னொருத்தனுக்கும் வித்யாசமெல்லாம் கிடையாது. பணம் பிடுங்கறதுதான் எல்லோருக்கும் பொது அதர்மம். வைதீகாளே அப்படித்தானே.

எல்லாம் தெரிந்த தோரணையில் ஆலாலசுந்தரமய்யர் மூக்கை நுழைக்க, பாட்டி அவரை முறைத்தாள்.

தெரிஞ்ச விஷயம்னா சொல்லுங்கோ. பாண்டே புரோகிதன்னு ஒரு வம்சமும் இல்லே. அதை முதல்லே தெரிஞ்சுக்குங்கோ. பாண்டேன்னாலே பாண்டித்யம் மிகுந்தவர். பண்டிட்னு சொல்றாளே. அதுதான் வம்சத்துப் பெயர்.

ஆலாலசுந்தரமய்யர் மூக்கை அம்மிக்கல்லில் வைத்து அரிவாள்மணையால் ஆழமாக அறுத்து எறிந்து விட்டாள் பாட்டி. அவர் அப்புறம் வாயைத் திறக்கவே இல்லை.

யாத்திரை கோஷ்டி அதுவும் மதராஸி பாஷை பேசுகிற

வயோதிகர்கள் என்று நோட்டமிட்டு, தரகர்கள் அரசூர் குழுவினரை உடனடியாகச் சூழ்ந்தார்கள்.

லோகசுந்தரிப் பாட்டி அவர்களைத் துச்சமாகப் பார்த்து, குழுவினருக்கு தொடர்ந்து நடக்கக் கட்டளை பிறப்பித்தாள்.

முகத்தில் இரண்டு நாள் வெள்ளை முள் தாடியும், நீர்க்காவி ஏறிய மூல கச்ச வேஷ்டியுமாக கெச்சலான வடக்கத்தி மனிதர் ஒருத்தர். அவர் அழுக்கு பனியன் தெரியக் கையைக் குப்பாயத்துக்குள் விட்டுப் பூணூலைக் கெட்டியாக பற்றியபடி மறித்து நின்றார்.

எந்தப் பாண்டேயைப் பார்க்கணும்னு சொல்லுங்க. அது போதும். எனக்கு நயாபைசா கூட தர வேணாம். ஒரு ஹிந்து இன்னொரு ஹிந்துவுக்குச் செய்யற உதவி தான் இது. காசுக்காக உங்களை நான் கழுகு மாதிரி வட்டம் போடறவன் இல்லை.

பாட்டி கொஞ்சம் திணறித்தான் போனாள். இப்படி வம்படியாக நிற்கும் ஆசாமிகளைச் சமாளிக்காமல் காரியம் நடந்தேறாது என்று அவளுக்குத் தெரியும்.

ஜெயராம் பண்டிட்ஜி காந்தான் இருக்கே அங்கே போகணும். அட்ரஸ் இருக்கு.

சுருக்குப் பையைக் காட்டினாள் லோகசுந்தரிப் பாட்டி. பண்டிதர் பெயரோடு, ஹரித்துவாரம் என்று மட்டும் அடுத்த வரியில் எழுதிய அட்ரஸ் பேப்பர்தான் உள்ளே இருந்தது என்பது அவளுக்கு மட்டும் தெரியும்.

அவள் காந்தான் என்று சுத்த இந்தியில் பிரவேசித்ததும் தரகர் உஷாரானார். விஷயம் தெரிந்த கிழவி. பாஷையும் பரவாயில்லாமல் அர்த்தமாகிறது. அனுசரித்துப் போனால் கால், அரை தட்சணை அதுவும் ஒவ்வொருத்தரிடம் இருந்தும் வந்து சேர வாய்ப்பு உண்டு.

பூணூலை சட்டைக்குள் மறைத்துக் கொண்டு எந்த ஜெயராம் பாண்டேயைச் சொல்றீங்க என்று கேட்டார்.

பாண்டே இல்லை. வேறே மாதிரி பேர் வரும்.

வெப்பம் இல்லாத நடுப்பகல் இதமாக உடம்பில் பட, அந்த முதியோர் குழு ஹரித்துவார் ரயில்வே ஸ்டேஷனுக்கு வெளியே லோகசுந்தரியின் பிரச்சனை தீரப் பொறுமையாகக் காத்துக் கொண்டிருந்தது. அது அவர்களின் பிரச்சனையும் என்று எல்லோருக்கும் மனதில் பட்டிருந்தது.

இவ்வளவு நேரம் ரயிலில் குத்துக்கல் மாதிரி உட்கார்ந்து வந்து ஏற்பட்ட அலுப்பை எல்லாம் தலைக்குசரக்கட்டையைத் தலைக்குக் கீழ் இடுக்கிக் கொண்டு கொஞ்ச நேரம் கட்டையைக் கிடத்தினால் சரியாகி விடும் என்று பொது அபிப்பிராயம் எழுந்து கொண்டிருந்தது. எங்கே போய்ப் படுக்க என்று யாருக்கும் தெரியவில்லை.

படுத்துத் தூங்கவா வடதேச யாத்திரை வந்தது என்று அவரவர் அந்தராத்மா வேறே தொந்தரவு படுத்திக் கொண்டிருந்தது.

நல்ல வேளையாக முக்கியமான துப்பு நினைவு வந்த சந்தோஷத்தில் லோகசுந்தரி சொன்னது

கருப்புச் சட்டைக்காரா பேசுவாளே அரண்மனை முக்குலே. அது மாதிரி பெயர் இங்கத்திய சாஸ்த்ரிக்கு.

இதென்ன தீராத முசலகிசலயமாப் போயிண்டிருக்கே என்றார் ஆலாலசுந்தரம் மறுபடியும். அடங்குகிற மாதிரி இல்லை அவர்.

பூணலை அறுக்கறதைச் சொல்றாளா?

சோமசுந்தரம் புரோக்கரைப் பார்க்க அவன் புரிந்த மாதிரி சிரித்தான்.

சிவசிவா. அதை இல்லே. எப்பவோ வந்தது. யாருக்கு பேரும் ஊருமெல்லாம் ஜட்ஜ் முத்துசாமி அய்யர் மாதிரி ஞாபகம் இருக்கு?

பாட்டி சற்றே பின்வாங்கினாள்.

முத்ஸ்வாமி?

புரோக்கரின் கரிசனமான கேள்விக்குப் பதில் சொல்லாமல், தயக்கத்தோடு கூட்டத்தைப் பார்த்தாள்.

சாஸ்திரிகள் குடும்பப் பெயர் அது கருப்புச் சட்டைக்காரா திராவிடம்னோ ஏதோ சொல்வாளே. ஜெயராம திராவிடம். அப்படிப் பேர் வச்சுப்பாளா என்ன?

பாட்டி தீர்மானமாக புரோக்கரைப் பார்க்க, அவர் சகலமும் புரிந்த திருப்தியில் தலையாட்டினார்.

ஜெயராம் த்ராவிட். நல்லாத் தெரியும். ஜெயராம் திராவிடுக்கு ரெண்டாம் மகன் ஸ்ரீராம் திராவிட். ஸ்ரீராம் திராவிடுக்கு ராதாகிருஷ்ண திராவிட் சீமந்த புத்ரன். அவர் கொஞ்ச தூரத்திலே தான் இருக்கார். கூட்டிப் போறேன். வாங்க.

கொஞ்ச தூரம் என்பது டோங்கா குதிரை வண்டி வைத்து அரை மணி நேரம் ஜல்ஜல் என்று ஊர் நடுவே ஊர்ந்து போய் இறங்குவதில் முடிந்தது. வண்டிக்காரர்கள் தயங்கித் தயங்கி இரண்டு ரூபாய்தான் ஒரு வண்டிக்குக் கூலி என்று கேட்டார்கள். நம்ம ஊரில் இதைப் போல் பத்து மடங்கு கறந்து விடுவார்கள் என்று பொது அபிப்பிராயம்.

வாசலைச் சுற்றி ஒரு ஆள் மட்டத்துக்கு எழும்பி நின்ற சுற்றுச் சுவர். அதில் சின்னதாக மாடம் குழித்து கிருஷ்ண விக்ரகம். இத்தணூண்டுக்கு பட்டுத் துணி சுற்றிக் கொண்டு புல்லாங்குழல் ஊதினான் கிருஷ்ணன்.

வண்டி வந்து நிற்கும் சத்தம் கேட்டதும், ஆணும் பெண்ணுமாக ரெண்டு பேர் வாசலுக்கே வந்து வரவேற்றார்கள்.

மஞ்சள் பீதாம்பரத்தைப் பாந்தமாகத் தோளில் வழிய விட்டுக் கொண்டு பஞ்சகச்ச வேஷ்டியில் கம்பீரமாக நின்று வரவேற்கிற நடுவயதுக்குக் கொஞ்சம் குறைந்த அந்த மாநிற மனுஷர்தான் ராதாகிருஷ்ண சாஸ்திரிகள் என்று அர்த்தமானது. அவர் கன்னட பிராமணர் சாயையில் இருந்தாலும் கூடவே நின்று நமஸ்காரம் செய்த வீட்டுக்காரி அச்சு அசல் வடக்கத்திய ராதை, ருக்மணி சாயலில் அழகாக,, அச்சடக்கமாக இருந்தாள்.

நமஸ்காரம். வாங்கோ வாங்கோ. ரொம்ப நாளா காணோமே. ரொம்ப சந்தோஷம். அரசூர் மனுஷா தானே. ஊர் எல்லாம்

எப்படி இருக்கு? எங்க தாத்தா காலத்துலே ராமேஸ்வரம் போறபோது அங்கே வந்ததா சொல்லியிருக்கார்.

சம்பிரதாயமான வரவேற்பு. இந்தி தெரிந்தவர்கள் தெரியாதவர்களிடம் சொல்ல, என்ன பாந்தமா பேசறார் என்று மேலெழுந்த சந்தோஷம். பசியோடும், களைப்போடும், தாகத்தோடு வியர்த்து விறுவிறுத்து வந்தாலும், அதெல்லாம் மாறுவதற்கு முன் இதமாக ஒரு வார்த்தை சொன்னால் கிடைக்கிற நிம்மதியும் சுகமுமே தனியில்லையோ என்று சுந்தரமய்யர் கேட்டபோது பதில் இல்லை.

ஜெயராம் திராவிட் பண்டிதரின் பேரனான ராதகிருஷ்ண திராவிட் தட்டுத் தடுமாறி, ஆசமனீயம் செய்ய உள்ளங்கையில் தண்ணீர் எடுத்த மாதிரி கொஞ்சம்போல் தமிழ் பேசினாலும் சடசடவென்று வந்த கூட்டத்தை உடனே எடை போட்டுப் பார்த்து அடிப்படையான பேச்சுவார்த்தை ஷணத்தில் நடத்தி முடித்து விட்டார்.

மொத்தம் ஐநூறு ரூபாயில் சாப்பாடு, தங்க இடம், ஹரித்வாரில் செய்ய வேண்டிய கர்மங்கள் நிறைவேற்றத் தேவையான சாமக்ரியைகள், கோவில், ஆற்றங்கரை போக வர போக்கு வரத்தாக டோங்கா. எல்லாம் செய்து தருவதாக வாக்குத் தத்தம் செய்தார். பிதுர்க் கடன் செய்ய அவரவர்களுக்கு விருப்பமானபடி தட்சிணை கொடுக்கலாம் என்றபோது தான் அது தனிச் செலவு என்று புரிந்தது.

இல்லாவிட்டாலும் இத்தனை அடிப்படை செளகரியத்தோடு இருக்க, அலைய, வந்து சாப்பிட, படுத்து எழுந்திருக்க எல்லாம் சேர்த்து, தலைக்கு ஐம்பது ரூபாய் என்பது ரொம்பவே நியாயமானது என்று ஆலாலசுந்தரமய்யர் தவிர மற்றவர்களால் ஏற்றுக்கொள்ளப்பட்டது.

குளிக்க, கக்கூஸ் போக எல்லாம் வெளியோ போகணுமோ?

அவர் கேட்டபோது நடுச் சந்தியில் குளிக்க வேண்டி இருக்கக் கூடிய பயத்தில் உறைந்து போன மிச்சம் பாட்டிகளை லோகசுந்தரிப் பாட்டி சகஜ நிலைக்குக் கொண்டு வந்ததோடு

திராவிடப் பண்டிதரிடம் விளக்கம் கேட்டது நல்லதாகப் போயிற்று. அவர் வீட்டுக்குப் பின்னால் இந்த மாதிரி விருந்தினரைக் கவனித்து சிஷ்ருஷை செய்து வழியனுப்பவே செங்கல் கட்டிடம் எழுப்பி இருப்பதையும் அங்கே நாலு கழிப்பறை, குளியல் அறை சௌகரியங்கள் இருப்பதையும் கூட்டிப் போய்க் காட்டினார்.

அது தவிரவும் செங்கல் அடுக்கி, காரையும் வழுவழுப்பான சுண்ணாம்பும் சேர்த்துப் பூசி உள்ளே இரண்டு அறையிலும், வாசலிலுமாக மொத்தம் பத்து படுக்கைகள் இருந்ததையும் காட்ட எல்லோருக்கும் சந்தோஷம்.

கட்டைப் பலகை தலைக்கு உசரமாக வைத்துக் கொள்ளத் தேவையின்றி தலகாணியும் அழகாகச் செய்திருந்ததை ஆலாலசுந்தரம் சிலாகித்து பணம் என்ன பணம் மனுஷா தான் முக்கியம் என்று அந்தர் பல்டி அடித்தார். அதுவும் நல்லதுக்கே என்று மற்றவர்கள் நினைத்துக் கொண்டார்கள்.

முன்பணமாக ஆளுக்கு முப்பது ரூபாய் தர முடியுமா என்று கேட்டபோது உடனடியாகப் பணம் திரட்டப்பட்டது. புரோக்கனையோ வேறே யாரையோ அனுப்பி திராவிடப் பண்டிதர் அரிசி, காய்கறி வாங்கி வரச் சொன்னபோது இதெல்லாம் எப்போ வந்து எப்போ சாப்பிடறது என்று விசனப்பட்டது உண்மைதான். ஆனால் வீட்டில் இருந்து சுடச்சுட சப்பாத்தி ரொட்டியும், இளம் சூடும் கொஞ்சூண்டு காரமுமாக கத்தரிக்காய்க் கூட்டும் வந்தபோது திவ்யமான ஆகாரத்துக்காக இன்னொரு தடவை திராவிடர் பாராட்டப் பட்டார்.

கல் படுக்கைகள் அடுத்த அரை மணி நேரத்தில் அவை கட்டப்பட்டதற்காக ஒதுக்கப்பட்ட புண்ணியத்தை முழுமையாகக் கட்டிக் கொண்டன. ஜிலுஜிலு என்று கங்கைத் தண்ணீர் விழுகின்ற குழாய்களிலிருந்து இரும்பு வாளியில் பிடித்து செம்பு செம்பாக ஊற்றிக் கொண்டு, ஆளாளுக்கு சாயந்திரம் கங்கா ஸ்நானம் ஆனது. வென்னீர் கிடைக்குமா என்று அப்பாவியாக விசாரித்த ஆலாலசுந்தரம் தற்காலிகமாக

ஊர் விலக்கு, உறவினர் விலக்கோடு ஜாதிப் பிரஷ்டமும் செய்யப்பட்டார்.

கங்கா ஆரத்திக்கு இப்போ போனா கூட்டத்துக்கு முன்னாடி இடம் பிடிச்சுடலாம்.

திராவிடர் சொன்னார். அது என்ன என்று யாரும் கேட்கவில்லை. பணக்காரப் பத்தியச் சாப்பாடு மாதிரி இருந்தாலும் முழுக்க சாத்வீகமான, மட்டாக நெய் தடவிய வடக்கத்தி ரொட்டியும், கூடவே சிலாக்கியமான புது அவதாரம் எடுத்த கத்தரிக்காய்க் கூட்டும், மதியம் சற்றே தலை சாய்த்துப் படுத்து ஓய்வெடுத்துக் கொண்டதும், அமிதமான வெப்பமும் குளிருமான சீதோஷ்ணமும், வீட்டுக் குழாயில் ஆவாகனமான குளிர்ந்த கங்கைத் தண்ணீரில் குளித்ததும் ஈசுவர சிந்தையைப் பரிபூர்ணமாக அந்த முதியவர்களில் நிறைத்திருந்தது.

நாளைக்குக் காலம்பர உமக்கு வென்னீர் சொல்லி வச்சுடறேன்

சகல அபத்தங்களையும் மன்னிக்கும் கருணையோடு லோகசுந்தரிப் பாட்டி ஆலாலசுந்தரத்திடம் சொன்னாள்.

டோங்கா ஏற்படுத்திக் கொண்டு ஹர் கி பவ்ரி என்ற கங்கைப் படித்துறைக்கு அவர்கள் போய்ச் சேர்ந்தபோது சாயந்திரம் ஐந்து மணி ஆகி இருந்தது. ஒருத்தர் இருவராகக் கூட்டம் வர ஆரம்பிக்கும் முன்னாலேயே அரசூர் கோஷ்டி படித்துறைக்குப் போய்ச் சேர்ந்து, தரிசிக்க வாகான படிகளில் இடம் பிடித்தது.

கங்கா மாதாவுக்கு புஷ்பமும் நெய் தீபமும் ஏற்றி, எல்லா சாஸ்திரத்தில் இருந்தும் நாலு வேதத்தில் இருந்தும், ஆமா நாலும் உண்டு, அதர்வம் உள்பட, நாலு வேதத்திலே இருந்தும் மந்திரங்கள் சொல்லி செய்யற வழிபாடு. இதைப் பார்க்கப் பூர்வ ஜென்ம பலன் இல்லாமல் வாய்க்காது. உங்களுக்கெல்லாம் வாய்ச்சிருக்கு. அம்மா, நீங்க எங்க தாத்தா காலத்திலே வந்தபோது பார்த்திருப்பீங்களே?

ஜெயராமப் பண்டிதரின் பேரரான ராதாகிருஷ்ண திராவிடர் லோகசுந்தரிப் பாட்டியை விசாரித்தார். அவள் அவசரமாகத் தலையாட்டினாள்.

அறுபது வருஷம் முன் வந்திருக்கிறாள். அப்போது அவளுக்கு இருபது சொச்சம் வயது. கல்யாணம் செய்து ஐந்து வருஷம் கழித்து அவளும் வீட்டுக்காரர் கிராமக் கணக்கர் கங்காதர ஐயரும் தனியாக இருக்க அப்போதுதான் நேரம் வாய்த்தது. கணக்கரின் அம்மா காலமாகி, அஸ்தியை ஹரித்துவாரிலும் வாரணாசியிலும் கங்கையில் கரைக்க ஏற்பாடாக வந்தார்கள்.

தொண்ணூறு வயசில் காலமானாள் கணக்கரின் அம்மா. உயிர் பிரியும் தறுவாயில் நினைவு தடுமாறாமல் பேசினாள்

நானும் உங்க அப்பாவும் சுப்பிரமணிய அய்யரோடவும், பாகீரதி அம்மாளோடும், நித்ய சுமங்கலி சுப்பம்மா கிழவியோடயும் வட தேச யாத்திரை வந்தபோது மனசுலே சங்கல்பமாச்சு. நான் போனா, என் பிள்ளை அஸ்தியை கங்கையிலே கரைக்கணும்னு. போய்த் தவறாம செஞ்சுடு.

அந்தப் பயணத்தை நினைக்கும்போதெல்லாம் புதுசாகக் கல்யாணம் ஆன சின்னப் பெண் மாதிரி லோகசுந்தரிப் பாட்டி நாணப்படுவாள். இங்கே இந்தக் கங்கை ஆரத்திக்கு வந்திருக்கிறாள் தான். கூட்டம் அதிகமாவதற்குள் கணக்கர் கண்காட்ட இருவரும் தங்கியிருந்த சத்திரத்துக்கே அவசரமாகத் திரும்பிவிட்டார்கள். அவளுக்கு சோபான சாயங்காலமாக அமைந்து போன அந்த மாலைப் பொழுதை நினைவுபடுத்திக் கொள்ள கிழவிக்கு இப்போது ஏக வெட்கம்.

பார்த்தாலே தூய்மையாக்கும் ஸ்படிகம் போன்ற நீர்ப் பெருக்கில் கங்கை இருந்தது. அந்தப் பரிசுத்தத்தை கையளைந்து கூட, விரல் நனைத்துக் கூட களங்கப்படுத்த சகிக்காதவர்களாக கங்கைக் கரையில் ஒரு பெருங்கூட்டம் கூடியிருந்தது.

தினசரி கூடுகிற கூட்டம் தான். தினம் தினம் புதிதாக யார்யாரோ வருகிறார்கள். கிழக்கிலும் தெற்குத் திசைக் கோடியிலும் மேற்கிலும், பனி மூடித் தவத்தில் நிற்கும் இமயப் பெருமலைக்கு அந்தப் பக்கம் இருந்தும் இங்கே வந்து கூடுகிறவர்கள். ஆயிரம் ஆண்டுகளாக, அதற்கு மேலாக தினம் தினம் இந்தக் கல் படிக்கட்டுகளில் இருந்தும் நின்றும் தொழுது வணங்கியும்

அழுதும் தொழுதும் கங்கைக்கு ஆராதனை நடப்பதைக் கண்ணில் நீர் மல்கப் பார்க்கிறார்கள். அம்மாவை க்ஷண நேரம் பிரிந்து திரும்ப வந்த குழந்தை போல் தேம்பித் தேம்பி அழுகிறார்கள். எதுவுமே எனக்கு வேண்டாம். உன் காலடியிலேயே சேவை செய்து இந்த வாழ்க்கையைக் கழிக்கிறேன் என்று படிகளில் முட்டி முட்டி அழுகிறார்கள். மனசே இல்லாமல் திரும்பப் போகிறார்கள். இந்த அனுபவம் மறக்கப்பட்டு வாழ்க்கையில் சந்தோஷமாகவும் துக்கமாகவும் எத்தனையோ நிகழ்வுகள். மழை ஓய்ந்த ராத்திரிகளில் தூக்கம் கலைந்து கிடக்கும்போது கங்கைப் பிரவாகமும் ஆரத்தியும் அழுகையும் அம்மாவும் நினைவு வர மீண்டும் உறக்கம் கவிகிறது.

சூரியன் மங்கி நீளமான நிழல்கள் கங்கைக் கரையில் படிந்து பரவி அதிர்ந்து கொண்டிருக்க, கனமான இருள் தொலைவில் இருந்து இறங்கி வர ஆரம்பித்தது. நீர்ப் பெருக்கு கருநீலத் தாரையாக வேகம் கூட்டாது, சட்டம் கூட்டாது பிரவகித்துக் கொண்டிருந்தது.

எத்தனையோ தலைமுறையாகக் கங்கையின் குழந்தைகள் வருகிறார்கள். இன்னும் எத்தனையோ தலைமுறை அவர்கள் வருவார்கள். கங்கை வற்றாமல் கங்கோத்ரியின் பனிச் சிகரங்களில் உருக்கொண்டு ஓடி வந்து, ஹரித்துவாரில் சமவெளியில் நடந்துகொண்டேதான் இருப்பாள்.

சங்குகள் ஒருசேர முழங்க, லோகசுந்தரி முதுகைச் சிலிர்த்துக் கொண்டாள். தூரத்திலும் பக்கத்திலும் கோவில் மணிகள் சேர்ந்து ஒலித்தன. வேதமோ உபநிஷதமோ, கனமான குரல்கள் ஒன்றிரண்டாக உயர்ந்தன. இன்னும் நூறு குரல்கள் அவற்றோடு சேர்ந்தன. ஆயிரம் குரல்கள் அதற்கு மேலும் ஒன்று கலந்தன. அம்மா அம்மா என்று எல்லா மொழியிலும் அரற்றும் குழந்தைகளாகப் பக்தர்கள்.

இருட்டில் நடக்கும் கங்கைக்கு வழி சொல்ல சின்னச் சின்னதாக தீபங்கள் கரையெங்கும் ஒளிவிடத் தொடங்கின. அவை சற்றுப் பொறுத்து, கங்கைப் பிரவாகத்தில் மெல்ல வைக்கப்பட்டன. ஆடி அசைந்து மெல்ல நதியோடு போகிற

தீபங்களின் ஒளி தவிர வேறேதும் வெளிச்சம் இல்லாத காற்று ஓய்ந்த அமைதியான முன்னிரவு.

சங்குகள் ஒலி மிகுந்து சேர்ந்து ஒலித்தன. கரையில் கொளுத்திப் பிடித்த தீவட்டிகள் போல, பிரம்மாண்டமான அர்ச்சனை தீபங்கள் ஏற்றப்பட்டன.

கங்கா மாதா கி ஜெய்.

திரும்பத் திரும்ப ஒலிக்கும் குரல்கள் சூழலை முழுக்க ஆக்கிரமித்துப் படர்ந்தன,. லோகசுந்தரி கூடச் சேர்ந்து உச்சரிக்க, கண்ணில் நீர் வழிந்தபடி இருந்தது.

முப்பது வருஷம் முன் இறந்து போன அவளுடைய வீட்டுக்காரக் கணக்கர் பொடி மட்டை வாடையோடு பக்கத்தில் வந்து உட்கார்ந்தார். அவருடைய பொடி மட்டையைப் பறித்து வீசி விட்டு லோகசுந்தரி கும்பிடச் சொன்னாள். அந்த மனுஷனும் கண்மூடி வணங்கியபடி கலைந்து போனான்.

கங்கைக் கரையில் இருந்து திரும்பி வரும்போது திராவிடப் பண்டிதர் சொல்லிக் கொண்டே வந்தார்

பஞ்ச பூதங்கள்லே காற்றை நாம பார்க்க முடியாது. அனுபவிக்கறோம். மெல்ல வீசினா சல்லகாலி தென்னல் காற்று. கொடூரமா வீடு தோட்டம் தோப்பு எல்லாம் சாய்ச்சு எரிஞ்சு நாசமாக்கிட்டா கெட்ட காற்று. புயல் சூறாவளி. இருந்தா மூச்சில் வரும் இல்லேன்னா நாம இல்லை. அவ்வளவு தான் காற்றோட நமக்கு உறவு. அஞ்சிலே அடுத்தது ஆகாயம். தொட முடியாத உசரம். யாராலும் கட்டிப் போட முடியாம, முடக்க வழியில்லாம பரந்து விரிஞ்சு கிடக்கு. எல்லையும் இல்லை. ஆயுசு பூரா அடிமையாக் கட்டிப் போட்ட மனுஷன் தலையை உசத்திப் பார்த்தாக் கூட சுதந்திரம் சுதந்திரம்னு மேகம் பாடிட்டு போகிற ஆகாசம் பாக்கி இருக்கு. எல்லாத்தையும் விட்டு விடுதலையாகி வரச் சொல்லி அந்த நீல அம்பரம் கூப்பிடறது.

அரசூர் கூட்டத்தில் அந்நிய பாஷை புரியாதவர்களுக்கும் அதிசயமாக இந்தியிலும், தமிழிலும், தெலுங்கிலும்,

சம்ஸ்கிருதத்திலும் திராவிடர் கலவையாகப் பேசிக் கொண்டிருப்பது அட்சரம் விடாமல் புரிந்தது.

பஞ்ச பூதத்திலே நெருப்பு நம்மை பயப்படுத்தற கண்டிப்பான அப்பா மாதிரி. நம்மளோட நல்லதுக்காகக் கோபப்படற அம்மா மாதிரி. பள்ளிக்கூடத்திலே கற்பிக்கற வாத்தியார் மாதிரி. ரொம்ப தூரத்திலே இருந்தா வெப்பமே இல்லாம, உடம்பு ஒரேயடியாக் குளிர்ந்து சீக்குலே கொண்டு விட்டுடும். ரொம்பப் பக்கத்தில் இருந்தா கரிஞ்சு போயிடுவோம். சகலமானதையும் எரிச்சுப் பஸ்பமாக்கிற அக்னியை ரெண்டு கையும் குவித்து எல்லாப் பணிவும் மனசுலே வந்து நிற்க கும்பிடத்தான் செய்ய முடியும். ஆனா பஞ்ச பூதத்திலே மிச்ச ரெண்டு இருக்கே.

நிலமும் நீரும். எவ்வளவு நெருங்கி இருக்கு மனுஷனோட இது ரெண்டும்.

லோகசுந்தரி யோசிக்கக் கண்ணில் மறுபடி கண்ணீர் துளும்பியது.

நிலமும் நீரும் நம்மோட இருக்கப்பட்டவை இல்லை. நாம தான் அதோட நம்ம வாழ்க்கையைப் பிணைச்சுண்டு ஆயுசு பூரா அது ரெண்டையும் சொந்தம் கொண்டாடிண்டு இருக்கோம். அது ரெண்டும் நமக்கு மட்டுமில்லே நம்ம எல்லோருக்குமே, நமக்கு பந்து மித்ரர் மட்டும் இல்லே, தெரியாத, இந்த பூமியில் எங்கெங்கோ இருக்கற எல்லாருக்கும் பூமியும் ஜலமும் பெற்றவங்க மாதிரின்னு ஞானம் வந்தா எல்லாம் சரியாயிடும். சண்டை எதுக்கு? சச்சரவுதான் எதுக்கு?

லோகசுந்தரி பின்னால் திரும்பி, தூரத்தில் கருத்து வளைந்து சிறிய தீபங்கள் மிதக்க நடந்து கொண்டிருந்த கங்கையைப் பார்த்தாள்.

லோக நடப்பிலே நமக்குச் சின்ன வயசா இருக்கலாம். நடு வயசு, ஆடி ஓஞ்சு போன வயோதிகம் எதுவுமாக இருக்கலாம். ஆனாலும், கங்கைத் தாயாரே, என் அம்மா, என் பிரியமான அம்மா, நான் இன்னும் பிறக்கவே பிறக்காத சிசு, கரு. என் அம்மா நீ. ஜலமாகி வா. உனக்கு நமஸ்காரம். என் அப்பா

இந்த மண். பிறப்பிச்சுப் போட்ட அம்மா, அப்பா, கையைப் பிடிச்சுக் கூட்டி வந்த புருஷன், எல்லாரும் கலந்த நிலத்துக்கு நமஸ்காரம்.

பாண்டாவோடு சேர்ந்து தூரத்தில் தெரிந்த கங்கைப் பிரவாகத்தை மௌனமாக வணங்கினார்கள். கால் புதைந்து அளையும் மண்ணைக் குனிந்து கும்பிட்டார்கள். இருப்பிடம் வந்திருந்தது.

அருமையான மதராஸி சாப்பாடு ரெடியாயிட்டிருக்கு. பத்தே நிமிஷம்.

திராவிடப் பண்டிதர் பெண்டாட்டி சிரித்தபடி வரவேற்று எல்லோருக்கும் கல்கண்டு தித்திப்பும் நாக்குக்கு வேண்டியிருந்த சுக்கு மேலோங்கிய காரமுமாக, வயிற்றுக்கு அனுசரணையான பானகம் வழங்கினாள்.

பண்டிதரும் அவருக்கு ஒத்தாசை செய்யும் பையனும் அரசூர் கூட்டத்தில் ஒவ்வொருவரிடமும் இருந்து பெற்றவர்கள் பெயர், ரெண்டு வழியிலும் பாட்டனார் பெயர், கோத்திரம், பூர்விக ஊர், ஜீவித்திருந்த காலம் என்று தகவல்களைச் சேகரித்தார்கள்.

பெண்களுக்குப் புகுந்த வீட்டுத் தகவல் கொடுத்தால் போதும் பிறந்த வீட்டு விவரங்கள் இருந்தால் வாங்கி ஒரு ஓரமாக வைத்துக் கொள்ளலாம், எதற்காவது பிரயோஜனப்படும்.

ராதாகிருஷ்ண பாண்டாவின் அசிஸ்டெண்ட் சொல்ல, அவையும் பெரும்போக்காகச் சேகரிக்கப்பட்டன.

பாட்டனாருக்குத் தகப்பனார், பாட்டனாருக்குப் பாட்டனார் பற்றிய தகவல்களும் கோரப்பட்டாலும், லோகசுந்தரிப் பாட்டி தவிர மற்றவர்களுக்கு அதெல்லாம் தெரிந்திருக்கவில்லை. அவளுக்கு மாமியார் சொன்னது

சதா நமநம என்று சாப்பாட்டில் இருந்து சகலமானதுக்கும் பிடுங்கிக் கொண்டே இருந்த மாமியாரை லோகசுந்தரிப் பாட்டி நன்றியோடு நினைவு கூர்ந்தாள்.

தால் சாவல் என்று சுடச்சுட வெள்ளிக் கும்பாவில் வைத்து

பண்டிதரின் தர்ம பத்தினி பிரியமாகக் கொண்டு வந்து நீட்டிய பருப்புச் சாதம் கூட வேண்டாம் என்று மறுத்து விட்டாள் லோகசுந்தரிப் பாட்டி.

மெளஸி, நாலு சம்மச் சாவலாவது சாப்பிட்டுப் படுத்துக்கணும். நான் வேணும்னா ஊட்டி விடட்டா?

அந்தப் பெண்ணுக்கு திருஷ்டி கழித்துக் கன்னத்தைக் கிள்ளிக் கொஞ்சினாள் பாட்டி.

ஊர் எது என்று தெரியாமல் வளைந்து நெளிந்து உயரமான படித்துறைகளைத் தொட்டு ஓடும் ஆறு. படிப் படியாக, வீங்கி விதிர்க்கும் முழங்கால் மூட்டைப் பிடித்துக் கொண்டு இறங்கி நீரில் கால் நனைக்கிறாள் லோகசுந்தரி. ஆற்றுப் போக்கு திசை மாறி வந்த வழியே திரும்பி ஓடுகிறது. சொப்பனத்தில் இதெல்லாம் கண்டபடி அவள் தூங்கி இருந்தாள்.

விடிகாலையில் எழுந்தவர்கள் திராவிடப் பண்டிதர் சுருள் சுருளாகப் பட்டுத் துணி கட்டி வைத்திருந்த, அனுமார் வால் போல நீண்ட காகிதங்களைக் கையில் பூதக் கண்ணாடி வைத்து மிகக் கவனமாகப் பரிசோதித்துக் கொண்டிருப்பதைப் பார்த்தார்கள்.

மற்ற எல்லா வாஹியும், அதான் விவரம் எழுதின காகிதச் சுருள், ராத்திரி மூணு மணியோட கிடைச்சுது. இவங்க குடும்பத் தகவல் விடிகாலையில்தான் கிடைச்சது. கூடவே அரசூர் சுப்பிரமணிய அய்யர் குடும்பச் சுருளும் அவங்களோடு பாத்தியப்பட்ட அம்பலப்புழை குடும்பத்து வாஹியும் எடுத்து வச்சிருக்கேன். இதைச் சரிபார்த்து புதுத் தகவல் எல்லாம் எழுதிட்டுக் கங்கைக்குப் போகலாம். குளிக்க, அனுஷ்டானங்களுக்குன்னு நேரம் சரியா இருக்கும். வந்து தான் ஆகாரம். அதான் நடைமுறை.

லோகசுந்தரிப் பாட்டியைப் பார்த்தபடி சொன்னாலும் எல்லோருக்கும் பொதுவானது அது.

பண்டிதர் சொல்லுக்கு எதிர்ச் சொல் இல்லாமல் போனது.

வந்திருக்கும் ஒவ்வொரு அரசூர்க் குடும்பத்துக்கான பட்டியலைச் சரிபார்க்கும் போதும் அந்த முதியவர்கள் வாய் விட்டு அழுதார்கள். நிலை மறந்து சிரித்தார்கள். தேகம் விதிர்விதித்துக் கண்மூடி கைகூப்பி உறைந்து போனார்கள். எல்லாத் தகவலும் உண்மை. இதில் கண்ட பிரகாரம்தான் உலகம் முன்னால் போகிறது என்று ஒவ்வொருவரும் கையெழுத்துப் போடும் போது கண்ணீர்த் துளி காகிதத்தில் விழுந்து அங்கங்கே எழுத்து கொஞ்சம் கலைந்தது.

ஆலாலசுந்தரமய்யர் எழுபது வருஷம் முன்பாக ஹரித்துவார் வந்த அவருடைய பாட்டனார் கையெழுத்தைப் பார்த்து நிலத்தில் அந்தக் காகிதச் சுருளை வைத்து சாஷ்டாங்கமாக விழுந்து கும்பிட்டார். சோமசுந்தரமய்யரின் பாட்டனார் நூறு வருஷம் முன்னால் வந்த போது வீட்டில் பிறந்திருந்ததாகக் குறிப்பிட்டிருந்த குழந்தை அவருடைய அப்பாதான் என்று கொள்ளுப் பேரன் பிறந்த சந்தோஷத்தைச் சொல்கிறது போல் உரக்க ஆனந்தப்பட்டுப் பகிர்ந்து கொண்டார். பக்கத்தில் ஒரு அஸ்கா சர்க்கரை டின் மட்டும் இருந்திருந்தால் எல்லோருக்கும் பிடிப்பிடியாக வாயில் போட்டிருப்பார்.

அட்சர சுத்தமாக லோகசுந்தரிப் பாட்டி சொன்னதற்கும், அவள் குடும்ப வாஹிக்கும் எல்லாம் பொருந்தி வந்தது. அவளுடைய மாமியார், சுப்பிரமணிய அய்யர், நித்திய சுமங்கலி சுப்பம்மா, அண்ணாசாமி ஜோசியர் வகையறாவுடன் ஹரித்வார் வந்து போன, நூறு வருஷம் முந்திய தகவல்கள் சரிபார்க்கப்பட்ட அப்புறம் திராவிடப் பண்டிதர் அதற்கு அடுத்த காலகட்டத்துக்கு வந்தார்.

சொல்லுங்க. அதுக்கு அப்புறம் நடந்தது எல்லாம்.

மாமியார் காலமானது பற்றிச் சொல்லி நிறுத்தினாள் பாட்டி. எப்போது, எங்கே, என்ன காரணத்தால் ஏற்பட்ட மரணம் அது என்று தகவல் பதியப்பட்டது. கணக்கரான அவளுடைய வீட்டுக்காரரர் பற்றி அடுத்துச் சொன்னாள். பெயரை மட்டும் பக்கத்தில் இருந்த இன்னொரு முதுபெண் மெல்லிய குரலில் சொன்னாள்.

சாவுச் செய்தியைப் பதியும், சந்தோஷம் தென்படாத முக பாவத்தோடு பண்டிதர் கட்டைப் பேனாவால் காகிதத்தில் விவரம் எழுதி விட்டு லோகசுந்தரிப் பாட்டியின் பிள்ளைகள், பெண்கள் பற்றிக் கேட்டார்.

ரெண்டு பிள்ளைகள். பொண்ணு கிடையாது.

ரொம்ப நல்லது. அவங்களோட கல்யாண விவரம் சொல்லுங்க. எந்த ஊர், எந்தக் குடும்பத்திலே பெண் எடுத்திருக்கீங்க?

லோகசுந்தரிப் பாட்டி பெருங்குரல் எடுத்து அழுதாள்.

ரெண்டு பெத்தேன். ரெண்டையும் பறிகொடுத்தேன். ஒண்ணு அம்மையிலே போச்சு. மத்தது டிப்தீரியாவிலே போச்சு.

ஒரு வினாடி பண்டிதர் மௌனமாக இருந்து விட்டு அந்தப் பிள்ளைகளின் பெயர், இறந்த வருஷம் கேட்டார். பாட்டி ஐந்து நிமிடம் முகத்தை மூடி அழுதுவிட்டுக் கண்ணைத் துடைத்துக் கொண்டு தெளிவான குரலில் அதைத் தெரிவித்தாள்.

ரெண்டாம் பிள்ளை எப்படிப் போனார்னு சொன்னீங்க?

அவர் டிப்தீரியா பற்றி இத்தனை வருடம் கேட்டே இருக்கவில்லை என்பது அரசூர் கோஷ்டிக்குப் புதுத் தகவலாக இருந்தது. சோமசுந்தரமய்யர் இங்கிலீஷ் ஸ்பெல்லிங் சொல்ல அதை கவனமாகப் பதிந்தார் பண்டிதர். லோகசுந்தரிப் பாட்டி நீளமாகக் கையெழுத்துப் போட்டாள்.

ஆற்றுக்குக் கிளம்பலாம் என்று எல்லோரும் எழுந்தபோது பண்டிதர் கையமர்த்தினார்.

இன்னும் ஒண்ணு பாக்கி இருக்கு.

அது அரசூர் ஊர்ப் பெரியவர் சுப்பிரமணிய அய்யர் குடும்பத் தகவல் கொண்ட வாஹி.

சுப்பிரமணிய அய்யர் நூறு வருஷம் முன்பு ஹரித்துவார், காசி வந்ததுக்கு அப்புறம் அந்தக் குடும்பம் எங்கெங்கேயோ போயாச்சு. டெல்லியில் சுப்பிரமனிய அய்யரோட கொள்ளுப் பேரன் சின்னச் சங்கரன் மினிஸ்டிரியிலே பெரிய உத்யோகத்திலே

இருக்கான். அவன்தான் எங்களை அங்கே சகல உபசாரமும் பண்ணி இங்கே அனுப்பினது. திரும்பும்போது அவனையும் வீட்டுக்காரியோடு இங்கே ஒரு தடவை சீக்கிரம் வந்துட்டுப் போகச் சொல்றேன்.

சோமசுந்தரம் அய்யர் நன்றியோடு சொல்ல, பண்டிதர் கண்ணாடியைத் துடைத்துப் போட்டுக் கொண்டார்.

எல்லா விவரமும் கையெழுத்துப் போட்டு சரிபார்க்கப் பட்டிருக்கு. ஆனால், அம்பலப்புழை குடும்பத்தில் ஒரு கடைக்கோடியில் குஞ்ஞம்மிணின்னு பெயர் என் தாத்தாவால் பெரிய எழுத்தில் எழுதப்பட்டுக் கேள்விக்குறியோடு நிக்கறது. யார் சொன்னது, எப்போது வந்தவர், கையெழுத்து ஏதும் கிடையாது. அந்த அம்மாள் இப்ப இருந்தா எழுபது வயசு இருக்கலாம். உங்கள்லே யாருக்காவது விவரம் தெரியுமா? இது அபூர்த்தியான வாஹிங்கறதாலே, உபயோகிக்கக் கூடாதுன்னு நடைமுறை.

யாருக்கும் குஞ்ஞம்மிணியைத் தெரிந்திருக்கவில்லை.

கங்கைக் கரைக்குப் போனார்கள்.

திராவிடப் பண்டிதரும் அவர் ஏற்பாடு செய்திருந்த இன்னும் இரண்டு புரோகிதர்களும் வழி நடத்திக் கொடுத்தபடி எல்லாக் கருமங்களும் நிறைவேறின.

லோகசுந்தரிப் பாட்டியும் மற்ற பெண்களும் சூரியனுக்கும், எல்லா முன்னோருக்கும் மொத்தமாகப் படையல் வைத்தார்கள். பாண்டா அவர்களின் குடும்பங்களின் சார்பில் தரையில் விழுந்து கும்பிட்டபோது இலையைத் தொட்டுக் கொடுத்து, கையில் உத்தரிணி ஜலம் வாங்கி ஒதுங்கினார்கள்.

கர்மம் தொடங்கும் போதும் முடிகிற போதும் லோகசுந்தரிப் பாட்டி அவளுக்குத் தெரியாத குஞ்ஞம்மிணிக்காகப் பிரார்த்தித்து கங்கையில் முழுகி எழுந்தாள்.

டோங்காக்கள் வீடு போகும் போது பண்டிதரிடம் சோமசுந்தரமய்யர் சொன்னது

அரசூரிலே சாவு விழுவது நின்னு போயிருக்கு தற்காலிகமா. அடுத்து அங்கே இருந்து யாராவது வந்தாலும் புதுசா சாவு நடந்ததுன்னு சொல்லத் தகவல் இருக்காது.

பண்டிதர் வீட்டு வாசலில் டோங்காவில் இருந்து இறங்கும்போது லோகசுந்தரிப் பாட்டி குழைந்து விழுந்தாள். அவளைத் திண்ணையில் படுக்க வைத்தார்கள்.

பானி பானி பானி

பண்டிதர் இரைய, அவர் மனைவி வீட்டு பூஜை அறையில் இருந்து கங்கைத் தண்ணீரை எடுத்து வந்தாள்.

ஒரு மடக்கு அதை அருந்திய லோகசுந்தரிப் பாட்டி கடமை எல்லாம் முடித்த சந்தோஷத்தோடு எல்லோரையும் பார்த்தாள்.

என் குடும்ப வாஹியிலே இதையும் சேர்த்துடுங்கோ.

உச்சிக் கால பூஜைக்காக கோவில்களில் சங்கொலித்த போது அவள் கண்கள் நிரந்தரமாக மூடி இருந்தன.

# அத்தியாயம் இருபத்தேழு

**நா**லு பக்க ஜன்னலும் மட்ட மல்லாக்கத் திறந்து வீடு முழுக்க வெளிச்சம் நிரம்பிக் கொண்டிருக்க, கற்பகம் சுருண்டு படுத்திருந்தாள்.

நீலகண்டன் போய்ச் சேர்ந்து ஒரு மாதமாகி விட்டது. போன மாதம் இந்தத் தேதிக்கு, இந்த நேரத்துக்குத்தான் அவனை மூங்கில் படுக்கையில் தூக்கிப் போய் எரித்து விட்டு வந்தார்கள்.

நீலகண்டனைக் கவனித்துக் கொள்ளும் மேல் நர்ஸ் லிங்கம் ஊருக்குப் போக லீவு எடுத்திருந்த நாள் அது. நடு ராத்திரிக்கு அப்புறம் எப்போதோ கூடத்துக்கும் பாத்ரூமுக்கும் நடுவில் பாலம் போட்டது போல விழுந்து நினைவு தெளியாமல் நீலகண்டன் போய்ச் சேர்ந்திருந்தான். விடிகாலை பால்காரன் குரல் கேட்டு எழுந்திருந்த கற்பகம் பார்த்ததும் உணர்ந்து கொள்ள அதிகம் கஷ்டப்படவில்லை.

சுற்றிலும் நரகலும் சிறுநீருமாகச் சால் கட்டித் தேங்கியிருக்க அவன் தலைகுப்புறப் படுத்திருந்ததைப் பார்த்ததுமே அவளுக்குப் போதமாகி விட்டது நீலகண்டன் இல்லாமல் போன விஷயம்.

அவனா, அவரா அதுவா? நீலகண்டன் எல்லாம்தான் கற்பகத்துக்கு.

அடுத்த வீட்டிலே பாலைக் கொடுத்துட்டுப் போ. இன்னும் ரெண்டு படி எருமைப்பால் இருந்தா அதையும் நான் சொன்னேன்னு அங்கே கொடுத்துடு. எல்லாம் வேண்டி இருக்கும்.

பால்காரனுக்கு அறிவித்த போது தன்னைத் திடமாக உணர்ந்தாள் கற்பகம்.

எங்கிருந்தோ அசுர சக்தி வந்து மேலே கவிய, பம்பாய்க்கு போன் போட, காம்பவுண்ட் சுவர் மேலே எக்கிப் பார்த்து அண்டை அயலாருக்குப் பதட்டமில்லாமல் தகவல் சொல்ல, வாசல் முன்னறையில் வந்தவர்கள் உட்கார ஏதுவாக, சோபா, நாற்காலியை உள்ளே கூடத்தில் இழுத்துப் போட என்று பரபரவென்று தனியாகவே செயல்பட்டாள் அவள்.

மதியத்துக்கு ஏராப்ளேன் பிடித்து கிருஷ்ணன் வந்து சேர்ந்தாகி விட்டது. செண்ட்ரல் மினிஸ்டர் வீட்டுச் சாவு, அதுவும் அவருடைய அப்பா காலமானார் என்றதால் அதது தன் பாட்டில் சுபாவமாக நடந்து முடிந்தது.

வீட்டு நிர்வாகத்தை மருமகள் கவனித்துக் கொண்டு வேளாவேளைக்குச் சாப்பாடாகவும், காப்பியாகவும் ராத்திரி கனிந்த வாழைப் பழமாகவும் அவளை உபசரித்தாள். அவ்வப்போது ரெண்டு வார்த்தை இதமாகப் பேசினவளும் அவள் தான்.

ஆனாலும் அவளும் தன் ஓரகத்தி பற்றி முழுசாகச் சொல்லவில்லை. ஆட்டக்காரியான அந்த ஓரகத்தி மனம் பிசகாகி சிகிச்சை எடுத்துக் கொண்டிருப்பதைப் போகிற போக்கில் சொல்லிப் பேச்சை மாற்றிவிட்டாள். இருக்கிறதே போதாதா, அந்தத் துக்கமும் எதுக்குக் கற்பகத்துக்கு என்று நினைத்திருக்கலாம்.

தம்பி வழக்கம் போல என் மேலே குரோதத்தோடதான் இருக்கான். அவன் பெண்டாட்டிக்கு பென்ஷன் நின்னு போச்சுன்னு டில்லியில் வந்து தர்ணா பண்ண உக்காந்தான். எனக்கு பிரச்சனை உண்டாக்கணும். அதுதான் அவனுக்கு

முக்கியம். நான் கார் அனுப்பிக் கூட்டி வந்து எதமாப் பதமாச் சொல்லி அனுப்பினேன். காலை எடுத்தாலும் மனசிலே வன்மத்தை எடுக்க முடியாதேம்மா.

ரெண்டு பிள்ளைகளும் இன்னும் ஒத்துப்போகாதது பற்றி அழுதாள் கற்பகம். சின்னப் பிள்ளை பரமேஸ்வரனுக்கு ரயில் விபத்தில் கால் போனதற்காக ஒரு பாட்டம் அழுதாள் கற்பகம். நீலகண்டன் போனது நினைவில் பட, அதுக்கு இன்னொரு பாட்டம். அவளுக்கு மாற்றி மாற்றி அழ காரணமும் நேரமும் இருந்தது.

பம்பாய்க்கு வந்துடுங்கோ என்றாள் மருமகள். வந்துடும்மா என்றார் மினிஸ்டர். பம்பாய்லே போய் பிள்ளையோட இருங்கோ என்றார்கள் சாரி சாரியாக வந்து துக்கம் விசாரித்துக் காப்பி குடித்துப் போனவர்கள்.

கற்பகம் எங்கேயும் போக மாட்டாள் என்று எல்லோருக்கும் தெரியும்.

ரெண்டு வாரத்தில் காரியம் எல்லாம் முடிந்து எல்லோரும் புறப்பட்டுப் போய் வீடு வெறுமையாகிக் கிடக்கிறது. இனிமேல் எப்போதும் அப்படித்தான் இருக்கும் என்று கற்பகத்துக்குத் தோன்றியது.

மூத்திரம் படிந்த கூடத்துச் சுவர்களும், கதவு இடுக்கில் மலமும், சமையல்கட்டில் தண்ணீர்க் குடத்துக்கு மேல் விழுத்துப் போட்ட நனைந்த அண்டர்வேரும் இந்த வீட்டில் இனி அவளுக்கு ஆயுசுக்கும் பார்க்கவும் சகித்துக் கொள்ளவும் கிடைக்காது. அடிக்காதேடி அடிக்காதேடி இனிமே இப்படிப் பண்ண மாட்டேன் என்று குழந்தை போல வீறிட்டு அழுகிற நீலகண்டனின் யாசிக்கும் குரலும் அவள் பின்னால் சுற்றாது. விக்கிரமாதித்யன் முதுகை விட்டு வேதாளம் இறங்கியாச்சு.

புரண்டு படுத்தாள். மனம் முழுக்க அந்தப் பாழாய்ப் போனவன் தான்.

கழுத்தில் தடவிப் பார்த்துக் கொண்டாள். நீலகண்டன் கட்டிய தாலி தங்கக் கொடியில் கிழங்கு மாதிரி இன்னும்

கழுத்தில் தொங்குகிற மயக்கம். பத்தாம் நாள் காரியம் முடிந்து யாரோ உறவுக்கார விதவைக் கிழவி அதை வாங்கிக் கொண்டு சங்கிலியை மட்டும் திருப்பிக் கொடுத்தாள்.

இதுலே தாலிக் குண்டு, கொம்பு எல்லாம் பத்திரமா இருக்கு. சரி பார்த்துக்கோ.

செயினாகவும், காகிதத்தில் மடித்து வைத்த தங்கக் குண்டும், கொம்புமாகப் பார்த்துக் கொள்ள எல்லாம் தான் இருந்தது. அவள் தான் சரியாக இல்லை. நீலகண்டனும் எரிந்து ஒரு குடத்தில் சாம்பலாக அடங்கி, சமுத்திரக் கரையில் கரைந்து ஒன்றுமில்லாமல் போனான்.

ராத்திரியில் எழுப்பி, இருட்டு பயமா இருக்குடி என்று இடுப்பைக் கட்டிக் கொண்டு தூங்க இனி அவன் இல்லை. மேலெல்லாம் மூத்திர வாடை அடிக்க அந்த அணைப்பைத் தள்ளி விட மனசில்லாமல் அப்படியே நித்திரை போய் துணி நனைகிறது தெரிந்து விழித்துக் கொள்கிற காலைப் பொழுதுகளும் இனி இல்லை.

நாசமாப் போறவனே, கட்டிக்கறேன் கட்டிக்கறேன்னு மேலே மூத்திரத்தைப் பேஞ்சு வைச்சுட்டியே. உன் நாறத் துணியைக் கசக்கறதோட என் புடவையையும் இல்லே முக்கி முக்கித் தோய்க்க வேண்டியிருக்கு.

சின்னக் குச்சியால் வலிக்காமல் அடிக்கவும், வலியில் உசிர் போனது மாதிரி தீனமாகக் கூப்பாடு போடவும் நீலகண்டன் இல்லை.

அசுத்தமும் ஆர்ப்பாட்டமும் பிடிவாதமும் மூளை பிரண்டு போனதும் மட்டுமா நீலகண்டன்?

கற்பகம் தூரம் குளித்து நாலு நாள் ஆன உடம்பு மினுமினுப்பும் தேக வாசனையும், வாயில் தாம்பூலமும் தலை கொள்ளாமல் மல்லிகைப்பூவுமாகக் கையில் சுண்டக் காய்ச்சிய பாலோடு வந்து மச்சு உள்ளுக்குள் எட்டிப் பார்த்தது எப்போது? உள்ளே படுத்துக் கொண்டிருந்த, காத்துக் கொண்டிருந்த நீலகண்டன் யார்?

சுடச்சுடக் கொஞ்சம் பசும்பால் குடிச்சுட்டு தூங்கக் கூடாதா? சர்க்கார் உத்தியோகம் உடம்பை உருக்கி இப்படி நோஞ்சானாக்கிடுத்தே. பெலம் வேணாமா எல்லாத்துக்கும்?

அவள் எல்லா எதிர்பார்ப்புகளோடும் அதுபற்றி எழுந்த வெட்கத்தோடும், நான் என் அகத்துக்காரனிடம் சுகம் எதிர்பார்க்கிறேன் அதைப் பற்றி யார் என்ன சொல்ல என்று சகலரையும் எடுத்தெறியும் தைரியத்தோடும் விசாரித்தது எந்த நீலகண்டனை?

சுபஹோரை கனிந்து வந்த மார்கழி மாசத்து ராத்திரியில் குளிரக் குளிர கற்பகத்தை ஆலிங்கனம் செய்து பக்கத்தில் கிடத்தி ராத்திரி முழுக்க அவள் மனம் கெக்கலி கொட்டிப் பறக்கச் சுகம் கொடுத்த நீலகண்டன் யார்? அவள் வெள்ளமாகப் பெருகிக் கரைய, ஒரு துளி விடாமல் முழுதும் கொண்ட நீலகண்டன் யார்?

ஆனாலும் நீர் ராட்சசர்ங்காணும். இப்படியா ஒரே ராத்திரியிலே.

கற்பகம் முணுமுணுத்தது எந்த யுகத்தில்? முகத்திலும் உடம்பு முழுக்கவும் திருப்தி எழுதியிருக்க இருட்டில் காலைப் பிணைத்து இறுக்கமாக ஒட்டிக் கொண்டு அவள் யார் காதுமடலைக் கடித்தாள்?

என் ராஜா.

எத்தனை துவைத்தாலும் சிறுநீர்க் கறையும் வாடையும் முழுக்கப் போகாத பஞ்சுத் தலகாணியை அணைத்துப் பிடித்துக் கொண்டு கண் கலங்கினாள் கற்பகம்.

என்னையும் கூட்டிண்டு போயிருக்கக் கூடாதா எழவு பிடிச்சவனே?

படுத்தபடி வெறும் வெளியில் கையெறிந்து திட்டியபோது அழுகை மனதில் முட்டி மோதி முனை முறிந்து சர்வ வியாபகமாகக் குரல் உயர்ந்து அதிர்ந்து நடுங்கி வந்தது.

தனியா விட்டுட்டியேப்பா என்னை பிடிக்கலியா ரொம்ப அடிச்சுட்டேனா வலிக்கறதா கொஞ்சம் பால் எடுத்துண்டு

வரட்டுமா என் ராஜா?

அவள் அழுகை சத்தம் பிசிறி விம்மலாக உடைந்து சிதற வாசல் மணியை யாரோ திரும்பத் திரும்ப அடிக்கும் சத்தம்.

அவசரமாகக் கட்டிலில் எழுந்து உட்கார முயற்சி செய்தாள். முடியவில்லை. சட்டென்று ஒரு பயம் கவிந்தது. இப்படியே உடம்பு முடங்கிப் போய், வாசல் கதவும் சார்த்தி இருக்க, நாள் முழுக்க, வாரம் முழுக்க அனங்கமல் கிடந்து உயிர் போய் விடுமா? நாலு நாள் கழித்து கதவை உடைத்து யார்யாரோ உள்ளே வந்து புழுத்து அழுகிய பிணமாக உடம்பெல்லாம் ஈ மொய்த்துக் கிடக்க அவளைச் சுமந்து போய் எறிவார்களோ?

கிழட்டுப் பொணமே. சொல்லிட்டு சாக மாட்டே?

வேண்டாம். இப்போது சாகக் கூடாது. சகல சக்தியும் ஓய்ந்து போய் முழு பலகீனத்தோடு உடம்பு தளர்ந்து கிடந்தபடி உயிர் போக விடமாட்டாள் கற்பகம். அவள் இஷ்டப்படி தான் இருப்பாள். இறப்பாள்.

கையைக் கட்டில் விளிம்பில் பலமாக ஊன்றி உந்த, வாசலில் திரும்ப மணிச் சத்தம்.

இதோ வந்தாச்சு.

அவள் குரல் கணீரென்று ஒலித்தது. எழுந்து மெல்ல வாசலுக்கு நடந்தாள்.

இன்னொரு முறை மணிச் சத்தம். அப்படி என்ன பொறுமை இல்லாமல்?

கீல் சப்திக்க மெல்லப் பின்னால் உருண்டு வந்த கதவைத் திறந்தாள்.

பரமேஸ்வரா நீயா?

அவன் தரையில் வைத்திருந்த கேன்வாஸ் பையைத் தோளில் மாட்டிக் கொண்டான்.

பரமேஸ்வரா அப்பா போய்ட்டார்டா.

கற்பகம் பெருங்குரல் எடுக்க, திலீப் அவளை ஆதரவாக அணைத்துக் கூட்டிக் கொண்டு உள்ளே நடந்தான்.

ஜனனி அவனுக்குப் பின்னால் வந்தாள்.

உங்கப்பா நிர்க்கதியா என்னை விட்டுட்டுப் போய்ட்டார்டா. எரிச்சு கரைச்சு எல்லாம் ஆச்சு. போய்ட்டார்டா பரமேஸ்வரா.

பாட்டி, நான் திலீப்.

நிதானமாகச் சொன்னான்.

கற்பகம் ஆச்சரியத்தால் கண் விரியப் பார்த்தாள்.

பேரன் வந்திருக்கான். எத்தனை வருஷம் கழித்து பம்பாயிலிருந்து வந்திருக்கான். அப்பனைப் போலவே நெடுநெடுவென்று உசரமும், பூஞ்சையுமில்லாத, சதை போட்டுப் பருத்ததும் இல்லாத தேகமுமாக நிற்கிறவன்.

கூட இந்தப் பொண்ணு?

என்னைத் தெரியலியாடி கற்பகம்? உங்க மாமியார்.

அந்தக் குரலைக் கேட்டதும் கற்பகத்தின் துக்கம் எல்லாம் விலகி ஓடிப் பறந்து போனது. திரும்ப கும்மாளி கொட்டி மனம் முழுக்க வந்த மகிழ்ச்சி.

ஏண்டி ஜனனி, கழுதை, நான்தான் வந்திருக்கேன்னு சொல்ல வாய் வராதாடி உனக்கு? தம்பி பின்னாலே எதுக்கு ஒளிஞ்சுக்கறே? இப்போத்தான் வழி தெரிஞ்சுதான்னு நான் திட்டப் போறேன்னு பயமா என்ன?

சந்தோஷத்தை சாலை மறித்துக் கொண்டு திரும்ப மனம் துக்கத்தைத் தொட்டது.

ஏண்டா திலீபா, உங்கப்பன் கால்

குரல் பகீரென்று மேலோங்கி உறைந்து போக கற்பகம் தலையைப் பிடித்தபடி நடுக்கூடத்தில் குத்த வைத்து உட்கார்ந்தாள். நீலகண்டன் மாதிரி அங்கேயே அற்ப சங்கை தீர்ந்து படுக்க வேண்டுமென விநோதமான ஆசை உயர்ந்து வந்தது.

வேண்டாம். பேரன் வந்திருக்கான்.

பேத்தியும் கூடவே வந்து நிற்கிறாள்.

நடுக் கூட்டத்தில் அசுத்தப் படுத்தப் போறியா?

நீலகண்டன் புகைரூபமாக அவளைச் சுற்றிச் சுற்றிச் சிரித்தான். அவன் சுத்தமான வஸ்திரம் அணிந்திருக்கிறான். கையில் குடையும், கூடையில் கேரியருக்குள், அவள் சமைத்துக் கொடுத்த மதியச் சாப்பாடுமாக ஆபீஸ் போகத் தயாராக நிற்கிறான். டிராமில் போகச் சரியான சில்லறை கற்பகம் எடுத்துத் தரவேண்டும். வாங்கிக் கொண்டபடியே உதட்டைக் கவ்விக் கடித்து விட்டுத்தான் கிளம்புவான்.

குழந்தைகள் எல்லாம் வந்திருக்கு. உங்க கடியும் பிடியும் அப்புறம் சாவகாசமா வச்சுக்கலாம். புரியறதா?

நாணத்தோடு சுவரைப் பார்த்தாள் கற்பகம்.

நீலகண்டன் சிரித்தபடி நெருங்கி வந்தான். வரும்போதே சதையெல்லாம் தளர்ந்து தொங்கத் தொண்டு கிழவனானான். வேட்டியைக் களைந்து வீசி விட்டு, தடதடவென்று சமையல்கட்டுக்கு ஓட நில்லு நில்லு என்றாள் கற்பகம்.

பாட்டி, யாரை நிக்கச் சொல்றே?

ஜனனி ஒரு பக்கமும் திலீப் இன்னொரு பக்கமும் அவளை அசைத்து எழுப்ப சுய நினைவுக்கு வந்தாள் கற்பகம்.

ஜனனியின் தோளைப் பிடித்து எழுந்து நின்றாள்.

ஏண்டி சமத்துக் குடமே. பால்காரன் பக்கத்து வீட்டுலே பழக்க தோஷத்திலே பால் கொண்டு வந்து கொடுத்துட்டுப் போயிருப்பான். நீ யார்னு சொல்லிட்டு வாங்கிண்டு வா.

ஜனனி கிளம்பிப் போனாள். கூடத்தில் மாடப்புரையில் இருந்த கோலமாவு டப்பாவைத் திறந்து முகர்ந்து பார்த்துக் கொண்டிருந்த திலீப் கையில் இருந்து அதைப் பிடுங்கி வைத்தாள்.

திலீபா, நீ ரெண்டு பேர் மூட்டை முடிச்சையும் உள் ரூம்லே கொண்டு போய் வை. வேம்பாவிலே ரெண்டு பக்கெட் தண்ணி ஊத்தி வென்னீர் போடு.

வேம்பாங்கறது என்ன பாஷை பாட்டி?

திலீப் கேட்டான். சின்ன வயசில் லீவுக்கு வந்தபோது தேங்காய் நாரில் தீ மூட்டி பாய்லர் பற்ற வைத்தபடி அவன் கேட்ட கேள்வி இது. இன்னும் பதில் இல்லை.

இன்னிக்கு பாயசம் பண்ணப் போறேன். தாத்தாவுக்குப் பிடிக்கும். முரண்டு பிடிக்காம ரெண்டு பேரும் சமத்தாக் குடிச்சுட்டு என்னோட உக்காந்து நாள் முழுக்கப் பேசிண்டே இருக்கணும்.

கற்பகம் தீர்மானமாகச் சொல்லிக் கொண்டு சமையல் கட்டுக்குப் போனாள்.

அடியே, தஞ்சாவூர்க்காரி நீ சொன்னா ஊரே கேட்கும். உன் பேரனும் பேத்தியும் மாட்டேன்னா சொல்லப் போறா?

நீலகண்டன் திரும்ப வயசு குறைந்து சமையல்கட்டிலிருந்து கக்கத்தில் இடுக்கிய குடையோடு வந்து அவளுக்கு ஒரு முத்தம் கொடுக்க முற்பட்டான்.

ஓய், காலையிலேயே ஆரம்பிச்சுட்டீரா?

# அத்தியாயம் இருபத்தெட்டு

பாகம்பிரியாளூர் பஞ்சாபகேச சிரௌதிகள் அவருக்குப் பழக்கமான தினசரி கடமையில் லயித்திருந்தார்.

வால்மீகி ராமாயணத்தில் இருந்து தினசரி விடிந்ததும் ஒரு அரை, காலே அரைக்கால் ஸ்லோகம் எடுத்து வைத்துக் கொண்டு அதை விஸ்தாரமாக ஒரு மணி நேரம் சொல்வார் அவர். சில நாள் ஒரு ஒற்றை வரி மட்டும் இப்படி எடுக்கப்பட்டு வால்மீகி சொன்னது, பவபூதி சொன்னது, தெலுங்கில் ஒருத்தர், மலையாளத்தில் இன்னொருத்தர், உருது ராமாயணம், எல்லாத்துக்கும் மேல் பஞ்சாபகேசனின் சொந்தச் சிந்தனையில் வந்தது என்று ஒரு மணி நேரம் விடாமல் பொழிந்து நிறுத்துவார். அவர் வீட்டுத் திண்ணையில் தவறாது நடக்கும் சுபநிகழ்ச்சி இது.

முப்பது வருஷம் தினமும் இப்படி அசுர சாதகமாகத் தொடர்ந்து ராமாயணம் சொல்லிப் பட்டாபிஷேகத்தில் முடிக்கத் திட்டம். ஆரம்பித்து எட்டாவது வருடத்தில் இருந்தார் அவர்.

அரசூர் சிவன்கோவில் தெற்குத் தெருவும், ஜில்லாவும், பாரத கண்டமும், அகில உலகமுமே அந்த நித்தியச் சொற்பொழிவுக்காக தினசரி காத்துக்கொண்டிருக்கிறதாக ஐதீகம்.

ராமாயணத்துக்கு ஊரில் அங்கங்கே அடியார் இருந்தாலும், தினசரி விடிகாலையில் ராமாயணப் பிரசங்கம் இன்னும் முப்பது வருஷம் கேட்க வேண்டும் என்ற எதிர்பார்ப்பு அவர்களைத் தர்மசங்கடத்தோடு விலக்கியே வைத்தது. ராமாயணம் என்று இல்லாவிட்டாலும், பஞ்சாபகேசன் என்ன பிரசங்கம் செய்தாலும் புளகாங்கிதமடைந்து கேட்க அங்கே ரெண்டு மூன்று பேர் வாய்த்தது சிரௌதிகளின் அதிர்ஷ்டம் காரணமாக அமைந்து போனது.

இவர்கள் கேட்க வந்தவர்களிடம் ராமாயணம் ஆரம்பிக்கும் முன்பாகவே வரப் போகும் பேச்சை சிலாகித்து, தட்சணையாகக் குறைந்த பட்சம் ஒரு தேங்காயாவது கொடுத்துப் போக வைக்க முயற்சி செய்வார்கள். சில அழுகுணிகள் அம்மா திவசத்துக்குப் புறப்பட்டது போல ஒற்றை வாழைக்காயோடும் தர்த்தியான இளிப்போடும் வந்து நிற்கும்போது ஸ்லோகம் சொல்லி ஒற்றைக் காயை ரெண்டாகப் பாவிக்க வைத்து வாங்கிப் போடுவதும் இவர்களே.

வராதவர்களைத் தெப்பக்குளக் கரையிலோ, பஜாரிலோ தோளைப் பிடித்து நிறுத்தி நைச்சியமாக ஆரம்பிப்பார்கள் இந்த சிஷ்ய கோடிகள் –

இன்னிக்கு ராமன் காட்டுக்குப் போறேன்னு சொல்றது. சிரௌதிகள் ராமன்னு சொன்னதுமே எல்லாரும் அழுதாச்சு. அவரும் கூட அழறார். காலையிலே அழலாமான்னு கண்ணைத் தொடச்சிண்டு ராமன் தாயாரிடத்திலே அம்மா, நான் காட்டுக்குப் போறேன் நீ அழாதேன்னு சொல்றான். ஆஹா. நீ வராம போய்ட்டியே.

பிடிபட்ட பேர்வழி முகத்தில் எந்த பாவமும் காட்டாமல் அமுக்குப்புளி போல நிற்பான். அப்படியே அசங்காமல் இருந்தால் அடியார் பிடியில் இருந்து சீக்கிரமாகத் தப்பித்துப் போய்விடலாம் என்று நப்பாசையே காரணம்.

என்ன சம்ஸ்கிருதம். என்ன ஸ்லோகம். மிரட்டறாராக்கும் பஞ்சுவண்ணா. புராணம் கேட்டால் அதி புண்ணியம்னு கைவல்ய நவநீதம் சொல்றது. இல்லே நரகம்தான்.

இருட்டில் தனியாக அற்ப சங்கை தீர்த்துக் கொள்ளக் குத்தவைப்பதற்கும், நரகத்துக்கும், வௌவால், எலி, கரப்பு போன்ற துஷ்ட ஜந்துக்களுக்கும் பயப்படுகிறவனாக இருந்தால் ஆழாக்கு அரிசியும் அரிசி மூட்டைக்குள் பழுப்பதற்காக அழுத்தி வைத்திருந்த வாழைத்தாரில் பிய்த்த மஞ்சளோடிய ரெண்டு வாழைக்காயுமாக அடுத்த தினம் காலையில் தலைகாட்டுவான் பிடிபட்டவன்.

அவன் திரும்பப் போகும்போது ராமன் வாசல் படிப்பக்கம் நின்று காட்டுக்குப் போகிறேன் என்று பஞ்சாபகேசனின் குரலில் சொல்வான். இன்னும் ஒரு வாரம் அவர் அயோத்தி அரண்மனைக்குள்ளே கண்ணில் படுகிற நெருங்கிய சொந்தம், விருந்தாளிகளாக வந்த தாயாதி பங்காளிகள், வேலைக்கு வந்தவர்கள், அந்தப்புரச் சேடிகள், புழங்கும் வஸ்துக்களான சந்தனம் அரைக்கும் கல், பாயசம் கொண்டு வந்த மூடி போட்ட தாமிரப் பாத்திரம், தென்னோலை விசிறி என்று சகலமானவர்களிடம், சகலமானதிடத்திலும் தன் தீர்மானத்தைச் சொல்வான். நித்தியப்படி கர்மம் இது.

கடைவீதியில் வழி மறிக்கப்பட்டவன் கொஞ்சம் வாய் சாலகம் உள்ளவன் என்றால் அடிப்பொடிகளைக் கேட்பது உண்டுதான்

ஏன் ஸ்வாமி, வாத்தியார் முப்பது வருஷமாவா ராமாயணத்தைத் தினசரி சொல்வார்?

ஆமா. அப்படித்தான். அப்புறம் அவர் வாத்தியார் இல்லை. பண்டிதர்களுக்குச் சக்ரவர்த்தி. மகோன்னதமான பண்டிதர்.

அப்படியென்றால் சரி. சாஸ்திரிகள் முப்பது வருஷமா ஒரு திவசம் முடங்காமல் கதை சொல்லட்டும். எள்ளுப் போட்டால் எள்ளு விழாத பக்த ஜனக்கூட்டம் நிரம்பி வழியட்டும். ரொம்ப சந்தோஷமான விஷயம் தான் இது.

சாஸ்திரிகள் இல்லை. அதுக்கும் ரொம்ப மேலே உள்ள ஞானஸ்தர். ஆசான். மகாகுரு. தேசத்திலே, லோகத்திலேயே ரெண்டு பேர் தான் இப்படி. இவர் ஒண்ணு. ஆஸ்திரேலியாவிலே இன்னொருத்தர் இருக்கார்னு பேச்சு. அதீத புத்திமான். இவர்

காலத்திலே நாம இருக்கறதே நமக்குக் கிடைச்ச அதிர்ஷ்டம். அப்புறம், திவசம் எள் என்றெல்லாம் நல்ல காரியம் பற்றிப் பேசும்போது சொல்லாதீர், சரியா?

ஐயோ நான் மலையாளக் கரையில் பெண் எடுத்தவனாதலால் இப்படிப் பேச வந்தது. நாளைக்கு கோர்ட்டில் அமீனா உத்தியோகத்துக்குப் போகும் முன்பாக, தோட்டத்தில் விளைஞ்ச பறங்கிக்காய் சகிதம் ராமனைக் குசலம் விசாரிக்க வரேன். மகா பண்டிதர் ராமாயணத்தை தாராளமாக முப்பது என்ன, நாற்பது, ஏன், ஐம்பது வருஷம் தினசரி சொல்லட்டும். என் நமஸ்காரம். அவர் மங்களகரமாகப் பட்டாபிஷேகத்தில் முடிக்கும் போது நான் ஜீவித்திருந்தால் இன்னொரு நமஸ்காரமும் வாழைக்காயுமாக வருகிறேன்.

சில கல்லுளிமங்கன்கள் முகத்தை இறுக வைத்துக் கொண்டு சொல்வதோ வேறு தினுசாக இருக்கும்

என் மாமியார் செத்ததில் இருந்து திவசத்தன்று தவறாமல் ராமாயணத்தைக் கேட்க ஐந்து நிமிஷமாவது தலைகாட்டி விட்டு, ஒரு ரூபாய் தட்சணையும் தட்டில் போட்டுத்தானே போறேன்? வேறே யாரும் போனாலும் வரலாம் தான். போகலியே?

இதுக்காக அவனைக் கண்டிப்பதா, சும்மா விட்டு விடுவதா இல்லை ஆதரவாக நாலு வார்த்தை சொல்வதா என்று யோசிப்பதற்குள் போயொழிந்திருப்பான்.

இன்னும் துடுக்கான பேர்வழி என்றால் பஞ்சாபகேசன் மகாபாரதத்தையும் தினசரி இப்படி இன்னொரு நூறு வருஷம் பிரவசனம் செய்யலாமே. அரசூரில் தான் சாவு என்பதே இல்லாமல் போனதே. சிரௌதிகளுக்கும், மகாபாரதத்துக்கும் அடியாருக்கும், எல்லாம் தீர்க்காயுசாச்சே என்று கேள்வி போடுவதும் உண்டு தான்.

அடிப்பொடி அடிப்பொடியாக இருப்பதால் இந்த மாதிரியான விதண்டாவாதங்கள் எல்லாம் முகச் சுளிப்பும் அசடர்களை அருளாலும் கசடர்களைக் கருணையாலும் எல்லாரையும்

பயத்தாலும் ஆட்கொண்டு புராதன தத்துவ மெய்ஞான தரிசனம் கிட்டச் செய்யும் அவசரமுமாக எதிர்கொள்ளப் படும். எதிராளி தோளை இறுகப் பிடித்து இதோபதேசமாக வருவது இந்த மாதிரி இருக்கும்–

ஓய் அவர் ஐம்பது வருஷமும் சொல்வார். நூறு வருஷமும் சொல்வார். அனுமதி கொடுக்க நீர் யாராக்கும்? வந்தால் வாரும். இல்லாவிட்டால் வேடிக்கையும் விநோதமுமாக பாட்டும் லச்சை கெட்ட கூத்துமாகக் கிடந்து ஒழியும். இன்னும் நாலு மாசத்தில் சனி வக்கரிக்கும்போது நல்ல வார்த்தை கேட்காத எல்லோருக்கும் மகா கஷ்டமாம். நம்ம சிரௌதிகளுக்கோ, நேப்பாள மகாராஜா வல்லவெட்டு கட்டி, வெள்ளித் தேங்காய் கொடுத்து வெள்ளைக் குதிரையில் ஏற்றிப் பவனி வரும்படிக்கு மரியாதை செய்யப் போகிறார் அப்போ நீரும் உம் போன்ற அதிகப் பிரசங்கிகளும் மூஞ்சியை எங்கே வைப்பீர்? பிழைத்துப் போம்.

நேப்பாள மகாராஜா அதெல்லாம் செய்யட்டும். எனக்கு ஒரு நோப்பாளமுமில்லை என்று சொல்ல ஆள் இருக்காது. அவன் ஓடி ரட்சைப் பட்டிருப்பான்.

இன்றைக்கு அடியார்களுக்குச் சொல்ல இன்னொரு புண்ணியச் சேதியும் உண்டு.

அரசூரில் சாவு அஸ்தமித்துப் போனதா?

இந்தக் கேள்வியே தலைப்பாக ஆங்கிலப் பத்திரிகையில் வந்த கட்டுரையைப் படித்து அமெரிக்காவில் இருந்து யாரோ அரசூருக்கு வருகிறார்களாம். அவர்கள் முக்கியமாகப் பேசப் போவது சிரௌதிகளோடு என்று தகவல் வந்தாச்சாம்.

குளித்து, மடி வேட்டியும் அங்கங்கே நைந்த பட்டுத் துண்டுமாகப் பிரதி தினம் உதயம் ஏழு மணிக்கு வீட்டுத் திண்ணையில் கிழக்குப் பார்த்து உட்கார்ந்து பஞ்சாபகேசன் ராமாயணம் சொல்ல ஆரம்பிப்பது வழக்கம். முன்னால், ஆகாசம் வெளிவாங்கின வெக்கையை கிளப்பும் சாதாரண தினத்தில் நாலு பேரும், மழை நாளில் ரெண்டு பேரும் மட்டுமே இருக்க

அவர் யார் எவர் என்றெல்லாம் சிரத்தையில் போட்டுக் கொள்ளாமல் கட்டைக் குரலில் ஆரம்பித்து விடுவார்.

இன்றைக்கு திண்ணையில் இல்லை அவர். வாசலில் அவசரமாகப் போட்ட தென்னோலைப் பந்தலில் நிலம் தெளித்து வரி வரியாகக் கோலம் போட்டு அதன் நடுவிலே பாந்தமாகச் செம்மண் பூசியிருக்கிறது.

அந்துருண்டை மணக்கிற பட்டு வேஷ்டி இடுப்பில் நிற்பேனா என்கிறது. ரொம்ப நாள் மடித்தே இருந்ததால் வேட்டியின் முனைகளும் மடிப்புகளும் துருத்திக் கொண்டு தெரிகின்றன. எட்டு மாதம் முன்பாக விஜயதசமிக்கு பூஜை செய்ய உட்கார்ந்தபோது பானகம் சிந்திய கறை மடியில் தெரிகிறது. வேஷ்டியோடு அப்போது பகல் சாப்பாட்டுக்கு உட்கார்ந்தபோது குழம்பு வேறு பட்ட இடத்திலேயே திரும்பப் பட்டு கறையை இன்னும் விகாரமாக்கி இருக்கிறது.

துவைத்தால் கறை அநேகமாகப் போய் விடலாம். ஆனால் இப்போது இல்லை. ராம பட்டாபிஷேகத்தின் போது அதைப் பார்த்துக் கொண்டால் போதுமானது.

பஞ்சாபகேசன் ஓடுவதற்கு ஆயத்தம் செய்கிறது போல் கவிழ்ந்து உட்கார்ந்திருந்த ஆசனத்தைப் பார்த்தார்.

அடிக்கடி நகர்ந்து போய் அவர் எக்கிக் கீழே திணித்துக் கொள்ளும் கட்டைப் பலகை இல்லை ஆசனமாக. கோவிலில் அவசரமாகக் கடன் வாங்கி வந்து கிழக்கு நோக்கிப் போட்டிருக்கிறது தாமரைப் பூ விரித்த மாதிரி தரையிலிருந்து அரை அடியில் நிற்கிற ஆசனம். திருவாதிரைக்கு அதில் உட்கார்ந்து தான் தலைப்பா கட்டிய ஓதுவார் திருப்பாவை இருபதும் திருப்பள்ளி எழுச்சி பத்தும் பாட, ஒவ்வொரு பாட்டுக்கும் நிறுத்தி தீபாராதனை எடுக்கிற பழக்கம்.

கீகடமான அந்த ஆசனத்தில் எப்படி வருஷா வருஷம் நல்லசிவ ஓதுவார் உட்கார்ந்து பொறுமையாக முப்பது பாட்டுப் பாடி வெண்பொங்கல் மரியாதையோடு போகிறார் என்று பஞ்சாபகேசனுக்குப் புரியாவிட்டாலும் ஒன்று மட்டும்

நிச்சயமானது. இந்த ஆசனத்தில் தினசரி உட்கார்ந்து தான் ராமாயணம் சொல்லணும் என்று சர்க்காரோ மற்ற யாரோ விதித்தால், சூர்ப்பனகை வருவதற்குள் பஞ்சாபகேசனுக்கு எமன் வந்துவிடலாம். ஊரோடு சாவு திரும்பி வருவதாக சூசனை கொடுத்தபடி மயில்கள் பின்நோக்கிப் பறக்கிற காலமாக இருக்கும் அது. அல்லது தாழப் பறக்கிற கழுகள் வட்டமிட இருட்டு நகர்ந்து போகிற தெருக்களாக அரசூர் வீதிகள் தட்டுப்படும்.

மனசில் எழுந்த இந்தச் சித்திரம் உள்ளபடிக்கே பஞ்சாபகேச சிரௌதிகளுக்கு இஷ்டமாக இருந்தது. யாராவது மஹாகவி, மஹரிஷி சொன்னதாக முன்பாரம் பின்பாரமாக ஏதாவது உபநிஷத்தில் இருந்து ரெண்டு ஸ்லோகம் சொல்லி நடுவில் கனமான அர்த்தமாக இதை வைத்து விளம்பி விடலாம். சாவு பயத்தோடு இருந்த தசரதனுக்கு அரண்மனை புரோகிதர் சொன்னதாக வைத்துக் கொள்ளலாம். வால்மீகி ராமாயணப் புத்தகத்தை தூசி தட்டி முகர்ந்து பார்த்த ஒருத்தனாவது இங்கே இருப்பதாக அவருக்கு நினைவில் இல்லை.

வழக்கத்துக்கு மாறாக ஐம்பது அறுபது பேர் வந்து காத்திருந்த பந்தலில் அவர் நிறையக் குரலை உயர்த்தி தியான சுலோகம் சொல்லி முடித்ததும் மனசில் சரஞ்சரமாக யோசனை. சோவியத் ராக்கெட்டில் ஒரு நாயும், அப்புறம் யூரி ககாரிதன்னு ஒரு விஞ்ஞானியும், அதானே பேரு, இல்லே யூரின் ககாரினா? போறது ஒரு எழுத்து ரெண்டெழுத்து கூடக் குறைய ஆனா என்ன கேடு வரப் போறது. அப்புறம் அந்தப் பொம்மனாட்டி ராக்கெட்லே போனாளே தெரண்டுகுளின்னு பேரு வருமே. வேண்டாம். பேரைச் சரி பார்க்க நியூஸ் பேப்பரைக் கொண்டான்னு காத்திருக்க முடியாது. நியூஸ்பேப்பர் பாத்துட்டுத்தானே அமெரிக்க தேசத்துலே இருந்து வரப் போறா.

அடுத்த பத்து நிமிஷத்தில் ரஷ்ய ராக்கெட், புஷ்பக விமானம், றெக்கை மொளைச்சுப் பறக்கும் கந்தர்வர்கள், ரஷ்ய ராட்சசர்களுடைய ராக்கெட்டில் உக்காந்து குண்டு போடப் போன ககாரிதன். அசுரர்களோட யுத்தம் பண்ண ஆசிர்வாதம்

வாங்கியிருக்கற அமெரிக்க ஜனங்கள் இப்படி வரப் போகிற வெள்ளைக்காரர்களுக்காக ஒரு எதிர்பார்ப்பை ஏற்படுத்த ராமன் காட்டுக்குப் போவதை இன்னும் கொஞ்சம் தள்ளிப் போட்டான். அவன் ஓரமாகக் கூட்டத்தோடு கூட்டமாக நின்றான்.

ஏழே முக்கால் மணி ஆனபோதும் அமெரிக்காக்காரன் வருகிற வழியாகக் காணோம். சிஷ்யகோடிகள் தெருமுனைக்கு ரெண்டு மூணு தடவை பொறுமையில்லாமல் நகர்ந்ததையும் அதில் ஒருத்தன் அங்கேயே குத்த வைத்துச் சங்கை தீர்த்து கை அலம்பாமல் கூட்டத்தில் திரும்பக் கலந்து நின்றதையும் பஞ்சாபகேசன் கவனிக்கத் தவறவில்லை.

கூட்டமாக இருக்கிற நேரத்தில் அயல்நாட்டான் வந்தால் இங்கே வாழைக்காயும் கத்திரி, வெண்டையும், அரை ஆழாக்கு அரிசியுமாக வந்திருக்கிற பெண்டுகளுக்கும், அரை ரூபாய், ஒரு ரூபாய்க்கு அதிகப்படாத தட்சிணையைக் காசாகக் கொண்டு வந்திருக்கும் புருஷர்களுக்கும் பஞ்சாபகேசன் யாரென்று மனசில் அழுத்தமாகப் பதியும். தினசரி ராமாயணம் அதுவும் முப்பது வருஷம் நாள் தவறாமல் சொல்வது சாதாரணப் பட்ட விஷயமா? இத்தனை நாள் இவர்கள் காட்டிய உதாசீனம், வெள்ளைக்காரன் தினசரி ராமாயணம் பற்றி விசாரிக்கும் போது மாறும். அவன் விசாரிப்பான். இல்லாவிட்டாலும் இவர் சொல்வார்.

முடிய இன்னும் ஐந்து நிமிஷமே பாக்கி என்றானபோது அயோத்தித் தெருவில் நடக்கிற ராமனைக் கொண்டு வந்து கொஞ்சம் நீட்டலாமா என்று யோசித்தார் பஞ்சாபகேசன். ஒவ்வொரு தெருவும் ஒரு மாதிரி நால்வர்ணத்துக்கும் ஏற்பட்ட உடுப்பு, ஆபரணம், பேச்சு, ஆகாரம் என்று ஒவ்வொன்றாகச் சொல்லி ராமனைத் தெருவோடு நீள நடக்க வைக்கலாம்.

தெருமுனையில் ஒரு ஜட்கா வண்டி தட்டுப்பட்டது. அது சிரௌதிகள் வீட்டு வாசலுக்கு வந்து நிற்க ரெண்டே நிமிஷம்தான் ஆனது.

வெள்ளைக்காரர்கள். சின்னதாக பெட்டிக் கேமிராவும் கையில் சுருட்டிப் பிடித்த நோட்புக்கும். அவ்வளவுதான் கட்டிக் கொண்டு வந்த சொத்து. பெரிய பெரிய டேப்ரிகார்டர், விளக்கு, உசரமான ஸ்டாண்டில் பிரதிஷ்டை செய்ய வேண்டிய காமிரா, குச்சி கட்டின மாதிரி நீண்ட மைக் எதுவும் இல்லை அவர்களிடத்தில்.

ஆனால் என்ன, வெள்ளைக்காரர்கள்.

அரசூர் அரண்மனையில் ஜமீந்தார் மருதையரோடு பேசியதில் நேரமாகி விட்டதாக அவர்கள் அறிவித்ததையும் அதற்காக மன்னிப்புக் கோரியதையும் கூடவே நின்ற ஒரு மதுரைக்காரர் மொழி மாற்றிச் சொன்னார். அவர் மருதையனின் கூட காலேஜில் புரபசராக வேலை பார்த்தவர் என்றும் சொல்ல, சிரௌதிகள் சங்கடமாகப் புன்சிரித்தார். இவன்கள் தனியாக வந்திருந்தால் தன் போக்கில் நாலு வார்த்தை சொல்லி, வேண்டப்பட்டவர் மூலமாக சாதகமாக வெள்ளைக்காரன் மனசில் பதிய வைத்திருக்கலாம். இந்த மதுரைக்கார புரபசர் எல்லாத்திலும் மூக்கையும் இங்கிலீஷையும் நுழைத்து வேலையைக் கெடுத்து விடுவார்.

என்ன ஆனாலும் சரிதான் என்று மயில்கள் பறந்ததிலும், சாவு அற்றுப் போனதிலும், சம்ஸ்க்ருதத்தில் பழைய கிரந்தங்களில் மயிலுக்கும் சாவுக்கும் சம்பந்தம் இருப்பதைச் சொல்வது பற்றியும், அவர் ராமாயணத்தை எட்டு வருஷமாகச் சொல்லி வருவதையும் காட்டுக்குப் போய்க் கொண்டிருக்கிற ராமனுக்கு இன்னும் இருபத்திரெண்டு வருஷத்தில் பட்டாபிஷேகமாகும் என்றும் லோகத்தில் தன்னைத் தவிர இப்படி அசுர சாதகமாக முப்பது வருஷம் கதை சொல்லவில்லை என்பதையும் அதிவிநயமாகத் தெரியப் படுத்தினார். கூட வந்த மதுரைக்கார புரபசர் இதில் எத்தனை சதவிகிதம் துரைகள் காதில் விழ வகை செய்தாரோ, ஈஸ்வரனுக்கே வெளிச்சம்.

அவருக்குச் சட்டென்று நினைவு வந்த எப்போதோ வேத பாடசாலையில் உருப்போட்ட காளிதாசனின் ரகுவம்சம் காவிய வரிகளைச் சம்பந்தமில்லாமல் சொல்லி அப்படியான பாரத

தேசம் என்று தேசபக்தி மூலமும் அப்படியான ராமன் என்று காவிய ரூபமாகவும் வெள்ளைக்காரர்கள் மெச்ச சம்பந்தம் உண்டாக்க முற்பட்ட போது தெருமுனையில் திரும்ப வண்டிச் சத்தம்.

இந்தத் தடவை அது பேரிரைச்சலாக இருந்தது.

அரசூர் ரயில்வே ஸ்டேஷனில் வழக்கமாக நிற்கிற ஐந்து வண்டியும் நிரம்பி வழிய ஐந்துமே இங்கே வந்து நிற்க, இறங்கினவர்களைப் பார்த்து பிரசங்கம் கேட்க வந்தவர்கள் உற்சாகமானார்கள்.

காசிக்குப் போனவர்கள் வந்து விட்டார்கள். அவர்கள் கொண்டு வந்திருக்கும் கங்கைத் தண்ணீரையும், வடக்கத்திக் கோவிலில் தரும் அசட்டுத் தித்திப்புப் பொரி பிரசாதத்தையும் எதிர்பார்த்து வண்டிப் பக்கம் போய் நின்றார்கள் எல்லோரும்.

ஆலாலசுந்தரம் மௌனமாக இறங்கினார். லோகசுந்தரிப் பாட்டி ஹரித்வாரில் உயிரை விட்ட தகவலைத் தெரியப் படுத்தினார். எப்போ எப்படி என்று சத்தம் உயர்ந்தது. வந்து சேர்ந்த எல்லோராலும் அதற்கான பதில் கொஞ்சம் கொஞ்சம் சொல்லப்பட்டு முழுமைப்படுத்தப்பட்டுக்கொண்டிருந்தது. பஞ்சாபகேசன், விஷயம் என்ன என்று தெரிய சிஷ்யர்களைப் பார்த்தார். அவர்கள் புதுசாக வந்த சாவுச் செய்தியின் பரபரப்பில் இருந்ததால் அவர் பக்கமே திரும்பவில்லை.

பந்தலில் மீதி இருந்த நாலைந்து பேரும் சுவாரசியம் கருதி இப்போது மற்றவர்களோடு கலந்து வெளியே வந்து நின்றார்கள். பஞ்சாபகேச சிரௌதிகள் வந்த வண்டிகளையும் வெளியே குவிந்த கூட்டத்தையும் பார்த்து கொண்டிருந்தார்.

ஒரு நிமிடம் தாமதித்து விட்டு ராமன் அரண்மனைக்கு வெளியே நடக்க ஆரம்பித்தான்.

வெள்ளைக்காரர்கள், மொழிபெயர்க்க வேண்டாம் என்று சொல்லி விட்டுக் கேட்டபடி இருந்தார்கள்.

# அத்தியாயம் இருபத்தொன்பது

ஒரு மாசத்துக்குச் சாப்பாட்டுக் கடையை அடைச்சுப் பூட்டிட்டுப் போனா, கால்டர்டேல் ஊரில் பல பேர் பட்டினியால் செத்துப் போயிடுவாங்க. அப்படி இல்லேன்னாலும் தெரிசா கடையில் விற்கும் வறுத்த மீன் எப்படி இருக்கும், கூடவே வறுவல் எவ்வளவு வரும், கொஞ்சம் போல புளிப்பும் கொஞ்சம் போல காரமுமாக அது எப்படி மீனோட வாடையோடு சமாதானமாகச் சேரும்னு எல்லாம் மறந்து விடலாம். இந்தப் படிக்கு வேறு மீனும் வறுவலும் விக்கற பெரிய கடை கால்டர்டேலில் இதுவரை இல்லை. நாம் கடையை ஒரு மாசம் அடைச்சா யாராவது கடை போடலாம். அமேயர் பாதிரியாரே கூட வேறே யாரையாவது தயார்படுத்தி இதைச் செய்யலாம். பாதிரியார் மீன் விக்கக்கூடாதா என்ன?

முசாபர் அலி படித்துக் கொண்டிருந்த மான்செஸ்டர் கார்டியன் பத்திரிகையைக் கீழே போட்டான். அச்சு வாடையடிக்கும் காகிதம் பக்கம் பக்கமாகக் கலைந்து விழுந்து கிடக்கத் தலையை ஆட்டியபடி முணுமுணுத்துக் கொண்டான்.

அது விடிந்ததும் மீன் வாங்கப் புறப்பட்டுப் போன கொச்சு தெரசாவுக்குச் சொல்ல உத்தேசித்தது. விடிகாலை உறக்கத்தின் சுவட்டை முழுக்கக் கலைத்தபடி அவளிடம் இதைச் சொல்ல முடியவில்லை. அவன் பேச்சுவார்த்தை நடத்தத் தயாராக

ஆன பொழுது, தெரிசா மார்க்கெட்டில் தானோ, அல்லாமல், கொஞ்சம் நடையை எட்டிப் போட்டு பீஸ்ஹால் வளாகத்திலோ மலிவாக மீன் கொள்முதல் செய்து கொண்டு இருக்கிறாள். என்றாலும் சொல்ல உத்தேசித்ததை அந்தப்படிக்கே சொல்லிப் பார்த்து விட்டால் நிச்சயமாக இன்னொரு சந்தர்ப்பம் கிடைக்கும்போது சரஞ்சரமாக எல்லாம் வந்து விழும்.

பிரிட்டீஷ் அரசியல் சிக்கல்களோடு சொந்தக் குடும்பப் பிரச்சனைகளையும் விடியும்போது மனதில் அசைபோடுவது முசாபருக்குப் பழகிய ஒன்று. கொச்சு தெரிசா ஒரு மாதம் போல இந்தியாவுக்கு அதுவும் தென்னிந்தியப் பகுதிக்கு அவளுடைய சொந்த பந்தங்களைத் தேடிப் பிரயாணம் வைக்க முடிவு செய்ததில் இருந்து, கொப்பும் குழையுமாக அவனுக்கு அசைபோட நிறையக் கிடைக்கிறது.

இந்தியா போய் அங்கே மாதாகோவில்களிலும், உள்ளே போக அனுமதித்த அளவு புராதனமான கோவில்களிலும் நேர்ச்சைக் கடன் செலுத்தித் திரும்பி வந்தால் அவர்களுக்கு புத்திர பாக்கியம் உண்டாகலாம் என்பது அவளுடைய வாதம்.

அங்கெல்லாம் போவதால் நல்லது ஏற்படும் என்றால் முசாபர் குறுக்கே நிற்கக் கூடிய ஆளில்லை. என்றாலும் குடும்ப வியாபாரத்தையும் கணக்கில் கொள்ளணுமே.

காலடியில் போட்ட பத்திரிகை வாசலில் இருந்து மெல்ல அடிக்கும் காற்றில் அறைக்குள் அங்கேயும் இங்கேயும் அலங்கோலமாகப் பறந்தது. பத்திரிகையின் முழு மதிப்பு மனதில் படச் சற்றே சிரமப்பட்டுக் குனிந்து, பொறுமையாகப் பொறுக்கி எடுத்தான். பக்கங்களைச் சீராக நிறுத்தி, முனைகளை நீவி, தாறுமாறாக ஏற்பட்ட மடிப்பெல்லாம் நீக்கி சமனப்படுத்தினான். காலையில் வந்து விழுந்தபோது இருந்த ஒன்றுக்குப் பின் மற்றொன்றாகக் காகிதங்களை அடுக்கிய நீள்சதுர வடிவமைப்பு கிட்டத்தட்ட திரும்ப எழுந்தது. திருப்தியோடு பத்திரிகையை நீள பெஞ்சில் ஓரமாக வைத்தான். பாதி கிழிந்த பழைய பத்திரிகை இதழ்களின் அடுக்கில் அது சேர்ந்தது.

எல்லாம் உபயோகப்படப்போகிறது. அலைந்து விலை படிந்து வந்து கொச்சு தெரிசா வாங்கி வரப்போகிற மீன் மட்டுமில்லை,

மொத்தமாக வாங்கி, நமுத்துப் போகாமல் இறுக அடைத்த தகரப் பெட்டிகளுக்குள் வைத்திருக்கிற வறுவல் மட்டுமில்லை, வீட்டுப் பின்பகுதியில் பலகை வைத்து வரிசை செய்து வைத்த சிறு எண்ணெய்ப் பீப்பாய்கள் மட்டுமில்லை, இந்த பத்திரிகைத் துண்டங்களும் பொரித்த மீனும் வறுவலும் விளம்பித் தரும் வியாபாரத்துக்கு வேண்டியவை.

எண்ணெய் சொட்டச் சொட்டப் பொரித்தெடுத்த மீன் துண்டங்களையும், வறுவலையும் வாங்குகிறவர்கள் பத்திரிகையில் கிழித்த காகிதத் துண்டில் வைத்துத் தருவதைத் தான் விரும்புகிறார்கள். பிஷ் அண்ட் சிப்ஸ் கடைகள் எல்லாவற்றிலும் இதுதான் வழக்கம். காகிதம் உறிஞ்சியது போக மிஞ்சிய எண்ணெயோடு சாப்பிடுகிற மீன் ருசியாக இருப்பதோடு வயிற்றுக்கும் கெடுதல் ஏதும் செய்வதில்லை என்பது பரவலான நம்பிக்கை. அதுவும் கார்டியன் பத்திரிகை அளவாக எண்ணெய் உறிஞ்சுவதால் நல்ல வாடையோடு மீன் சாப்பிட முடியும்.

கொச்சுத் தெரிசாவின் மீனும் வறுவலும் கடை இந்தப் பிராந்தியத்திலேயே பழையது. தெரிசாளின் தகப்பன் அந்த்ரோஸ் பதினெட்டு வயதாக இருக்கும்போதே ஆரம்பிக்கப்பட்ட கடை இது என்பதை முசாபர் அறிவான். சொல்லப் போனால், அந்திரோஸ் அங்கிளுடைய அம்மாவான முழுக்க முழுக்க இந்தியப் பெயரோடு இருந்த பெண்மணி உண்டே. கொச்சுத் தெரிசா கூட அந்தப் பெயரை அமேயர் பாதிரியார் குடும்ப மரம் பற்றிப் பேசும்போது சொன்னாள், வயசான அந்த முதுபெண் இந்தக் கடையில் குந்தியிருந்து வியாபாரம் பார்த்திருக்கிறாளாம்.

பிறந்தது முதல் சுத்த சைவமாக இருந்தவளாம் அந்தக் கிழவி. கல்யாணத்துக்கு அப்புறமே கொஞ்சம் கொஞ்சமாக மாமிச பதார்த்தங்கள் பழகியவளாம். அமேயர் பாதிரியாரைக் கேட்டால் பெயர் தெரியலாம். கொச்சு தெரிசாவைக் கேட்டால், அதெல்லாம் தெரியணும் என்றால், இந்தியாவுக்குப் போய்விட்டு வந்துவிடலாம் என்பாள். அங்கே ஆரம்பித்தது தான் இந்தக் காலைநேர யோசனைகள்.

வாசலில் சைக்கிள் மணிச் சத்தம். தெரிசா சைக்கிள் ஓட்டுவதில்லை. எந்த நிமிஷத்திலும் விழுந்து விடலாம் என்ற நினைப்பு மனசின் அடித்தளத்தில் இருக்க, எல்லாம் ஒழுங்காக, நூல் பிடித்த மாதிரி நேராக நடக்கிறது என்று நம்பிக்கொண்டு அங்கும் இங்கும் சைக்கிளில் அலைந்து திரிய முடியாது என்கிறாள் தெரிசா. ஒரு வினாடி நிலைத்து நிற்பது, அப்படியே நகர்ந்து அந்த நிலைப்பை உடம்பில் தக்க வைத்துக் கொள்வது என்று விழுவது பற்றிய பயத்தைச் சிறகொடித்துப் போடத்தான் சைக்கிள் என்கிறான் முசாபர் அலி.

என்ன சொன்னாலும் அவளுக்கு சைக்கிள் அந்நியமானது. பயித்தாரத் தனமாக அவ்வப்போது நடந்து கொண்டாலும், மெட்காப் லண்டனில் வாங்கி வந்த கார் அவளுக்கு சங்கடம் தராதது. அவள் ஓட்டினால் சுவர் எதிலும் போய் மோதாமல், பர்மா ஷெல் கடையில் பெட்ரோல் போட்டால் சதி செய்து நின்று போகாமல், ஊரில், தேசத்தில் இருக்கப்பட்ட உடனொடுத்த கார்கள் மாதிரி அது உருண்டு போகிறது. மீன் வாங்கப் போவதில் அதற்கு அதிக உற்சாகம் என்கிறாள் தெரிசா.

வாசலில் சைக்கிளை காம்பவுண்ட் சுவரோடு சேர்த்துச் சாய்த்து நிறுத்தி விட்டு அதன் பின் சக்கரத்தில் சங்கிலியைச் செலுத்திப் பூட்டிக் கொண்டிருந்தார் அமேயர் பாதிரியார்.

விடிந்து ரெண்டு மணி நேரமோ, நடுப்பகலோ, ராத்திரி படுக்க ஒரு மணி முன்போ, அவருக்குப் பேச்சுத் துணை வேண்டியிருக்கிறது. சைக்கிளை ஓட்டிக் கொண்டு முசாபர் அலியைத் தேடி வந்து விடுகிறார்.

அவருடைய மந்தையில் இருக்கப்பட்ட ஆடுகளிடம் முறை வைத்து நாளைக்கு ஒருத்தர் என்று பேசினால் என்ன? முசாபர் கேட்டுப் பார்த்து விட்டான்.

கிட்டத்தட்ட ரெண்டு மாதத்துக்கு ஒரு தடவை ஒரே நபரோடு பேச வேண்டியிருக்கும். ஒரு தடவை பேசுவதே பெரும்பாடு முசாபரே என்று சொல்லி விட்டார் பாதிரியார்.

தான் அந்நிய மதம் ஆச்சே என்று அடுத்த வாதத்தை முசாபர் முன்வைத்தாலும் அமேயர் பாதிரியார் அதைப் பற்றிப் பெரிசாக அலட்டிக் கொள்ளவில்லை. அப்ரஹாமிய மதம்தானே ரெண்டும் என்பதை அவர் பெருமையோடு எடுத்துச் சொல்வார். முசாபருக்கு அதிலெல்லாம் சிரத்தை என்று ஒன்றுமில்லை.

இந்த அநியாயத்தைக் கேட்டியோ முசாபரே.

படி ஏறி வந்தபடிக்கே பாதிரியார் சொல்ல, அவருக்கான நாற்காலியைத் தீனி மேசையில் மடித்துக் குறுக்கே போட்டிருந்த துணி கொண்டு தட்டிச் சீராக்கினான் முசாபர். இன்னும் அரை மணி நேரத்துக்காவது பாதிரியாரின் வாய் பார்த்துக் கொண்டிருக்க அவனுக்கு விதிக்கப்பட்டிருக்கிறது.

என் தபால் பெட்டியில் இன்னிக்கு என்ன கிடந்ததுன்னு நினைக்கறே?

காண்டாமிருகத்தின் கொம்பு? இற்றுப் போன ஒற்றை சாக்ஸ்? எதுவாக வேண்டுமானாலும் இருக்கலாம். கோவிலைப் பிடிக்காதவர்கள் எதை வேண்டுமானாலும், அந்தத் தபால் பெட்டியில் போட்டு அமேயர் பாதிரியாரைப் பரிகசிக்க நினைக்கலாம்.

பாதிரியார் குப்பாயத்துக்குள் கைவிட்டு செத்துப் போன எலியை எடுப்பது போல் இடது கையில் இரண்டே விரல்களால் தூக்கியபடி ஒரு சின்னப் புத்தகத்தை எடுத்து வெறுப்போடு முன்னால் இருந்த சின்ன மேசையில் போட்டார்.

இது என்ன?

இமல்டா உள்ளே சாயா எடுக்கிற சத்காரியம் செய்கிறாளா என்று அவசரமாகக் கிசுகிசுத்த குரலில் அவர் கேட்டார்.

இல்லையே பாதர். அவள் நேற்றும் இன்றும் லீட்ஸ் போக வேண்டி லீவு சொல்லி விட்டாள்.

நல்லதாகப் போச்சு என்றார் அமேயர் பாதிரியார்.

அதில் என்ன நல்லதாக இருக்கு என்று முசாபர் அலிக்குத் தெரியவில்லை. இமல்டா இருந்தாலும் எழுந்ததும் தெரிசாவை

எதிர்பார்க்காமல் சுமாரான தரத்தில் சாயா கிடைக்கும். தானே போடலாம் என்றால் டீத்தூள் வேறே இல்லை. மீனோடு டார்ஜிலிங் டீத்தூளும் தெரிசா வாங்கி வரும் வரை வெறும் வென்னீரைக் குடித்தபடி வாய் பார்த்துக் கொண்டிருக்க வேண்டியதுதான். அவன் பாதிரியார் மேசையில் போட்ட புத்தகத்தை அசிரத்தையோடு பார்த்தான்.

முசாபரே, மகா ஆபாசமும் அருவருப்புமான புத்தகம் இது. எவனோ சாத்தானுக்கு இஷ்டமான மனுஷ்யன் இதை என் தபாலோடு கொண்டு வந்து போட்டுப் போயிருக்கான். என்ன சொல்ல. மகா தரக் கேடான விஷயம் இது. அந்தப் பாவம் மனுஷனைப் பிடித்த சாத்தான் விலக சாயந்திரம் பிரார்த்தனை செய்ய உத்தேசம்.

முசாபர் இப்போது அந்தப் புத்தகத்தைப் பார்த்தது வித்தியாசமாக இருந்தது. அது சரி, ஆபாசமும் அருவருப்புமான புத்தகம் என்று எப்படி இவருக்குத் தெரிய வந்தது? உள்ளே அந்த மாதிரிப்பட்ட படம் எல்லாம் நிறைய இருக்குமோ?

சந்தேகத்தை உடனடியாக அமேயர் பாதிரியாரிடம் கேட்க, அவர் ஆமாம் என்று தலையாட்டினார்.

என்ன மாதிரியான தரக்கேடும் நாணக்கேடும் இதெல்லாம்னு தெரிஞ்சுக்க நான் கொஞ்சம் வாசிச்சுப் பார்த்தேன். கல்யாணமான ஒரு ஸ்திரியும் அவளை இச்சித்த அயல் மனுஷன் ஒருத்தனும் அவன் வீட்டுலேயும் அவள் வீட்டிலேயும் அவர்களைக் கட்டியவர்கள் இல்லாத நேரங்களில் கிடந்து, தகாத காரியங்கள் செய்யறாங்க. அதுவும், ஜீவராசிகள் இனப்பெருக்கத்துக்காக சுபாவமா செய்யறது கூட இல்லே. மிருகங்கள் கூட செய்யாது. கற்பனையிலும் நினைக்க ஏலாத அசிங்கம் எல்லாம்.

அவர் சொல்லச் சொல்ல முசாபருக்கு அந்தப் புத்தகத்தை உடனே எடுத்துப் படிக்க வேண்டும் என்ற நினைப்பு நிமிடத்துக்கு நிமிடம் அதிகமாகிக் கொண்டே போனது.

ஏன் முசாபரே, தெரியாமத்தான் கேக்கறேன். முழிச்சிருக்கற

நேரம் எல்லாம் ஒரு மனுஷனோ மனுஷியோ இனக் கவர்ச்சியும் சேர்க்கையும் தவிர வேறெதும் நினைக்க மாட்டாங்களா?

அதுதானே என்றான் முசாபர் எதுதானே என்று புரியாமல்.

அந்தப் பெண் காலையில் எழுந்திருந்ததும் எந்த பேஸ்ட் உபயோகிச்சு பல் துலக்குவாள்? அவள் என்ன படிச்சிருக்கா? வென்னீரைக் கொதிக்க வைச்சு சாயா போடுவாளா இல்லே பாலில் டீ இலையைப் போட்டுக் கொதிக்க வைப்பாளா? காலையிலே என்ன சாப்பிட்டுப் பசியாறுவா? அவள் வயிறு எந்தத் தடசமும் உப்புசமும் இல்லாமல் கழிவை எல்லாம் கிரமமாக வெளியேற்றுமா? என்ன நிற உடுப்பு அவளுக்கு இஷ்டமானது? போன கிறிஸ்துமஸுக்கு கிறிஸ்துமஸ் மரம் வீட்டில் வச்சாளா? யாரு அதை அலங்காரம் செஞ்சது? சர்ச்சுக்குப் போவாளா? எந்த சங்கீதம் பிடிக்கும்? ரேடியோவிலே நியூஸ் கேட்பாளா? கார்டியன் படிப்பாளா? அதுன்னு இல்லே, எந்தப் பத்திரிகையாவது தினசரி படிப்பாளா?

அதெல்லாம் தெரிஞ்சுக்க இந்தப் புத்தகத்திலே வழி ஒண்ணும் இருக்கறதாத் தெரியலே பாதர்.

அவன் புத்தகத்தை சிரத்தையில்லாதவன் மாதிரி எங்கேயோ பார்த்துக் கொண்டு கவனமாக எடுக்கும்போது கொச்சு தெரிசா காரை ஓட்டிக் கொண்டு காம்பவுண்டுக்குள் நுழைந்தாள். சீராக முன்னால் போன கார் என்னமோ நினைத்துக் கொண்ட மாதிரி கொஞ்சம் பின்னால் நகர்ந்து அமேயார் பாதிரியாரின் சைக்கிளை இடித்துக் குடை சாய்த்தது.

கேடு கெட்ட இரும்பு வாகனமே.

பாதிரியார் கையை உயர்த்தி ஒரு எட்டு முன்னால் வைத்தார். கொச்சு தெரிசா காருக்குள் இருந்து ஸ்டீயரிங் பிடித்தபடி பார்த்துக் கொண்டிருப்பது தெரிந்தது. அவள் தன்னைத் திட்டுவதாக அர்த்தம் செய்து கொள்ளக் கூடும் என்றுபட, சத்தத்தை அவசரமாக விழுங்கினார். அடிபட்ட மயில் மாதிரி விழுந்து கிடந்த சைக்கிளைப் பார்க்க அவர் உதடு துடிக்க அழுவது போல் முகம் கோணியது.

அவர் திரும்ப உள்ளே வந்து முசாபர் அலியிடமும் கொச்சு தெரிசாவிடமும், சொல்பேச்சு கேட்காத கார்கள் பற்றியும், அவற்றை உடனே களைய வேண்டியதன் அவசியம் பற்றியும், வாதிக்கனில் இருந்து இங்கே ஆயர்கள் வரும்போது இப்படியான தேவையற்ற பொருட்களைத் துறக்க வேண்டியது முக்கியம் என்று சொன்னதைப் பற்றியுமெல்லாம் சாயா ஆறியது பற்றிக்கூடக் கவலைப்படாமல் பேசுவார். பேசியிருக்கிறார். அந்தக் கேடுகெட்ட கார் முதல் தடவையாகவா அவர் சைக்கிளை இடித்து விட்டு ஏதும் நடக்காத மாதிரி முன்னேறிப் போயிருக்கிறது?

மீனை பூச்செண்டு மாதிரிச் சுமந்து கொண்டு கொச்சு தெரிசா உள்ளே வர, அமேயர் பாதிரியார் சுவாகதஞ் சொன்னார். பாதிரியாரின் வீட்டுக்குள் நுழைந்து விட்டோமா என்று தயங்கியது போல் ஒரு வினாடி தெரிசா பதற்றமாகப் பார்த்து, ஸ்தோத்ரம் என்றாள்.

அமேயர் கையை ஏதோ மாயம் செய்யப் போகிறது போல உயர்த்த, முசாபர் வெகு தந்திரமாகக் குட்டி மேசையில் கிடந்த புத்தகத்தைக் கைப்பற்றி பைஜாமா ஜேப்புக்குள் போட்டுக்கொண்டு உள்ளே போனான். பாதிரியார் புத்தகத்தை இங்கே எடுத்து வந்ததே அவனுக்குக் காட்டிக் கடைத் தேற்ற முயற்சி செய்ய வேண்டி இருக்கலாம் என்று முசாபருக்குத் தோன்றியது. சிருங்கார ரசம் மட்டும் மிகுதியாகச் சொட்டும் கிரந்தங்களை முசாபர் படிக்க மறைமுகமாக வழிசெய்வதில் அவருக்கு இஷ்டம் இல்லாமல் இருக்கலாம். ஆனால், வேற்று மதத்தான், ஆப்ரஹாமிக பங்காளி, தாயாதி உறவு ஆனவன். இது பாவம் என்று அமேயர் பாதிரியார் எடுத்துச் சொல்வதை விட அவனே உணர்ந்து கொள்ளட்டும். கெட்ட பிறகு அவனை ரட்சிக்கலாம் என்று அவர் நினைத்திருக்கக் கூடும்.

அவர் கிடக்கட்டும். புத்தகத்தில் படம் பிடித்துப் போட்டு, நல்லதாக நாலைந்து சம்போகக் காட்சிகள் கண்ணில் பட்டால் இன்றைக்கு சீக்கிரமே மீனும் வறுவலும் கூறுகட்டி விற்பதை முடித்துக் கொண்டு தெரிசாவோடு பேசிக்கொண்டிருக்கலாம்.

அவளுக்கும் அந்தப் புத்தகத்தைப் படம் பார்க்கத் தரலாம். அமேயர் பாதிரியார் கொடுத்தது என்றால் அவள் கேள்வி ஏதும் கேட்கமாட்டாள்.

ஆனால் அவளுடைய மீன் வாடை நகக் கண்ணிலும் அடிக்கக் கூடியது. விடிகாலையிலேயே அணைத்துப் பிடித்துப் பெரிய பெரிய மீனாக வேறு தூக்கி வருகிறாள். ராத்திரி படுக்கைக்கு வரும்போது அது மிச்சம் இருக்கும். நாற்றம் கொஞ்சம் போல இருந்தால்தான் காமம் என்பது முசாபருக்குத் தெரியும். ஆனால் நாற்றமே காமம் என்று மூக்கைச் சாகடித்து விட்டுப் படுத்துக் களிக்க முடியாதே.

மீனை உள்ளே வச்சுட்டு வா. அவசரமா ஒண்ணு சொல்ல வேண்டியிருக்கு. அதுக்குத் தான் கிளம்பி வந்து விருத்தி கெட்ட என்னென்னவோ சொல்லிக் கொண்டிருந்தாச்சு.

அமேயர் பாதிரியார் சொல்லியபடி எதேச்சையாக மேசையைப் பார்க்க அது வெறுமையாக இருந்ததைக் கவனிக்கத் தவறவில்லை. முசாபர் தவிர யாரும் அந்தப் புத்தகத்தை எடுத்திருக்க முடியாது. போகட்டும். நல்லதுக்குத்தான் அது. சிலுவைப்பாடுகளில் அந்த ஆட்டுக்குட்டி நம்பிக்கை வைப்பது சீக்கிரம் நடக்கட்டும். அப்புறம் இதெல்லாம் சீ என்றுபோய்விடும். எப்போதாவது மனசு சஞ்சலப்பட்டாலும், அங்கே இங்கே தரிகெட்டு அலைந்தாலும், தப்பே செய்தாலும், அவர் இருக்கிறார். கோவில் இருக்கிறது. அங்கே மன்னிப்புப் பெட்டி இருக்கிறது.

கொச்சுத் தெரிசா சோப்பு வாடை அதிகமாக அடிக்கும் கையோடு தேநீர் கொண்டு வந்தபோது முசாபர் உள்ளேயிருந்து சகஜமான முகக் குறிப்போடு திரும்பி வந்து பாதிரியாருக்குத் தேநீர் உபசாரம் அளிப்பதில் மும்முரமானான்.

தெரிசா, மீன் வாங்குவதில் இருக்கும் நுட்பங்கள், பேரம் பேசுவதில் நெளிவுசுளிவுகள், பொரித்தால் எண்ணெய் அதிகமாகக் குடிக்காத மீன் எது, வாடிக்கையாளர்கள் எந்த மீனை அதிகமாக விரும்புகிறார்கள் என்பதை எல்லாம்

உற்சாகமாகச் சொல்ல, பாதிரியார் மெல்லத் தேநீர் குடித்துத் திருப்தியடைந்தார்.

அப்புறம் தெரிசாளே, முசாபரே, உங்களுக்குச் சொல்ல ஒண்ணு உண்டு என்றேனே அது இதுதான்.

அவர் பாதிரிக் குப்பாயத்தின் இடுப்புப் பாக்கெட்டில் கை விட, முசாபர் சுவாரசியம் காட்டினான். இன்னொரு புத்தகம் அங்கே இருக்குமோ? இருந்தாலும் தெரிசாவுக்கு அதையெல்லாம் காட்டித் தர ஏன் சைக்கிளேறி வரவேண்டும் அவர்?

பாதிரியார் கையில் எடுத்தது மகாராணி படம் போட்ட தபால்தலை ஒட்டிய நீல நிறக் கடுதாசி உறையை.

தெக்கேபரம்பில் பாதிரியார் வாதிக்கன்லே இருந்து எழுதியது. உனக்கு அவரைப் பத்திச் சொல்லியிருக்கேனே.

ஆமா, அவர் எழுதின கடிதத்தைப் படிக்கக் கொடுத்தீங்களே என்றாள் தெரிசா.

அதேபடி இதையும் வாசிச்சுடு கொச்சே கேட்போம். நான் மூக்குக் கண்ணாடி கொண்டு வரல்லே. இருந்தால் நானே படிச்சிருப்பேன். அப்புறம் உங்க இந்தியப் பெயர்கள் வேறே. வாய் சுளுக்கிக் கொள்ளும். சரிதானே.

தெரிசா உள்ளேயிருந்து மூக்குக் கண்ணாடி எடுத்து வரும்படி முசாபரிடம் சொல்ல அவன் வெகு வேகமாக எழுந்து படுக்கை அறைக்குப் போனான்.

பெட்ரூமுக்கு எதுக்குக் கண்ணாடி போச்சு?

தெரிசா கேட்டாள்.

அதானே, அங்கே போக வேண்டியதே போகறதில்லே.

முசாபர் சிரித்தபடி பாதிரியாரைப் பார்த்தான். அவர் இதெல்லாம் காதில் விழவில்லை என்ற பாவனையோடு தேநீர்க் குவளையின் நீள அகலங்களை விரலால் அளந்து கன அளவு கணக்கிடும் மும்முரத்தில் ஈடுபடுத்திக் கொண்டார்.

குசினியில் இருந்து முசாபர் கொண்டு வந்த மூக்குக் கண்ணாடியோடு தெரிசா கடிதத்தைப் பிரித்து உரக்கப் படித்ததன் சாராம்சம் இது

தெரிசாவும் முசாபிரும் இந்தியா போவதைக் குறித்து தெக்கே பரம்பில் பாதிரியார் மகிழ்ச்சியடைகிறதோடு தன் பிரார்த்தனைகளில் இந்தப் பயணம் சுககரமாக, சந்தோஷமானதாக இருக்கக் கர்த்தரிடம் மன்றாடுவார். அமேயர் பாதிரியார் அனுப்பித் தந்த தெரிசாவின் வம்சாவளி மரம் சுவாரசியமானது. தெரிசா இந்திய விசா வாங்க லண்டன் போகும்போது அங்கே தெக்கே பரம்பில் பாதிரியாரின் கல்லூரித் தோழரும் தற்போது இங்கே லண்டன் பல்கலைக் கழகத்தில் தத்துவம் கற்பிக்கிறவருமான பத்மன் எம் பத்மன் எம்-ரான் பத்மன் எம்-ரான்  த- ரி சேசுவே இப்படியும் சொல்லக் கடினமான பெயரா. பத்மன் லண்டன் விலாசம் இது. லண்டன் மேஃபேர் பகுதி, வெள்ளைக்குதிரை வீதியில் புண்ணியவாளர்கள் சர்ச் அருகே குடியிருக்கிறார். ஞாயிறு வீட்டில் இருப்பார். அவசியம் அவரைச் சந்திக்கவும். அவருக்கு கொச்சு தெரிசா வம்சாவளி பழக்கமாக இருக்கக் கூடும். அவரும் அதே ஊர் தான்.

வரும் திங்கள்கிழமை இந்திய விசா வாங்க லண்டன் போறோம். கடையை ஒரு மாதம் பூட்டி வைத்தால் ஊரில் ஆரோக்கியம் மிகுமே தவிரக் குறையாது.

தெரிசா சன்னமாகச் சொன்னாள்.

முசாபர் எப்போதோ மீனும் வறுவலும் சாப்பிட வந்த நெட்டை அமெரிக்கன் போல் தோளைக் குலுக்கிக் கொண்டான். தட் இஸ் த வே தி குக்கி க்ரம்பிள்ஸ் என்று பாட்டு வேறே சீழ்க்கையாக வர, அடக்கிக் கொண்டான்.

அமேயர் பாதிரியார் எழுந்து நின்றார். வாதிக்கனில் போப்பரசர் நடுராத்திரியில் கிறிஸ்து பிறந்த அறிவிப்பை வெளியிடுவதுபோல நிறுத்தி நிதானமாக வார்த்தைகளின் கனம் குரலில் அழுத்தச் சொன்னார் –

நானும் உங்களோடு இந்தியாவுக்கு வரப் போறேன்.

# அத்தியாயம் முப்பது

அமேயர் பாதிரியார் மரக் கூண்டுக்கு வெளியே நின்று எக்கிப் பார்த்தார். தூசு உறிஞ்சும் யந்திரத்தை அவ்வப்போது காலால் இயக்கிக் கொண்டு நடக்கிற நடு வயதுப் பெண் தவிர உள்ளே யாருமே இல்லை. பெரிய பூப்போட்ட உடுப்பும் மேலே நீலக் கோட்டும் அணிந்த லத்தீன் அமெரிக்கப் பெண்மணி அவள். உலகமே கண்ணாடிக் கூண்டுக்கு அந்தப் பக்கம் திரண்டு நின்று அழைத்தாலும் அவள் திரும்பி என்ன என்று பார்க்க உத்தேசித்திருந்ததாகத் தெரியவில்லை.

அந்த உலகத்தில் வேறு யாரையும் அவள் அலட்சியம் செய்யட்டும். அமேயர் பாதிரியாருக்குக் கவலை இல்லை. கால்டர்டேல் நகர நல்மேய்ப்பன். அவருடைய பட்டியில் இல்லாத ஆடுகளும் ஆடல்லாத இதர ஆப்ரஹாமிய ஜீவன்களும், சந்தித்த நேரம் தோறும் அன்பும் மரியாதையுமாக ஸ்தோத்திரம் சொல்லி வந்திக்கக் கூடியவரல்லவோ. தீர்மானமாக முகத்தை வேறு பக்கம் திருப்பியபடி தூசி அள்ளும் யந்திரத்தை நடத்திக் கொண்டிருந்த பெண்ணையும் சற்றே உய்விக்க அவளோடு பேச வேண்டும் என்று பாதிரியாருக்குக் கிடக்கை எழுந்தது.

பாதிரிக் குப்பாயத்தில் கைவிட்டுக் குடைந்து அவர் எதையோ எடுக்க முயற்சி செய்ய, கூடவே நின்ற கொச்சு தெரிசாவும்

முசாபரும் மந்திரவாதி வித்தை காட்ட முற்படும் போது தோன்றும் ஆர்வத்தோடு அவரைப் பார்த்தபடி நின்றிருந்தார்கள். அவர் முதலில் வெளியே எடுத்தது ஒரு வாரமாகத் தேடி எங்கோ விழுந்து தொலைந்து போய்விட்டது என்று கருதியிருந்த அவருடைய மூக்குக் கண்ணாடிக் கூடு. மரக் கூண்டின் ஜன்னல் ஓரம் விழுந்துவிடாமல் அதை வைத்துவிட்டு அடுத்துக் குப்பாயத்தில் தேட, கந்தலாகச் சுருண்ட நீல நிற வெல்வெட் துணியொன்று வந்தது. நாசம், பெண்பிள்ளைகள் பயன்படுத்துகிற கைக்குட்டை போல இருக்கும் இந்த வஸ்திரம் அவர் குப்பாயத்தில் எப்படி வந்தது என்று குழம்ப, நல்ல வேளையாக நினைவு வந்தது. புதுசாக மூக்குக் கண்ணாடி மாற்றியபோது, அது ஆறு மாதம் முன்பு, கடைக்காரன் மூக்குக் கண்ணாடி துடைக்க உகந்தது என்று சொல்லி இலவசமாகக் கொடுத்த துண்டுத் துணி அது.

முசாபர் கேள்வி ஏதும் எழுப்புவதற்குள் அந்தத் துணியின் பின்னணியைச் சொல்லி அதையும் கூண்டுக்கு வெளியே வைத்து விட்டு இன்னொரு முறை குப்பாயத்தில் தேட, முகத்தில் சீராக எழுதிய ஆனந்தம் குமிழிட்டு வந்தது. அவருடைய தபால் பெட்டியில் யாரோ போட்டு விட்டுப் போன இன்னொரு புத்தகமாக அது இருக்கலாம் என்று முசாபர் நினைப்பது போல் தெரிய, பாதிரியார் முந்திக் கொண்டார்

புத்தகம், புறா எல்லாம் ஒண்ணும் இல்லே மக்களே. நான் மேய்ப்பன் மட்டும் தான். மந்திரக்காரன் இல்லே.

அவர் சொல்லியபடி, குப்பாயத்தில் இருந்து எடுத்த பத்து பென்ஸ் நாணயத்தை விரலால் சுண்டி, அதைக் கொண்டு மரக் கூண்டின் பலகையில் தொடர்ந்து சீராகத் தட்டத் தொடங்கினார்.

தூசி யந்திரத்தின் சீற்றத்தை அதிகப்படுத்தி கூண்டு போல ஏற்படுத்திய அறையின் இண்டு இடுக்குகளைச் சுத்தப்படுத்திக் கொண்டிருந்த பெண்மணி காதில் அது விழுந்திருக்காது தான். விழுந்திருந்தாலும் திரும்பியிருக்க மாட்டாள்.

எல்லா நன்மையும் உண்டாகட்டும் பெண்ணே. ஒரு வினாடி இதைக் கேள். கர்த்தர் உன்னில் உண்டு.

அவர் உரக்கச் சொல்ல, அந்தப் பெண்மணி திரும்பிப் பார்த்துக் கறாரான குரலில் ஸ்பானிஷ் உச்சரிப்பில் ஆங்கிலம் கலந்து சொன்னதைப் பாதிரியார் புரிந்து கொண்டது –

தெய்வம் அங்கேயே இருக்கட்டும். அல்லது உசிதம் போல் வேறெங்கும் போய் தங்கிக்கிடட்டும். இன்னும் பத்து நிமிடத்துலே நான் துப்புரவுக் காரியத்தை முடிச்சுக் கிளம்பலேன்னா நாசம். அகதிகளுக்குப் பாலும் முட்டையும் கொடுக்கற டிரஸ்டில் நான் போய் வாங்க ரெண்டுமே இல்லாம தீர்ந்து போயிடும். என்னை வேலை செய்ய விடுங்க பாதிரியாரே. கர்த்தர் உங்களை இறுக்கிப் பிடிச்சுக்கட்டும் ஆயுசுக்கும்.

பாதிரியார் ஆமென் சொல்லும் போது கொச்சு தெரிசாவும் சேர்ந்து கொண்டாள். அந்தப் பெண் தெரிசாவைக் கூர்ந்து பார்த்து விட்டுப் புன்னகையுடன் குப்பைக் கூடைகளை மேசைக்கு அடியிலிருந்து எடுக்க ஆரம்பித்தாள்.

அடுத்த நிமிடம் உள்ளேயிருந்து வந்த இரண்டு அதிகாரிகள் உயரம் கூடிய நாற்காலிகளில் ஏறி உட்கார்ந்தார்கள். துரைத்தனமான உடுப்பும் தோரணையுமாக அவர்கள் மரக் கூண்டின் சதுரம் சதுரமான பலகை அடைப்புகளை விலக்கினார்கள். அவர்களின் பார்வை அமேயர் பாதிரியார் மேல் நிலைக்க அவர் புன்னகை பூத்தார். அவர்களுடைய பிரார்த்தனையைச் செவிமடுத்து நல்ல வாக்குச் சொல்லி ஆசிர்வதிக்கத் தயாராக அவர் நிற்க, மேஜையைத் திறந்து குண்டூசி எடுத்துப் பற்களுக்கு நடுவே கடித்துப் பிடித்தபடி இருந்தார் அதில் ஒருத்தர். யாரோ உத்தரவு இட்டது போல் இரண்டு பேருமே காகிதக் கட்டுகளைப் பிரித்து மேலே இருந்த கோப்புகளை சிரத்தையாகப் புரட்ட ஆரம்பித்தார்கள்.

அவர்கள் வந்தனை சொல்லாவிட்டால் என்ன, பாதிரியார் சொல்வார். அவர் கையில் பிடித்திருந்த பத்து பென்ஸ் நாணயத்தால் கூண்டின் வெளியே தட்டியபடி ஸ்தோத்திரம்

சொன்னார். அவர்கள் செவியைச் சாத்தானுக்குத் தத்தம் செய்தவர்களாகக் கையில் எடுத்த பணியில்லாத பணியிலேயே மூழ்கி முத்தெடுத்திருந்ததாகக் காட்டிக் கொண்டபடி இருந்தார்கள்.

மன்னிக்கவும் என்றார் பாதிரியார். அவரிடம்தான் மற்றவர்கள் அதைக் கேட்பார்கள். கருப்புத் துணித் திரைச்சீலையிட்ட இதைப் போன்ற ஆனால் சிறிய கூண்டில் அமர்ந்து பெண் பித்து பிடித்துத் தப்பு செய்ததையும், கோழி மாமிசத்துக்காகத் திருட்டும், திட்டுதலும் செய்தது பற்றியும், வயிறும் புத்தியும் நசிக்கக் கள் குடித்தது பற்றியுமெல்லாம் குற்ற ஒப்புதல் செய்து பாவமன்னிப்புக் கேட்பார்கள். ஒருத்தன் மாமியாருக்குக் கொடுக்க உத்தேசித்து எலுமிச்சைச் சாறும் ஜின்னுமாக மதுபானம் கலந்தபோது கக்கூஸ் குழாயிலிருந்து கொஞ்சம் அழுக்கு நீரும் கலந்து எடுத்துப் போனதற்காக வருத்தப்பட்டு மனப் பாரம் சுமந்ததை பாதிரியாரிடம் பகிர்ந்து, இறக்கி வைத்து இளைப்பாறினான். அது ஒரு மழைநாளில். ஜின்னோடும் எலுமிச்சைச் சாறோடும் கழிவறையின் அசுத்தமான தண்ணீரோடும், தான் வெளியேற்றிய வேறு நீரும் கலந்ததாக முழுசாக ஒப்புக் கொண்ட பிறகே மன்னிக்கப் பட்டான் அவன். ஆனால், இந்தியத் தூதரக ஊழியர்கள் மன்னிப்புக் கேட்க கால்டர்டேல் சர்ச் படியேறுகிறவர்கள் இல்லை. இவர்களிடம் ஒரு சுக்கும் அவர்களுக்குக் கெடுதல் செய்யாமல் வெற்று மன்னிப்புக் கேட்டுத்தான் பேச்சைத் தொடங்க வேண்டியிருக்கிறது. என்ன செய்ய?

என்ன வேணும்?

உள்ளே இருந்த அதிகாரிகளில் ஒருவர் பாதிரியாரைக் கேட்க, அவருக்குப் பின்னால் நின்றிருந்த முசாபர் விசாவுக்கு வந்திருப்பதாகப் பெருமையோடு அறிவித்தான்.

நான் உங்களைக் கேட்கவில்லை. பாதிரியாரைத்தான் கேட்டேன்.

அதிகாரி முசாபரைப் பார்த்தபடி நல்ல ஆங்கிலத்தில் சொன்னார். முசாபரை எதற்காவது நல்ல ஆங்கிலத்தில் கண்டிக்க

வேண்டும் என்று அவருக்கு மனதில் தோன்றியிருக்கலாம்.

வேறே யாரும் வரவில்லையா?

குண்டூசியைப் பல்லில் இருந்து எடுத்து ஒரு காகிதத்தைத் துளைத்து வைத்துவிட்டு இன்னொரு அதிகாரி இன்னும் நல்ல ஆங்கிலத்தில் கேட்டார்.

கூண்டுக்கு இப்புறம் இருந்த மூவரும் இல்லை என்றார்கள்.

தொலைபேசி மூலம் தொடர்பு கொண்டு கேட்டு விட்டு வந்திருக்கலாமே. நாங்கள் இன்று விசா வழங்காமல் மற்ற பணிகளைச் செய்வதாக இருந்தோம்.

அதிகாரி முகம் அதிருப்தியைக் காட்டியது. இந்தியா போன்ற அத்தனை பெரிய நாட்டுக்குப் போய் வர மூன்றே பேருக்கு மட்டும் அனுமதிக் கதவைத் திறப்பதை அவருடைய ஊழியம் தொடர்பான இழுக்காகக் கருதியிருப்பார் போல. மனதில் கோபம் மூண்டெழுவோ என்னவோ பேசாமல் இருந்தார்.

நாங்கள் தொலைபேச முயற்சி செய்தோம். இணைப்பு கிடைக்கவில்லை.

தெரிசா சொன்னதை அவர் கேட்டதாகக் காட்டிக் கொள்ளாமல், பாதிரியாரைப் பார்த்து நீங்கள் சொல்லுங்கள், உங்களைத்தான் கேட்டேன் என்றார்.

நானும் இந்த தெரிசா வீட்டில் இருந்துதான் தொலை பேசினேன். சர்ச்சிலும் அதை அடுத்து எனக்கு ஒதுக்கிய வீட்டிலும் தொலைபேசி இல்லை. தேவன் இருந்தாலே போதாதா அங்கேயெல்லாம்?

பாதிரியார் சமாதானமாகச் சொன்னார்.

காண்டர்பரி ஆர்ச்பிஷப் உங்களுக்குத் தொலைபேச விரும்பினால் என்ன செய்வார்?

அதிகாரி ஆக்ரோஷமாகக் கேட்டார்.

காண்டர்பரி ஆர்ச்பிஷப் என்னோடு பேச விரும்பினால்

ஆச்சரியமும் ஆனந்தமும் ஒருசேர அடைவேன். அவர் புராடஸ்டண்ட். நான் கத்தோலிக்க புரோகிதன்.

இந்திய அதிகாரி ஹே பகவான் என்று முனகிக் கொண்டார். அதைத் திருப்பிச் சொல்ல வேண்டுமா இல்லை விட்டுவிடலாமா என்ற குழப்பத்தில் பாதிரியார் நின்றார். அவருக்கென்னமோ அந்த அதிகாரி சொன்னது, எல்லோரையும் ஆசிர்வதியும் என்று இந்திய மொழி எதிலோ தெய்வத்திடம் மன்றாடுவதாகப் பட்டது. ஆபிரஹாமிய மதமாக இல்லாவிட்டாலும் மன்றாடலை உபாயமாகக் கடைப்பிடித்துத் தெய்வத்தைக் கூப்பிடுகிற எவனும் சங்கைக்குரியவனே.

முசாபர் ஏதோ சொல்ல வாயெடுத்தவனாக நிற்க, அதிகாரி அவனைச் சுருக்கமாகப் பேசச் சொன்னார். முசாபர் முன்யோசனையோடு தெரிசா காதில் ரகசியமாகக் கேட்டான்.

போன் செய்தால் யாரும் எடுக்கலை. ஒரே ஒரு தடவை எடுத்ததும் துப்புரவு செய்யற பெண் தான். யாரும் வரல்லேன்னாங்க. இதை இவர்கிட்டே சொல்லிடட்டா?

தெரிசா அந்தத் தகவல் ஒலிபரப்பத் தகுந்ததில்லை என்று அவசரமாகச் சொல்ல அவன் பேச ஒன்றுமில்லை என்ற முகபாவத்தோடு தலைகுனிந்து நின்றான்.

ஏதாவது பேசணும்னா உங்கள் முறை வரும்போது சொல்லுங்க.

அதிகாரி சலுகை காட்டும் பாவனையில் கொச்சை ஆங்கிலத்தில் சொல்லியபடிச் செருகி வைத்த காகிததில் இருந்து குண்டூசியை உருவினார்.

ஒவ்வொருத்தராக பாஸ்போர்ட்டுகளைக் கொடுங்கள்.

அந்த அதிகாரி கழுத்து டையை இன்னும் இறுக்கிக் கொண்டு பேசினார். இதற்கு மேல் இறுக்கினால் இவருக்குக் கல்லறை வளாகத்தில்தான் நாளை விடியும் என்று முசாபர், அமேயர் பாதிரியார் காதில் சொன்னான். தெரிசா அதை ரசிக்கவில்லை.

உங்கள் பாஸ்போர்ட்டைக் கொடுக்கச் சொன்னேன்.

அந்த அதிகாரி இன்னும் கொஞ்சம் கழுத்து டையை இறுக்க முயற்சி செய்து அது அசாத்தியம் என்று பட்டதுபோல், கைவிலக்கி, அமேயர் பாதிரியார் கூண்டுக்குள் நுழைத்திருந்த அவருடைய பாஸ்போர்ட்டை அசிரத்தையோடு பார்த்தார்.

உங்க பாஸ்போர்ட்டா இது ஃபாதர்?

பாதிரியாருக்கு ஒரு வினாடி குப்பாயத்துக்குள் இருந்த அவர் பாஸ்போர்ட் மாறியிருக்கக் கூடுமோ என்று சந்தேகம் எழுந்தது. அல்லது குப்பாயமே வேறு எவருடையதோ?

அவர் நுனிக் காலில் நின்று சற்றே உள்ளே எம்பி, தன் பாஸ்போர்ட்டில் இருந்த புகைப்படத்தைப் பார்க்க முயற்சி செய்தார். அவரே தான். குருத்துவக் கல்லூரியில் படிக்கச் சேர்ந்தபோது எடுத்த படம். முப்பது வருடம் முந்தி எடுத்தது அது. அது படிக்கு இப்போதும் இருக்க வேண்டும் என்று எதிர்பார்த்தால் சாத்தியமில்லை என்று அனுசரணையாகச் சொல்ல ஆயத்தமானார் அவர்.

அதிகாரி அடுத்தபடி கேட்டார்

மைக்கேல் அண்டொாயின் அம்மேயார்னு பெயர் இருக்கு இதிலே

மிக்கேல் அந்த்வான் அமேயர்.

பாதிரியார் சரியான பிரஞ்சு உச்சரிப்பில் தன் பெயரைச் சொன்னார். தேவனுக்கு ஸ்தோத்திரம். இந்த மாதிரியான சந்தர்ப்பங்கள் அபூர்வமாகவே கிடைக்கின்றன.

மிக்கேலோ மைக்கேலோ ரெண்டும் ஒண்ணுதான். கிறிஸ்துவப் பெயர்கள்.

அதிகாரி அவருடைய உற்சாகத்தின் சுவாசத்தை உருவி விட்டபடி தொடர்ந்தார்.

ஃபாதர் அமேயர் என்று ஏன் போடப்படவில்லை இதில்?

நான் தியாலஜி காலேஜில் படித்தபோது எடுத்த பாஸ்போர்ட் இது.

படித்து முடித்ததும் பட்டம் கொடுத்திருப்பாங்களே, அப்போ பாஸ்போர்ட்டில் மாற்றியிருக்கலாமே

ஃபாதர் என்று பட்டம் எதுவும் தரவில்லை.

அப்போ, நீங்க பாதிரியார் என்று எப்படி நம்புவது? போப்பாண்டவரிடம் இருந்து கடிதம் வாங்கி வருவீர்களா?

அமேயர் பாதிரியாருக்கு, இது எங்கே போய்க்கொண்டிருக்கிறது என்று புரியவில்லை.

இன்னொரு அதிகாரி அவரை ஆதரவாகப் பார்த்தபடி தன் சகாவிடம் ரகசியமாக ஏதோ சொல்ல, அவர் பாஸ்போர்ட் தகவல்களை ஒரு பேரேட்டில் பதிந்து, பாதிரியாரிடம் கேட்டார்

எத்தனை மாதம் இந்தியா போகிறீர்கள் ஃபாதர்?

அமேயர் பாதிரியாருக்கு உலகம் திரும்ப சகித்துக் கொள்ளக் கூடியதாகத் தோன்றியது. கர்த்தரின் சாம்ராஜ்யம் பிரபஞ்சம் முழுக்கப் பரந்தது. இந்தியாவும் அதில் அடக்கம். விசாவும் மற்றதும் தானே வந்து சேரும். அதற்காக அவர் இன்று மாலை நன்றி தெரிவித்துப் பிரார்த்தனை செய்வார்.

ஒரு மாதம் போதுமில்லையா?

அந்த அதிகாரி கேட்டபோது குரல் மென்மையாக இருந்ததை பாதிரியார் கவனிக்கத் தவறவில்லை.

பாஸ்போர்ட்டை சாயங்காலம் வந்து வாங்கிப் போகச் சொன்னார் அதிகாரி. எத்தனை மணிக்கு என்று தயக்கத்தோடு அமேயர் பாதிரியார் கேட்க, இரண்டு மணிக்கு என்றார் அவர். அது பிற்பகல் அல்லவோ. இருக்கட்டும். விசா கொடுக்கப்பட்ட நாட்டில் இரண்டு மணி என்பது மாலை நேரமாக இருக்கலாம். ராத்திரி எட்டு மணிக்கே எல்லோரும் படுக்கைக்குப் போகிறவர்களாகவும் இருக்கக் கூடும். ஜனத்தொகை அதிகமானதுக்கு அதுவும் காரணமோ என்னவோ.

அது பற்றிய கவலைகளை ஒத்தி வைத்துவிட்டு அவர் நிற்க, நீங்கள் போகலாமே ஃபாதர் என்றார் அதிகாரி.

நான் இவர்களுக்கு ஒத்தாசை செய்யவே நிற்கிறேன். தப்பாக நினைக்க மாட்டீர்களே?

அதிகாரி ஒன்றும் சொல்லாமல் கொச்சு தெரிசாவிடம் பாஸ்போர்ட் கேட்டார். வம்சாவளி இந்தியர் என்று முதல் பக்கத்திலேயே கொட்டை எழுத்தில் எழுதியிருந்ததை அவர் ரசித்தார் என்று தோன்றியது.

ஹௌஸ் ஒயிஃப்தானே?

கடை வச்சிருக்கேன். மீனும் வறுவலும் விற்கிற கடை.

அவர் பாஸ்போர்ட்டை ஏனோ முகர்ந்து பார்த்தார். திருப்தி அடைந்தபடி ஒரு மாதம் விசா அளித்ததாகச் சொன்னார். மீனும் வறுவலும் விசாவுக்கு உதவியதாக தெரிசாவுக்குத் தோன்றியது. கூட நிற்கிற அமேயர் பாதிரியாரின் செல்வாக்கும்.

முசாபர் பாஸ்போர்ட்டை உள்ளே நுழைத்தபோது அந்த அதிகாரி வியப்போடு சொன்னது

பாகிஸ்தான் பாஸ்போர்ட்டா?

ஆமாம்.

உங்களுக்கு இந்தியா போக அனுமதி தர முடியாது

அவங்களுக்குக் கொடுத்தீங்களே?

அவன் கொச்சு தெரிசாவைக் காட்ட, என்ன உறவு என்று கேட்டார் அதிகாரி.

மனைவி.

அவங்க இந்திய வம்சாவளி.

நானும் தான். என் முன்னோர்கள் தென்னிந்தியாவில் கடப்பா என்ற ஊர்லே இருந்து பாகிஸ்தான் போனவங்க.

அவங்க இங்கே வந்து அதை நிரூபிப்பாங்களா?

செத்துப் போய்ட்டாங்க. எப்பவோ போயாச்சு.

அப்போ உங்களுக்கு விசா கிடையாது.

எனக்கு வேணுமே.

முசாபர் குரல் உயர்த்தினான்.

அப்ப பாகிஸ்தான் விசா வாங்கிக்குங்க.

நீங்க தருவீங்களா?

அதுக்கு பாகிஸ்தான் கான்சலேட்தான் போகணும்.

பாகிஸ்தான் விசாவோடு நான் எப்படி இந்தியா போவது?

அது உங்க பிரச்சனை. என்னோடது இல்லே.

அமேயர் பாதிரியார் இரண்டு கையையும் தோள் அளவு உயர்த்தி உலகை எல்லாம் ஒரு சுற்றில் ஆசிர்வாதம் செய்தார். மதச் சடங்கை நிறைவேற்ற வாதிக்கனில் இருந்து அனுப்பப்பட்ட புரோகிதர் போல் குருத்துவக் கல்லூரியில் சொல்லிக் கொடுத்த லத்தீன் வாக்கியங்களைச் சொன்னார். அவை மறந்த இடத்தில் எல்லாம் ஆமென் என்று கூட்டிச் சேர்த்து முடித்த பிறகே நினைவு வந்தது, தான் சொன்னது லத்தீன் இலக்கியத்தில் எறும்புகள் மற்றும் வண்டுகள் பற்றிய கவிதை என்று. ஆனாலும் என்ன, எறும்புகளும் வண்டுகளும் கர்த்தரின் சிருஷ்டிதானே. அவற்றைப் பற்றிக் கவிதை சொல்வதும் வழிபாடே.

அதிகாரி திரும்ப குளிர்ந்த முகத்தோடு முசாபரைப் பார்த்தார். நீண்ட நெடுநாள் காணாமல் போயிருந்து திரும்பி வந்த மூத்த சகோதரனைப் பார்த்த மகிழ்ச்சி அவர் உடல் அசைவிலும் புன்னகையிலும் அர்த்தமானது.

பாய் சாப், மூட்டையைக் கட்டுங்க. இந்தியா உங்களை அழைக்குது.

# அத்தியாயம் முப்பத்தொன்று

தட்டிய கதவைத் திறக்கப் போகிறவர் மேல் சட்டையில்லாத உடம்பில் நச்சுப் பாம்பு ஒன்றைத் தவழ விட்டுக் கொண்டு, தலைமுடியைச் சாய்வாக மடக்கிக் கட்டியவராக இருப்பார் என்று எதிர்பார்த்தாள் கொச்சு தெரிசா.

அவர் ஆறடி உயர்ந்து, இடுப்பில் மிகச் சிறிய கருப்புத் துண்டை இறுகக் கட்டி, புகைக்கூண்டில் படிந்த கரும் சாம்பலை உடம்பு முழுவதும் பூசி இருப்பார் என்று அமேயர் பாதிரியார் ஏனோ ஊகித்திருந்தார்.

முசாபர், தன் முக ஜாடையில், கண்ணில் மையிட்டு, மணிக்கட்டில் மல்லிகைப் பூச்சரம் சுற்றியிருந்த ஒருத்தரை எதிர் நோக்கியிருந்தான். கதவு திறக்கும்போது, மீன் வாடை அடிக்கத் தொடங்கியிருக்கும் வாடிய ரோஜாமாலை அணிந்து, பிரேதம் போன்ற முகக் களையோடு அவர் வருவார் என்று தோன்ற நின்றிருந்தான்.

யாரும் கதவைத் திறக்கிற வழியாக இல்லை.

முசாபர் கதவைக் கெட்டியாகப் பிடித்துக்கொண்டு அமேயர் பாதிரியாரைப் பார்த்துச் சிரித்தான்.

புகைக்கூண்டு வழியா குறளிப் பிசாசு மாதிரி உள்ளே போயிடலாமா, ஃபாதர்?

அவனுக்குக் களி துள்ளிக் கொண்டு மனம் கும்மாளம் போட்டது. ஆலிவர் வீதியில் இருந்து ஐந்து நிமிட நடையில் ஏர்ல்ஸ் கோர்ட் பாதாள ரயில் நிலையம் போகும்போது அவனுக்குத் தேவைப்பட்ட பத்து நிமிடத்தை அவன் முழுக்கப் பயன்படுத்தி இருந்தான்.

சிநேகிதன் ஒருத்தன், எட்வர்ட்னு பேரு. இங்கே தான் பக்கத்துத் தெருவில் இருக்கான்.

முசாபர் மெல்ல ஆரம்பித்தபோதே தெரிசாவுக்கு இது எங்கே போய் நிற்கும் என்று தெரியும்.

எட்வர்ட் மூச்சு விட்டுட்டிருக்கானான்னு விசாரிச்சுட்டு வந்துடறேன், நீங்க ஸ்டேஷன்லே செங்குத்தாக் கீழே இறங்கி ஒரு ஐந்து நிமிடம் ரயில் பாதையில் திரியற பெருச்சாளிகளைப் பார்த்துக்கிட்டு நில்லுங்க. சுவாரசியமான ஜந்துக்கள் அவை எல்லாம். ஆட்டுக்குட்டிகளை விட சாது.

அவன் சொல்லியபடி போன இடம் ஏர்ல்ஸ் கோர்ட் மதுபானக் கடை என்று பாதிரியாருக்குப் புரிந்தது. சுற்று வட்டாரத்தில் பிரபலம் அடைந்த, நூறு வருடமாக நடக்கிற கடை அது. போன வருடம் கூட ஒரு ஞாயிற்றுக்கிழமை சண்டே அப்சர்வர் பத்திரிகையில் படம் பிடித்துப் போட்டிருந்தார்கள். அது இல்லாமலும், வாய்மொழித் தகவலாக மான்செஸ்டரிலும் கால்டர்'டேலிலும் கடையின் புகழ் பரவித்தான் இருந்தது.

கொச்சு தெரிசாவுக்கு மனதில் நிரந்தரமாகக் குடியேறிய ஆசை ஒன்று உண்டு. லண்டனுக்குப் போய்த் தொழில் அபிவிருத்திக்கு முயற்சி செய்ய வேணும் என்பதே அது. இந்த ஏர்ல்ஸ் கோர்ட் மதுக்கடை ஓரமாக மீனும் வறுவலும் விற்கிற கடை போட்டால் ஒரே வருடத்தில் வியாபாரம் மளமளவென்று விருத்தியாகும் என்று திடமாக நம்ப ஆரம்பித்திருந்தாள் அவள். மதுக்கடைக்கே நேரில் போய் வசதி விவரம் பார்த்து வரவும், தக்கவர்கள் கிடைத்தால் விசாரிக்கவும் அவளுக்கு ஆவல். பாதாள ரயில்

வண்டி நிலையத்தில், பாதிரியாரோடு பேச ஏதுமில்லாமல் சும்மா உட்கார்ந்திருக்காமல், அவரை அனுப்பி வைத்து விட்டு மதுக்கடையைப் பார்க்கிற காரியத்தை முடிக்கலாம் என்று முடிவு செய்தாள்.

முசாபர் என் முந்தைய புருஷன் மெட்காஃபை விட கொஞ்சமே மேம்பட்ட குடிகாரன் அப்பன். மெட்காஃபாவது முழு பாட்டில் விஸ்கி குடித்தாலும் கார் ஓட்டுவான். உப்புச் சப்பற்ற விஷயத்துக்கு சண்டை போடுவான். இவன், இந்த முசாபர் ஒரு தேக்கரண்டி லகரி வஸ்து எதையும் மாந்தினாலும் போதை தலைக்கேறி உருண்டு விடுவான். போய் அவனைக் கடைத்தேற்றிக் கூட்டி வரேன்.

அவள் பணிவாகச் சொல்ல, அதுவும் நல்லதே என்று அமேயர் பாதிரியார் தனியே நடந்தார். நடைபாதை ஓரம் புத்தகம் விற்கிற கடையில் ஐம்பது பென்ஸுக்குப் ஒரு புத்தகம் என்று தருவதாக ஆசை காட்டி ஒரு வயசன் கூவிக் கொண்டிருந்தது கேட்டு சற்றே நின்றார்.

சிருங்காரம் சொட்டும் கதைகள். கேமிரா உடைகிற அபாயத்தில் நெருக்கமாக வைத்து எடுத்த சம்போக படங்கள் பக்கத்துக்குப் பக்கம். ஐம்பது பென்ஸ் மட்டும்.

அவன் தலையைக் குனிந்து கொண்டு உச்சரித்தது முழுவதும் காதில் பட, பாதிரியார் துள்ளிக் குதித்து தெருவை அவசரமாகக் கிடந்தார். முசாபர் காதில் இந்தக் கிழவன் கூவுவது விழாமல் இருக்க வேணும்.

அரை மணி நேரம் அவர் வருகிற போகிற ரயில்களைப் பார்த்துக் கொண்டிருக்க, முசாபர் ஆடிக் கொண்டே வந்தான். கூடவே கொச்சு தெரிசா. அவளும் சுதி ஏற்றிக் கொண்டிருக்கிறாள் என்று பாதிரியாருக்கு விளங்கியது.

தொழில் அபிவிருத்தி பற்றி விசாரிக்கும் போது, சம்பந்தப்பட்ட எல்லாத்தையும் தீரப் பரிசீலிக்க வேணாமா அச்சா, அதான்.

அவள் வெகுளியாகச் சொன்னாள்.

இப்படி ஆணும் பெண்ணுமாக, தம்பதியாக ரெண்டு குடிகாரர்களோடு போய் முன்பின் அறிமுகமில்லாத இந்தியப் பேராசிரியரைச் சந்தித்து, அவருக்கே நிச்சயமில்லாத எதையோ பற்றி விசாரிப்பது தேவையா என்று பட்டது. ரெண்டு தரப்பிலும் இணங்கி வருவது சிரமமாக இருக்கக் கூடும். திரும்பி விடலாமா என்று யோசித்தார் அவர்.

இல்லை, அது வாதிக்கனில் இருந்து அவருக்குக் கடிதம் எழுதிய தெக்கே பாதிரியாருக்கு அவமரியாதை செய்வதாகிவிடும்.

லெமனேட் பத்து பென்ஸுக்கு விற்ற ரயில்வே நிலைய வெளிவாசல் கடையில் தலா ரெண்டு எலுமிச்சை ரசம் கொச்சு தெரிசாவுக்கும் முசாபருக்கும் பாதிரியார் வாங்கித் தந்தார். சிறிது யோசித்துத் தானும் ஒரு குவளை எலுமிச்சை பானம் குடித்தார். அவர் நடத்திக் கூட்டி வந்த ஸ்திரியும் புருஷனும் சுபாவமானவர்களாகி, பாதிரியாரோடு பாதாள ரயில் தளத்துக்கு இறங்கினார்கள்.

அரைமணி நேரத்தில் இங்கே வந்து சேர்ந்து விட்டார்கள். இந்திய புரபசரோடு அரை மணி, ஒரு மணி நேரம் தேவையானதைப் பேசி முடித்து, வழியில் எங்கேயாவது இந்திய விடுதியில் கோதுமை ரொட்டியும் காரமான கோழி இறைச்சியும் கழித்து ஆலிவர் ரோடு விடுதிக்குத் திரும்ப ராத்திரி பத்து மணியாகலாம்.

பாதிரியார் இன்னொரு தடவை காலிங் பெல்லை அழுத்தி, எதற்கும் இருக்கட்டும் என்று வாசல் கதவையும் பலமாகத் தட்டினார்.

உடனே அந்த வாசல் திறந்தது.

கதவைத் திறந்தவர் ஐந்து அடிக்கு இருந்தார். கறுத்து மெலிந்த, கைகளை மூடி விரல்கள் மேல் வழிந்து தொங்கும் முழுக்கைச் சட்டையும், பைஜாமாவும் அணிந்தவர். குரல் கணீரென்று இருந்தது. அமேயர் பாதிரியார் கவனித்தது வழக்கம்போல் அவருடைய நல்ல ஆங்கிலத்தையும்.

*நீங்கள்?*

அவர் பாதிரியரைக் குறித்து சந்தேகம் எழாதவராக முசாபரைக் கேட்டார். அவன் பெயர் சொன்னான். அது மட்டும் போதாதென்று பட, கொச்சு தெரிசா தான் இந்திய வம்சாவளி என்று சொல்லி கைப்பையில் இருந்து பாஸ்போர்ட்டைக் காட்டினாள். அது வேண்டாமென்று கை அசைத்து அவர் பாதிரியாரைப் பார்த்தார். யாரென்று சொல்லுங்க, கேட்கிறேன் என்கிறதான முகபாவம்.

வாதிக்கன்லே இருந்து எனக்கு தென்னிந்திய பாதிரியார் எழுதினார். இவங்க.

ஓ, தெக்கேபரம்பில் ஈ.

தொடர்ந்து வந்த இருமலில், அவர் முடிக்கக் கஷ்டப்பட்டார். ஈ என்று ஏதோ சொல்ல உத்தேசித்து உள்ளே கூட்டிப் போனார். ஈ என்று இன்னொரு முறை உரக்கச் சொல்லி இருமி, உட்காரக் கைகாட்டினார். எதிரே ஒரு நாற்காலியில் அமர்ந்தபடி ஈ ஈ என்றார் ரெண்டு முறை. தொண்டையில் ஏதோ சிக்கிய அவஸ்தை.

முசாபர், அமேயர் பாதிரியாரை விளக்கம் கேட்கிறதுபோல் பார்த்தான். அவர் ஒரு அவுன்ஸ் கருணையை உதட்டில் தேக்கி கண்ணால் அதை உறிஞ்சி முசாபர் மேல் பொழிந்து விட்டு, பூர்த்தி செய்தார்

அவரே தான், ஈப்பன் தெக் தெக்.

வீட்டுக்காரர் கலகலவென்று சிரித்தார்.

ஈப்பன் எனக்குத் தொண்டையிலே சிக்கினா தெக்கேபரம்பில் உங்களுக்கு.

தான் பாஸ்போர்ட்டைக் காட்டியதால் ஏதாவது குழப்பம் ஏற்பட்டு இப்படி இரண்டு பேரும் திணறிக் கொண்டிருக்கிறார்கள் என்று சந்தேகித்திருந்த தெரிசா, எல்லாம் தீர்ந்து சமாதானமானதை சந்தோஷத்தோடு ஏற்றுக் கொண்டாள்.

ஆனாலும் இந்திய வம்சாவளி என்று பொறித்த பாஸ்போர்ட் தரும் அந்தஸ்தும், முசாபருக்கு மறுக்கப்பட்ட அன்பான வரவேற்பு தனக்கு இந்தியத் தூதரகத்தில் கிடைத்த பெருமையும் இன்னும் அவளுக்குள் தங்கியிருந்து சுய உருவத்தை அவள் கற்பனையில் பெருக்கிக் காட்டிக் கொண்டிருந்தது. கால்டர்டேல் நகரசபை மேயர் போல பிரமுகராக சகல மரியாதையோடும் அவள் இந்தியாவில் வரவேற்கப்பட்டு சகல உபசாரங்களும் அளிக்கப் படக்கூடும். பாதிரியாரோடு அவள் இங்கே சந்திக்க வந்திருக்கும் காலேஜ் ஆசிரியர் பத்மன் அவற்றில் முதல் மரியாதையை இப்போது அவளுக்கு வழங்குவார்.

வட்ட மேசையைச் சுற்றி அவர்கள் உட்கார்ந்திருந்தார்கள். சாப்பாட்டு மேஜை அது. என்றாலும் தூசி படிந்து இருந்ததைப் பாதிரியார் கவனித்தார். உட்கார்ந்தபடிக்கே அறைச் சுவர்களையும் கூரையையும் தலையைச் சுழற்றிப் பார்த்தார். மிக அழகான வேலைப்பாடு கொண்ட ஒரு பெரிய சுவரோவியமும், தேவதாரு மர கர்டர்களும் விதானம் விரித்து வெள்ளைச் சாந்து பூசிய தூண்களுமாக இருந்த அறை.

லண்டன் கென்சிங்க்டன் பகுதியில் மிடுக்கும், கம்பீரமும் ஆணவமும் கலந்து வரிசையாக அணிவகுத்து நிற்கிற இப்படியான வீடுகள் பணம் படைத்த யார்யாருக்கோ சொந்தம் என்பதை அமேயர் பாதிரியார் அறிவார். இந்த உடமையாளர்களில் பலரும் வெளி தேசக்காரர்கள். அமேயர் பாதிரியார் நாளும் குறிப்பாக ஞாயிறு தோறும் கொண்டாடி, கரிசனத்தோடு திருப்பலி நடத்தி, சங்கீதம் பாடக் கேட்டிருந்து, பிரசங்கமும் செய்து, சகலரையும் ஏசுவின் பெயரால் ஆசிர்வதிக்கும் கத்தோலிக்கத் திருச்சபையைச் சார்ந்தவர்கள் இல்லை அவர்கள் எல்லாரும்.

குடியும் குடித்தனமும் வீடு முழுக்கக் குழந்தைகளுமாக இருந்து, கட்டியவளுக்கு, ஞாயிற்றுக்கிழமை ஆட்டுக்கறி வைக்க மாமிசம் சுத்தப்படுத்திக் கொடுத்து விட்டு வந்த ஆயர்கள் திருப்பலி தரும் ஏசு பெயர் தாங்கிய மற்ற திருச்சபைகளைச் சேர்ந்தவர்களும் இல்லை அவர்கள்.

கென்சிங்டன் வீட்டு உடமையாளர்கள் வளைகுடா நாடுகளில் வியாபாரிகள். அவர்கள் முசாபர் போல இஸ்லாமியர்கள். அதிலும் பிரிவுகள் உள்ளதாக அமேயர் பாதிரியார் அறிவார். பேரீச்சம் பழமும் பெட்ரோலும் விற்றே உலகில் சகல சௌகரியங்களையும் சுகங்களையும் வாங்கியவர்கள். கென்சிங்க்டன் வீடுகளைப் பெருமை நிமித்தம் பெரும் விலை கொடுத்து வாங்கி வருடத்தில் வந்து தங்கும் சில நாட்கள் தவிர வெறுமனே பூட்டிவைப்பவர்கள் என்றும் கேள்வி. இத்தனை வருடத்தில் லண்டன் வரும்போதெல்லாம் ஆலிவர் வீதி விடுதியில் தங்கினால் காலையில் உலவ வரும்போது இங்கே இலக்கில்லாமல் நீள நடப்பது அமேயர் பாதிரியாரின் வழக்கம்தான். அப்போதெல்லாம் ஏதாவது ஒரு கதவு எங்கேயாவது திறந்து பிரஞ்சிலோ, மேட்டிமைத்தனமான ஆங்கிலத்திலோ சங்கைக்குரிய அமேயர் அப்பன் என்று அவரைக் கூவி விளித்து உள்ளே அமர்த்தி, தேநீர் கொடுத்து, தேவ வார்த்தை சொல்லக்கூடுமென்று அவர் கற்பனை செய்வதுண்டு.

முதல் தடவையாக கென்சிங்க்டன் வீடு ஒன்றினுள் பிரவேசிக்க அவருக்கு வாய்த்திருக்கிறது. தனியாக வராமல் ரெண்டு ஆட்டுக் குட்டிகளையும் இட்டு வந்தாலும், அவரைச் சுற்றித்தான் நடவடிக்கைகள் என்றாகியிருக்கிறது.

மனைவி பேற்றுக்காக இந்தியாவுக்குப் போயிருப்பதால் தான் தனியாகத் தான் இருப்பதாக அறிவித்தார் பத்மன். வாரம் ஒருமுறை வீடு சுத்தம் செய்வதாகவும், தனக்காக ஆழாக்கு சோறாக்கிப் பாலோ, புளிக்க வைத்து தயிரோ கலந்து சாப்பிடுவதாகவும் தெரிசா கேட்டபோது தெரிவித்தார்.

எங்க கடை இங்கே இருந்தா தினமும் சாயந்திரம் சுடச்சுட மீனும் வறுவலும் கொண்டு வந்து கொடுக்க ஏற்பாடு செஞ்சிருப்பேன்.

முசாபர் பேராசிரியரிடம் அன்போடு சொன்னான்.

நான் சுத்த சைவம்.

பத்மன் சிரித்தார். முசாபருக்கு அதற்கு அப்புறம் பத்மன் பற்றிய சுவாரசியம் போயே போய்விட்டது.

உள்ளே போய்த் தேநீர் தயாரித்து எடுத்து வரப் போனார் பேராசிரியர் பத்மன். அந்த கென்சிங்டன் வீட்டை இன்னொரு முறை நாற்காலியில் இருந்து எழுந்து அறைக் கோடிக்கு நடந்தபடி, கூரையிலும், சுவர்களிலும், ஜன்னல் வழியாகவும் நிதானமாகப் பார்த்து ரசித்தார் அமேயர் பாதிரியார்.

பத்மன் சாயா கோப்பைகளோடு வந்த போதே பாதிரியார் அவரைக் கேட்டார்

இங்கே வீட்டுக்கான குடக்கூலி அதிகமாக இருக்குமில்லையா? உங்கள் பல்கலைக் கழகம், இந்த விஷயத்தில் திருச்சபை எங்களுக்குக் காட்டுவது போல் கஞ்சத்தனம் காட்டாமல் இருப்பது போற்ற வேண்டியது.

அப்படி இல்லை. இந்த வீடு மிகக் குறைந்த வாடகைக்குக் கிட்டியது.

பத்மன் இருமலோடு தேநீரை உதடு படாமல் அருந்த, அமேயர் பாதிரியார் கோப்பையை இதமான சூட்டோடு சத்தமெழ உறிஞ்சினார்.

பதுமனின் பேச்சு இப்போது அமேயர் பாதிரியாருக்கு சகஜமாகப் பழகி இருந்தது. தரக்கேடில்லாத தேநீர் உண்டாக்கத் தெரிந்த அவர் மீது ஏசுவை விசுவாசிக்காதவர் என்ற விமர்சனத்தையும் மீறி அபிமானமும் வந்து கவிந்தது.

குறைந்த மாத வாடகைன்னு சொன்னீங்களே. ஒரு ஐம்பது பவுண்ட் இருக்குமா?

முசாபர் ஆர்வத்தோடு கேட்டு விட்டுக் கொச்சு தெரிசாவைப் பார்த்தான். அந்த நிலவரத்தில் லண்டனில் வீட்டு வாடகை இருந்தால் கால்டர்டேலை விட்டு இங்கே சட்டியும் பானையும் மூட்டை கட்டி எடுத்து வந்து குடித்தனம் போட்டுவிடலாம் என்று அவன் உத்தேசிருந்ததை அறிவேன் என்பதாக அவள் சிரித்தாள்.

வீடே கிடைக்கிற போது, கீகடமான ஒரு இடத்தில் பலகை அடைத்து ஒரு 'மீனும் வறுவலும்' கடை போட்டால் காலம் இடைஞ்சல் இன்றிப் போகும் என்ற நினைப்பில் அவளும் பத்மனைப் பார்க்க, அவர் அவசரமாகச் சொன்னார்

ஐம்பது பவுண்டில் இங்கே வீடு கிடைக்கணும் என்றால் ஒன்றுக்கு நாலு பிசாசுகள் தங்க வேண்டி வரும். எனக்கு ஒண்டுக் குடித்தனமாக ஒன்றே ஒன்று கிடைத்ததால், இருநூறு பவுண்ட் மட்டும் மாத வாடகையாக அடைக்கிறேன்.

அவர் மேலும் சொன்னதில் இருந்து கென்சிங்டன் வீடு அவ்வப்போது பேயோட்டம் இருப்பதாக எல்லாரும் சொல்வதால் குடிபுக யாரும் வராமல் இருபது வருடம் சும்மா பூட்டித்தான் கிடந்ததாம். பத்மன் இதற்கெல்லாம் அசருகிற பரம்பரையில்லை என்பதாலும் பரம்பரையிலேயே அமானுஷ்ய ஆத்மாக்களோடு பேசுகிற வம்சாவளியில் வந்தவன் என்பதாலும், கற்றும், படித்தும், விவாதம் செய்தும், எழுதி அச்சுப் போட்டும் சிந்தித்த எல்லாம் விஞ்ஞான பூர்வமானவை தவிர வேறொன்றுமில்லை என்பதாலும், பத்திரிகை விளம்பரத்தைப் பார்த்துத் தான் துணிந்து போய் வீட்டுக்காரரைச் சந்தித்ததையும் வந்தவர்களுக்கு அவர் விளக்கினார். சாதாரணமாக கென்சிங்டனில் இப்படியான வீடுகள் பத்து மடங்கு அதிகமான வாடகையில் கம்பெனி நிர்வாகிகளுக்கே கிட்டும் என்றும் சொன்னார்.

இந்த வீட்டு வாசலில் பிளைவுட் அடித்து ஒரு மீனும் வறுவலும் விற்கிற கடை போடலாமா?

தடாலடியாக விசாரித்தான் முசாபர். போக வர இருநூறு மைல் தினமும் கால்டர்டேல் போய் வந்து கடை திறந்து வியாபாரம் செய்து பூட்டி முடியுமா என்று கொச்சு தெரிசா கவலைப் பட்டாள். ஆனாலும் அடிப்படையில் அப்படியான யோசனை அவளுக்குப் பிடித்திருந்தது.

வாசல்லே பிளாட்பாரத்திலேயே நாலு ப்ளாஸ்டிக் ஸ்டூல் போட்டுட்டா போதும். வாடிக்கையாளர்கள் கையில் தட்டை ஏந்தியபடியே சாப்பிட்டு முடித்துப் போயிடுவாங்க.

வியாபாரக் கனவுகளோடு, குரல் குழறத் தொடர்ந்தான் முசாபர்.

கால்டர்டேலில் அப்படித்தான் வியாபாரம் நடப்பதாகவும், பியர் குப்பிகளோடு வந்தவர்கள் கூட காலிடுக்கில் புட்டியை இடுக்கியபடி பிளாஸ்டிக் நாற்காலிகளில் இருந்து சாப்பிடுவதாகவும், இன்னும் சிலர் ஒரு படி மேலே போய் மீனோடு பியரும் விற்பனைக்கு இறக்கலாம் என்று யோசனை தருவதாகவும் தெரிசா தெரிவித்தாள்.

மதுக்கடை எல்லாம் ஆண்டவருக்கு விரோதமானது. திருப்பலி நேரத்தில் வழங்கும் சொட்டு ஒயினைக் கர்த்தரின் ரத்தமாக விசுவாசித்து அருந்துவதல்லாமல் வேறேதும் பானங்களை மிடாக் குடியர்களாக மாந்தி போதை தலைக்கேறி உருண்டு கிடப்பதை தெய்வம் தம்பிரான் நிச்சயம் விரும்பமாட்டார்.

அமேயர் பாதிரியார் அறிவித்தார். முசாபர் அவர் மந்தையில் இல்லை தான். காலம் கனியும் போது இந்தப் பாவத்தைக் களைய குடிக்காதே என்று அவனுக்குத் தனியாக போதனை செய்து கிறித்துவத்தில் ஏற்றிக் கொள்ள அவருக்கு நினைவு இருக்குமோ என்னமோ. தேவையான நேரம் இப்போது தான். தடுத்தாட்கொள்ள வேண்டியதும் இன்றே தான்.

பத்மன், லண்டன் மாநகராட்சி, தெருக்களில் நடைபாதையை வெகு கவனமாகப் பராமரிப்பதாகவும், கடையோ, வாகனமோ, வளர்த்து மிருகமோ அங்கே ஆக்கிரமித்தால் ஆக்கிரமிப்பு உடன் அகற்றப்பட்டு கடும் தண்டனை கிட்டும் என்றும் விளக்கினார்.

இவர்கள் போகாத இத்தனை ஊர்களுக்கும் வழிகேட்டு வந்ததன் நோக்கம் அவருக்குக் கொஞ்சமும் மனசிலாகவில்லை. ஆனாலும் அமேயர் பாதிரியார் அடுத்தபடியாகக் கேட்ட கேள்விகளுக்கு சிரத்தையாகப் பதில் சொல்லி வந்தார்.

புரபசர் சார், இவள் அதாவது இந்தச் சின்னப் பெண் தெரிசா. இந்திய வம்சாவளியிலே வந்தவள். கால்டர்டேலிலே இவள் வீட்டு முன்னே ஒரு மயில் ஆடினது.

அதில் ஆச்சரியம் என்ன இருக்கப் போகுது அச்சன்? பறவைகளைப் பற்றித்தான் உங்களுக்குத் தெரியுமே?

ஆமா, அவை விதைக்கிறதில்லை, அறுக்கிறதில்லை. ஆனாலும் மயில் என்கிற விசித்திரப் பறவை இங்கே வந்து. உங்க இந்திய வேதத்தில் மயில் வருமோ?

மயில் வரும் ஆனா அந்த வேதத்தில் பிரிட்டனும் கால்டர்டேலும் வராது.

பாதிரியாரோடு பத்மனும் சிரிக்க, என்ன என்று புரியாமல் தெரிசா முசாபரைப் பார்த்தாள். அவன் கண்கள் மூடியிருந்தன்.

பறவைக்கு என்ன விசாவா, பாஸ்போர்ட்டா? நாடு விட்டு நாடு, கண்டம் விட்டுக் கண்டம் என்று பறக்கறது வழக்கமாச்சே. வழக்கமாகத் தட்டுப் படுகிற இடம் தவிர்த்து ஆயிரக் கணக்கான மைல்கள் கடந்து போய் வேறெங்கேயாவது தட்டுப்படறதை அவ்வப்போது பத்திரிகையில் படிக்கிறோமே, சரிதானே அச்சன்?

அது சரிதான் ஆனால் மயிலால் அவ்வளவு தூரம் ஆசியாவிலேருந்து கடல் கடந்து இங்கிலாந்துக்குப் பறக்க முடியுமா? உடம்பிலே பெரும் பாரமான தோகையைச் சுமந்தபடி கொஞ்ச தூரம் பறந்தாலும் அது களைச்சுப்போய் உட்காராதா?

இதை இன்னொரு மயில் கேட்டிருந்தால் புரிஞ்சுக்க முடியும் அச்சன். நாளைக்கே பெங்குவினுக்கு பறக்கற சக்தி கூடி வந்தா துருவப் பிரதேசத்தில் இல்லாம அது ஆப்பிரிக்கக் கண்டத்துலேயோ தார் பாலைவனத்திலேயோ கண்ணுலே பட வாய்ப்பு இருக்கே? உங்களுக்குத் தெரியாததில்லே. இது இது இங்கே இப்படி இப்போ இருக்கணும்கற நியதி எதையும் வச்சுக்கிட்டு பிரபஞ்சமும் அண்டசராசரமும் இயங்கறதில்லே. நியதி இருந்தா இல்லே நியதி மீறிய நிகழ்ச்சி?

அது என்னமோ சரிதான், ஆனால் கால்டர்டேலில் ஏன்?

பாதிரியார் விடாமல் பிடித்தார். அவருக்கு இதைப் பற்றி ஒரு அபிப்பிராயம் உருவாகி இருந்து அதை உறுதிப்படுத்திக்

கொள்ளத் தன்னிடம் குடைந்து குடைந்து கேட்கிறார் என்று பத்மனுக்குத் தோன்றியது.

முசாபர் கண் திறந்து பார்த்தான். இந்தப் படிப்பாளிகள் ரெண்டு பேரும், புரியாத விஷயங்களைப் பற்றி இன்று இரவு முழுவதும் சர்ச்சை செய்து கொண்டிருக்க உத்தேசித்திருக்கலாம். அவனுக்கு வலுவாகப் பசி எடுத்துக் கொண்டிருக்கிறது. தெரிசாவைக் கூட்டிக் கொண்டு திரும்ப வேண்டியதுதான். பாதிரியார் எல்லா சந்தேகமும் தீர்ந்து சாவகாசமாக வந்து சேரட்டும்.

கால்டர்டெல் இல்லைன்னா லண்டன். அதுவும் இல்லேன்னா எடின்பரோ. எங்கே இருந்தாலும் அந்தப் பறவை அந்நியம் தானே. கால்டர்டேலில் சுற்றுப் புறம் சுத்தமாக இருக்கலாம். காற்றும் லண்டன் மாதிரி வாகனப்புகை இல்லாமல் இன்னும் சுவாசத்தில் இலை வாடையையும் பூ மணத்தையும் ஓடற தண்ணீரோட மெலிசான பச்சை வாசனையையும் நலுங்காமல் கொண்டு வரலாம். அதெல்லாம் காரணமாகி வழி திருப்ப கால்டர்டேலுக்கு மயில் பறந்து வந்திருக்கலாம்.

தெரிசா வீட்டு முகப்புக்கு அது வந்தது ஏன் என்று அமேயர் பாதிரியார் கேட்க உத்தேசித்து, அது அங்கேயானல் என்ன, தான் ஊழியம் செய்து பணியெடுக்கும் சர்ச்சைச் சார்ந்த வீட்டு முன் முற்றத்தில் தான் ஆனால் என்ன, ஊருக்கு வந்தது, வீட்டுக்கு வருவதில் என்ன சிக்கல் என்று தோன்ற சும்மா இருந்தார்.

சர்ச்சில் ஒருவேளை அது வந்து ஆடியிருந்தால்? வாய்ப்பு இல்லை. ஞாயிற்றுக்கிழமை அவருடைய கட்டாயத்தின் பேரில் வருகிற கூட்டம் தவிர மற்ற நாளில் அவர் மட்டும் தூபம் அசைத்துக் காட்டி சின்னதாகப் பிரார்த்தனை செய்து ராச்சாப்பாட்டுக்குப் போகிற ஆள் அரவமில்லாத இடம் அது. பிரசங்கம் கேட்க உட்காருவதற்காகச் செய்து நிறுத்திய மர பெஞ்சுகளின் தொகுதியும், பிரார்த்தனை நடத்தி ஆசீர்வதிக்கும் ஆராதனை பீடமும், சொற்பொழிவு செய்யும் மேடையும் எல்லாம் சின்ன இடத்தை அடைத்தபடி நெருக்கி அமைந்த மரவேலை அமைப்புகள்.

கேட்பவர்கள் பாதி பிரசங்கத்தில் தலைபோகிற வேலை நினைவு வந்த மாதிரி எழுந்து ஓட இடம் கொடுக்காத சிறு இடைவெளிகளை அமேயர் பாதிரியார் நன்றியோடு நினைத்துக் கொண்டார். அந்தக் குறுகிய வெளியில் மயில் என்ன, தட்டாரப்பூச்சி கூட சிறகு விரித்து ஆட முடியாது.

கொச்சு தெரிசாவின் வம்சாவளி பற்றி உங்களுக்குத் தெரியும்னு சொன்னாரே தெக்கே?

பாஸ்போர்ட்டில் இருக்கு எல்லாம்.

தெரிசா முனகினாள்.

அவள் ஒரு பெரிய மீனின் வயிற்றுக்குள் கொஞ்சம் கொஞ்சமாக அமிழ்ந்து கொண்டிருந்தாள். மீனின் வயிற்றில் பலகணிகள் ஒவ்வொன்றாகத் திறந்து கடல் நீர் உள்ளே பொங்கி வழிய, சுற்றிலும் குப்பாயத்தை உயர்த்திப் பிடித்த பாதிரியார்கள் இலக்கின்றிப் பரபரப்பாக அலைந்து கொண்டிருக்கிறார்கள். நீலம் சிதற ஒரு மயில் ஆடிக் கொண்டிருக்கும் தூதரக மாளிகை முகப்பை நோக்கி வேகமாக நகர்கிறது அந்த மீன்.

ஆடி அலைக்கழிக்கும் படகில் தனியாக கதிகெட்டு நிற்கும் பயணியாக அவள் சுவரைப் பற்றிக்கொள்ள நகர்கிறாள்.

அமேயர் பாதிரியார் நிறுத்திப் பிடிக்கும் முன்பே கொச்சு தெரிசா தரையில் விழுந்திருந்தாள்.

# அத்தியாயம் முப்பத்திரண்டு

ஏர்ல் ஓஃப் லில்லி கேஸில். அல்லிக்கோட்டை பிரபு ஆல்பர்ட் மிடிங்டன் ரிச்சர்ட்சன் நடுராத்திரிக்கு வழக்கம்போல் எழுந்து கொண்டார். அவர் உலவப் புறப்பட வேண்டிய நேரம் அது.

சலவை செய்த உடைகள் மர பீரோவில் இருப்பதை உறுதி செய்து கொண்டார் ஆல்பர்ட் பிரபு. அவை எப்போதும் அணியத் தயாராக நானூறு வருடமாகப் புதியதாக இருப்பவை.

ஒரு ராத்திரி விடாமல் தினம் தூய்மையான ஆடைகளை அணிந்து, காலில் தூசு இல்லாமல் மின்னும் படியாகத் துலக்கிய பாதுகைகளையும் இட்டுக் கொண்டு அவர் நீள நெடுக நடப்பார். கீழ்வீடு முழுவதும், படியேறி மாடியிலும், வெளியே சிறு தோட்டத்திலும் காலார நடப்பார். ஓர் அறையிலிருந்து மற்றொன்றுக்குள் கதவைச் சத்தத்தோடு சாத்தி, ஜன்னலை விரியத் திறந்து பிரவேசிப்பார்.

கோபம் தலையேற அவர் வெளியே வரும்போது கதவு அடித்துச் சார்த்திக் கொள்ளும். காற்றால் மரக் கதவும் ஜன்னலும் மூடியதாகவும் திறந்ததாகவும் நினைக்கிற மனிதர்களுக்கு அவ்வப்போது தன் உருவத்தைக் காட்டித் தருவார்.

தொலைவில் பார்த்தபடி நேராக நடை போட்டு வீடு முழுக்கச் சுற்றுகிற தன் இருப்பு வீட்டில் இருப்பவர்களுக்கு பயத்தைத் தருவதை அவர் கடைக்கண்ணால் மட்டும் பார்த்துத் திருப்தி அடைவார். முழுவதுமாகக் கண் விழித்துப் பார்த்தால், வீட்டுக்குள் இருப்பவன் பார்வையைச் சந்தித்து லகுவாக உதாசீனப்படுத்தி இளக்காரமாகப் பார்த்து விடும் அபாயம் உண்டு.

அந்தக் கஷ்டம் எதுவும் ஆல்பர்ட் பிரபு அனுபவிக்க உகந்ததில்லை.

வீட்டு முன்னறையில் மூன்று ஜோடி காலணிகளைப் பார்த்தார் ஆல்பர்ட் பிரபு. பெண்கள் அணியும், சற்றே பழைய ஒரு ஜோடி. புதியதாகத் தெரியும் ஆனால் சுருக்கம் விழுந்த, நல்ல தோலில் செய்த ஆண்களின் பாதரட்சை இன்னொரு ஜோடி. எந்த நிமிடமும் அடிப்பாகம் அற்று விழுந்து உபயோகிப்பவரைத் தரை தொட வைக்ககும் நைந்த ஜோடி ஷூக்களும் அங்கே உண்டு. பாதிரியார்களும் பிஷப்புகளும் அணிகிறவை அவை. நானூறு வருடமாக அப்படித்தான்.

ஆல்பர்ட் பிரபுவின் இந்த வீட்டுக்கு, அவருடைய அனுமதி இல்லாமல் யாரோ விருந்துக்கு வந்திருக்கிறார்கள். வீட்டில் கூட்டம் சேர்ந்திருக்கிறது.

புதிதாக வந்த ஆண்களின் உடம்பு வாடையும் பெண் வாடையுமாக வீடு, தங்கும் விடுதி போல தறுதலைத்தனமாக மாறி இருப்பதை அவர் கவனிக்கத் தவறவில்லை.

வந்தவர்கள் வெகு சுமாரான பண இருப்பு உள்ளவர்களாக இருக்கலாம். இந்த மாதிரியான உயர்குடி வசிப்பிடத்தில் அவர்கள் நுழையவே அனுமதி கிடைக்காது ஆல்பர்ட் பிரபு மூச்சுவிட்டுக்கொண்டிருந்த காலத்தில்.

காலம் மாறி யார்யாரோ அவர் வீட்டுக்குள் சுவாதீனமாக நுழைந்து தூசி படிந்த காலணிகளை இஷ்டத்துக்குக் கழற்றிப் போட்டுவிட்டுத் தங்கிக்கொள்கிறார்கள்.

ஆர்னால்ட் பிரபுவுக்கு எரிச்சல் ஏற்பட்டது. நடக்க வேண்டும். நடந்தபடி, பழகியவர்கள் தவிர புதியதாக யாரும் வந்து சேராமல், மேலதிகக் கூட்டம் கூடாமல் இந்த வீட்டைக் கல்லறை வளாகத்தின் அமைதிக்குக் கொண்டு போக வேண்டும். சத்தமும், சந்தோஷமும், சாப்பாடும் இல்லாமல் சீக்காளியாகப் புலம்பும் வீடு. அதுதான் பார்க்கத் தகுந்தது. மகிழ்ச்சியும் குழந்தைகளும் சகிக்க முடியாது.

எலிக்குஞ்சு போல இருக்கும் இந்தியனை இங்கே இருக்க அனுமதித்தது தவறாகப் போனது. இன்னும் கொஞ்சம் சிரத்தையெடுத்து ரத்தத்தையும் மாமிசத்தையும் வழியில் தூவி அவன் படுக்கையைச் சுற்றித் தலையைக் கையில் இடுக்கிக் கொண்டு ஓடி, பெருஞ்சிரிப்பாக இரைந்திருந்தால் ஓடியிருப்பான்.

ஆனாலும் அந்த மனுஷனுக்குள் இத்தனை இளக்காரம் இருப்பதைத்தான் ஆல்பர்ட் பிரபுவால் தாங்கவே முடியவில்லை. பேராசிரியர் என்று சொன்னார்கள். அதிமேதாவி என்பதால் திமிரும் அலட்சியமும் அதிகமான கறுப்பன் அவன்.

தூங்குகிறானே, பதறி எழுந்து பயப்படட்டுமே, தொரதொரவென்று படுக்கையிலேயே மூத்திரம் கழித்து அலறட்டுமே என்ற நப்பாசையோடு காலி சாயாக் கோப்பையைத் தரையில் போட்டு உடைக்கப் போனால் எழுந்து அதைப் பிடுங்கி வைத்துவிட்டுப் போர்த்திக் கொண்டு திரும்பப் படுக்கிறான்.

கெட்ட வார்த்தை சொல்லித் திட்டினால் பதிலுக்கு இந்திய பாஷையில் ஏதோ சொல்கிறான். அந்த மொழி முழுக்கப் புழுத்த வசவுகளால் ஆனது மாதிரித் தெரிகிறது. ஒவ்வொருக்கொருவர் சுமுகமாக முகமன் கூறிக்கொள்ளக் கூட பரஸ்பரம் நாலு தலைமுறைகளில் வந்த பதினைந்து முதல் எண்பது வயதுக்கு உட்பட்ட பெண்கள், ஆண்களையும், அவர்களில் வளர்ப்பு மிருகங்களையும் வம்புக்கு இழுத்து சகல உறவும் கற்பித்து வையும் மொழியாக அது இருக்கலாம்.

ஆல்பர்ட் பிரபுவின் ஏழெட்டு தலைமுறை

அப்படிப்பட்டவர்களாகவே இருந்தார்கள் என்பது அவரை யோசிக்க வைக்கிறது.

தொலையட்டும்.பெண்டாட்டியை ஊருக்கு அனுப்பி விட்டு ராத்திரி ஆலிங்கனத்தில் தொடங்கி அத்தனை சுகமும் தர பெண் துணை இல்லாமல், காயடித்த பன்றி போலச் சுருண்டு கிடக்கிறவனைச் சீண்ட வேணாமென்று பார்த்தால், ஆல்பர்ட் பிரபு காலை வீசி நடமாட அவருடைய வீட்டிலேயே ஆயிரம் இடைஞ்சல்.

கருத்து திரண்ட இளம் வயதுப் பெண் ஒருத்தி இரண்டாவது படுக்கையறையில் வாயைத் திறந்து கொண்டு மல்லாந்து கிடைக்கிறாள். அவளுக்குப் பக்கத்தில் மீசையும் தாடியுமாக அவளைக் கட்டியவனோ, இச்சித்துக் கலந்தவனோ.

ஆல்பர்ட் பிரபுவின் சுத்தமான வெள்ளையும் பழுப்புமான தாடி எங்கே, பேன் இழைந்து மூக்கில் ஏறும் இவன் தாடி எங்கே.

வெளியே உட்காரும் இருக்கையில் ஒருக்களித்துப் படுத்துக் குறட்டை விடுகிற வயோதிக பாதிரி எப்போது தன் பாதிரிக் குப்பாயத்தைத் துவைத்தாரோ. பிரஞ்சுக்காரர் என்று முகத்தில் எழுதியிருக்கிறது. வாரம் ஒருமுறை கழிப்பறைக்குப் போய், மாதம் ஒருமுறை குளிக்கும் சீலம் உள்ளவர்கள் அந்த மொழிக்காரர்கள் என்று ஆல்பர்ட் துரை உயிரோடு இருந்தபோது அறிந்திருந்தார்.

அது நானூறு வருடம் முன்பு. இப்போது முன்னேறியிருப்பார்கள் என்பதற்கு ஒரு முகாந்திரமும் இல்லை. ஆனாலும பிரஞ்சுப் பெண்களை ஆல்பர்ட் துரைக்குப் பிடிக்கும். குளிக்காததால், உன்னத லகரி ஏற்றும் அவர்களின் உடம்பு வாடையும்.

இவர்களைப் பார்த்துக் கொண்டு நிற்பதை விடக் கடலில் பயணமாவது நல்லது. பராக்குப் பார்ப்பதில் நேரம் கழிந்து போனால் விடிந்து போய் ஆல்பர்ட் பிரபு ஒன்றுமில்லாமல் திரும்ப வேண்டி நேரும். கருங்கடல் அலையடித்து வரட்டும்.

அவர் படிக்கட்டுகளில் மிதந்து மேல் தளத்துக்குப் போக எதிரே சமுத்திரம் விரிந்தது.

பெரிய கப்பல். ஆல்பர்ட் பிரபு வழிகாட்டித் தலைமை வகித்து நடத்திப் போகும் போர்க் கப்பல் அது. கொடிய பனிக்காலம். நான்கு கம்பளி ஆடைகளை ஒன்றன்மேல் ஒன்றாக அணிந்தும் குளிர் எலும்பைத் துளைக்கிறது. ஆழ்கடலில் தத்தளித்து சூறாவளியில் போய்க் கொண்டிருக்கிறது கப்பல்.

மேல் தளத்தில் இருந்து தொலைதூரம் பார்க்கிற ஆடிகள் மூலம் கண்ணைக் கவிந்து நோக்குகிறார் ஆல்பர்ட் பிரபு. தூரத்தில் மெல்ல அசைந்து வந்து கொண்டிருப்பது பிரஞ்சு நாட்டுக் கப்பல் என்று அதன் உருவத்தைப் பார்த்ததுமே தெரிகிறது. தொலைநோக்கு ஆடி மூலம் பார்வையில் மங்கலாகத் தெரியும் கப்பல் தட்டில் பறப்பதும் பிரஞ்சுக் கொடி என்று தான் தோன்றுகிறது. வழக்கமாக இந்த நேரத்துக்கு வருகிற கப்பல்தான் அது.

சற்றே வலப் பக்கம் திரும்பி நோக்கினார் ஆல்பர்ட் பிரபு. பெரிய பனிப்பாறை அங்கே கிழக்கு வடக்காகத் தட்டுப்படப் போகிறது.

கீழ்ப்படிதலுள்ள அவருடைய மாலுமிகளுக்கும் கடற்படை வீரர்களுக்கும் கடல் இரைச்சலை மீறிக்கொண்டு அவர் உத்தரவிடுவார்

கப்பலை இடது பக்கம் திருப்புங்கள்.

மகா பெரிய தவறு நடக்கச் சில வினாடிகளே உள்ளன.

சின்ன வயசில் இருந்து மாற்றியே தான் நினைவில் படிந்திருக்கிறது. இடது பக்கம் திரும்பக் கண் சொல்லி, உடல் இயங்கினாலும், வாய் வார்த்தையில் அது வலது என்றே வந்து விழும். சாரட் வண்டிகளில் பயணம் செய்கிற போதும், குதிரைச் சவாரி செய்து வேட்டைக்குப் போகிற போதும் இடது பக்கம் போக வேண்டும் என்றால் ஒரு வினாடி யோசித்து மனதில் நிச்சயப்படுத்திக்கொண்டு சொல்வார் ஆல்பர்ட் பிரபு. படபடப்பிலோ மன அழுத்தத்திலோ உளைச்சலிலேயோ இருக்கும்போது இடம் வலமாகிப் பிசகாகிவிடும்.

ஆல்பர்ட் பிரபு கடல் இரைச்சலை மீறி உரக்கக் கூவுகிறார் - கப்பலை வலது பக்கம் திரும்புங்கள்.

மாலுமிகள் அவர் சொல்லை மீற முடியாது. சுக்கானை வளைத்துத் திருப்புகிறார்கள்.

பனிப்பாறை எழுந்து நிற்கப்போகிறது. தினமும் எழும். கப்பலை எதிர்கொள்ளும். அது சில்லுச் சில்லாகச் சிதறி உடைய, பாறை அதே படிக்கு நிற்கும். உயிர் போகிற வாதனையோடு குரல்கள். கையும் காலுமாக பனியில் துடிக்கும். கூக்குரலோடு பாறையில் தலை மோதும். சிதறி வழிந்து ஓசை தேயும்.

மேல் தளத்தில் ஆல்பர்ட் பிரபு. பாதகம் செய்தவன். மாபாதகம் செய்த பாவி. மன்னிப்பே இல்லை. தெரியும் அவருக்கு. நம்பிக்கை வைத்து வந்தவர்கள். இருநூறு பேர் இருந்தார்கள். திரும்பித் திரும்பிப் பார்க்கிறார்கள். நம்ப முடியாத திகில் முகத்தில். அதோடு அடுத்த வினாடி சாவு. மறக்க முடியாத முகங்கள். மறக்க முடியாத இறப்பு. ஆல்பர்ட் பிரபுவின் இறப்பும் கூட. தினமும் நடக்கிறது.

பனிப் பாறை எங்கே?

ஆல்பர்ட் பிரபு ஆச்சரியத்துடன் சுற்றிலும் தேடினார்.

பக்கத்தில் பிரம்மாண்டமாக ஏதோ ஊர்ந்து வந்தது. மீன். மிகப் பெரிய மீன். கதவுகள் விரியத் திறந்த வயிற்றோடு கூடியது. மீனின் வயிற்றுக்குள் கறுத்துத் தடித்த பெண் ஒருத்தி கொஞ்சம் கொஞ்சமாக அமிழ்ந்துகொண்டிருந்தாள். அந்த வயிற்றில் பலகணிகள் ஒவ்வொன்றாகத் திறந்து கடல் நீர் உள்ளே பொங்கி வழிய, சுற்றிலும் குப்பாயத்தை உயர்த்திப் பிடித்த பாதிரியார்கள் இலக்கின்றிப் பரபரப்பாக அலைந்து கொண்டிருக்கிறார்கள். அதில் ஒருத்தர் குப்பாயத்துக்குள் ஏதோ புத்தகத்தைத் திணித்துக் கொள்கிறார். கழுக்கு மொழுக்கென்று ஒருத்தன் கையை நீட்டிக்கொண்டு அவருக்குப் பின்னால் ஓடுகிறான். தூதரகம் என்று எழுதிய இரண்டு நிலைக் கட்டிடம் எல்லோருடைய வழியையும் அடைத்துக்கொண்டு முன்னால்

எழுந்து நிற்கிறது. கடல் நீரில் அழுத்தமான நீலம் சிதற ஒரு பெரிய பறவை அந்தக் கட்டிட முகப்பில் நின்று ஆடிக் கொண்டிருக்கிறது. அதன் மேலே படியும் நீர்த் திவலைகளை ஆடிய படியே தலை குலுக்கி உதிர்த்துக்கொண்டிருக்கிறது ஆடும் அந்தப் பறவை.

பார்த்துக் கொண்டிருக்கும்போதே ஆல்பர்ட் பிரபுவும் மீன் வயிற்றுக்குள் ஒரு பெரிய அலையில் கொண்டு தள்ளப்பட்டார். கட்டிட முகப்பை நோக்கி வேகமாக நகர்கிறது மீன்.

ஆல்பர்ட் பிரபு சுற்றுமுற்றும் பார்த்தார். எங்கேயிருந்து வந்தது இந்த மீன்? கடல் நீர் வழிவிட்டு வடிவது ஏன்? தட்டுப் படுகிற நிலப்பரப்பு எந்த ஊர்? மீனும் வறுவலும் விற்கிற கடையில் பழைய பத்திரிகைகளைக் கிழித்து சீராக அடுக்கிக் கொண்டிருக்கிறவன் யார்? பாதிரியாருக்குப் பின்னால் போன கழுக்கு மொழுக்கன் இல்லையோ இவன்? சைக்கிளில் வந்து இறங்கி அதைச் சுவரோடு சாய்த்து வைத்துவிட்டு உள்ளே ஏன் போகிறார் பாதிரியார்? நீலப் பறவை பறப்பது எங்கே?

அவருக்கு அர்த்தமாகியது. அவர் அந்தப் பெண்மணியின் கனவுக்குள் நுழைந்திருக்கிறார். முன்னறையில் உறங்கிக் கொண்டிருக்கிறவள். கறுத்துத் தடித்தவள். கிழங்கனைக் கட்டியவள். அல்லது ஆசை நாயகி.

அவள் மேல் இப்படி அப்படியென்று சொல்ல முடியாத ஆத்திரம் ஏற்பட்டது ஆல்பர்ட் பிரபுவுக்கு. அவளை அப்படியே எடுத்துப் போய் புரபசரின் பக்கத்தில் படுக்க வைக்கலாமா என்று ஒரு வினாடி தோன்றியது. வேணாம், அந்தப் பாதிரியார் பக்கத்தில் இடலாம். அங்கே ஒருத்தர் கிடக்கவே இடமில்லை. தடியனைக் கீழே போட்டு விட்டுப் பாதிரியாரை கட்டிலில் இடலாமா? அல்லது, இன்னும் ரசமாக, கறுப்பியை உருட்டி விட்டு, தடியன் பக்கத்தில் பாதிரியாரைக் கிடத்தலாமா?

எதுவும் வேண்டாம். நானூறு வயதில் இப்படியான அல்பமான காரியம் எதுவும் செய்ய அவருடைய கௌரவமும் அந்தஸ்தும் அனுமதிக்காது. செத்துப் போயிருந்தால் என்ன, இதெல்லாம் பெயரோடு சேர்ந்து இருக்கிற சமாசாரம் ஆச்சே. மேலும், அந்த

மீன் வயிற்றில் இருந்தபடி கறுத்த பெண்ணைத் தூக்குவது அவரால் முடியாத ஒன்று. தடியனைச் சுமப்பதாக நினைக்கவே கை வலித்தது.

இந்த இழவை எல்லாம் பிறகு கவனித்துக் கொள்ளலாம். அவர் அடுத்து நடுவீட்டில் இருந்தாக வேண்டும். அதுதான் வழக்கமான நடைமுறை.

அவர் இடது பக்கமாகத் திரும்பினார். அது வலது என்று தோன்றியதை அழுந்தத் துடைத்தெறிந்தார். தினசரி இதுவும் நடந்தாக வேண்டும்.

கப்பல் மூழ்கி இறந்த அதே நிமிஷத்தில் வீட்டில் ஒரு விருந்து நடந்து கொண்டிருக்கிறது. தினமும் நடக்கும் விருந்து. அதே விருந்தாளிகள். அதே உணவு. மதுவும் கூட அதே தான். பாதி அருந்திய கோப்பைகள் நாளும் வரும்.

அவர் வாசலில் இருந்து படியேறி வந்தார். ஈரம் சொட்டச் சொட்ட கடல் படைத் தலைமை அதிகாரி உடையில் இருந்தார். திருமதி ஆல்பர்ட் பிரபுவைக் கண்கள் தேடின. அவள் உள்ளேயிருந்து விருந்துக்கான பதார்த்தங்களை வேலைக்காரர்கள் ஏற்படுத்தப்பட்ட வரிசையில் எடுத்து வர உத்தரவு கொடுத்துக் கொண்டிருப்பாள்.

இனி அவர் செய்ய வேண்டியதெல்லாம் அறையில் விருந்தினர்கள் யாரையும் பார்க்காமல் நேராக நோக்கியபடி நடக்க வேண்டும். அவர்கள் குழப்பத்தோடும் ஆச்சரியத்தோடும் அவர் முதுகுக்குப் பின்னால் பார்த்துக் கொண்டிருப்பார்கள். ஒரு நாளாவது சற்றே நின்று பின்னால் திரும்பி அவர்கள் முகத்தில் எழுதிய உணர்ச்சிகளைப் பார்க்க வேண்டும் என்று தான் நினைக்கிறார். முடிகிறதில்லை.

இந்த நேரத்தில் இவர் கடலில் ஏதோ தூரப் பிரதேசத்தில் எதிரிக் கப்பல்களையும் படகுகளையும் விரட்டிப் பிடித்து யுத்தம் செய்து கொண்டிருப்பாரே, இங்கே எப்படி வந்தார் என்ற வியப்பு நிச்சயமாக அந்த முகங்களில் இருக்கும். அப்போது அவர் சொல்ல முடியுமானால் மன்னிக்கணும்,

நான் இப்போத்தான் இறந்துபோனேன், நடுக்கடல்லே வச்சு. நான் இல்லாவிட்டாலும் என் வீட்டு விருந்துக்கு வந்து சிறப்பித்ததற்காக உங்க எல்லோருக்கும் நன்றி சொல்லத்தான் நேரில் வந்தேன்.

ஆல்பர்ட் பிரபு நடக்க ஆரம்பித்தார். விருந்துக்கு வந்தவர்களும், பதார்த்தங்களின் மணமும், உற்சாகமான குரல்களும், மதுக் குப்பிகளில் நுரைத்துத் ததும்பும் ஒயினுமாக விருந்து மண்டபம் கொஞ்சம் கொஞ்சமாக உருவாகி அவர் முன் விரிந்தது. முகங்கள். ஒரு வினாடி சென்று, வியப்பால் விரியும் கண்களும், சங்கடமான மௌனமுமாக இந்தச் சூழ்நிலை இறுகும். ஆல்பர்ட் பிரபு எதையும் பொருட்படுத்தாது முன்னால் நகர்ந்து போய் சுவரில் படிந்து காணாமல் போவார்.

ஈர உடுப்புகள் கம்பீரமாக நடக்க அசௌகரியமானவை. என்றாலும் கப்பல் மூழ்கி எழுந்து வருகிறவர் உடுப்பு சுக்காக உலர்ந்திருப்பது சாத்தியமில்லை. ஷுக்களும் உள்ளே கடல் நீர் புகுந்து சத்தமெழுப்ப நடையின் வேகத்தைப் பாதித்தன தான்.

என்றாலும் கப்பல் படை தலைமை அதிகாரி ஆல்பர்ட் பிரபு நடந்தாக வேண்டும். இன்றும் என்றும் அந்த நடையில் கம்பீரம் துளிக்கூடக் குறையக் கூடாது.

ஆல்பர்ட் பிரபு மண்டபத்தின் நடுவே இருந்தார். இன்றைய நடை இன்னும் சில வினாடிகளில் முடியப் போகிறது. இனி இன்னொரு இரவு வரக் காத்திருக்க வேண்டும்.

காலில் ஏதோ இடறிச் சட்டென்று வேகத்தைக் குறைத்தது. தலை குப்புற விழுந்து விடும் அபாயம். வேண்டாம், விருந்துக்கு வந்தவர்கள் விரைவாக வந்து எழுப்பி விட முயற்சி செய்வார்கள். எப்படி வந்தீர்கள் என்று கேட்பார்கள். அதற்கெல்லாம் பதில் சொல்ல ஆரம்பித்தால் என்றென்றைக்குமாக இது முடிவுக்கு வந்துவிடலாம்.

காலில் இடறியது வாசலறை இருக்கையில் ஒருக்களித்துப் படுத்திருந்த பாதிரியார் என்று ஆல்பர்ட் பிரபுவுக்கு

அர்த்தமானது. தூக்கத்தில் புரண்டு படுத்து விருந்து மண்டபத்தில் அவர் கால் பட்டு இடற உருண்டு கிடக்கிற கத்தோலிக்கர்.

ஆல்பர்ட் பிரபுவும் கத்தோலிக்கர் தான். அவர் எதிர்த்துப் போரிடுகிறவர்கள் யாரும் அப்படி இல்லை. மறுப்பாளர்கள். ஏசுவைத் தவிர சகலரையும் சகலத்தையும் மறுக்கிறவர்கள். ஆல்பர்ட் பிரபுவும் அவரோடு கப்பலில் வந்தவர்களும் இறந்து போனதில் அவர்களும் ஏதோ விதத்தில் காரணமானார்கள். அவர்கள் இல்லாமல் போயிருந்தால் கப்பல் செலுத்திக் கடலில் பயணப்பட்டுப் போயிருக்கவே வேண்டாமே. அவரும் விருந்தில் மதுவருந்திக் கொண்டிருப்பார்.

ஆல்பர்ட் பிரபு குனிந்து பார்க்க, அமேயர் பாதிரியார் எழுந்து தடுமாறித் தரையில் உட்கார்ந்தார். அரைக்கண் மூடியபடி லத்தீனில் எதையோ சொல்லி ஜபித்தார். அந்த வாசகங்கள் சரஞ்சரமாக வந்து விழ, பிரபு சற்றே நின்றார். பின்னால் விருந்து மண்டபமும் இரைச்சலும் வந்தவர்களும் போன இடம் தெரியவில்லை.

கால்டர்டேல் ஊர்க்காரர்கள் சார்பில் கேட்கிறேன். நீங்கள் உடனே வெளியேறி சாப்பாட்டுக் கடைக்கோ மதுக் கடைக்கோ போகலாம்.

தூக்கக் கலக்கத்தோடு பாதிரியார் சொன்னார். பரிசுத்தமானவற்றின் பெயரால் இல்லாமல் சராசரி வாழ்க்கையின் அடிப்படையில் அந்த புரோகிதர் கேட்டதை ஆல்பர்ட் பிரபு ரசித்தார். அவருக்கு நானூறு வருடம் கழித்து உலகம் எல்லா விதத்திலும் எளிமையாகப் போய்க் கொண்டிருக்கிறது. அது நல்லதே.

அன்பரே, இது என் வீடு. நீங்களும் உங்களோடு வந்த இந்தியக்காரர்களான தம்பதியும்தான் விருந்தாளியாக இங்கே வந்திருக்கிறீர்கள். நீங்கள் வெளியேறினால் நன்றியுடையேனாக இருப்பேன். கப்பல் மூழ்கவும், விருந்து நடக்கும்போது நடந்து போகவும் எனக்கு நிறைய இடம் வேண்டி இருக்கிறது.

இன்றைக்குக் கவிழ்ந்து விழுந்திருப்பேன். நீங்கள் இப்படி வழியில் கிடப்பீர்கள் என்று கொஞ்சமும் கருதவே இல்லை.

குற்றம் சாட்டுகிற குரலில் ஆனால் மரியாதையோடு ஆல்பர்ட் பிரபு சொன்னார்.

கொச்சு தெரிசா என்ற இந்தப் பெண் மயக்கமடைந்து விழுந்திருக்காவிட்டால் நாங்கள் யாருமே ராத்தங்கி இருக்க மாட்டோம். விடிந்ததும் போகலாம் என்று புரபசர்தான் இருக்கச் சொன்னார். ராத்திரிச் சாப்பாடாக ரொட்டியும், பழக்கூழும் கொடுத்தார். அறைக் கோடியில் ஜாம் போத்தல் உருண்டு கிடக்கும், பாருங்கள்.

அமேயர் பாதிரியார் அதே மரியாதையோடு சொன்னார். அவருடைய உறக்கத்துக்கு இடைஞ்சலாக யாரோ வந்து எழுப்ப வார்த்தை சொல்லிக் கொண்டிருக்கிறார் அவர். அப்படித்தான் போதமானது அவருக்கு இதெல்லாம்.

நான் கடைசி அடி எடுத்து வைத்து மறையும் இடத்தில் போத்தல் உருண்டு கிடக்கிறது. பரவாயில்லை. இன்று ஒரு நாள் எல்லாமே தாறுமாறாக நடந்த வகையில் அதையும் சேர்த்துக் கொள்கிறேன். சமாதானமாக உறங்குங்கள்.

ஆல்பர்ட் பிரபு நின்றபடியே கைநீட்ட பாதிரியார் சுவரில் சாய்ந்திருந்தார்.

இந்தியாவில் கொச்சு தெரிசாவின் வம்சத்தில் அம்மிணி என்று ஒரு சின்னப் பெண் தட்டுப்படலாம். என்னை மாதிரி. ஆனால் என்னைப் போல இல்லை. தெரிசா அங்கே கருத்தரிக்கலாம். அநேகமாக அது பெண் சிசுவாக இருக்கும். அம்னி என்று பெயர் வைக்கச் சொல்லுங்கள். அம்மிணிக்குப் பிடித்ததாக இருக்கும்.

ஆல்பர்ட் பிரபு தலையை ஆட்டியபடி நடந்தார். இதெல்லாம் அவருக்குச் சம்பந்தமில்லாத நினைவுகள். எங்கிருந்தோ வந்து புகுந்திருக்கின்றன. போகட்டும், யாருக்கும் கெடுதல் நினைக்காமல், அசுத்தமானதைக் கற்பனை செய்யாமல்,

தங்கந்தங்கமாக நல்லதாகத்தானே இருந்தது அதெல்லாம். அம்மணி. இந்த இந்தியப் பெயர் மட்டும் பிடிக்கிறது. யார் என்று தெரியாவிட்டாலும் அவள் விருப்பத்துக்கு உரிய பெண் குழந்தையாக இருந்திருப்பாள். இன்னும் இருப்பாள்.

ஆல்பர்ட் பிரபு ஜாம் போத்தலை எடுத்து சாப்பாட்டு மேஜையில் வைக்க முயன்று அதை ஒரு அங்குலம் கூட நகர்த்த முடியாமல் தோற்றார். அவர் பின்னால் திரும்பிப் பார்க்க, அமேயர் பாதிரியார் தூக்கக் கலக்கத்தோடு அந்த போத்தலை மேஜை மீது வைத்து விட்டு நாற்காலியில் சரிந்தார். ஆல்பர்ட் பிரபு அவருக்கு நன்றி சொன்னபோது, அமேயர் பாதிரியார் தூங்கி இருந்தார்.

விடிந்ததும் அமேயர் பாதிரியார் கால்டர்டேல் ரயிலைப் பிடித்தபோது கொச்சு தெரிசாவிடம் சொன்னார்

புரபசரின் வீட்டு சொந்தக்காரர், அத்துமீறி வீட்டுக்குள்ளே வந்தோம்னு நேற்று ராத்திரி முழுக்க என்னோட சண்டை பிடிச்சார் தெரியுமோ. பெறகு சமாதானமாகி ஜாம் போத்தலை மேசை மேலே எடுத்து வைக்கச் சொல்லிட்டுப் போனார்.

கொச்சு தெரிசாவும் முசாபரும் அவரை ஆச்சரியத்தோடு பார்த்தார்கள்.

ஏர்ல்ஸ் கோர்ட் மதுக்கடையில் அவர் எப்போது படி ஏறி இருப்பார்?

# அத்தியாயம் முப்பத்தி மூன்று

கற்பகத்தை டாக்சியில் ஏற்றி செண்ட்ரல் ரயில் நிலையத்துக்குக் கூட்டிப் போவது அவ்வளவு ஒன்றும் சுலபமானதாக இருக்கவில்லை.

ஒரு வாரம் கூடவே தங்கி இருந்து, கூடவே சாப்பிட்டு, கூடத்தில் பகலில் பக்கத்திலேயே உட்கார்ந்து வாய் ஓயாமல் அரட்டை அடித்து, சமயோசிதமாகப் பேசி நல்ல வார்த்தை சொல்லி மெல்ல, வெகு மெல்ல வழிக்குக் கொண்டு வர வேண்டியிருந்தது.

திலீபும், ஜனனியும் பம்பாயில் இருந்து கிளம்பும்போதே பேசி வைத்துக் கொண்டு வந்த மாதிரி கச்சிதமாகச் சேர்ந்து செயல் பட்டார்கள். அது இல்லாமல் இருந்தால், அவர்கள் இன்னும் நாலு நடை நடந்த பிறகு கூட கற்பகம் கிளம்பி இருக்கப் போவதில்லை.

ஜனனி பார்த்துப் பார்த்துச் செய்தாள். தெருக்கோடிக் கடைக்கு, கற்பகம் கவனிக்காத நேரத்தில் போய் டீத் தூள் வாங்குவதில் சாத்வீகமாகத் தொடங்கியது அது.

பேத்தி கடை கண்ணிக்குப் போவதில் பாட்டிக்குக் குற்றம் சொல்ல ஏதுமில்லை. புடவை கட்டுவேனா என்று அடம்

பிடிக்கிறாள் கழுதை. உடம்பு விஷயத்தில் கொப்பும் குழையுமாகத் தன்னைக் கொண்டிருக்கிறாள் பேத்தி என்பதில் கற்பகத்துக்கு சொல்ல முடியாத பெருமை. ஆனாலும் ஊர்க் கண், கொள்ளிக் கண் ஆச்சே. வந்தான் போனான் கண்ணெல்லாம் மாரில் இல்லையோ இருக்கும்.

பாஷாண்டி, கோசாயி மாதிரி அது என்னடி லாலீன்னு உடுப்பு? உங்கப்பனைப் பள்ளிக்கூடத்துலே போட்டபோது, இப்படித்தான் பாவாடை கட்டிண்டு பாதிரிக் கட்டேலே போவான் அவனை வெதர்லே நிமிண்டுவான்.

பாட்டி நீட்டி முழக்கி ஆரம்பிக்க, திலீப் ஓடியே போய் விடுவான். ஜனனி நமுட்டுச் சிரிப்பு சிரித்துக் கொண்டு பாட்டியை இழுத்துப் பிடித்துப் பக்கத்தில் உட்கார வைப்பாள்.

வெதர்னா மழை வருமா வெயில் அடிக்குமா, உஷ்ணம், குளிர் இதானே. அதுக்கும் பாதிரி கிள்றதுக்கும் என்ன சம்பந்தம் பாட்டி?

அடி பொண்ணே அதெல்லாம் உனக்கெதுக்கு? சொன்னா கேட்டுக்கணும்

திலீப் கிட்டே கேட்டுக்கணுமா?

அந்தக் கடங்காரன்கிட்டே இதெல்லாம் வாயே திறக்கக் கூடாது. அக்காளும் தம்பியும் பேசற பேச்சாடி இது?

கடன்காரன் உள்ளே இருந்து பிஸ்கட்டை வேணுமென்றே எச்சில் படுத்திக் கடித்துக்கொண்டு வந்து இன்னொரு வசவைப் பாட்டியிடம் வாங்கிக்கொண்டு ஆனந்தமாகச் சிரிப்பான். தாத்தா சாவுக்கு வந்த இடத்தில்தான் அவனுக்கு சந்தோஷம் என்று விதிக்கப்பட்டிருக்கிறது.

காப்பி போடட்டுமா பாட்டி?

போடறது இல்லேடி கொழந்தே. காப்பி சேர்க்கணும்.

கற்பகம் தஞ்சாவூர் வளமுறையைப் பேத்திக்குக் கற்றுக் கொடுத்த பெருமிதத்தில் பேரன் இந்திச் சினிமாப் பாட்டுப் பாடறதை

ரசித்துக்கொண்டிருப்பாள்.

தோஸ்த் தோஸ்த் நா ரஹா.

திலீப் பாட பாட்டி அதிசயப்படுவாள்

அது ஏண்டா தோஸ்த் நாறணும்? மொறிச்சுனு சோப்பு போட்டுக் கஷ்கத்துலே நன்னாத் தேச்சு குளிக்கச் சொல்லு.

திலீப்போடு கூட சிரித்தபடி ஜனனி தட்டில் மூன்று கோப்பை நிறைத்து எடுத்து வந்து பில்டர் காப்பி என்று கொடுப்பது கோல்டன் டஸ்ட் டீயாக இருக்கும்.

இரண்டே வாரத்தில் மத்தியானம் மூணு மணிக்கு பிஸ்கட்டை உதிர்த்துத் தின்றபடி மெல்ல உறிஞ்சிக் குடிக்க வேண்டியது டீ என்று வாழ்க்கை பூரா காப்பியில் அடித்து நிறுத்தி வைத்த கற்பகத்தை ஒரேயடியாக மாற்றினாள் ஜனனி.

என்றாலும், மெட்ராஸை விட்டு பம்பாய்க்கு வந்து இருக்க அவளை சம்மதிக்க வைப்பது டஸ்ட் டீத்தூள் பதமாகவோ, தொட்டதும் உதிர்ந்து நாக்கில் கரையும் பிஸ்கட்டாகவோ சிரமமில்லாமல் வசப்படவில்லை.

பம்பாய்லே எனக்கு யார் இருக்கான்னு வரச் சொல்றே?

கற்பகம் திருப்பித் திருப்பிக் கேட்டாள்.

கல்யாணம் முடிந்து பதினைந்தே வயதில் பிறந்தகம் விட்டுப் பட்டணத்தில் புக்ககம் வந்தவள் அவள். பிறந்து சிற்றாடை கட்டி ஓடித் திரிந்து அவள் வளர்ந்த திருவாரூர்த் தெரு எப்போதாவது சொப்பனத்தில் தட்டும்போது நீலகண்டனிடம் ஆச்சரியமாக அதைச் சொல்வாள். அந்த நினைவே முழுக்க கலைந்து போக மெட்ராஸ் குடித்தனமும், குழந்தை வளர்ப்பும், அகத்துக்காரன் ஆபீஸ் போக டிபன் கட்டிக் கொடுப்பதும், ராத்திரி அணைத்துக் கொண்டு படுப்பதும், எல்லாம் ஓய, பீத்துணி துவைத்து உலர்த்துவதுமாக ஒரு வாழ்க்கையே மெட்றாஸோடு பின்னிப் பிணைந்து கிடக்கிறது.

அந்த ஊரை விட்டு வெளியே போகிறபோது அவள் கற்பகமாக

இருந்தாலும் சுய அடையாளம் தொலைத்த பேரில்லாக் கிழவியாகிவிடுவாள். அதுக்குச் சாகலாம்.

பம்பாயில், சித்திவினாயகர் கோவில் பக்கத்தில் இருக்கு. மகாலட்சுமி மந்திர் காரில் போனால் பத்தே நிமிஷம் தான். மெட்ராஸ் மாதிரி பம்பாயிலும் அலை அடிக்கும் சமுத்திரம் உண்டு. இங்கே ஒரே ஒரு நாள் கொண்டாடும் சதுர்த்தி அங்கே பத்து நாள் கோலாகலமாக ஊரோடு கொண்டாடுவார்கள்.

பயணிகளுக்கு பம்பாய்ச் சுற்றுலா ஏற்பாடு செய்கிற கம்பெனியின் விற்பனையாளன் மாதிரி திலீப் பத்திரிகையையும் புத்தகத்தையும் திறந்து படம் காட்டி, வாசித்து விளக்கி உற்சாகப்படுத்தினான். பாட்டிக்கு ஒரு எட்டு போய் பம்பாய் போய் ஊர் வினோதம் எல்லாம் கொஞ்சம் போல பார்க்க ஆசை தான். ஆனால் அங்கேயே மிச்ச ஆயுசைக் கழிப்பது பற்றி அவளுக்கு நிச்சயம் உடன்பாடில்லை.

ஜனனி அடுத்த அஸ்திரத்தைப் பிரயோகித்தாள்.

ஒரு மாசம் ரெண்டு மாசம் எங்களோட அங்கே வந்து இருந்து பாரு பாட்டி. உனக்குப் பிடிக்கலே, பிடிச்சிருக்கு ஆனா ஏனோ சரிப்பட்டு வரலே, சரிப்பட்டு வருது ஆனா பிடிக்கலே இப்படி எந்த மாதிரி இருந்தாலும் சரி, கேள்வியே கேட்காமல் உன்னை இங்கே கொண்டு வந்து விட்டுட்டுப் போயிடறோம் ஓகேயா?

ஜனனி நைச்சியமாகச் சொல்ல, திலீப் இன்னும் ஆதரவாகக் கூட்டிச் சேர்த்தான்.

இங்கே வீட்டை வாரம் ஒரு தடவை பெருக்கித் தொடச்சு, அப்பப்போ பெரியப்பா கட்சி ஆளுங்க மூலமா வரி கட்ட, மினிமம் கரண்ட் சார்ஜ் கட்டி கனெக்‌ஷன் எப்பவும் இருக்க, வீட்டு வரி கட்ட, நானாச்சு. ஏற்பாடு பண்றேன். நீ எப்ப வேணும்னாலும் திரும்பி வரலாம். வந்தா, வீடு இப்போ இருக்கறதுக்கு எந்த வித்யாசமும் இல்லாம இருக்கும். வந்த உடனே உப்பு உறைப்பாச் சமைக்க உப்பு, புளி, மிளகாய், பொலபொலன்னு வடிக்க சம்பா அரிசிகூட வாங்கி வச்சுடறேன்,

ஒரு வழியாகத் திருவாரூர்த் தேர் அசைந்துகொடுத்தது. மெல்ல ஊர்ந்தது. தயங்கி இன்னும் கொஞ்சம் நகர முற்பட்டது. பேரப் பசங்கள் உற்சாகமாகக் கூவி முன்னால் பிடித்து இழுக்க, இதோ தேர் ஓட ஆரம்பித்துவிட்டது.

செண்ட்ரல் ஸ்டேஷனின் பிரம்மாண்டம் எப்போதுமே கற்பகத்தை மருட்டும். வடக்கத்திய வாடை அடிக்கிற இடம் அது. மூக்கு வைத்த பித்தளை கூஜாக்களைக் கையில் பிடித்துக் கொண்டு, இழுத்துக் கட்டப்பட்ட படுக்கைகளையும் எல்லா சைஸிலும் டிரங்குப் பெட்டிகளையும் சுமந்து வருகிற கூட்டத்தில் நிச்சயம் கற்பகம் வயதுக் கிழவிகள் சுறுசுறுப்பாக நகர்வார்கள். அவர்கள் சரளமாக இந்தியில் பேசிக்கொண்டு போவார்கள். இங்கே அந்த மொழி மட்டும்தான் செல்லுபடியாகும் போல. கூடவே கலம் அழுக்கு கெட்டியாக செண்ட்ரல் முழுக்க ஒட்டியிருக்கும். பக்கத்தில் கலங்கிய நீரும் சால் கட்டி குடலைப் புரட்டும் வாசனையோடு கூடவே வரும்.

அது மட்டுமில்லாமல், கற்பகத்தின் மனதில் பதிந்த செண்ட்ரலில், கோசாயிகள் சதா வடக்கிலிருந்து தெற்குக்கும், மேற்கிலிருந்து கிழக்குக்கும் போவதற்காக சாவதானமாகப் புகுந்து புறப்பட்டு மாடிப் படியெல்லாம் புகைபிடித்துக்கொண்டு உட்கார்ந்திருப்பார்கள். கௌபீனம் விலகச் சகலமானதையும் காட்டிக்கொண்டு தூங்குவார்கள். பட்டணத்துக்கு அந்நியமான நெய்ச் சப்பாத்தியும், புளிப்புக் காடியில் ஊறிய மாங்காயும் இருபத்து நாலு மணி நேரமும் இங்கே ஆட்சி புரியும்.

அதெல்லாம் ஒரு பக்கம் இருக்க, கற்பகத்தை ஏகமாகப் பயமுறுத்துகிறவை செண்ட்ரலில் நடுநாயகமாக நிற்கும், வரும், போகும் ரயில்கள்.

என்ன இருந்தாலும் எழும்பூர் ஸ்டேஷன் போல வருமா?

கும்பகோணமோ, தஞ்சாவூரோ போக வர, இருக்கிற ஊருக்குப் பாந்தமாக. எப்பவும் பளிச்சென்று துடைத்து வைத்த மாதிரி இருக்கப்பட்டதாச்சே எழும்பூர்.

எல்லா அழகும் குவிந்து தஞ்சாவூர்ப் பெண் மாதிரி

அந்நியோன்யமும் கருக்கடையும் சுறுசுறுப்புமாக சதா இருக்கும் அந்த ஸ்டேஷன், கல்யாணம் நிச்சயமான சந்தோஷத்தில் திளைத்து மற்றவர்களுக்கும் சந்தோஷத்தைக் கடத்தும் பெண்ணரசி போல கற்பகத்துக்குப் பிரியமானது அது.

எழும்பூரில் வந்து நின்று கூச்சல் முழக்கிக் கூப்பிடும் ரயில்கள் பிரம்மாண்டமானவை இல்லை. மீட்டர்காஜா என்கிற மாதிரி எதோ நீலகண்டன் பெயர் பரிச்சயப்படுத்தி இருக்கிறான்.

அந்த மாதிரி வண்டியில் பர்ஸ்ட் கிளாஸ் டிக்கட் வாங்கி, அதுவும் ரெண்டே இருக்கை இருக்கற கூப்பேயில் அவளோடு ரமித்தபடி ராமேஸ்வரம் போக வேண்டும் என்ற அவனுடைய இச்சை இனி அடுத்த ஜன்மத்தில்தான் நிறைவேறும். மீட்டர்கேஜும் முதல் வகுப்பும் அதில் கூப்பேயும் அப்போதும் இருந்தால்.

வெகு அருகில் ஆயிரம் மயில்கள் சேர்ந்து அகவுகிற மாதிரி, மதயானை பிளிறல் போல கூர்மையான இரைச்சல். கற்பகம் ஜனனி கையை இறுக்கமாகப் பிடித்துக்கொண்டாள்.

கொஞ்சம் தள்ளி அகல ரயில் பாதையில் வரும் வண்டி அது. எல்லா ரயில் பெட்டிக்கு வெளியிலும் முழுக்க இந்தியில் எழுதி, உள்ளே, இந்தியில் மட்டும் மூச்சும் குசுவும் விடுகிற கும்பலை முக்கி முக்கி அடைத்துக்கொண்டு பிரலாபிக்கிறது போலக் கத்திக் கொண்டு எங்கிருந்தோ வந்த ரயில் நின்றது.

நிக்க வர்றதுக்கு ஏன் இத்தனை ஆர்ப்பாட்டம்? போற காலத்துலே நான் பம்பாய் போய் சீலம் கொழிக்கப் புறப்பட்ட மாதிரி முடிஞ்ச யாத்திரைக்கு மேளக் கொட்டு.

ஏ கிழவி சும்மா வர மாட்டே.

ஜனனி அவள் உள்ளங்கையில் அழுத்தக் கிள்ளினாள்.

பிசாசே, உசிர் போற மாதிரி வலிக்கறது. கிள்ளுப் பிடுங்கி.

பாட்டி வெறுமனே வைதாலும், கையை விடுவித்துக் கொள்ளவில்லை.

இதான் இந்த டப்பா தான், போய்ட்டே இருக்கியே.

திலீப் பின்னாலிருந்து அவசரமாகக் குரல் கொடுத்து நிறுத்தினான்.

பம்பாய் மெயிலின் முதல் வகுப்பு. அழுக்கும் கண்ணாடி ஜன்னலும், அகலமாக மெத்தை பரப்பிய இருக்கையுமாக பாதி இருட்டில் கிடந்தது அது.

மெல்லக் கையைப் பிடித்து உள்ளே ஏற்றி விட்டான் திலீப். இந்த இருட்டில் இன்னும் இரண்டு ராத்திரி போக வேணும் என்று நினைக்க மலைப்பாக இருந்தது கற்பகத்துக்கு. ஒண்ணுக்கு ரெண்டுக்குப் போகணும்னா தட்டுத் தடுமாறித் தடவிண்டு போய் வேறே யாரோ உக்காந்திருக்கற இடத்திலே அசுத்தம் பண்ற மாதிரி ஆகலாமோ? நினைக்கவே சங்கடமாக இருந்தது.

எங்கேடி போனே ஜனனி?

பின்னாலே தானே வந்துண்டிருக்கேன். ஏன் பொகாரோ எக்ஸ்பிரஸ் மாதிரி அலர்றே?

இப்போ வந்தது பொக்காரம் எக்ஸ்பிரஸா?

குனிந்து ஜன்னல் வழியே அடுத்த பிளாட்பாரத்தில் வந்து நின்ற ரயிலைப் பார்த்தாள் கற்பகம். அதன் உள்ளிருந்து, ஒன்றும் இரண்டுமாக தலையைச் சொறிந்துகொண்டு ஆணும் பெண்ணுமாக இறங்கிக்கொண்டிருப்பதும், அழுகிற கைக்குழந்தைகளும் கண்ணில் பட்டார்கள்.

எதுக்கு ஓரமா ஒண்டிண்டிருக்கே? நீட்டி நிமிர்ந்து சாஞ்சு படுத்து இஷ்டம்போல் உக்காரேன்.

ஜனனி அவளை இழுத்துப் படுக்க வைக்க முயற்சி செய்ய, திலீப் அரை இருட்டில் சுவரைத் துழாவி சுவிட்ச் சுவிட்சாக அழுத்தி ஒரு கணத்தில் பளீரென்று மேலே இரண்டு விளக்குகளை எரிய விட்டான்.

அய்யோ, இப்படிப் பக்கத்துலே ஆயிரம் பேர் ரயில் பெட்டிக்குள்ளேயும், பிளாட்பாரத்திலேயும் புகுந்து

புறப்பட்டுண்டிருக்கா. பெப்பரப்பேன்னு விளக்கைப் போட்டுண்டு கிடக்கேன் நானாக்க. கிடக்கறது கிடக்கு கிழவியைத் தூக்கி பலகையிலே வைன்னு என்னை எதுக்குடி இப்போ பள்ளி கொள்ளச் சொல்றே.

அவசரமாக எழுந்து உட்காந்த கற்பகம், திலீபைக் கேட்டாள் –

ஏண்டா இந்தச் சீட்டுலே வேறே யார் வரப் போறா? ஆம்பிளைகள் வந்தால் எனக்கு வேண்டாம். தரையிலேயே உக்காந்துண்டு வரேன்.

திலீப் கால் சராய் பாக்கெட்டில் இருந்து சதா கூடச் சுமந்து போகும் பிளாஸ்டிக் சீப்பை எடுத்தான். அதை சிரத்தையாக, மேலே மின்சார விசிறியின் இரும்பு வலைக்குள் நுழைத்துக் கொண்டிருந்தான்.

ஷாக் அடிக்கப் போறதுடா. சுவிட்சைப் போடேன்.

ஜனனி அவனிடம் இருந்து சீப்பைப் பிடுங்க முயற்சி எடுத்தது பலிக்கவில்லை.

'சுவிட்சாவது மண்ணாங்கட்டியாவது. சீப்பை வச்சுத்தான் இதை ஸ்டார்ட் பண்ணணும். சரியா பாட்டி? பம்பாய் போறயாக்கும். ஆல் தி பெஸ்ட்'.

சுழல்கிற விசிறியின் இறக்கைகளைக் காட்டி திருப்தியோடு சிரித்தான் திலீப்.

திடீரென்று கற்பகம் எழுந்திருந்தாள்.

நான் ஆத்துக்குப் போறேண்டா. பத்து ரூபா கொடு. டாக்சி பிடிச்சுப் போயிடறேன். நுங்கம்பாக்கம்னு சொன்னா வரமாட்டேன்னா சொல்லப் போறான்.

ஜனனி அவளைப் பிடிப்பதற்குள் கற்பகம் நகர்ந்து, இந்தப் பக்கம் தான் கதவு என்று ஊகித்த திசையில் வயசுக்குப் பொருந்தாத வேகத்தோடு நடந்தாள்.

வேதாளம் முருங்க மரம் ஏறிடுச்சே. ஏ பாட்டி. பாட்டி. கற்பகம்.

ஜனனி பதற்றமாகக் கூப்பிட, கற்பகம் நிற்கிற வழியாகத் தெரியவில்லை.

ஒரே ஒரு வாரம் எங்களோட பம்பாய்லே இரு. நான் பத்திரமா திருப்பிக் கொண்டு வந்து விடறேன். அப்புறம் என் ஆயுசுக்கும் உன் ஆயுசுக்கும் உங்கிட்டே பம்பாய்னே சொல்ல மாட்டேன். ஜஸ்ட் ஒரு வாரம். ஏழே நாள் மட்டும் பம்பாய்.

திலீப் ஆகக் குறைவான பேரத்துக்கு இறங்கி வந்தான்.

ஒரு வாரம் அங்கே பம்பாய்லே தனியாக் கொட்டக் கொட்ட முழிச்சுண்டு என்ன பண்ணப் போறேன்?

கற்பகம் குழந்தை மாதிரி பிடிவாதம் முற்ற, பேரனையும் பேத்தியையும் அழுகை கலந்து வந்த குரலில் கேட்டாள்.

ஏன்? உனக்கு மனுஷா யாரும் வேணாம். எங்கப்பா, பெரியப்பா உன் பிள்ளைகளா இருந்தாலும் தேவை இல்லை. பெரியம்மா, எங்க அம்மா. மருமகள் தானே ரெண்டும். அதுவும் எங்கம்மா. ஆட்டக்காரி. மராத்திக்கார தட்டுவாணிச்சி. அவ பைத்தியம் முத்தி, யாரும் கவனிச்சுக்காமல் அனாதையா சாகணும். நீ சொகுசா டுர்யோன்னு நுங்கம்பாக்கத்துக்கு டாக்சி பிடிச்சுப் போய், உங்க வீட்டுலே உக்காந்துடுவியாக்கும்?நாங்க எக்கேடும் கெட்டாலும் உனக்கு ஒண்ணுமில்லை.

திலீப் பாக்கெட்டிலிருந்து எடுத்த பர்ஸில் ஷாலினி மோரே திருவிழாவில் வழி தவறிப் போன குழந்தையாக விழிக்கிற புகைப்படம். லாவணி ஒப்பனை பாதி கலைந்து முகத்தில் அங்கங்கே ஜிகினா பளபளத்து இருக்கும் நடுவயதுக்காரி. கற்பகத்தின் முகத்துக்கு நேரே அதை நீட்ட அவள் கண்ணைக் கவிந்து பார்த்தாள்.

சட்டென்று திரும்ப விளக்கு அணைந்தது.

பாட்டி, பாட்டி, இரு. இறங்காதே. விழுந்துடுவே.

ஜனனி அலறும் குரல்.

இருட்டில் தடுமாறி வந்து ஜனனியை இடித்துக்கொண்டு

இருக்கையில் உட்கார்ந்தாள் கற்பகம்.

பாட்டி சொல்றதைக் கேளு. போகாதே.

நான் ஏண்டா போறேன். உங்கம்மா பச்சரிசிச் சாதம் சாப்பிடுவாளோ?

வெளிச்சம் வந்திருந்தது.

# அத்தியாயம் முப்பத்திநாலு

தகரத்தை நீளத் தட்டி, முன்னால் நீட்டி நிறுத்தி நாலு சக்கரமும் பொருத்தி அனுப்பிய மாதிரியான டெம்போக்கள் கட்டாந்தரையில் ஊர்ந்து புழுதி கிளப்பிப் போகிற தெரு. அதை மிகவும் ஒட்டியே அந்தப் பழைய காரைக் கட்டிடம் நின்று கொண்டிருந்தது. வாசலில் சூழ்நிலைக்குப் பொருந்தாத அதிகார மிடுக்கோடு, தூதரகம் என்று சொல்லும் பலகை தொங்கிக் கொண்டிருந்தது.

இரண்டே அறைகள். முன்னறையில் படுத்து உறங்க பழைய மரக்கட்டில். பின்னறையில் மேடை போட்டு ஒரு மண்ணெண்ணெய் ஸ்டவ். டீ போடவும், எப்போதாவது முட்டை வேக வைக்கவும் மட்டும் அது பயன்படும்.

தெருக் கோடியில் பரோட்டாவோ, மதராஸிக் கிழவி பிரம்புக் கூடையில் எடுத்து வந்து விற்கும் இட்லியோ சாப்பிட்டு நாளைத் தொடங்க வேண்டும்.

பின்னறையை ஒட்டி அட்டுப் பிடித்து ஒரு கழிவறை. பகலிலும் கரப்பான் பூச்சிகள் நெட்டோடும் அங்கே ஒரு அழுக்கு பிளாஸ்டிக் வாளி அலங்காரமாக உருண்டிருக்கும். ஸ்டவ்

பக்கம் தண்ணீர் கசிந்தபடி இருக்கும் தண்ணீர்க் குழாயிலிருந்து நீர் விழ, பிளாஸ்டிக் வாளியை வைத்துப் பிடித்துத் தூக்கிப் போய்த்தான் அங்கே காரியம் ஆக வேண்டும்.

முன்னறை மேசையில் டேபிள் ஃபேன். அது சுற்றாத போது சுவிட்சைப் பிரித்து உள்ளே ஒயரைத் திரும்ப முடுக்கி, செருக வேண்டும். ப்யூஸ் போனால், அட்டை மேல் சுற்றிய ப்யூஸ் வயரைக் கொஞ்சம் போல வெட்டி, ப்யூஸ் கட்டையில் புகுத்தி மறுபடி விளக்கெரியச் செய்ய வைக்கணும்.

எல்லாம் வைத்தாஸ் பழகிக் கொண்டான். நந்தினி இல்லாமல் இருப்பது மட்டும் பழகவே மாட்டேன் என்கிறது.

ஒரு வினாடி, ஒரு நிமிடம், மணி நேரம், ஒரு நாள் போகும் தோறும் அவன் மனசில் சுழன்று ஒடித்துப் போட்டுக் கொண்டிருக்கிறது நந்தினி நினைப்பு.

இருந்ததும், கிடந்ததும், பேசியதும் நினைவு வரத் தேம்பித் தேம்பி அழுகிறான். எதிரில் இருந்து வார்த்தை சொல்லிக் கொண்டிருக்கிறவர்கள் சங்கடப்பட்டு அப்புறம் வருவதாகச் சொல்லி அவனுடைய அந்தரங்கத்தைப் பங்கு வைக்க விரும்பாதவர்களாக நகருகிறார்கள்.

டவுன் பஸ்ஸில் போகும் போது கண்ணீர் பொங்கிப் பார்வையை மறைத்து இறங்க வேண்டிய இடத்தில் இறங்காமல் எங்கோ போய் அலைய வைக்கிறது. அழுது முடித்த தடம் முகத்தில் எப்போதும் சுவடு விலகாமல் நிற்கிறது.

எல்லாம் மறந்து எழுதலாம் என்றால், எழுத என்ன உண்டு? ஏற்படுத்திக் கொண்ட வேலை? அது மட்டும் இருக்கிறது. தானே ஏற்படுத்திக்கொண்ட தூதரக வேலை அது.

பெயருக்குத்தான் இது தூதரகம். வைத்தாஸை இங்கே தூதராக அனுப்பிய அரசு இன்றைக்கு அங்கே பதவியில் இல்லை. அங்கே இருப்பது வேறு அரசு. ஆனால் நந்தினியைக் கூட்டிப் போனவர்கள் இவர்கள் இல்லை. அது வேறே குழுவினர். நாளைக்கு வேறு ஒரு குழு தலைநகரைப் பிடித்து ஆட்சிக்கு வரலாம்.

அடிக்கடி ஆட்சி மாறிக் கொண்டே இருக்கிறது. போன மாதம் வைத்தாஸ் சார்ந்த அரசு மூன்று வாரம் தொடர்ந்து இருந்த போது எப்படியோ தூதரகச் செலவுக்கு, தூதரின் மாதச் சம்பளம் என்று ஒரு தொகையை பிரித்தானிய வங்கி மூலம் அனுப்பி வைத்தது.

வைத்தாஸ் கையில் அது கிடைக்கும் போது ஆட்சி மாறி விட்டது. ஆனாலும் அந்தப் பணம் இன்னும் ஆறு மாதம் வைத்தாஸ் இங்கே மூச்சு விட்டுக் கொண்டிருக்கப் போதுமானது. அது தீர்வதற்குள் அந்த அரசாங்கம் மறுபடி வர வாய்ப்பு உண்டு.

போன மாதம் ஆச்சரியமளிக்கும் விதமாக, அவன் நாட்டுத் தொலைபேசி கூட வேலை செய்தது. கூப்பிட்டு நலம் விசாரித்த அமைச்சரிடம் நந்தினி இருக்குமிடம் பற்றிக் கேட்டான் வைத்தாஸ்.

வெகு சீக்கிரம் மீட்டு விடுவோம், அவரை வெகுவான மரியாதையோடு எந்தத் தொந்தரவும் கொடுக்காமல் பத்திரமாக வைத்திருக்கிறார்கள், அவருடைய உடல் நலம் சீராகவே இருக்கிறது.

வானொலிக்குப் பேட்டி கொடுக்கும் உணர்ச்சி இல்லாத குரலில் அமைச்சர் சொல்லிக்கொண்டே போக, வைத்தாஸ் தானே தொலைபேசி இணைப்பு துண்டிக்கப்பட்டதுபோல நாலு தடவை உரக்க ஹலோ சொல்லிவிட்டு வைத்தான். அந்த அமைச்சர் சொல்வது முழுப் பொய்யாகவும் இருக்கலாம் என்பதை அவன் அறிவான். உண்மையாக இருக்கவும் வாய்ப்பு உண்டு.

ஆனாலும், நந்தினிக்கு ஆபத்து ஏதுமில்லை என்று சொல்லவும் கேட்கவும் மனதுக்கு இதமாகத்தான் இருக்கிறது.

டைப் ரைட்டர் விசைகளில் இருந்து கையை எடுத்தான் வைத்தாஸ். மையம் கொள்ளாத கோபத்தோடு, செருகி இருந்த காகிதத்தைப் பற்றிக் கிழித்து எடுத்தான். டைப் ரைட்டரை வீசித் தள்ளி எந்தவிதமான பிடிப்பும் இல்லாமல்

இப்போதே புறப்பட்டுப் போக வேகம் வந்த நாட்கள் உண்டு. இன்றைக்கில்லை.

டைப் ரைட்டர் இருந்த கோடியை விட்டு நாற்காலியை நகர்த்தினான். வீடு முடிந்து ஆபீஸ் தொடங்குவதாக மனதில் கற்பித்திருந்த எல்லைக்கோடு இது.

சுவரில் மாட்டியிருந்த கடியாரம் ஆறு மணி என்றது. அப்படி என்றால் ஒன்பது. எவ்வளவு பழுது பார்த்தாலும், அந்தக் கடியாரம் மூணு மணி நேரம் தாமதமாகவே மணி காட்டிக் கொண்டிருக்கிறது. ஊரில் இருந்து வரும்போது நந்தினிக்கு அவள் பிரின்சிபாலாக இருந்த பள்ளியில் வழங்கிய பரிசு அது.

நந்தினியை ஆபீஸ் நேரத்தில் நினைக்கக் கூடாது.

வாசலில் அழைப்பு மணிச் சத்தம்.

வைத்தாஸ் உட்கார்ந்த இடத்தில் இருந்து வாசல் படியின் ஒரு பகுதி மட்டும் கண்ணில் படும். மணி ஒலித்து கதவு திறக்கக் காத்திருக்கிறவரின் வலது பக்க உடல், கழுத்து வரை தெரியும். ஆணா பெண்ணா, ஓரளவுக்கு வயது, மெலிந்தவரா பருத்தவரா இவை அனுமானம் செய்ய முடியும். சற்றே தட்டுப்படும் உடை, கையில் மோதிரம், பிரேஸ்லெட் போன்றவற்றை வைத்து வந்திருப்பவரின் பொருளாதார நிலை, சமூக அந்தஸ்தும் கூடப் புலப்படும்.

வைத்தாஸுக்கு அவை எல்லாம் இப்போது வேண்டாம். வந்திருப்பவர் எம்பஸி ஊழியர் சமன்லாலா என்று மட்டும் தெரிந்தால் போதும்.

இந்த கருப்புக் கோட்டும், மேலே பச்சை நிறத்தில் இறுக்கமான காஷ்மிலான் போலி கம்பளி ஸ்வெட்டரும். அவரே தான்.

சமன்லால் ராம் ராம் ஜி சொல்லியபடி மரியாதையாக உள்ளே வந்து தன் நாற்காலியில் அமர்ந்தார். அட்டண்டென்ஸ் ரிஜிஸ்தரை மேசைக்குள் இருந்து எடுத்து இனிஷியல் போட்டு வைத்தாஸிடம் மன நிறைவு முகத்தில் தெரிய நீட்டினார். இன்றைய தினம் விடிந்ததற்கான அர்த்தம் கிடைத்து விட்ட நிறைவு.

எம்பஸியில் பெயருக்கு ஒரே ஒரு ஊழியரை மட்டும் நியமித்திருக்கிறான் வைத்தாஸ். அனுப்பியிருந்த தொகையில் இதுவும் செலவுக் கணக்கு.

வைத்தாஸின் தேசமும் தூதராக அவனும், இன்னும் இயங்கிக் கொண்டிருக்கிற சூழ்நிலையைச் சகல தரப்புக்கும் உணர்த்த சமன்லால் முக்கியமானவரே.

அவர் எம்பஸி சின்னம் அச்சிட்ட காகிதத்தில் பொறுமையாக, எழுத்துப் பிழை ஏதும் வராமல் தட்டச்சு செய்வார்.

நாட்டில் சகஜ நிலைமை திரும்பிக் கொண்டிருக்கிறது. நிலையான அரசு மறுபடி ஏற்படும் நாள் வெகு தூரத்தில் இல்லை. மக்களில் சகல தரப்பினரும் நல்லாட்சியை எதிர்பார்க்கிறார்கள். இந்தியப் பெருநாட்டின் அறம் சார்ந்த, பொருளாதார அடிப்படையிலான ஆதரவு அவர்களுக்கு அவசரத் தேவை.

இந்தப் பொருளை உணர்த்தும் இரண்டு அல்லது மூன்று பக்கக் கடிதத்தை வைத்தாஸ் அவன் நாவல் எழுத எடுத்து இரண்டு வரி எழுதி வேண்டாம் என்று கழித்துப் போட்ட காகிதங்களின் மறுபக்கத்தில் பென்சிலால் எழுதி வைத்திருப்பான். அதை சமன்லால் கார்பன் காகிதம் உள்ளீடு செய்து இரண்டிரண்டாக தட்டச்சுப் பிரதி எடுப்பார். வைத்தாஸின் கையெழுத்தோடு அவை இந்திய அரசாங்க அமைச்சரகங்களுக்கும் பத்திரிகை அலுவலகங்களுக்கும் தபாலில் அனுப்பப்படும். அதற்கான, தூதரகக் கடிதம் என்று பொறித்த தனி உறைகளும் உண்டு.

சமன்லாலுக்கு அளிக்கும் மாதச் சம்பளம் தவிர, காகிதம் மற்றவை வாங்குவதும் வைத்தாஸ் குறித்து வைத்திருக்க வேண்டிய செலவினங்களின் பட்டியலில் சேரும். அந்தப் பட்டியல் என்றாவது தக்கவர்களிடம் சமர்ப்பிக்கப்படும்.

நாவல் எழுதுவதை விட, இப்படியான, செய்தி புனைந்த செய்திக் கடிதம் எழுத வைத்தாஸுக்குப் பிடித்திருந்தது. செய்தியாளனாக உணர்தல் மகத்தானது.

பிரச்சாரங்கள், ஏற்படுத்தப்பட்ட வழிமுறைப்படி செய்ய வேண்டியவை. அவற்றில் என்ன இடம் பெறும், எப்படி இடம்

பெறும், தொனி எவ்வாறு அமைய வேண்டும், எடுப்பு, தொடுப்பு, முடிவு, செய்தியின் நீளம் எல்லாம் முன்கூட்டியே முடிவு செய்யப்பட்டவை. எழுதுகிறவருக்கு உற்சாகம் கொடுப்பவை இந்தச் சட்டகங்கள். வாசிப்பவர்களும் இவற்றை எதிர்பார்த்தே வாசிக்கத் தொடங்குகிறார்கள். அசையாத நம்பிக்கையும், வழக்கமான தன்மையிலிருந்து எதையும் இம்மியும் மாற்றாமல் சொல்வதும் எப்போதும் வரவேற்கப்படும்.

ஆனாலும் கசக்கிப் போட்ட காகிதத்தைப் பிரித்தெடுத்து அற்புத மகிழ்வளிக்கும் நற்செய்தி எழுத ஆரம்பிக்கும் முன்னால் பக்கத்தைத் திருப்ப, மறுபடி சோகம் சூழ்ந்ததும் உண்டு, அங்கே, எழுத முயற்சி செய்த, பூர்த்தியாகாத நாவல் வாக்கியத்தில் நந்தினி ஜன்னல் வழியாகத் தெருவைப் பார்த்தபடி உறைந்து போயிருப்பாள். ராணுவ வண்டி வீட்டு வாசலில் வந்து நிற்கும் தெரு அது.

எப்போ வருவே?

கோடு போட்டு அடித்துச் சிதைத்த எழுத்துக்களில் இருந்து விடுபட்டு எழுந்து நின்று நந்தினி கேட்பாள். யாருடைய கையோ பக்கத்தின் ஓரங்களில் இருந்து ஊர்ந்து அந்தக் கோடுகளைத் திரும்ப நிறுத்தும். அவள் அழ ஆரம்பித்திருப்பாள்.

வேண்டாம், நந்தினி நினைப்பு இப்போது வேண்டாம். சமன்லால் பார்க்க அழ வேண்டிப் போகும். சம்பள தினம் வேறே. துக்கத்தோடு வார்த்தை தெளிவில்லாமல் சொல்லி அழுதபடி கொடுக்கப்படும் ஊதியம் எந்தவிதத்திலும் அவர் உடம்பில் ஒட்டாது. குடும்பம் அந்தப் பணத்தால் எந்தவித நன்மையும் அடையாது. அப்படித்தான் போன தடவை சம்பள தினத்தில் வைத்தாஸ் கண் கலங்கியபோது சமன்லால் சொன்னார்.

ஆனாலும், கொடுத்த பணத்தைத் திரும்ப உட்கார்ந்து எண்ணிப் பார்த்துச் சட்டைப் பையில் திணித்துக்கொண்டு போகும்போது, நம்பிக்கை சொல்லிப் போனார் அவர் –

சுக்ரன் வீடு மாறிப்போறான் நாளைக்கு. சனியும் மாற்றான்.

உங்க ஜன்ம நட்சத்திரப்படி எல்லாம் நன்மையாத்தான் வரும் கான்சல் சார். பாத்துட்டே இருங்க. நீங்க எனக்கு கண்டேவாலா கடையிலே ஒரு வீசை பேஸன் லட்டு வாங்கி, அட்டை டப்பாவோடு வாயிலே அடைக்கப்போறீங்க.

இந்த நம்பிக்கை வைத்தாஸுக்குப் பிடித்திருந்தது. எதாவது ஒரு விதத்தில் இதை அவன் எழுதும் செய்திக் கடிதத்தில் புகுத்த முடியுமானால், அது உலகம் நெடுக இனிப்பை விதைத்துப் போகும். அதற்குள் எதிர்பார்த்தபடி ஆட்சி மாறி அறிவிப்பு வரலாம். நந்தினியும் திரும்பக்கூடும்.

வேண்டாம், அடுத்த செய்திக் கடிதத்தை ஆரம்பிக்கலாம்.

வைத்தாஸ் குப்பைக் கூடையைக் குடைந்து, கசக்கிப் போட்ட ஒரு வெள்ளைத் தாளை எடுத்தான். காகிதத்தின் ஓரம் கொஞ்சம் காவி நிறம் தீற்றி இருந்தது. கூடையில் நேற்று சமன்லால் வெற்றிலை பாக்கு எச்சிலை உமிழ்ந்திருக்கலாம்.

வேண்டாம், வைத்தாஸ் இதை சமன்லாலிடம் கேட்கப் போவதில்லை. அவருடைய பூரண ஒத்துழைப்பு தேவை. இன்று புது செய்திக் கடிதத்தின் பிரதிகள் தபாலில் அனுப்பத் தயாராக வேண்டும். படிக்காவிட்டால் தலைநகரில், அங்கங்கே வெளியூர்களில் பலரும், எதையோ இழந்தது போல் ஏமாற்றத்தோடு ஊர்ந்துகொண்டிருப்பார்கள்.

வாசலில் திரும்பவும் அழைப்பு மணிச் சத்தம்.

கனவான்களும் சீமாட்டிகளும் வைத்தாஸின் நாட்டைப் பற்றிய மகிழ்ச்சி தரும் புத்தம் புதுத் தகவல்களைப் படித்து அறிந்து கொள்ள இன்னும் ஒரு மணி நேரம் காத்திருக்கட்டும். தாமதத்தை அவர்கள் பொருட்படுத்த மாட்டார்கள் என்பதை வைத்தாஸ் அறிவான்.

இருக்கையில் இருந்து வாசலைப் பார்க்கும்போது வந்திருப்பது யார் என்று தீர்மானிக்க முடியவில்லை. ஜன்னலின் பார்வை வட்டத்தை விட்டு விலகி நிற்பதால் ஒரு செயற்கைக் காலைத் தவிர மற்றது ஏதும் தெரியவில்லை.

வைத்தாஸ் அவசரமாக வாசலுக்குப் போய்க் கதவைத் திறந்தான். இடது தோளில் துணிப்பை மாட்டிய ஒரு முதியவர் கைகூப்பினார்.

நான் மும்பையில் இருப்பவன். உங்களை ஒரு நிமிடம் சந்தித்துப் பேசிவிட்டுப் போவதில் சிரமம் எதுவும் இல்லையே.

நல்ல ஆங்கிலத்தில் சொன்னார் வந்தவர்.

இல்லை என்று புன்னகை செய்தான் வைத்தாஸ். உள்ளே வரச் சொன்னான்

வைத்தாஸ் ரெட்டே இக்வனோ என்ற பெயர் எழுதி வைத்திருந்த பலகையைப் பார்த்தபடி உட்கார்ந்தார் வந்தவர். அவர் அடுத்துச் சொல்லப்போவதை ஊகித்தான் வைத்தாஸ் -

வைத்தாஸ் என்ற பெயர் எங்கள் பக்கத்துப் பெயர் போல் இருக்கு.

வைத்தாஸ் ஒரு வினாடி யோசித்தான். இங்கே வந்த பிறகு பலரும் பல தடவை இதைக் குறிப்பிடத் தவறுவதே இல்லை. பெயரில் தெரியும் ஏற்கனவே பரிச்சயமானவன் பிம்பம் அவர்களை மன இறுக்கத்தில் இருந்து சற்றே அகற்றி, மனம் விட்டுப் பேச வைக்கிறதாக நினைத்தான் வைத்தாஸ். பத்திரிகைக் காரர்களும், அமைச்சரக அதிகாரிகளும் குறிப்பாகத் தென்னிந்தியாவில் இருந்து வந்தவர்கள், அவனைப் புரிந்து கொண்டதாக நினைக்கிற அற்புத வினாடிக்கு அப்புறம் பரிவாகவும், அவனுடைய சுக துக்கத்தில் பங்கு பெறுவதில் நாட்டமுடையவர்கள் என்பதைக் காட்டும் விதத்திலும் பேச்சை நகர்த்திப் போக முனைகிறார்கள். பலகை எழுதியவன் ரெட்டி என்பதை ரெட்டே என்று தவறாக எழுதாமல் இருந்திருந்தால் இன்னும் கூடுதல் பரிவு கிட்டியிருக்கும்.

வந்தவர் அப்படி ஏதும் சிநேகம் பாராட்டவில்லை. மௌனமாகத் தன் கைக்கடியாரத்தையே பார்த்துக்கொண்டிருந்தார். இது கடியாரம் பழுது பார்க்கும் இடம் என்று தவறுதலாக நினைத்து வந்திருப்பாரோ.

வேண்டாம். எதிர்மறை இல்லாமல் நினைவுகளைச் செலுத்து வைத்தாஸே.

அவன் தனக்குள் நிதானமாகச் சொன்னான்.

நீங்க வைத்தாஸ் இக்வனோ ரெட்டி இல்லையா? சர்வதேச இலக்கியப் பரிசுக்கு ஷார்ட் லிஸ்ட் ஆன ஆங்கில நாவல் எழுத்தாளர்?

ஆமாம்.

உங்க நாவலை அமெரிக்காவிலேருந்து வரவழைச்சுப் படிச்சேன். க்ராண்ட் நேரேஷன் பெருங்கதையாடல் இந்த நாவலோடு விடை பெறுகிறது. அருமையான வழியனுப்புதல் அது.

வைத்தாஸ் தலையைக் குலுக்கிக் கொண்டான். எதிர்மறை இல்லாத நினைப்புகளையே வலுக்கட்டாயமாக எப்போதும் மனதில் கொண்டு வர அவன் எடுக்கும் முயற்சிகள் இப்படிச் சில தடவை மாயம் சிருஷ்டிப்பது உண்டு தான்.

வைத்தாஸ் வந்தவரோடு கைகுலுக்கினான்.

பரமேஸ்வரன் நீலகண்டன்.

வயோதிகர் பெயரைச் சொன்னார். சமன் லால் ஒற்றை எழுத்தை அழுத்த, டைப் ரைட்டரின் எல்லா விசைகளும் ஒன்றாகச் சேர்ந்து ஒரு வினாடி எழுந்து தாழ்ந்து கும்மாளம் போட்டு நின்றன.

சமன் லால் தனக்குத் தானே சிரித்தார். பழைய டைப் ரைட்டரில் ஸ்ப்ரிங்குகள் அவ்வப்போது இப்படிக் களி துள்ளி நிற்பதை அவர் பார்த்திருக்கிறாரே.

# அத்தியாயம் முப்பத்தைந்து

**உ**ங்கள் நாட்டில் போய் வேலை பார்க்க நான் தயார். எனக்கு அனுமதி விசா கொடுக்க முடியுமா?

எதிரே உட்கார்ந்து, செயற்கைக் காலின் இருப்பைக் கால் சராய்க்குள் கைவிட்டுச் சோதித்தபடி கேட்ட வயோதிகரைக் கூர்ந்து பார்த்தான் வைத்தாஸ்.

இவர் சாயலில் யாரையோ பார்த்திருக்கேன். யார்?

வைத்தாஸ் மனதில் திரும்பத் திரும்பத் தோன்றிக் கொண்டிருந்ததற்கு விடை கிடைத்த வினாடியில் தான் வந்தவர் விசா கோரியது.

அவர், கட்டைக்கால் வைத்த அந்த மதராஸி, வைத்தாஸின் சாயலில் இருக்கிறார்.

வைத்தாஸை விட குறைந்தது பத்து வயதாவது பெரியவராக இருப்பார். நிறையப் படித்திருக்கிறார் என்று அவர் பேச்சிலிருந்தே தெரிந்தது.

ஆனாலும் ஜன சமுத்திரத்தில் மெல்லக் கரைந்து நகரும் அன்றாட வாழ்க்கைக்கு அனுசரணையாக, எந்த நாட்டில் என்றாலும் சரி, அங்கே அவரால் இருக்க முடியது. உணர்வு

பூர்வமான எல்லா விசாரங்களையும் ஒதுக்கி வைத்து விட்டு, கடை வீதியில் ஒரு தேங்காய் பன் வாங்கி வரவோ, தெருமுனை சாயாக்கடையில் இஞ்சி போட்டு சூடாக சாயா தரச் சொல்லிக் கேட்டு விட்டு, வரும் வரைக்கும் இயல்பாக மர பெஞ்சில் மற்றவர்களோடு காத்திருக்கவோ இவரால் முடியாது.

மின்சார ரயிலில் நெரிசல் மிகுந்த நேரத்தில் ஏறவோ இறங்கவோ இவருக்கு ஏற்பட்ட சிரமம் தான் காலையே இழக்க வைத்திருக்கிறது. வீட்டுக்குள் முடக்கிப் போட்டிருக்கிறது.

ஏதோ ஒரு வேகத்தில் தில்லி வந்தவருக்கு அதன் நீட்சியாக இந்த நிலையிலும், வயதிலும் வெளிநாடு போய்ச் சம்பாதிக்க வேண்டும் என்று ஆவேசம். அது எந்த நிலையில் இருக்கும் நாடு, எந்த திசையில் இருக்கிறது, இங்கே இருந்து எவ்வளவு தொலைவில் உள்ளது என்பதெல்லாம் பற்றி இந்த நிமிடத்தில் தெரியாவிட்டாலும், சிரமம் எதுவும் இல்லையாம் அவருக்கு. தானே தெரிய வருமாம் அதெல்லாம் காலம் கனிந்து வரும்போது.

இடதுசாரி அரசியலும். அதே சார்ந்த பத்திரிகை உத்தியோகமும் சராசரிக்கு மாறுபட்டு தன்னை யோசிக்க வைத்ததாகச் சொன்னார் பரமேஸ்வரன் நீலகண்டன்.

என் சொந்த வாழ்க்கை பற்றிச் சொல்லிக் கொள்ள ஏதுமில்லை. வேலை தேடும் மகன். லாவணிக் கலைஞராக இருந்து மனநிலை பாதிக்கப்பட்ட மனைவி. அவள் பென்ஷன் பற்றி விசாரிக்கத்தான் தில்லி வந்தேன். விசா அளிக்க இந்த விவரம் விரிவாகத் தேவையென்றால் சொல்கிறேன். சொல்லலாமா?

பரமேஸ்வரன் நீலகண்டன் கோரிக்கை வைக்கும் குரலில் சொன்னாலும் கம்பீரமாக அறைக் கோடியில் பார்வை பதித்து பார்க்க முற்பட்டார். எந்தத் தகவலும் வேண்டாம் என்று அவசரமாகக் கையசைத்தான் வைத்தாஸ்.

என் சகோதரன் அமைச்சராக இருக்கான். அவனிடம் கடிதம் வாங்கி வந்து விசா கேட்கலாமா என்று யோசித்து வேண்டாம் என்று வைத்து விட்டேன்.

அவர் சலுகை காட்டிய பாவனையில் சிரித்தார். கொண்டு வந்திருந்த ரெக்சின் பை மேஜையில் இருந்து நழுவி விழ, சிரமப்பட்டுக் குனிந்து அதைத் திரும்ப எடுக்க முயற்சி செய்தார். வைத்தாஸ் சற்றே நாற்காலியைச் சாய்த்து பையை எடுத்து அவரிடம் கொடுத்தான்.

தூதரையே வேலை வாங்குகிறேனே. நான் நரகத்துக்குப் போவேனோ?

அவர் சூழ்நிலையைச் சுமுகமாக்கும் விதமாகச் சொன்னார். வைத்தாஸ் சுருக்கமாகச் சிரித்து வைத்தான். தூதர்களின் கடமைகளில் முக்கியமானது, வந்தவர்கள் மனம் நோகாமல் பேச்சுவார்த்தை நடத்துவது. வெறுங்கையோடு திரும்ப வைத்தாலும் மனநிறைவோடு அவர்களைப் போகும்படி செய்வதும் கடமையில் அடக்கம் என்பதில் அவனுக்குச் சந்தேகம் எதுவுமில்லை.

அவருக்கு விசா கொடுப்பதைப் பற்றி அப்புறம் பேசலாம். இப்போது ஆதரவாக ஏதாவது பேச வேண்டும் என்று தோன்றியது வைத்தாஸுக்கு.

கதவு தட்டப்படும் சத்தம். தெருக்கோடி கடையில் இருந்து சாயா கொண்டு வரும் மதராஸி சோக்ராதான். அழைப்பு மணி அடிப்பது அவனுக்கு அபாயகரமானது. இரண்டு முறை இதே தெருவில் சாயா தூக்கி வந்தபடிக்கு மணி அடிக்க, எலக்ட்ரிக் ஷாக் ஏற்பட்டுக் கோப்பைகளோடு தூக்கி எறியப்பட்டதாகச் சொல்லி இருக்கிறான்.

எனக்கு மட்டும் விசா போதும். தனியாகவே போவேன். கூட வர்றது தைரியம் தான்.

வந்தவர் இந்தியில் சொல்ல, பையன் முழுக்கக் கேட்டது போல் ஆதரவாகச் சிரித்தான்.

தைரியமெல்லாம் ஒன்றுமில்லை. ஒரு நிமிடத்தில் கவனத்தை ஈர்த்து ஏதாவது மாறுபட்டுச் செய்யத் தூண்டும் மனோபாவம்.

வைத்தாஸுக்குத் தெரியும். இந்த நாட்டில் அங்கங்கே,

முக்கியமாக மலையாள பூமியில் இப்படியான வீரதீரர்களை நிறையச் சந்தித்திருக்கிறான் அவன்.

அம்பலப்புழை ஓட்டலில் சோறும் கூட்டானும் சரியாக இல்லை என்பதற்காக ஓட்டல் முதலாளியை இழுத்துப் பிடித்துக் கூட்டி வந்து உட்கார வைத்து எச்சில் தட்டில் மிச்சச் சோறைத் தின்னச் சொன்னவன் இந்த மாதிரித்தான்.

அவன் முகத்தில் அலாதியான சந்தோஷம் இருந்தது. அவன் கூட நின்றவர்கள் சர்வதேச அளவில் மாற்றம் வந்தாக வேண்டும் என்று கோஷம் போட்டதாக சாமு சொன்னான். புளிப்பும் காரமும் சரிவர அமையாத சாப்பாட்டை சர்வதேச ரீதியில் எப்படி மாற்றம் கொண்டு வந்து சரிப்படுத்துவது என்று வைத்தாஸுக்குப் புரியவில்லைதான் அப்போது.

தொடர்ந்து, ஓட்டல் உடமையாளர் சங்கம் என்று சொல்லிக் கொண்டு இன்னொரு கூட்டம் வந்து அவர்களும் பதிலுக்கு முழங்க, இரண்டு தீவிரமும் தணிந்து, சாயா குடித்துப் பிரிந்து போனார்கள் அன்று. தேநீர் சர்வதேச மாற்றத்தைக் கொண்டு வர உதவி செய்யக் கூடும்.

இன்னொரு சாயா வை.

வைத்தாஸ் ஒரு கிளாஸ் தேநீரை வாங்கிக் கொண்டு, வந்தவர் பக்கம் கைகாட்டினான்.

இங்கே வரும்போது, ஒரு கிளாஸ் தேநீர் கூடவே எப்போதும் எடுத்து வருகிறவன் பையன். உபசரித்து தேநீர் கொடுக்க இங்கே யாரும் வந்து சேராவிட்டால் வைத்தாஸ் குடிப்பதற்கு இன்னொரு கோப்பை கிட்டும்.

நீ ராத்திரிப் பள்ளிக்கூடம் போறியோ?

வைத்தாஸ் பையனைக் கேட்டான். அவனுக்கு அது கவனத்தை எப்போதும் கவரும் விஷயமில்லை தான். ஆனாலும், படிக்கிற வயதுப் பையன் அழுக்கு டிரவுசரும், இரும்புத் தூக்கில் டீ கிளாஸுகளுமாக, பள்ளிக்கூடம் போகாமல் சாயாக் கடை வேலை பார்ப்பது அவனுக்கு ஒவ்வாதது.

அதுவும் வைத்தாசுக்குப் பழக்கமான அம்பலப்புழையை விட்டு தில்லி திரிலோக்புரிக்கு சாயா கடையில் வேலை பார்க்க இந்தப் பையனைப் போல் எத்தனை பேர் இவ்வளவு தூரம் கடந்து வந்திருப்பார்கள்?

பையன் ஒவ்வொரு தடவை சாயாவோடு வந்து நிற்கும் போதும் வைத்தாஸ் இனம் புரியாத குற்ற உணர்ச்சியால் குமைந்து போகிறான். கோப்பை காலியாவது வரை இந்த உணர்ச்சி நீடிக்கிறது. அவனுடைய இரவுப் பள்ளிப் படிப்பைப் பற்றி விசாரிப்பது மூலம் அந்த உணர்ச்சியை வெகுவாகக் குறைத்துக் கொள்ள மெனக்கெடுகிறான் வைத்தாஸ்.

அந்தப் பள்ளிக்கூடம் நன்றாகவே நடக்கட்டும். ஆனாலும் தில்லியில் எதையும், யாராலும், இப்படித்தான் போகும் என்று முன்கூட்டியே தீர்மானிக்க முடிவதில்லை.

நைட் ஸ்கூல் கரண்ட் பிடுங்கிட்டுப் போய்ட்டாங்க சார்

யாருப்பா?

தேசு. கரண்ட் ஆபீஸ்.

வழக்கம்போல் கம்பத்தில் இருந்து வயர் இழுத்து கனெக்‌ஷன் கொடுத்திருக்கிறார்கள். தெருவில் தூதரகத்தைத் தவிர வேறு கட்டிடங்கள் எல்லாமே அப்படி மின்சாரம் திருடித்தான் வெளிச்சத்தில் இருக்கின்றன.

பள்ளிக்கூடம் இல்லாத ஊரைக் கொளுத்தணும். வெளிச்சம் தராத ஊரையும் தான்.

வந்தவர் சொற்பொழிவு செய்கிற தோரணையில் தலையை இட வலமாகத் திருப்பி முக்கியமான உரையாடலில் இருப்பது போல், வலது புறம் சமன் லால் கண்ணைப் பார்த்துக் கொண்டு சொன்னார்.

சமன் லால் நினைத்துக் கொண்டது போல் ஜர்தா பான் போட வாசலுக்கு எழுந்து போனார். சாயா குடித்தபடி வைத்தாஸ் சின்னதாகப் புன்னகை செய்தான்.

இது, கல்வி இல்லாத ஊரைக் கொளுத்தச் சொல்றது, எங்க மொழியிலே முக்கியமான ஒரு கவிஞர், தேசியக் கவிஞரும் கூட, அவர் எழுதினது.

வந்தவர் சொல்ல, வைத்தாஸ் சட்டென்று சாயா கோப்பையை மேஜையில் வைத்தான். தேசியக் கவிஞரின் வரிகளை சாயா குடித்தபடி கேட்டு வெறும் புன்னகை புரிவது வெறுக்கத் தக்கது. அநாகரிகமான செயலும் ஆகும் அது.

அதுவும் ஒரு நட்பு நாட்டின் தூதராக வந்துவிட்டு அப்படி அவமரியாதை செய்யலாகாது. நாளையே வைத்தாஸ் நாட்டில் அவன் தேசிய எழுத்தாளராக அறிவிக்கப் படலாம்.

வைத்தாஸ் வந்தவரிடம் நட்பும் மரியாதையும் கலந்த குரலில் சொன்னான் -

அப்படியா? அந்தக் கவிஞருக்கு என் வாழ்த்தும் வணக்கமும். மிகக் கூர்மையான, அறச் சீற்றத்தை உரக்கச் சொல்லும் வார்த்தைகள் இவை. பகிர்ந்துகொண்டதற்கு நன்றி.

அவர் தலையை மெல்ல ஆட்டி அங்கீகரித்து ஒரு வினாடி மௌனமாக இருந்தார்.

மெட்ராஸ்லே இருந்து தைரியமா கிளம்பிட்டேன்.

சாயா கிளாஸைப் பிடித்தபடி சொற்பொழிவுத் தொனி மாறாமலேயே அறிவித்தார். அவர் இன்னும் பேசி முடிக்கவில்லை என்று நினைவூட்டுவதாக இருந்தது அது.

இன்று முழுக்க அவரைப் பேச விட்டுக் கேட்க வைத்தாஸுக்கு ஆர்வம் உண்டு. ஆனால் அது மட்டுமாக இந்த நாள் கரைந்து போக வேணுமா என்ன?

உள் நாட்டில் ஒரு நகரத்தில் இருந்து மற்றதற்குப் போய்க் குடியேறுவதற்கும் கொஞ்சம் கூடப் பரிச்சயமில்லாத இன்னொரு நாட்டில் போய்க் குடியேறுவதற்கும் இருக்கும் வித்தியாசங்களை வைத்தாஸ் வந்தவரிடம் பட்டியலிட வேண்டியதில்லை. ஐம்பது வயதில், துரதிர்ஷ்ட வசமாக விபத்து அவரைச் சற்றே முடக்கிய பிறகு எதிர்பார்த்த, எதிர்பார்க்காத பல விதத்திலும் அபாயம்

சூழக் கூடிய அவர் நிலையில் வைத்தாஸ் இருந்தால் அப்படி வெளிநாடு போக முற்பட்டிருக்க மாட்டான்.

இதெல்லாம் பரமேஸ்வரன் நீலகண்டன் என்ற வந்தவரிடம் வைத்தாஸ் மென்மையாகச் சொன்னது.

சொல்லாதது, அவனுக்கு விசா அளிக்க அதிகாரம் இன்றைக்கு இல்லை. இந்திய ஜனாதிபதியே கேட்டுக் கொண்டாலும் அப்படித்தான்.

என்றாலும், மிஸ்டர் மிஸ்டர் மிஸ்டர்.

வைத்தாஸ் என்று பெயரை எடுத்துக் கொடுத்தான். தேசிய எழுத்தாளர்களின் பெயர்கள் மெல்லவே உலகு முழுவதும் அறியப்படும். ஒரு அவசரமுமில்லை.

உங்களுக்குத் தெரியுமோ வைத்தாஸ், என் தாத்தாவை அவரோட ப்ரண்ட்ஸ் எல்லாம் வைத்தான்னு தான் கூப்பிடுவாங்களாம். ஸ் மட்டும் தான் நடுவிலே வராது. தென்னிந்திய பிராமணப் பெயர்களிலே சாதாரணமாகப் புழங்கறது அந்த வைத்தா. அவரோட முழுப் பெயர் வைத்தியநாதன்.

வைத்தாஸ் மென்மையாகச் சிரித்தான். தலைமுறை கடந்த, வைத்தாஸ் பெயர் ஒற்றுமை விசாவை வரவழைக்காது.

என் இளைய தகப்பனார் தன் அப்பாவை செல்லமாக வைத்தாஸ்னு தான் கூப்பிடுவாராம். வீட்டில் ரெண்டாம் தறுதலை நானென்றால் முதல் அசல் தறுதலை அவர் தான்.

அவர் வேடிக்கை விநோதமாக ஏதோ பகிர்ந்துகொண்டது போல் சிரித்தார்.

மரியாதை நிமித்தம் இன்னும் ஐந்து நிமிடம் இதை எல்லாம் கேட்கப் போகிறான் வைத்தாஸ். அதற்கு அப்புறம் அந்த மரியாதை சற்றும் விலகாமலேயே பரமேஸ்வரன் நீலகண்டனை வெளியே அனுப்புவான்.

மெட்ராஸ் வெங்கடேச அக்ரஹாரத்தில் இருந்து கழுகு தரிசனத்துக்குப் போகும்போது ஒரு ரெட்டிய கன்யகையை

பலாத்காரம் செய்திருக்கார் அவர். என் சித்தப்பா. அவள் தற்கொலை செய்துக்கிட்டா. மகாலிங்க அய்யர் தூக்கு தண்டனை வரைக்கும் போய் ரட்சைப்பட்டு வெளியே வந்தா, பெண்டாட்டியைக் காணோம்.

வைத்தாஸ் நிமிர்ந்து உட்கார்ந்தான். தலைக்குள் ரத்தம் திரண்டு வெள்ளமாகப் பாயந்தது போல் உணர்ச்சி. அவன் துரும்பாக அடித்துப் போகப் படுகிறான்.

அவனுக்குத் தெரிந்தவன் இல்லையோ இந்த மகாலிங்க அய்யன். அப்பன் சொன்ன கதையில் அடையாளம் இல்லாமல் நடமாடுகிறவன்.

*வெங்கா டேச க்ராம்? என்ன அது?*

மனதில் தோன்றியதை வாய் விட்டுக் கேட்டான்.

அது அவர் வீடு கட்டி இருந்த இடம். வெங்கடேச அக்ரஹாரம். நீங்க மெட்ராஸ் போயிருக்கீங்களா?

இல்லையென்று தலையசைத்தான் வைத்தாஸ், இது ஒரு வித்தியாசமான தினமாகக் கடந்து போக விதிக்கப் பட்டிருக்கிறது.

*கலுகுனு?*

அவன் தெரிந்த விஷயத்தை உறுதி செய்து கொள்வதாக இன்னொரு முறை கேள்வி எழுப்ப, பரமேஸ்வரன் சற்று திகைத்தார்.

*கம் அகெய்ன். கலு?*

ஆமா, கலு குன்னம். தினம் உச்சி வேளைக்கு ரெண்டு கழுகு வருமாமே.

ஓ கழுக்குன்றம். அங்கே தான் கழுகு தரிசனமாகும். குடும்பத்தின் முதல் தறுதலை போனது அங்கே தான். பரவாயில்லயே, இந்தியா பற்றி அதுவும் மதராஸ் மாகாணம் பத்தி தெரிஞ்சு வைச்சிருக்கீங்களே.

சமன் லால் டைப் அடித்து முடித்த கடிதங்களை எடுத்துக் கொண்டு வந்து வைத்தாஸிடம் கொடுத்தார்.

இங்கே வையுங்கள். நான் பார்க்கிறேன்.

சமன் லால் தனக்கு ஜனக்புரியில் ஒரு மணி நேர அவசர சொந்த அலுவல் இருப்பதாகவும், போய் வர அனுமதி உண்டா என்றும் வைத்தாஸைக் கேட்டார்.

வயதான மதராஸிகள் வாய் சாலகமாகப் பேசுவதைக் கேட்டபடி வேலை செய்வது பெருங் கஷ்டமாக இருக்கிறது. தெருவை ஒட்டி, படி ஏறக் கூடத் தேவையின்றிப் பக்கத்திலேயே இருப்பதால், எல்லோரும் அழைப்பு மணி ஒலித்து நுழைந்து விடுகிறார்கள். அவர்களுக்குப் பொழுது போக, சாரமில்லாத உரையாடல்களில் ஈடுபடுகிறார்கள். அரசாங்க தூதருக்குத் தான் அதையெல்லாம் பொறுமையாகக் கேட்க வேண்டிய கடமை உள்ளது. சமன் லாலுக்கு என்ன போச்சு?

சமன் லால் புறப்பட்டுப் போனதும், நீலகண்டன் கேட்டார்-

இந்தப் பெரியவரும் உங்கள் நாட்டில் இருந்து வந்தவரா?

உள்ளூர்தான். ஆமா, உங்க பக்கத்தில் வரதராஜ ரெட்டி என்று பெயர் உண்டா?

நீலகண்டன் கொஞ்சம் யோசித்தார்.

இதற்குச் சொல்கிற பதில் அவருக்கு எதோ ஒரு விதத்தில் உதவியாக இருக்க வேண்டும்.

அது பெருவாரியாகத் தெலுங்கு பேசுகிறவர்கள் வைத்துக் கொள்ளும் பெயர். தமிழ் பேசுகிற வீடுகளிலும் அதைப் பார்த்திருக்கேன்.

நன்றி. நான் எழுதும் நாவலில் ஒரு பாத்திரத்தின் பெயர் அது. மதராஸில் இருந்து கடல் கடந்து வந்து கங்காணி வேலை பார்க்கிற கதாபாத்திரம். என் அப்பா போல.

சொல்ல உத்தேசித்ததை வேண்டாம் என்று வைத்து வைத்தாஸ் எழுந்தான்.

பிறகு சந்திப்போம்.

வந்தவரோடு கைகுலுக்கியபடி சொன்னான்.

பரமேஸ்வரன் நீலகண்டன் சகஜமாகச் சிரித்தபடி எழுந்தார்.

அடுத்த முறை சந்திக்கும்போது வரதராஜ ரெட்டி பற்றிச் சொல்வீர்களா? விசா கொடுக்காவிட்டாலும் சரிதான்.

அவர் சொல்லியபடி மெல்ல வாசலுக்குக் கட்டைக் கால் ஒலியெழுப்ப நடந்தார்.

# அத்தியாயம் முப்பத்தாறு

**வை**த்தாஸ் எழுதிவரும் நாவலில் இருந்து

----------------------------------------

ஆலங்கட்டி மழையோடு மாலை கவிந்தது.

புழுதி மண் மணக்க மணக்கத் தெருவே பண்டிகைக் கொண்டாட்டமாகக் குதியாட்டம் போட்டுக் கொண்டிருந்தது. அந்த இரைச்சல் ஜன்னல் வழியே கடந்து வந்து உள்ளே நிறைந்த போது, வைத்தாஸும் வாசலுக்கு வந்தான்.

இரண்டு கட்டிடம் தாண்டி மோட்டார் கார் ஓர்க்ஷாப் தரையில் சிதறிக் கிடந்த திருப்புளிகளும், சுத்தியலும், பழுது பார்க்கும் சர்தார் சாஹப்பின் நீலத் தலைப்பாகையும், தனக்குள் சிறிய வானவில் காட்டும் மசகெண்ணெய் தேங்கிய தரையும், எழுதப்பட்டு வரும் கவிதையின் வரிகள் போல் அழகாகத் தெரிந்தன.

டீக்கடை பெஞ்சில் விழுந்த ஆலங்கட்டிகளைக் கழுத்தில் இழைத்த கடைக்காரர் கூகூவென்று குழந்தை போல இரைச்சல் இட்டபடி வைத்தாஸைப் பார்த்துச் சிரித்தார். மனதில் இறுக்கம்

தளர்ந்து எல்லோரும் குழந்தைகளாக வெளிப்பட்டதைப் பார்த்துக் கொண்டே நிற்கத் தோன்றியது வைத்தாஸுக்கு.

மொழிகளைக் கடந்த இந்தக் கவிதை முடியாமல் நீண்டு கொண்டே போகட்டும்.

சாப், வாங்க.

சாயாக் கடைப் பையன் விழுந்துகொண்டிருந்த பனிக்கட்டிகளைக் கையில் ஏந்தி ஓடி வந்தான். அதை வைத்தாஸின் கைநிறையத் திணித்துவிட்டு அவனைப் பிடிவாதமாக வெளியே இழுத்தான்.

தெருவில் சிறு பையன்களும், முட்டாக்கை எடுத்துவிட்டபடி ஒரு கிழவியும், நாலைந்து நடு வயசுப் பெண்களும் ஆட ஆரம்பித்திருந்தார்கள். பாடிக்கொண்டே ஆடுகிற அந்த மழை நாட்டியக்காரிகள் எல்லோரையும் வைத்தாஸ் அறிவான்.

சாப், ஓடி வாங்க.

வெறுங் காலோடா?

போனால் என்ன? ஓடி நடந்த அவனுடைய சொந்த மண்ணுக்கும் இந்த மண்ணுக்கும் என்ன வித்தியாசம்? ஆடிக் கொண்டிருக்கிற மனுஷர்களும் பார்த்துக் கொண்டிருக்கிறவர்களும்தான் அவனுக்கு வேற்றாளா என்ன?

சீராகக் கைதட்டு ஒலித்துக் கொண்டிருந்த தெரு நடுவில் வைத்தாஸும் ஆட ஆரம்பித்தான். மேலே படிந்து சிதறும் ஆலங்கட்டிகளை விலக்காமல் ஆடினான் அவன். அவற்றில் ஒன்றிரண்டை முகத்தில் அழுத்தி நிறுத்தியபடி ஆடினான்.

கனவில் அடிக்கடி தொடர்ந்து ஒலிக்கும் முரசுகள் தலைக்குள் தொம்தொம்மென்று அதிர்ந்து கால்களை இயக்கின. இருப்பை ஆட்டம் மூலமாக மட்டும் நிலை நிறுத்த அனுமதிக்கப்பட்டதாக அறிவித்த அந்தக் கணங்கள் வைத்தாஸை வேறொரு உலகத்துக்குக் கட்டி இழுத்துச் சென்றன.

அவன் ஆடுவதால் அவனாக இருக்கிறான். இந்த கணத்துக்காக தெய்வங்களுக்கும் அசுரர்களுக்கும் நன்றி.

கூடவே ஆடியவர்கள் அந்த வேகத்துக்கும் லயிப்புக்கும் ஈடு கொடுக்க முடியாமல் சந்தோஷமாகச் சிரித்தபடியே நிறுத்திக் கொண்டார்கள். ஒதுங்கி நின்று இன்னும் பலமாகக் கைதட்டிக் கொண்டே இருந்தார்கள் அவர்கள் எல்லாரும்.

தகரக் கூரைகளில் தெறித்துச் சிதறும் பனிக் கட்டிகள் உருளும் தரையில் அவன் கால்கள் சுழன்று ஆடிக்கொண்டிருந்தன. ஒரு பிறவியில் ஆட வேண்டியதை எல்லாம் ஒரே பொழுதில் ஆடி முடிக்க சந்நதம் வந்தவனாக அவன் குதித்தும் சாடியும் கூக்குரலிட்டும் ஆட, இரவு ஊர்ந்தது.

கண் திறந்து பார்க்க அவன் மட்டும்தான் இன்னும் ஆடிக் கொண்டிருக்கிறான். மழைச் சாரல் வலுத்துச் சத்தம் மிகுந்து பொழிந்துகொண்டிருக்கிறது.

மின்சாரம் காணாமல் போன தெருவில் மண்டிய இருள் அடர்த்தியாகக் கரும் பஞ்சுப் பொதியை வெளி முழுக்கவும் அழுத்திப் பரப்புகிறது. எங்கோ குரல்கள் தேய்ந்து ஒலிக்கின்றன.

நந்தினி.

மழையின் தாரைகள் ஊடே வைத்தாஸ் இலக்கின்றிக் கையளைந்தான்.

நந்தினியும் இங்கேதான் இருக்கிறாள். அவனோடு ஆடிக் கொண்டிருக்கிறாள். அழுத்தி மேலே படரும் இருட்டுப் பொதியை விலக்கி அவனை அழைக்கிறாள்.

அவள் கையில் மடக்கிப் பிடித்திருந்த ஆலங்கட்டிகள் கரைந்த துக்கத்தைக் கண்ணால் பகிர்ந்துகொள்கிறாள். அழுது முடித்த கண்களில் உயிர் மிச்சம் இருக்கிறது. மழை நின்ற வெளியில் ஆலங்கட்டிக்காகக் கைநீட்டி நிராசையோடு நிற்கிறாள். அந்தக் கண்கள் வைத்தாஸின் கால்களைத் தொடர்கின்றன.

நந்தினி.

சாயாக் கடையில் ஒற்றை பெட்ரோமாக்ஸ் விளக்கு எரிய ஆரம்பித்தது. வைத்தாஸ் தளர்ந்து நடந்து இருப்பிடத்தில் பிரவேசித்தான்.

நந்தினி. அவளைத் தேடிப் போக வேண்டும் என்று வெறியாக மனதில் எழுந்த நினைப்பு ஆவேசமாக மோதி அலையடித்தது.

நாளைக் காலை லண்டனுக்குப் பறக்க வேண்டும். அங்கே இருந்து அவனுடைய நாட்டுக்கு அண்டை நாடுகள் ஏதாவது ஒன்றுக்குப் பயணம் வைக்க வேண்டும். இறுதிக் கட்டமாக ஆடிக் கடகடக்கும் பழைய லாரியிலோ இருக்கைகள் சிதைந்த ஜீப்பிலோ, கண்ணி வெடிகள் விதைத்த தரிசுகளைக் கடந்து ஒரு நீண்ட பிரயாணம். முடிவில் நாடு. ஊர். தெரு. வீடு.

வீடு இருண்டு கிடக்கும். பூட்டி இருக்கும். தூசி அப்பி, நூலாம்படைகள் தொங்கும்

ஆள் அரவம் மறந்த வீட்டில் வைத்தாஸ் படி ஏற மாட்டான். அவனை நிச்சயம் யாராவது, எந்த சக்தியாவது நந்தினி இருக்குமிடத்திற்குக் கொண்டு செலுத்தும். அவன் எதிர்பார்த்து வாசலிலேயே காத்திருப்பான். ராணுவ வண்டிகள் இல்லாத தெரு அவனுக்கு முன் பரபரப்பு இன்றி விரிந்திருக்கும்.

போக வேண்டும். நாளைக்கு லண்டனுக்குப் போய்ச் சேர வேண்டும்.

முடியாத காரியம் அது. கையில் இருக்கும் பணம் போதாது. எட்டு மணி நேர இடைவெளியில் பயணம் வைக்க முடியாது. எந்த நாட்டு விசாவும் வைத்தாஸிடம் இல்லை.

தூதர் என்று பதவி கொடுத்து அமர்த்தியபின் நினைத்துக் கொண்ட மாதிரி எல்லாம் பறக்க முடியாது. நாளை அரசு திரும்பி வரும்போது அவன் இங்கே எதுவுமே இடைப்பட்ட காலத்தில் நடக்காத மாதிரித் தொடர்ந்து இயங்கியாக வேண்டும்.

நந்தினி காத்திருக்கட்டும். அவளுக்கு மேன்மையாகவே பொழுதுகள் கடந்து போய்க் கொண்டிருக்கும். அவன் சீக்கிரம் நந்தினியை மீட்பான். இப்போது சுற்றிச் சூழும் பௌதிகமான இந்த இருளில் இருந்து முதலில் விடுதலை வேண்டும்.

மேஜை டிராயரில் மெழுகுவர்த்தியைத் தேடிக் கொண்டிருந்தபோது மின்சாரம் திரும்பி வந்தது.

மங்கிய பல்ப் வெளிச்சத்தில் வெறுமை தீற்றி நின்றது அந்த வீடு. அதன் வலிந்து உருவாக்கப் பட்ட அலுவலக தோரணைகள் எளிய பல்ப் ஒளியில் கலைந்து போக, திருலோக்புரியின் மற்ற அடித்தட்டு வசிப்பிடங்களுக்கும் இந்த வீட்டுக்கும் பெரிய வேற்றுமை ஏதும் காட்சியில் இல்லை.

ஏன் இல்லை?

மற்றதெல்லாம் குடும்பம் நடத்தப்படும் வீடுகள். ஹமாரா மர்த் என்று இந்த ஊரில் பெண்கள் நாணமும் பெருமையுமாகச் சொல்லும் கணவன், மேரி அவ்ரத் என்று அந்தக் கணவன் அலட்சியமும் அன்புமாக முணுமுணுக்கும் மனைவி, ஒன்றும் இரண்டும் மூன்றுமாகக் குழந்தைகள் எல்லாம் உள்ள வசிப்பிடங்கள் அவை எல்லாம்.

இந்தக் கட்டிடம் மேஜையில் பாதிக்கு வடக்கே ஆபீஸ். சமன் லால் வெற்றிலை மென்று குனிந்து குப்பைத் தொட்டியில் துப்பி வைக்கும் அலுவலகம். விசா கேட்டு முதியவர்கள் வந்து நிற்கும் தூதரகம். வீடா இது?

லண்டன் ஐந்து நட்சத்திர ஓட்டல் குளிர்ச்சியிலும், அம்பலப்புழையில் கொட்டும் மழையில் குளிர்ந்த மர வீட்டில் சதா மணக்கும் ஈரத்திலும் கூட வந்தவளே, என் ப்ரியமான நந்தினி, இந்த இரண்டு அறை வீடும் அதுவே ஆபீஸுமான சிற்றிடத்தில், ஜன்னல் வழியே தூறல் திவலைகள் உள்ளே ஒரு காற்றில் சிதறி ஒழுங்கின்றி நனைத்துக் கொண்டிருக்கும் அரையிருட்டுப் பொழுதில் கூட இருப்பாயா?

எலக்ட்ரிசிட்டி இருக்கே அது போதும். சந்தோஷமாக இங்கே உன்னோடு எப்பவும் இருப்பேன். டாய்லெட்டில் பழைய ப்ளாஸ்டிக் வாளியை மட்டும் தூக்கிப் போட்டுட்டு புதுசாக ஒரு வாளியும், குவளையும் வாங்கு. புது ஸ்டவ் ஒன்றும்.

ஒவ்வொண்ணாத்தான் கவனிக்கணும். முதல்லே ஸ்டவ் வாங்கிடலாம். அடுத்த தெருவில் பஞ்சாபி தாபா சாப்பாட்டுக் கடையில் மிதமான காரத்தோடு காய்கறிக் கூட்டும், நெருப்பில் சுட்ட இரண்டு ரொட்டிகளுமாக ராத்திரி உணவும் முடித்து வர வேண்டியதுதான்.

நந்தினி வந்து சேரும்போது வெண்ணெய் கலந்து பிசைந்த னான், ருமாலி ரொட்டி எல்லாம் அங்கே இருந்து சுத்தமாகச் செய்யச் சொல்லி வரவழைக்கலாம். நல்ல, கொழுப்பு குறைந்த, மசாலா பெயருக்குச் சேர்த்த காரமில்லாத கறியும் கூட.

பூட்டையும் சாவியையும் தேடி எடுத்துக் கொண்டு அவன் வெளியே போக யத்தனித்தபோது மறுபடியும் கரண்ட் போனது.

பழகிப்போன இருட்டு.

வாசலில் யாரோ நிற்கிறார்கள். அவன் பக்கத்தில் நெருங்க வியர்வையும் ஈரத் துணி வாடையும் பெண் வாடையும் கலந்த கந்தம்.

போதை ஏற்றுவது. சித்தம் கலங்கி அலைய வைப்பது. அலைய வைத்தது.

வீராவாலி.

அவள் தான். வைத்தாஸுக்குத் தெரியும். எப்படி, ஏன், எதற்காக என்ற கேள்விகள் எல்லாம் அனாவசியமானவை. அவனுக்குக் கேட்கவும், பதிலை எதிர்பார்த்துக் காத்திருக்கவும் பொறுமை இல்லை.

அவள் வந்திருக்காவிட்டால் அவன் போயிருப்பான். எந்தக் கேள்வியுமே தேவைப்படாத போது எங்கே என்பதும் எதற்கு?

வீராவாலி.

அவள் பெயரை உயிர் பிறப்பிக்கும், உயிர் காக்கும், உயிருக்கு நீட்சி தரும் மந்திரமாக கவனமாக உச்சரித்தான் வைத்தாஸ். பிரிந்திருந்த அவள் உதடுகளில் தீற்றிய விரல்களில் தீ பறந்தது. விரல் அரணி கடைந்து வந்த அக்னி அது.

வாசலிலும் உள்ளிலுமாக நின்றபடி வீராவாலியை இழுத்து அணைத்துக் கொண்டான் அவன், வாசல் இருட்டில் தரையில் ஏதோ கிடக்கிறது தெரிந்தது. இருந்துவிட்டுப் போகட்டும்.

வீராவாலியின் தோளைப் பற்றி உள்ளே இழுத்தான் அவன். மேஜையில் கால் இடித்துக் கொண்டது.

இது தூதரகமா வீடா? அவனுக்கு ஒரு கவலையுமில்லை.

கரண்ட் வந்தபோது பசியும் வந்து சேர்ந்தது. வயிற்றுப் பசி.

தரையில் இருந்து மெல்லத் தூக்கி அவளைக் கட்டிலில் விடும்போது ஒரு வினாடி அணைத்துச் சுமந்தபடியே நின்றான்.

அந்தக் கணத்தில் உறைந்து விட வேண்டும் என்று எங்கெல்லாமோ பேசியதும் எழுதியதும் இந்தக் கணம்தான். அவனுக்குப் புரிந்தது. இதல்லாமல் வேறு எங்கும், யாரோடும் பங்கு போட இல்லை.

நந்தினி என்றது மனது. நான்தான் நந்தினி என்றாள் வீராவாலி.

அவளுடைய மொழி அவனுக்கு அர்த்தமாகவில்லை. தோளில் இன்னொரு முறை முகர்ந்தான். இந்த உடல் வாடைக்காக அவன் ஓடி நடந்து சுற்றித் தேடுவான்.

வீராவாலி.

மூர்க்கமாக மறுபடி அவளை அணைத்துக்கொள்ள அவள் அவன் காதில் அகவினாள். மயில் போல. குரல் பின்னப்பட்டு சிதையாமல். ஆண்மைச் சுவடின்றி, கலவி வேண்டிக் கரைந்து காத்திருக்கும் பெண் மயில்.

அவளை உள்ளே விட்டுக் கதவு சார்த்தி வரும்போது பெரிய நிதியைக் கவனக்குறைவாக இட்டது இட்டபடி விட்டு விட்டு, அற்பமான ராத்திரி உணவுக்காக அலைந்து தேடிப் போகிற அபத்தம் நினைவில் பட்டது.

இன்னிக்கு என்ன சாப் ஆலங்கட்டி மழை கிளப்பி விட்ட அகோரப் பசியா? தினம் இப்படியே ஆர்டர் பண்ணுங்க. நாங்களும் ஒரு கல் கட்டிடம் கட்டிட்டு செட்டில் ஆக வேணாமா?

பஞ்சாபி தாபா சாப்பாட்டுக் கடைக்காரர் அன்போடும் உரிமையோடும் சொன்னதோடு மட்டுமில்லாமல், ஒரு டிபன் காரியரில் ராய்தா, குல்சா, எலுமிச்சம் பழமும் இன்னும் எதுவுமோ பிழிந்து கிண்டிக் கலந்து காரத்தைக் கொஞ்சம் தணித்து இறக்கிய கொர்மா, பெஷாவரி னான் என்று பார்த்துப்

பார்த்து எடுத்து வைத்து நீட்டவும் மறக்கவில்லை.

இதெல்லாம் உங்க நாட்டு மேலே அன்பு வச்சு செய்யறது. டீக் ஹை சாப்?

அமைச்சர் கூட இப்படி தோரணை கலக்காத நிஜப் பிரியத்தோடு பேச மாட்டார்.

கொண்டு வந்ததில் பாதிக்கும் குறைவாகவே பசி தீர்க்கப் போதுமானதாக இருந்தது. அடுத்த நிமிடம் உடல் பசி அக்னியாகப் படரத் தொடங்கியது.

ஆதியில் தோன்றிய பெயரில்லா மிருகங்கள் போல அவர்கள் கலந்தார்கள். இடைவிடாமல் காமமும் அவ்வப்போது அதையும் மீறிய காதலுமாக இணைந்தார்கள்.

மழை கிளப்பி விட்டிருந்த வெக்கையும் மனதில் தகிக்கும் ஆசையும் தாங்கி வியர்த்த உடல்கள் கட்டிலை நனைத்து தளம் கட்ட, அந்த வாடையே சகலமுமாகச் சூழ அவர்கள் பற்றிப் படர்ந்தார்கள்.

ஒருவர் மற்றவராகி, இருவரும் வேறு யார் யாரோவாக உரு மாறி இன்னும் இன்னும் என்று உணர்வின் வடிகால்களை உடல் கொண்டு கற்பித்து, யாரும் யாரையும் முந்தாத போகம் துய்த்தார்கள்.

பாதி ராத்திரிக்கு, மழை கும்மாளம் கொட்டிப் பெய்ய ஆரம்பித்தது.

குளிரில் உடலுக்குள் உடலாகக் கவிந்து லயிக்கும் முன் வீராவாலி வாசலுக்குப் போனாள். அங்கே வாசல் சுவரை ஒட்டித் தரையில் ஓரமாகப் பரத்தி வைத்திருந்த எதையோ தோளில் சுமந்து உள்ளே எடுத்து வந்தாள்.

அவள் நடந்து வருவதைப் படுத்தபடியே காமம் மீதூரப் பார்த்தான் வைத்தாஸ். மனம் கலவி என்றது. உடல் சற்றுப் பொறுத்து என்று தயங்கியது.

வீராவாலி கொண்டு வந்தது சிறிய, வர்ணமெலாம் உடம்போடு

ஒட்டிய ஒரு மயில். இயற்கையைச் சிறியதாகக் குறுக்கி ஒரு கற்சிலையாக வடித்து மயிலை உருவாக்கியது போல அது கால் மடக்கிச் சுருண்டிருந்தது.

வீராவாலி.

அவள் பெயரை எத்தனையாவது முறையாகவோ உச்சரித்தபடி அவளில் தன்னைக் கரைத்து இன்னொரு முறை அமிழ, வீராவாலி மறுபடி அகவினாள்.

அந்த மயில் உயிர் பெற்றது. கட்டிலைச் சுற்றித் தாழப் பறந்தது. அகவியது.

# அத்தியாயம் முப்பத்தேழு

அவ்வளவு பெரிய மனுஷராயிட்டோமா?

வசந்தி கேட்டாள்.

காசு கொழுத்துடுத்தா?

வெர்கீஸ் தாடையைச் சொறிந்துகொண்டு விசாரித்தான்.

மதராஸி லாட்டரி பம்பரா ஏதும் அடிச்சுதா?

மேல்மாடி குடித்தனத்து குர்னாம்சிங் சீண்டினான்.

கொட்டு கொட்டுன்னு ஆகாசத்திலே இருந்து காசு கொட்டுதாக்கும். எனக்கும் கொஞ்சம் கொடுங்க சார். ஒய்ட் லக்கான் கோழி வாங்கி வளர்க்கறேன். ஒவ்வொரு முட்டையிலேயும் உங்க பேர்தான் எழுதி இருக்கும், ஆமா.

ஆபீசில், பகல் சாப்பாடுக்கு முந்திய மதிய தரிசனமாக, உடம்பு வாடையடிக்கும் சிகப்பு ஸ்வெட்டர் களைந்து, பெருந் தனங்களைக் கண்ணைக் குத்துவது போல துருத்தியபடி தில்ஷித் கௌர் சொன்னாள்.

பேஷ், பணக்காரக் குண்டிகள் ஆகியாச்சு.

பிடார் ஜெயம்மா வழக்கமான குரலில், பெரிய பானைகளை அபிநயித்தபடி சிலாகித்தாள்.

தில்லிப் பட்டணமே வழித்துக் கொண்டு சிரிக்க ஒரே காரணம், சின்னச் சங்கரன் ஏரோபிளேனில் யாத்திரை செய்யப் போகிறான். அதுவும் லண்டனுக்கு, பாரீஸுக்கு எல்லாம் இல்லை. ரயிலில் ஏறிப் படுத்தால் ரெண்டே நாளில் பிருஷ்டத்திலும் முகத்திலும் கரி அப்பிக் கொண்டு போய்த் தள்ளும் மதராஸுக்கு.

யாருக்கும் வயிற்றெரிச்சல், அசூயை என்றெல்லாம் இல்லை. காசைக் கரியாக்குகிற விஷயமில்லையா உள்நாட்டில் பிளேனில் போவது என்ற நல்ல எண்ணத்தில் ஏகோபித்த அபிப்பிராயமாக எழுந்தது அது.

உள்ளதற்கு ஐம்பது சதவிகிதம் கம்மியான கட்டணம். தில்லியில் இருந்து மெட்ராஸ் போய்த் திரும்ப வர வெறும் நூற்றைம்பது ரூபாய் மட்டும் ஒருத்தருக்கான செலவு. ரெண்டு டிக்கட்டுக்கு இப்படி சலுகையோடு கூப்பன் கிடைத்திருக்கிறது. ஒரு மாதத்தில் உபயோகித்துக் கொள்ளாவிட்டால் சலுகை காலாவதி ஆகி விடும்.

சின்னச் சங்கரன் பொறுமையாக ஒவ்வொருத்தருக்கும் விளக்க, போனால் போகிறது என்று பெருந்தன்மையோடு விளக்கத்தை ஏற்றுக்கொண்டார்கள்.

ரயில் சத்தம் தலைக்கு நூறோடு போகும்.

வசந்தி விடாப்பிடியாக ஒப்புக்கு ஆட்சேபித்தாள் தான். என்றாலும், விமானக் கனவுகளில் அவள் லயிக்க ஆரம்பித்ததைச் சின்னச் சங்கரன் கவனித்தான்.

என்ன எடுத்து வைக்கறமோ, மொதல்லே மாத்திரை வாங்கிண்டு வந்துடுங்கோ. தடால்னு இது வந்து நிக்கும்.

அவளுடைய கோரிக்கை புரிந்தது. ஆனாலும் கேட்டான்–

வந்தா வந்துட்டுப் போகட்டுமே. அது பாட்டுக்கு அது. இது பாட்டுக்கு இது.

மூஞ்சி. அதுக்காக இங்கேயிருந்தே ஒழுகிண்டு போக முடியுமா?

வசந்தி மென்மையாக உள்ளங்கையை அவன் கன்னத்தில் பதித்தாள். குனிந்து பனியனை உயர்த்தி நாபியில் முத்தமிட்டாள்.

இப்படி ஒரு ரதியைப் பக்கத்தில் வைத்துக்கொண்டு கவுர்ப் பெண்பிள்ளையின் மாரைப் பார்க்க வெறிபிடித்து அலைகிறேனே.

தன்னையே நொந்துகொண்டது ஒரு மனசு.

கவுர் குனிந்து கொங்கை வருட வயிற்றில் முத்துவது போல் கற்பனை செய்து கள்ளக் களி களித்தது இன்னொன்று.

கவுர் கல்யாணமானவடா மாபாதகா. ரெண்டு குழந்தைக்கு தாயார் வேறே.

பிடார் ஜெயம்மா அடிமனதில் இரைய ஆரம்பித்தாள்.

பரதேவதே, என்னைக் கொஞ்சம் சும்மா இருக்க விடு. சத்தியப் பிரமாணம் செய்யறேன். எந்தத் தப்புத் தண்டாவுக்கும் போக மாட்டேன்.

வாக்குறுதி தந்தபடி வசந்தியை ஆரத் தழுவி மடிக்கு இழுத்தான் சங்கரன்.

எப்படி ஆரம்பமாச்சு?

திரும்ப வசந்தி வெகுளியாகக் கேட்டாள்.

இப்படித்தான்.

போன வாரம் திங்கள்கிழமை காலையில் சூப்ரண்டண்ட் சங்கரன் ஆபீசுக்குப் போனதுமே டெலிபோன் அலறியது.

மந்திரி மகாப் பிரபு.

கொஞ்சம் அவசரமா வரணும் சங்கரன். கார் அனுப்பறேன்.

பின் சீட்டில் நாலு பேர் காலை நீட்டி சாய்ந்து கிடக்க, முன்னால்

இரண்டு பேர் அதேபடி ஓய்வாக இருக்க, டிரைவர் சீட் போக, இன்னும் கூட ஆள் அடைக்க இடம் எதேஷ்டமாக இருந்த அம்பாசடர் கார். தேசியக் கொடி முன்னால் அலங்காரமாக அசைகிற, இந்தி பேசக்கூடிய வாகனம். டிரைவர் தவிரக் காலியான கார்.

பழக்க தோஷம், சங்கரன் முன் சீட்டில் டிரைவர் குர்ப்ரீத் சிங் பக்கம் ஒண்டிக்கொண்டு போனான்.

ஒரு நாள் இல்லாத திருநாளாக அமைச்சர் அவனுக்கு நார்த்தங்காய் ஜூஸ் கொடுத்தார். சகிக்க முடியாத பழச் சாறாக அது இருந்தது. அழுக ஆரம்பித்த ஆரஞ்சுப் பழமாக இருக்கும். அல்லது, மினிஸ்டருக்கு அதைத் தயாரித்துக் கொடுத்தவன் உலர்ந்த மீனைப் பொடி செய்து உள்ளே போட்டுவிட்டானாக இருக்கும்.

இன்னிக்கு அங்க்ரேஸி வாலா வரான். கூடவே அவ்ரத்தும் வர்றா.

அவருக்கு வெளிநாட்டில் இருந்து வருகிற எல்லாப் பத்திரிகையாளனும் இங்கிலீஷ்காரன் தான். பெண் ஜர்னலிஸ்ட் எல்லோரும் பொண்ணு, அவ்ரத் தான்.

என்ன விஷயம் சார்?

இப்படி ஏதாவது இருக்கும் என்று தெரிந்தாலும் உபசாரத்துக்கு சங்கரன் விசாரித்தான்.

ஊர்லே இருக்கப்பட்ட கண்றாவி, கருமாந்திரம் எல்லாத்தையும் இங்கே தான் எழவு கூட்ட வரான். ஒண்ணும் சரியில்லே. அடுத்த எலக்ஷன்லே கட்சி மாறிடலாமா. என்ன சொல்றீங்க?

சங்கரன் கண்ணாடி முன் பார்த்துப் பழகிய முழு முட்டாள் பார்வையை முகத்தில் இருத்தி, புரியலியே சார் என்றான். அப்படியே இருக்கட்டும் என்று அருளினார் மினிஸ்டர்.

மீட்டிங்லே நீங்களே பேசுங்க. நான் அப்பப்ப ஆமோதிக்கறேன். சரியா. நீங்க பேசறதுலேயே அவங்க மூட்டையைக் கட்டிக்கிட்டுத் திரும்பிடணும். நீங்க சொன்னா நான் சொன்ன மாதிரி. நான்

சொல்லாததை நீங்க சொன்னாலும் நான் சொல்லவிட்டதா இருக்கும்னு நம்பிக்கை இருக்கு.

அவர் ஜிலேபி பிழிகிற மாதிரி சுற்றிச் சுற்றிப் பேச சும்மா இருந்தான் சங்கரன்

துரை வந்தாச்சு என்று சப்ராஸி வந்து சொன்னான்.

கொஞ்சம் இரு. ராகுகாலம் போனதும் கிளம்பலாம்.

மினிஸ்டர் சங்கரனின் கையைப் பிடித்திழுக்காத குறையாகத் திரும்ப உட்கார்த்தினார். இன்னொரு நார்த்தங்காய் ஜூஸும் குடித்து வயிறு கடகடத்தது சங்கரனுக்கு, எல்லாம் கடந்து தாமரை இலைத் தண்ணீராக, ஒட்டாமல் ஓடும் வைராக்கியம் மனசில்.

போகலாம்.

மினிஸ்டர் லிஃப்டை அழைத்தார். மேலே, மூன்றாம் மாடியில் துரைகள், துரைச்சானிகள் காத்திருக்கிறார்கள்.

மினிஸ்டர் முன்னால் நடக்க, ஒரு அடி சமூக இடைவெளி விட்டுப் பின்னால் போனான் சங்கரன். அவர் கைகாட்ட, ஓரமாக இருக்கையில் உட்கார்ந்தான். திரும்ப அவர் கைஅசைக்க, மினிஸ்டர் பக்கமாகவே, தொடுக்கினது போல் நாற்காலியில் அமர்ந்தான் அவன்.

வந்திருக்கிறவர்கள் ரஷ்யர்கள் என்று தோன்றியது சங்கரனுக்கு.

நம் நாடுகள் இடையே நட்புறவு வளர்க்கணும். நீங்கள் இங்கிருந்து நாலு பேரைப் பாட அனுப்புங்கள். நாங்கள் பத்துப் பேரை இங்கே ஆட அனுப்புகிறோம்.

இப்படித்தான் இந்த மாதிரிச் சந்திப்புகளில் பேச்சு போகும். சாயா குடித்து, பகல் சாப்பாடு வரை கஞ்சிப்பசை போட்டது போல் விறைப்பான கலாச்சாரத் தகவல் பரிமாற்றம் முடிந்து சேர்ந்து சாப்பிடப் போவார்கள். சங்கரனோ இதர அதிகாரிகளோ இந்த மாதிரிச் சந்திப்புகளுக்கு வருவது அபூர்வம். மொழிபெயர்ப்பாளர்கள் வேண்டுமானால் யந்திரம்

மாதிரி மொழி பெயர்த்துக்கொண்டு இரு புறமும் துடிப்பாக உட்கார்ந்துகொண்டிருப்பார்கள்.

இன்றைக்கு ஒரு கை குறைகிறதோ என்னமோ மினிஸ்டர் சங்கரனையும் கூப்பிட்டுவிட்டார்.

நல்ல ஆங்கிலத்தில் வந்தவர்கள் பேச ஆரம்பித்ததும் தான் சங்கரனுக்கு அர்த்தமானது இவர்கள் பிரிட்டீஷ்காரர்கள்,

எடுத்ததுமே அந்த வெள்ளைக்காரன் வருத்தம் தெரிவித்தான். எதற்காவது வருத்தம் தெரிவிக்காத வெள்ளைக்காரன் அபூர்வம். மகாராணி பிள்ளை பெற்ற செய்தியாக இருந்தால் கூட இவர்கள் ஒரு தடவை வருத்தம் தெரிவித்து அப்புறம்தான் அறிவிப்பார்கள்.

நாங்கள் பிரிட்டீஷ் வானொலியில் இருந்து வருகிறோம். உங்களைச் சந்திக்கச் சொல்லி இருக்கிறார்கள். இது கலாசார அமைச்சகம் சம்பந்தப்பட்டதா அறியேன்.

அப்படி இல்லை என்று சங்கரன் இடை வெட்டினான். மினிஸ்டர் அவனைப் புன்முறுவலோடு பார்த்தார். இவன் உலக்கையையும் முழுங்கி சுக்குக் கஷாயம் குடித்துச் சமாளித்து கொள்வான் என்ற நம்பிக்கையில் வரும் சிரிப்பு அது.

இது கலாசார அமைச்சகம் தான். என்றாலும், இப்போதைக்கு ஆரோக்கியமும் எங்களுக்கு வந்து சேர்ந்திருக்கிறது.

அவர்கள் சிரித்து ஆரோக்கியம் எப்போதும் நிலவட்டும் என்று வாழ்த்தி, சூடு போன சாயாவைப் பெயருக்குக் குடிப்பதாகப் பாவனை காட்டி திரும்ப வைத்தார்கள்.

ஆகவே உங்களைச் சந்திப்பதில் அமைச்சர் பெரு மகிழ்ச்சி அடைகிறார்.

நல்ல சிரிப்போடு இருந்த, ஆரோக்கியமும் கலாசாரமும் அழகும் கொழிக்கும் வெள்ளைக்காரியைப் பார்த்துக்கொண்டிருந்த அமைச்சர், பார்வையைப் பொதுவாக்கி மகிழ்ச்சியை முகத்தில் கோடிட்டுக் காட்டினார்.

வெள்ளைக்காரன் மீண்டும் தெளிவான குரலில் பேசினான் -

நாங்கள் மதராஸ் கடந்து தெற்கே போனோம். அங்கே இந்தச் சிற்றூரில் -

அவன் நிறுத்திக் கை அசைக்க, கூட வந்திருந்தவள் குறிப்பறிந்து ஏதோ விசைகளை அழுத்தினாள். கிடக்கையாக வைத்திருந்த பெட்டியில் இருந்து ஒளிக்கற்றை எதிர்ச் சுவரில் பாய, சங்கரன் திறந்த வாய் மூடாமல் பார்த்தான்.

அவன் சற்றும் எதிர்பார்க்காதபடி, அரசூர் பஞ்சாபகேச சிரௌதிகள் சுவரில் நிழற்படமாகத் திடமான அப்பி, ராமாயணம் சொல்லிக்கொண்டிருந்தார்.

எந்த நிமிடமும் அவர் முன்னால் பார்த்து, ‘என்னடா சங்கரா, விச்சியா இருக்கியா? ஊருக்கு எப்ப வரே?’ என்று கேட்பார் என்று திடமாக நினைத்தான் சங்கரன். அட சே, அது டாக்குமெண்டரி சினிமா சிரௌதிகள்.

அவர் பேசுவது கேட்காமல் வாயசைவை மட்டும் பார்த்தபடி இருந்தபோது, பிரிட்டீஷ்காரன் சொன்னான்

இவர் உலகில் உன்னதமான கதை சொல்லிகளில் ஒருத்தராம்.

சங்கரன் கஷ்டப்பட்டு சிரிப்பை அடக்கிக்கொண்டான். இத்தனை ஊர் சுற்றி தில்லிப் பட்டணம் வந்து நல்ல உத்தியோகத்திலும் உட்கார்ந்து, வாரக் கடைசி சுகமாக ஓய்வெடுத்துக் கொண்டு ஆபீஸ் வந்தால், சிரௌதிகள்தான் சுவரில் பிரத்யட்சமாகிறார், பாராட்டு வேறே அவருக்கு. மூடரை மூடரே காமுறுவார்.

மினிஸ்டர் திரும்பப் பிரிட்டீஷ் பெண்ணை வெறிக்கத் தொடங்கினார். அவள் மூடரில் ஒருத்தியாக இருக்கக்கூடும் என்று சங்கரனால் நினைக்க முடியவில்லை.

தேசத்திலே நல்ல சக்திகளோட கடாட்சம் ஷீரம் மாதிரி, தான்யம் மாதிரி, தனம் மாதிரி பாஷ்பமா வந்து நிரம்பிண்டு இருக்கு. குருஷேவ், புல்கானின் கட்டால போறவன்களும் காந்தி மார்க்கத்திலே போற சவண்டிக்கார பாஷாண்டிகளும்

ஒடுங்கியாச்சு. அரசூர் மகா பட்டணத்திலே சாவே இல்லேன்னா இப்படியான சுபிட்சம் ஒரு காரணம். எங்க ஊர்லே காந்தியும் கிடையாது வேறே கழிசடையும் கிடையாது. நாஸ்திகம் பேசற ஒண்ணு ரெண்டு பேரும் வெளியூரோட போயாச்சு. அங்கே ஏன் கருடான்னு கேக்க ஒரு நாதியில்லேயாம். இதைத்தான் மகரிஷி சொன்னார். சாரித்ரேண ச கோ யுக்த.

வெள்ளைக்காரி சுவிட்சைத் திருப்பிப் போட, சிரௌதிகள் உறைந்தார்.

நிஜமாகவே அந்த ஊர்லே சாவு இல்லாமப் போச்சா?

வெள்ளைக்காரி கேட்டாள். ஆமா என்று சொன்னால் அங்கேயே போய் சிரௌதிகள் காலடியில் உட்கார்ந்துவிடுவாள் என்று சங்கரனுக்குத் தோன்றியது.

மினிஸ்டர் சங்கரனைப் பார்த்தார். நீ இந்தப் பந்தைத் தடுத்து ஆடு என்று பார்வையில் கோரினார் அவர்.

சட்டென்று சங்கரன் மருதையன் மாமா ஆனான். என்ன பேசினாலும் அதற்கு ஒரு எதிர்க்கட்சி கட்டி ஆடுகிறாரே என்று அவ்வப்போது மனதில் பட்டாலும், அவர் சொல்வதை எல்லாம் கவனமாகக் கேட்டது உபயோகமாகப் போயிற்று.

அவன் மருதையன் போல் புன்சிரிப்போடு ஒரு தடவை வெள்ளைக் காரர்களையும் சற்றே திரும்பி மினிஸ்டரையும் பார்த்தான். இது மருதையன் காலமெல்லாம் வகுப்பெடுத்து வகுப்பெடுத்து வந்த பழக்கம். காலேஜ் வெளியேயும் எதாவது முக்கியமாக, அடுத்தவர் சொல்வதை மறுத்துப் பேச வேண்டியபோது அவர் தன்னையறியாமல் கடைப்பிடிக்கும் பழக்கம் இப்படிச் சுற்றுப் புறத்தை நிதானமாகப் பார்த்து சுவாசம் நீள உள்வாங்கிவிடுவது.

சங்கரன் தெளிவான குரலில் சொன்னான்

இறப்பு பிறப்பு பற்றிய சாதாரணப் புள்ளி விவரங்கள் மூலம் இந்தியா பிரிட்டனைப் பிரமிக்க வைக்க முடியும் என்று நீங்கள் சொல்வதில் இருந்து புரிகிறது. அந்த ஊரில் என்று

இல்லை. எங்கேயும் இப்படி நாலு மாதம்,ஐந்து மாதம் போல் பிறப்போ இறப்போ நிகழாமல் போக வாய்ப்பு உள்ளது. தகவல் புள்ளிகள் ஒரே திசையில் இருந்தால் பார்க்க வியப்பாக இருக்கும்தான். இது கருப்பு அன்னம் போன்ற விஷயம். அன்னப் பறவையின் நிறம் வெள்ளை என்று உறுதியாகச் சொல்லலாம். உலகில் இதுவரை பார்க்கும், பார்த்த அன்னம் எல்லாம் வெண்மையாகத் தானிருக்கிறது. ஆனால் யாராவது எங்காவது ஒரே ஒரு கருப்பு அன்னத்தைப் பார்த்துவிட்டால், அன்னம் வெள்ளை என்ற முடிவு அடிபட்டுப் போகுமே. அதுபோல தான். பிறப்பையோ இறப்பையோ வென்றதாகக் காட்டும் புள்ளிவிவரங்கள் ஒரு தடவை தலைகீழானால், அப்புறம் இந்த பயணமும், படப்பிடிப்பும் அமைச்சரோடு சந்திப்பும் எல்லாம் தேவையில்லாமல் போய்விடும். உண்மை இதுதான்.

மழை பெய்து ஓய்ந்தது போல் இருந்தது. மினிஸ்டர் தன் செல்ல நாய்க் குட்டியைப் பார்ப்பது போல் பரிவும் கனிவுமாகச் சின்னச் சங்கரனைப் பார்த்தார்.

மூட நம்பிக்கைகளைச் சுமந்து திரியாமல் இருக்க நாங்கள் பிரிட்டனை எடுத்துக் காட்டுகிறோம். எப்போதும் அப்படியே இருக்க கர்த்தர் அருள் செய்யட்டும்.

மினிஸ்டர் தப்பான திசையில் தோளில் குரிசு வரைந்து சங்கரன் கண்காட்ட உடனடியாக நல்ல சிலுவையை வரைந்தார்.

வெள்ளைக்காரர்கள் மதியச் சாப்பாட்டுக்கு முன்பே விடை பெற்றுப் போனார்கள். அவர்களை லக்னோவில் பூல் புலாயா என்ற அபூர்வமான கட்டிடத்தைப் பார்த்துப் படம் எடுத்துச் செய்தி ஒலிபரப்பச் சொன்னான் சங்கரன்.

நீங்கள் பூல் புலாயா உள்ளே பத்து நிமிடம் நடந்தால் தொலைந்து விடுவீர்கள். அப்புறம் நான் புறப்பட்டு வந்துதான் பத்திரமாகக் கூட்டி வரணும்.

மினிஸ்டர் பெண் நிருபரைப் பார்த்துக் கனிவோடு சொன்னார். அவள் துன்பத்தில் மாட்டிக் கொள்ள உடன் வந்து ரட்சிக்கும் பிம்பம் அவருக்கு ஆசுவாசம் அளித்திருக்கலாம் என்று

சங்கரனுக்குப் பட்டது.

சங்கரன் தன் வேலை இடத்துக்குப் புறப்படும் போது மினிஸ்டர் அவனைத் தன் அறைக்குக் கூப்பிட்டார்.

ஏதோ வன்மம் வந்து அவனைக் குறி வைத்தது போல் திரும்ப நார்த்தங்காய் ஜூஸ்.

எனக்கு வேண்டியிருக்காது. நீங்க உபயோகப்படுத்திக்கலாம்.

பெரிய மேஜைக்குள் எதையோ தேடினார் அமைச்சர்.

ஏர்லைன்ஸ் ஐம்பது சதவிகிதத் தள்ளுபடியோடு இரண்டு டிக்கெட்கள் சலுகை கூப்பன் அனுப்பியிருக்காங்க எங்கிருந்தும் எங்கும் இந்தியாவுக்குள் போகலாம். போய்ட்டு வாங்க.

பழுப்பு உறை ஒன்றை எடுத்து சங்கரனிடம் நீட்டினார் அவர்.

அப்படித்தான் நாம் நாளைக்கு மெட்ராஸ் போறது. கொள்ளை மலிவு இல்லையா?

சங்கரன் வசந்தியைக் கேட்டான். அவள் கள்ளச் சிரிப்போடு சொன்னாள்

ஒரு படை பட்டாளமா ரஷ்யாக்காரன், சீனா, ஜப்பான் நிருபர்கள் எல்லாரும் வந்திருந்தா, இலவசமாகவே பறந்திருக்கலாம்.

அவளைத் திரும்ப அணைக்கச் சங்கரன் கைநீட்ட நழுவினாள். அறை நடுவில் நின்று மேலே லாஃப்டை அண்ணாந்து பார்த்தாள்.

மேலே இருந்து அந்த கேன்வாஸ் பையை எடுங்கோ.

எடுக்க வேண்டிப் போனது.

ஜாதகத்தில் எல்லாக் கட்டமும் மாறி இருந்து, தில்ஷித் கவுரைக் கல்யாணம் செய்திருந்தால் இப்படி ஸ்டூலில் நின்று புழுதியளைந்து கேன்வாஸ் பை எடுக்க வேண்டியிருக்காது. ஆனால் ஒயிட் லெகான் கோழி பிடிக்கவும், முட்டை சேகரிக்கவுமாகக் கணிசமாக அலைய வேண்டியிருக்கலாம்.

கவுத்துடாம எடுங்கோ உள்ளே என்னமோ வச்சிருக்கு.

வசந்தியின் பழைய மார்க் கச்சை, அரைத் துணி என்று கேன்வாஸ் பையில் அடைத்து இருந்தது சர்வமும் கீழே வழிந்தது.

என் உடுதுணி எல்லாம் லாலீன்னு எடுத்துப் போட்டாச்சா, பேஷ். வேறே எதாவது மிச்சம் இருக்கா?

உடம்பு வாடையோடு ஒரு சிவப்பு ஸ்வெட்டர்.

அவளுக்குக் கேட்டிருக்காது.

# அத்தியாயம் முப்பத்தெட்டு

ஏர்போட்டுக்கு நான் கூட்டிப் போறேன்.

கார் வைத்திருந்த எல்லா நண்பர்களும் சங்கரனை விமான நிலையத்துக்குக் கூட்டிப் போவதில் ஆர்வம் காட்டினார்கள்.

என் டிரைவரை உங்க வீட்டுக்கு வரச் சொல்றேன். எப்பக் கிளம்பறேன்னு மட்டும் சொல்லு.

பிடார் ஜெயம்மாவுக்கு கார் ஓட்டத் தெரியாவிட்டாலும் சிநேகிதம் பெரிய விஷயம். அதுவும் சங்கரனை விட வசந்திக்கு ரொம்பவே வேண்டப் பட்டவள்.

வசந்தியும் சங்கரனும் விளக்கை எரிய விட்டுக் கொண்டு படுக்கையில் நிமிர்ந்து உட்கார்ந்து, எல்லா வாய்ப்பு வசதிகளையும் அலசி ஆராய்ந்து, ஜெயம்மா சொன்னபடி கேட்பது என்று தீர்மானித்தார்கள்.

ஜெயம்மாவின் கார் வெளிநாட்டுக் கார். தூதரக அதிகாரி யாரோ ஸ்காட்லாந்தில் இருந்து கொண்டு வந்த காரை செகண்ட் ஹாண்ட் ஆக வாங்கியிருந்தாள் அவள். ஆகப் பெரிசு. உள்ளே, முன்னும் பின்னுமாக சின்னச் சின்னதாக மூணு ஃபேன் பொருத்தியிருப்பதால், காற்றோட்டமான வண்டி. கூடவே, அனுசரணையான டிரைவர்.

வெர்கீஸ் காரில் போகலாம் தான். ஆனால், பழக்கமான மலையாளி யாரையாவது வழியில் வைத்துப் பார்த்தால் தானே நின்று விடும் அந்தக் கார். ஜெயம்மா கார் அப்படி இல்லை. அவளைப் போல மாண்டியா அய்யங்கார் குடும்பம், சங்கரன் போல தமிழ் பிராமணர்கள் என்று பாதையில் தட்டுப்பட்டாலும் இந்தக் காருக்கு, நிற்கிற வழக்கமில்லை. போன வருஷம் இதே காரில் ஜெயம்மா குடும்பத்தோடு தில்லியில் இருந்து கிளம்பி, மைசூர் கடந்து பிடார் போய் சௌகரியமாகத் திரும்பி வந்திருக்கிறாள் என்பதால் கார் பற்றி நல்ல அபிப்பிராயம் தான் எங்கும்.

சங்கரனின் காலனியில் இருந்து சப்தர்ஜங் ஏர்போர்ட் போக ஞாயிற்றுக்கிழமை காலையில் பதினைந்து நிமிடம் கூடப் பிடிக்காது. ஒன்பதரை மணிக்குத்தான் தில்லி - மதராஸ் விமானம் அங்கிருந்து கிளம்பும்.

ஏழரை மணிக்கு நானே வரேன். டாக்சி அது இதுன்னு ஏற்பாடு பண்ணாதே.

ஜெயம்மா நேற்று ராத்திரி ஒரு தடவை வீட்டுக்கு நேரில் வந்து முன்னறிவிப்பு கொடுத்து விட்டிருந்தாள்.

விடிந்து ஏழு மணிக்கு உத்திரப் பிரதேச பால்கார பய்யா சைக்கிளில் பசும்பால் கொண்டு வந்து மணக்க மணக்க ஊற்றியதும் அந்தப் பரபரப்பான நாள் தொடங்கியது. வசந்தி தானும் சங்கரனும் முதல் டோஸாகக் குடிக்க டபரா செட் வழிய வழிய காப்பி.கலந்தாள். ஜெயம்மா வந்ததும் அவள் கூட உட்கார்ந்து மறுபடியும் காப்பி குடிக்க பாலும், டிகாக்ஷனும் தனித்தனியாக வைக்கப் பட்டது. பிளேனில் ரெண்டு தடவையாவது வீட்டுக் காப்பி குடிக்க ஒரு பெரிய தர்மாஸ் ப்ளாஸ்க் வழிய வழியவும் எடுத்து வைக்கப்பட்டது. மெட்ராஸில் இதைவிட நல்ல காப்பி கிடைக்கும் என்பதால் இதற்கு மேல் காப்பிச் சுமை வேண்டாம் என்று முடிவு எடுக்கப் பட்டிருந்தது.

வசந்தி அப்பா மெஸ் சுந்தர வாத்தியார் முழுப் பயணத்துக்குமாக இட்லி கட்டிக் கொடுக்கிறேன் என்று முன்வந்தார். யாராவது

மெட்ராஸுக்குக் காணாததைக் கண்ட மாதிரி இட்லியையும் எலிப் புழுக்கையையும் மூட்டை கட்டி எடுத்துப் போவார்களா என்ன? சங்கரன் வேண்டாம் என்று சொல்லிவிட்டான். வசந்தி அது பாட்டுக்கு இருக்கட்டும் என்று சொன்னதால், காலை ஐந்து மணிக்கே இட்லிப் பொதி வந்து சேர்ந்திருந்தது.

ஏழரை மணி என்று விவித்பாரதி நேரம் சொல்லி சங்கீத் சரிதா நிகழ்ச்சிக்குக் கடந்தது.

ஜெயம்மா கார் காலனிக்குள் நுழையும்போதே பலமாக ஹார்ன் அடித்தபடி வந்தது. முதல் அபார்ட்மெண்ட் ப்ளாக் பக்கம் காக்கி டிரவுசர் அணிந்து வீர நடை பழகிக்கொண்டிருந்த வழுக்கைத் தலை, தொப்பை வைத்த ரெட்டை நாடி வயசர்கள் ஆச்சரியப்பட்டு ஒரு கணம் நின்று, உடனடியாகத் தேசத்தைச் சீரமைக்கப் புறப்பட்டுப்போனார்கள்.

காப்பியை முகமலர்ச்சியோடு வாங்கிய ஜெயம்மா கேட்டாள்

மெட்ராஸில் இருந்து எங்கே பிரயாணம் வச்சிருக்கே?

ரயில்லே ஆலப்புழை. பஸ்ஸோ, டாக்சியோ பண்ணிண்டு அங்கே இருந்து பத்து மைல். அம்பலப்புழை. ஒரு நாள் முழுக்க அங்கே கோவில், வேம்ப நாட்டுக் காயல். முகம்மை. அப்புறம் ஹரிப்பாடு, நெடுமுடி, செங்கண்ணூர். முடிஞ்சு நேரே அரசூர். சரியா?

அங்கீகரித்துத் தலையை ஆட்டினாள் ஜெயம்மா. இதில் மதராஸைத் தவிர வேறே எந்த ஊருக்கும் அவள் போனதில்லை என்றாலும் இந்தப் பெயர்களைக் கேட்ட மாத்திரத்திலேயே சந்தோஷம் மனதில் எழுந்து வந்திருந்தது.

அரசூர் இப்போதானே போய்ட்டு வந்தே? இல்லே வேறே ஊரா?

ஜெயம்மா சந்தோஷத்தோடு சந்தேகமும் கேட்டாள்.

அதே அரசூர் தான். இவ்வளவு தூரம் போறேன். பக்கத்திலே தானே, அங்கேயும் இன்னொரு ஷார்ட் விசிட். வசந்தி அங்கே வந்து வருஷக் கணக்காறதே என்றான் சின்னச் சங்கரன்.

ஏதோ ஒரு சாக்கு. பிறந்த ஊருக்குப் போவதற்கு என்னத்துக்கு கணக்குப் பார்க்கணும்?

மூன்று கேன்வாஸ் பைகள். ஒரு லெதர் பெட்டி. கன்னாட் ப்ளேசில் விலை அதிகம் சொன்னதால், சங்கரன் ஆபீசில் வேலை செய்கிற வீரேந்தர் பொகாலியா மூலம் வாங்கியது. பொகாலியாவின் குடும்பத் தொழில், பெட்டி செய்வது. கன்னாட் ப்ளேஸ் விலையில் பாதிக்கும் குறைவாக வாங்கிக் கொண்டு வீட்டிலேயே பெட்டியைப் போன வாரம் கொண்டு வந்து கொடுத்திருந்தான் பொகாலியா.

பெட்டி எவ்வளவு ஸ்ட்ராங்க் என்ற வசந்தியின் கேள்விக்குப் பதிலாகப் பெட்டியைக் கவிழ்த்துப் போட்டு அதன் மேல் நின்றும் காட்டினான் அவன். இன்று நடுநாயகமாக அந்தப் பெட்டிதான் துணிமணிகளோடு பறக்கத் தயாராக நடுவீட்டில் காத்திருக்கிறது.

கிளம்பலாமா?

கடைசி வாய்க் காப்பியை செப்பு டம்ளரைக் கவிழ்த்துக் குடித்தபடி பிடார் ஜெயம்மா சங்கரனைக் கிளப்பினாள். இந்த மாதிரிக் காபிக்காக தினசரியே சங்கரனும் வசந்தியும் கிழக்கே மேற்கே சூலம், எமகண்டம், ராகுகாலம் பார்த்துப் பிரயாணம் வைக்கலாம் என்றாள் ஜெயம்மா.

மினிஸ்டர் தான் தள்ளுபடி கூப்பனோடு சங்கரனுக்கு நித்யப்படிக்கு சேவை செய்யக் காத்திருக்கிறாரே.

ஜெயம்மா சிரிக்காமல் சொன்னாள்.

போகிற வழியில் கன்னாட் ப்ளேசில் பெட்ரோல் போட்டுக் கொண்டு போகலாம் என்றான் டிரைவர். கார் ஊர்ந்து வேகம் எடுத்தது.

இதுக்கெல்லாம் என்ன பிரதியுபகாரம் பண்ணப் போறோமோ.

வசந்தி கண்ணை விரித்து நிஜமாகவே மனசில் இருந்து சொல்ல, ஜெயம்மா அவளை ஆதரவாக அணைத்துக் கொண்டாள்.

இவன் இருக்கானே உங்காத்துக்காரன், லேசுப் பட்டவன்

இல்லேடி வசந்தா. நியூஸ் ப்ரேக்னு என் கிட்டேயும் வர்கீஸ் கிட்டேயும் அவன் பூர்விக ஊர்லே சாவே கிடையாதுன்னு துப்பு கொடுக்கறான். நான் ஜூனியர்மோஸ்ட் ஜர்னலிஸ்டா பாத்து ரெயில்லே அனுப்பறதுக்குள்ளே, பிபிசிக்காரன் கிட்டே அது கட்டுக்கதைன்னு மினிஸ்டரைக் கையெழுத்துப் போட வச்சு ஹேண்ட் அவுட் நீட்டறான். அந்த மினிஸ்டரானா, உலக மகா தர்த்தி. இங்கிலீஷ்லே, நான் முட்டாள்னு அடிச்சு நீட்டினாக் கூட ஏன்னு கேக்காம ஜோராக் கையெழுத்துப் போட்டுடும்.

வசந்தியும் சேர்ந்து சிரித்தாள். நல்லவேளை ஜெயம்மா சங்கரனின் ஆபீஸ், தில்ஷீத் கவுர் என்றெல்லாம் ஆரம்பிக்கும் முன் வண்டி கன்னாட் ப்ளேஸ் பெட்ரோல் பம்பில் நின்றது.

இருபது லிட்டர் போட்டுக்கறேன்'மா.

டிரைவர் சொல்லியபடி இறங்க, ஜெயம்மா செய் என்று கைகாட்டினாள்.

ஐம்பது ரூபாய் ஆகும் என்று சங்கரனுக்குத் தெரியும். டிரைவரோடு அவனும் காசு செலுத்த இறங்க, ஜெயம்மா அதட்டி உள்ளே உட்காரச் சொன்னாள்.

இதெல்லாம் என் செலவு. உனக்கு வேறே மாதிரி, வேறே நேரத்திலே செலவு வைக்கறேன். கவலைப்படாதே.

நேரே ஏர்போர்ட் தானே மேடம்?

டிரைவர் கேட்டுக் கொண்டிருக்கும்போதே யாரோ பெட்ரோல் பம்ப் ஓரத்திலிருந்து வண்டியை நோக்கி வந்தார்கள்.

ஒட்டுக் கேட்டதுக்கு மன்னிக்கணும். நீங்க ஏர்போர்ட் போறதாக நினைக்கறேன். நானும் வரலாமா? இங்கே இன்னிக்குப் பார்த்து ஒரு டாக்சி கிடைக்கலை.

செயற்கைக் காலை ஊன்றிக் கொண்டு நிற்கிற வயோதிகர் ஒருத்தர் காரின் உள்ளே நிச்சயம் இல்லாமல் பார்த்தார். யார் கார் உடமையாளர் என்ற குழப்பத்தில் வந்த நிச்சயமின்மை அது.

ஆட்டோ கிடைக்குமே.

சங்கரன் கேட்க வாயெடுத்து சட்டென்று நிறுத்தினான். இந்தப் பெரியவர் இல்லையோ ஆபீஸ் வாசலில் சத்தியாக்கிரகம் செய்ய வந்து உட்கார்ந்தது?

அவரே தான். நினைவு துல்லியமாக இருக்கிறது. வேறு துறை மினிஸ்டர் ஒருத்தருக்கு அண்ணாவோ தம்பியோ. மதராஸியும் கூட.

கூட்டிப் போகலாம். அப்புறம் விவரம் சொல்றேன்.

பின் சீட்டில் இருந்த ஜெயம்மாவிடம் ரகசியமாகச் சொன்னான் சங்கரன். அவள் தலையசைக்க, கட்டைக் காலோடு கெந்திக் கெந்தி வந்து பெரியவர் முன்வரிசை ஜன்னல் ஓரமாக நின்றார். சங்கரனுக்கு அடுத்து அமர உத்தேசித்து சங்கரனைப் புன்சிரிப்போடு பார்த்தார். அந்த முகத்துக்குப் பழக்கமில்லாமலோ என்னமோ உடனே உதிர்ந்துபோன சிரிப்பு அது.

இப்படி உட்கார்ந்தா சரியா இருக்குமா?

இருக்கும் என்று காலைச் சற்றே ஒடுக்கி இருந்தான் சங்கரன். இவர் எந்த நிமிஷமும் தமிழில் பேசலாம் என்று அவன் எதிர்பார்த்தான். காருக்குள் கனத்த மௌனம் ஒன்று நிலவியது. வந்தவர்தான் அதை உடைத்தார்.

நானும் காலையிலே சரியா ஆறு மணியிலே இருந்து நிக்கறேன். ஒரு டாக்சி கூட இந்தப் பக்கம் வரலே.

அவர் புகார் செய்வது போல, பொதுவாகச் சொல்ல, வண்டியை ஸ்டார்ட் செய்தபடி டிரைவர் கேட்டான்

சாப், நீங்க பாம்பேவாலே தானே?

எப்படிச் சொல்றே? அவர் ஆச்சரியப்பட்டதாக முகக் குறிப்பு காட்டினார்.

ஏ பாஜூ, ஓ பாஜூ, பரோபர், அப்பண் இதெல்லாம் இங்கே பேசறதில்லியே சாப்.

அவருடைய பம்பாய் இந்தியைச் சுட்டிக் காட்டிச் சிரித்தபடி வண்டியை முன்னால் செலுத்திப் போகும்போது அவன்

மறக்காமல் சொன்னான்

இன்னிக்கு காலையில் இருந்து திடீர் டாக்சி ஸ்ட்ரைக். லாரிக்காரங்களுக்கும் டாக்சிவாலேக்கும் சாந்தினி சௌக்கிலே ஜகடா.

பெரியவர் முகத்தில் நிம்மதி தெரிந்தது. காசு இல்லாமலோ, சோம்பல் பட்டோ காரில் லிஃப்ட் கேட்கவில்லை அவர் என்று அவர்கள் எல்லோருக்கும் உணர்த்தியாயிற்று.

மெட்ராஸ் ஃப்ளைட் பிடிக்கப் போறீங்களா?

சங்கரன் தமிழில் ஆமா என்றான்.

நான் பம்பாய் போயிண்டிருக்கேன்.

அவரும் தமிழுக்கு ஆசுவாசத்தோடு மாற, வசந்தி ஆச்சரியத்தோடு அவள் வழக்கப்படி கண்கள் விரியக் கேட்டாள்

ஒரே பிளேனா பம்பாய்க்கும் மெட்ராஸுக்கும் போறது? அலைச்சல் ஆச்சே.

இல்லே கொழந்தே. இது ஹாப்பிங் சர்வீஸ். டெல்லி டூ நாக்பூர் டூ மதராஸ். நான் நாக்பூரிலே இறங்கி, டாக்சி, பஸ் பிடிச்சு பம்பாய் போயிடுவேன்.

அவர் வசந்தியைப் பார்த்துக் கனிவாகச் சிரித்தார். அவளிடம் ஒரு குழந்தைத் தனம் முப்பது வயசிலும் குரலிலும் முகத்திலும் கொஞ்சம் மிச்சம் இருப்பது நிஜம் என்று சங்கரனுக்குத் தோன்றியது. பெருமைதான் அவனுக்கும்.

வந்தாச்சு.

ஜெயம்மா அறிவிக்க, சப்தர்ஜங் விமான நிலையத்தில் கார் புகுந்து நின்றது. ஆள் அரவமே இல்லாத கட்டிடம். எல்லாக் கதவும் விரியத் திறந்து, விளக்கெல்லாம் எரிந்துகொண்டிருந்த அத்துவான வெறுமை அங்கே.

காரை ஓரமாக நிறுத்திவிட்டு, எல்லோரும் உள்ளே போனார்கள். ஆளுக்கொரு மூட்டையாக எடுத்துக் கொள்ளச் சொன்னாள் ஜெயம்மா.

நீ அவரோட கித்தான் பையை எடுத்துக்கோ.

ஜெயம்மா டிரைவரிடம் பெரியவரைக் காட்டிச் சொன்னாள்.

வேணாம்மா, நானே வச்சுக்கறேன். ஏற்கனவே நிறைய கஷ்டம் கொடுத்தாச்சு.

வயோதிகரின் தோளில் மாட்டியபடி நடந்த கனத்த கான்வாஸ் பை தவிர அவருக்கு வேறெதுவும் மூட்டை முடிச்சில்லை.

வரிசையாக வலை அடைத்த ஜன்னல்களின் பின்னால் யாரும் இல்லை. காலடிச் சத்தம் கேட்டு உள்ளறையில் இருந்து ஒரு நடு வயதுப் பெண்ணும், கையில் வாரியலோடு இன்னொரு இளம் பெண்ணும் எட்டிப் பார்த்தார்கள்.

சாப் லோக் யாரும் இல்லையா?

டிரைவர் கேட்க, உள்ளே இருந்து வாயில் டபிள் பிரட் சாண்ட்விச்சை அடைத்துக் கொண்டபடி பருமனான ஒருத்தர் கையைக் காட்டினார். நான் உண்டு என்று அபயம் அளிக்கிற கை அது.

அவர்களை அங்கேயே நிற்கச் சொல்லி அடுத்த கையசைவு. கால் சராய் பையில் பிரிமணை மாதிரிச் சுருட்டி இருந்த கசங்கிய நீல டையை உதறி உத்தேசமாகக் கழுத்தைச் சுற்றி முடிச்சுப் போட்டபடி வந்தார்.

யாரெல்லாம் ப்ளைட்டுலே போறீங்க சார்?

ஏன், மேடம் எல்லாம் ப்ளேன்லே போக கவர்மெண்ட் தடையுத்தரவு இருக்கா?

ஜெயம்மா இடுப்பில் ரெண்டு கையையும் ஊன்றியபடி முறைத்துப் பார்த்து அழுத்தம் திருத்தமாகச் சொல்ல, அவளுடைய தோரணையைப் பார்த்து மிரண்டு போனார் ஏர்போர்ட் அதிகாரி.

தில்லியில் இந்த நிமிஷத்தில் மூச்சு விட்டபடி நூற்றுச் சில்லறை மந்திரிகள், உப மந்திரிகள், ராஜாங்க அமைச்சர்கள், அமைச்சர் அந்தஸ்தில் பதவி வகிக்கும் ஆளுங்கட்சி,

எதிர்க்கட்சிப் பிரமுகர்கள், லோக்சபா மெம்பர்கள், ராஜ்ய சபா மெம்பர்கள், யாரையாவது எந்த ராஜ்ஜியத்திலாவது கவிழ்க்கக் கலந்தாலோசிக்க தேசத்தின் சகல மூலை, முடுக்கில் இருந்து வந்து குவியும் ஆண், பெண் அரசியல்வாதிகள்.

தூணைத் தட்டினாலும் அரசியல் பேசும் தலைநகரத்தில் இந்தத் தாட்டியான பெண்பிள்ளை யாரென்று தெரியாமல் விரோதம் வளர்த்துக் கொள்ள, அதுவும் உலகமே ஓய்வெடுக்கிற ஞாயிற்றுக்கிழமை காலையில் பசியாறிய பின்னர் அந்த அதிகாரி சற்றும் தயாராக இல்லை.

மேம் சாப், தாராளமாக மகாராணி போல உள்ளே வாங்க. மதராஸ் போகத்தானே?

ஜெயம்மா வசந்தியின் தோளில் தட்டி, நீதான் போறேன்னு சொல்லேன், வாயிலே என்ன கொழக்கட்டையா என்றாள்.

நானும் போறேன்.

சின்னச் சங்கரன் முன்னால் வந்தான். நானும் என்று கால விந்தியபடி வயோதிகரும்.

ஆக, தாட்டியான மேம் சாகிப் ஊருக்குப் போகக் கிளம்பி வந்து சண்டை வளர்க்க அலைகிறவள் இல்லை. தெரிந்திருந்தால் இன்னொரு சாண்ட்விச் சாப்பிட்டுவிட்டே வந்திருப்பார் அதிகாரி.

சங்கரனிடமும் பெரியவரிடமும் விமான டிக்கட்டைக் காட்டச் சொல்லி மரியாதையோடு தயங்கி நின்றார்.

டிக்கட்டிலே சங்கரன்னு இருக்கற பேர்?

நான் சங்கரன், இது என் ஒய்ஃப் வசந்தி.

டிக்கட்லே பரமேஸ்வரன் நீலகண்டன்னு இருக்கறது?

நெஞ்சைத் தொட்டுக் காட்டினார் பெரியவர்.

இதிலே எந்த லக்கேஜை ப்ளேனுக்குள்ளே எடுத்துப் போகப் போறீங்க? எது பேகேஜ் ஆக ப்ளேன் கீழ்த் தளத்தில் அடுக்கி எடுத்துப் போகணும்?

இதென்ன கேள்வி, எல்லாம் கையோடு எடுத்துப் போறதுதான்.

வசந்தி தீர்மானமாகச் சொல்லியபடி சாப்பாட்டுப் பொதியைக் கையில் இறுகப் பிடித்துக் தூக்கிக்கொண்டாள்.

லக்கேஜ்லே ஏதாவது கத்தி, துப்பாக்கி, கூர்மையான ஆயுதம் வச்சிருக்கீங்களா?

சங்கரனும் பரமேஸ்வரனும் இல்லவே இல்லை என்றார்கள்.

பட்டாசு, தீப்பெட்டி இப்படி ஏதாவது லக்கேஜ்லே இருக்கா?

இதுக்கும் இல்லைங்கறதுதான் பதில்.

சில வினாடிகளில் அந்தச் சடங்கு சகலருக்கும் திருப்திகரமாக முடிவடைந்தது.

அந்த ப்ளேனா?

சங்கரன் முன்னால் கை சுட்டினான்.

உள்ளே பெரிய மைதானத்தின் ஓரத்தில் சாதுவாக நின்று கொண்டிருந்தது சென்னை விமானம். வசந்தி வைத்த விழி வாங்காமல் அதையே பார்த்தாள். அதிகாரி புன்சிரிப்போடு அவளிடம் விளக்கினார்

மேம்சாப், அது டக்ளஸ் டிசி மூணு விமானம்.

சகல பெருமையோடும் அதிகாரி சொல்லியபடி முன்னால் நடக்க, மற்றவர்கள் அவரைத் தொடர்ந்தார்கள். வயோதிகர் கடைசியாக வந்தபடி, மேலதிகத் தகவல் அளிக்கும் குரலில் கூறினார்

டகோட்டா என்று நாங்க எங்க வட்டத்திலே சொல்வோம்.

எந்த வட்டம் என்று அவர் சொல்லவில்லை. யாரும் கேட்கவும் இல்லை.

சார், நீங்க ரெண்டு பேரும் இப்படி வாங்க.

எங்கிருந்தோ பிரத்யட்சமான போலீஸ்காரர் சங்கரனையும், பரமேஸ்வரனையும் பக்கத்தில் கூப்பிட்டார்.

சட்டைப் பையையும், கையில் வைத்திருந்த கான்வாஸ் பையையும் கைவிட்டு அளைந்துவிட்டு இரண்டு பேரையும் விமானத்துக்குப் போகச் சொன்னார் கான்ஸ்டபிள்.

என்னை சோதனை போட மாட்டாங்களா?

வசந்தி கேட்க, சும்மா வரமாட்டே என்றான் சங்கரன் அவசரமாக. இவள் சொன்னதைக் கேட்டுப் புதிதாக யோசனை உண்டாகி, சோதனை போடுகிறேன் பேர்வழி என்று அவள் முந்தானையைப் பிடித்து இழுத்து ரசாபாசமாகிப் போகக் கூடும் என்ற கவலை.

கையில் லக்கேஜோடு அந்தக் கோஷ்டி நடந்து விமானத்தை அடைந்தது.

அவ்வளவுதான். டாட்டா, பை பை.

டிராபிக் கான்ஸ்டபிள் மாதிரி கை விரித்து நின்று சொன்ன ஜெயம்மாவுக்கு பிரியாவிடை கொடுத்து விட்டுப் படியேறி உள்ளே போக இரண்டு வரிசையாக அமைந்த இருக்கைகளுக்கு முன்னால் இருந்தபடி வணக்கம் சொல்லி வரவேற்ற ஏர்ஹோஸ்டஸ் ஒரு வினாடி வசந்தியைக் கூர்ந்து பார்த்தாள்.

ஏய் நீ வசந்தி இல்லே?

வசந்தியின் கண்கள் இதற்கு மேல் இடம் இல்லாமல் முகம் பூராவும் விரிந்து நிற்க ஹோஸ்டஸைப் பார்த்துப் பூவாகச் சிரித்தாள்.

குளோரியா தாமஸ் தானே?

நீ வசந்தியே தான். இந்தக் கண்ணே சொல்லுது.

ஏர் ஹோஸ்டஸ் வசந்தியை இறுக அணைத்துக்கொண்ட அந்த நிமிடம் முதல் மொத்த விமானத்துக்குமே குத்தகை எடுத்தது போல் வசந்தி குரலில் மிடுக்கு வந்து சேர்ந்தது.

லேடி இர்வின் ஸ்கூல்லே நாங்க ஆறாம் கிளாஸ்லே இருந்து க்ளாஸ்மேட்.

வசந்தி பெருமையோடு சங்கரனிடம் சொன்னாள். சங்கரன் அமைச்சரக அதிகாரி என்பதையும் அதே பெருமையோடு குளோரியாவிடம் சொன்னாள் அவள்.

விமானத்தில் எண்ணி பனிரெண்டு பேரே இருந்தார்கள். இவர்களை இனம் புரியாத ஆசுவாசத்தோடு அவர்கள் பார்த்தார்கள்.

இத்தனை பேருக்காக பிளேன் பறக்குமா?

சங்கரன் குளோரியாவிடம் கேட்க, பரமேஸ்வரன் அவசரமாகப் பதில் சொன்னார்

வடக்கே சூலம்னு யாரும் வரல்லேன்னா கிராண்ட் ட்ரங் எக்ஸ்பிரஸ் ஓடாம போயிடுமா, அது போலத்தான் சார்.

இவர் அக்கப்போரை இனி நாக்பூர் வரை தாங்க வேண்டும் என்று மனசில் பட சங்கரன் அமைதியாகத் தலையாட்டினான்.

ஜன்னல் ஓரம் உக்காரப் போறேன்.

வசந்தி அவசரமாக நகர, சங்கரன் தடுத்து நிறுத்தினான். ஏதாவது வரிசை முறை இருக்கும். நினைத்த இடத்தில் உட்கார்ந்து போக இதென்ன டவுன் பஸ்ஸா?

எங்கே வேணும்னாலும் உக்காரு. அங்கே வேறே யாரும் முன்னாடியே இருந்தா மடியிலே உக்காந்திடாதே. அது போதும்

குளோரியா சிரித்தபடி ஆரஞ்சு ஜூஸ் எல்லோருக்கும் விளம்ப, சங்கரன் முகத்தைச் சுளித்தான். அதென்ன, வசந்தி இன்னொரு தடியன் மடியில் உட்காருவதாவது. அவன் எதற்கு இருக்கான்?

டேக் ஆஃப் ஆகப்போகுது. கொஞ்சம் ஜெர்க் இருக்கும். கவலைப்படாதே.

குளோரியா சொல்லாமல் இருந்திருக்கலாம். வசந்தி ஒரேயடியாகப் பயந்துபோனதை முகம் காட்டியது.

குளோரியாவும் இன்னொரு ஹோஸ்டஸும் ஒவ்வொரு பிரயாணிக்கும் சீட் பெல்ட் போட்டுக்கொள்ள உதவினார்கள். வேண்டாம் என்று மறுத்து தானே போட்டுக்கொண்ட ஒரே

நபர் கன்னாட் ப்ளேஸ் பெட்ரோல் பம்பில் சங்கரனோடு ஒட்டிக் கொண்ட பெரியவர் பரமேஸ்வரன் நீலகண்டன் தான்.

விமானம் ரன்வேயில் ஓடி மேலே கொஞ்சம் கொஞ்சமாக உயர்ந்து டேக் ஆஃப் ஆனபோது, குளோரியா வசந்தி பக்கத்து இருக்கையில் இருந்து அவளை ஆதரவாகப் பிடித்துக் கொண்டாள்.

பரமேஸ்வரன் தன் பக்கத்து இருக்கையில் இருந்த வங்காளி கனவானோடு ஈடுபாட்டோடு பேச ஆரம்பித்தார். அவரும் நாக்பூரில் இறங்கப் போகிறார் என்று தெரிந்தது காரணமாக இருக்கலாம்.

நடு வயதில், கிட்டத்தட்ட ஆறரை அடி உயரமாக, ட்வீட் பேண்டும், கால்சராய் உள்ளே செருகாத நல்ல வெள்ளைச் சட்டையும், ஷெல் ப்ரேம் மூக்குக் கண்ணாடியுமாக அந்த வஙகாளி கனவான் முகத்தில் அறிவுஜீவிதக் களை இருந்ததைப் பக்கத்துச் சிறகில் இருந்த சங்கரன் கவனித்தான். இது பொதுவாக எலலா வங்காளிகள் முகத்திலும் அபரிமிதமாகத் தட்டுப்படுவது. அர்பிந்தோ, தாகூர், பொங்கிம் சந்த்ரா, ரொபிஷங்கர், பிஜோயா முகர்ஜி, கல்பனா தத் என்று வரிசையாக வங்காளத்து மேதைகளின் பெயர்களை உதிர்த்து அடுக்கி எதையோ எப்போதும் நிறுவப் பார்க்கிற அவசரம் அவர்களிடம் வியாபித்திருக்கும்.

ஆனால் இந்த வங்காளி அளந்துதான் பேசினார். வாயைத் திறக்கும் போது தெரிந்த எனாமல் இல்லாத பற்களும் பெரிய நரை மீசையும், நரைத்த புருவங்களும் அவருக்கு புகைப்பட நெகடிவ் களையைக் கொடுத்தன. ஓய்வு பெற்ற ராணுவ அதிகாரி என்று யூகித்தான் சங்கரன். மேஜர் ரொபீந்தர் பாந்தோபாத்யாயா என்று பெரிய எழுத்தில் பெயர் எழுதி, மேலே திறந்த லாஃப்டில் வைத்திருந்த நீளப் பெட்டி அதை ஊர்ஜிதம் செய்தது.

அடிக்கடி கோட் பாக்கெட்டில் இருந்து அவர் எதையோ எடுத்து முகத்தில் அழுந்த துடைத்துக் கொண்டதைப் பார்த்த வசந்தி

என்னவாக்கும் என்று கேட்டாள் ஏர் ஹோஸ்டஸ் தோழியிடம். ஆரஞ்சுத் தோல் என்று கிசுகிசுப்பாக, முன்பாரம் பின்பாரம் சிரிப்பு சேர்த்துச் சொன்னாள் அவள். முகம் எண்ணெய் வடியாமல் இருக்க உதவி செய்யுமாம். உனக்கும் கொஞ்சம் வாங்கித் தரட்டா என்று கேட்டு இன்னொரு சிரிப்புச் சரம் உதிர்த்தாள் குளோரியா தாமஸ்.

அவள் மட்டும் வசந்தியின் தோழியாக இல்லாமல் இருந்தால் சங்கரன் ஓரப் பார்வை, நேர் பார்வை, கோணல் பார்வை, தூரப் பார்வை, கிட்டப் பார்வை என்று தோலோடு ஆரஞ்சாக அவளைக் கொஞ்சம் கொஞ்சமாக விழுங்கியிருப்பான்.

குளோரியா பிஸ்கட்டும் சாயாவும் எல்லோருக்கும் விளம்பினாள்.

அகோரப் பசிக்கு நாலு பிஸ்கட்டெத் தின்னா சரியாயிடுமா?

வசந்தி கேட்டது சங்கரனுக்குப் பிடித்திருந்தது. ஆமா, இப்படிக் கொள்ளையாகக் கொட்டி வாங்கிக் கொண்டு பிஸ்கோத்தைக் கொடுத்து ஒப்பேத்துகிறது என்ன நியாயத்தில் சேர்த்தி? அவன் சலுகைக் கட்டணத்தில் வந்திருக்கிறான் தான். அதுவே இருநூறு ரூபாய் சொச்சம். இவ்வளவு கொட்டிக் கொடுத்து பசியோடா பறப்பது?

வசந்தி டிபன் மூட்டையை அவிழ்த்தாள், மறக்காமல் குளோரியாவையும் கூப்பிட்டுக் கொண்டாள். இட்லியும், தோசையுமாக காலை உணவு முடியத் தூக்கம் கண்ணைச் சுழற்றிக் கொண்டு வந்தது சங்கரனுக்கு. வசந்தி உறங்கி விட்டிருந்தாள்.

பரமேஸ்வரன் வங்காளி ராணுவ மேஜரோடு, நிறுத்தாமல் பேசிக்கொண்டிருந்தார்.

லாவணியிலே என் வீட்டுக்காரி இன்னிக்கும் நம்பர் ஒன் ஆர்ட்டிஸ்ட். பென்ஷனை நிறுத்திட்டாங்க. போராடிட்டு இருக்கேன். வெளிநாடு விசா கேட்டிருக்கேன். ஆப்ரிக்காவிலே தான். சீக்கிரம் கிடைக்கப் போகுது. அப்புறம் இந்த பென்ஷனைப் பத்திக் கவலையே பட மாட்டேன். யாருக்கு வேணும் பிச்சைக் காசு.

காதில் விழுவதைக் கேட்டபடி, என்ன என்று மனதைச் செலுத்தாமல், சீட் பெல்ட் இடுப்பில் இறுக்கத் தூங்கினான் சங்கரன்.

ஒரு நிமிடம் இடையே விழித்தபோது மேஜர் குரல் தெளிவாகக் கேட்டது.

ஜப்பான்காரன் சிங்கப்பூர்லே எங்களுக்குத் தண்ணி சப்ளை நிறுத்திட்டான். கார் பேட்டரிக்கு வச்ச டிஸ்டில்ட் வாட்டர் குடிச்சு, பல் எனாமல் எல்லாம் போயிடுச்சு. மினரல் இல்லே பாருங்க. அதனாலே தான்.

திரும்பத் தூக்கத்தில் அமிழ்ந்து கார் பேட்டரிக் கடைக்குள் சங்கரன் படியேறியபோது மைக்ரோபோனில் குளோரியா குரல் –

நாக்பூர் விமானத் தளத்தில் இறங்கிக்கொண்டிருக்கிறோம். இங்கே விமானத்துக்கான பெட்ரோல் நிரப்பவும், ஏர் மெயில் கடிதங்களை எடுத்துக் கொள்ளவும் விமானம் இருபது நிமிடம் நிற்கும். மதராஸ் போகும் பயணிகள் விமானத்திலேயே அமர்ந்து இருக்கவும். நாக்பூரில் இறங்கும் பயணிகள் கதவு திறந்ததும் இறங்கலாம். எங்களோடு இந்த விமானத்தில் பறந்ததற்காக நன்றி செலுத்துகிறோம்.

திரும்ப விமானம் வான் ஏற வேண்டிய நேரம்.

மேஜர் பாந்தோபாத்யாயா குளோரியாவை அருகில் கூப்பிட்டார்.

இங்கே இருந்த மதராஸி பெரியவர் எங்கே?

விமானத்தின் பின் இருக்கைகள், கழிப்பறைகள், விமான ஓட்டிகள் இருக்கும் இடம் என்று ஒரு இடம் விடாமல் தேடினார்கள். இறங்கி இருப்பாரோ. மேஜர் சொன்னார். விமானம் வேகம் குறைந்து ரன்வேயில் ஓடி நின்றது.

பரமேஸ்வரன் நீலகண்டனைக் காணோம்.

# அத்தியாயம் முப்பத்தொன்பது

கொட்டும் முழக்கும் சீராகக் கேட்டபடி இருந்த கோவில் பிராகாரத்தில் சங்கரன் கால் வைத்தான். ராத்திரி பத்து மணி கழிந்து சுவர்க் கோழிகள் ஒலிக்கும் இருட்டு வெளி. பாட்டுச் சத்தம் வழிகாட்ட இடது புறம் திரும்பி நடந்தான் அவன். கூடவே ஒரு சத்தமும் இல்லாமல் வசந்தி போனாள். ஓசை அதிகமானதாகத் தோன்றியதால் வெளிவீதியில் வரும்போதே சற்று நின்று காலில் கொலுசை அகற்றிக் கைப்பையில் போட்டுக் கொண்டிருந்தாள் அவள்.

அங்கே என்ன நடக்கறது?

தாடியும் கருப்புத் துண்டுமாக வேட்டி மடித்துக் கட்டிக்கொண்டு ரெண்டு எட்டு முன்னால் போய்க் கொண்டிருந்தவரோடு சமமாக நடந்து அவரைக் கேட்டான் சங்கரன்.

இதை மலையாளத்தில் கேட்க முடிந்திருந்தால் நன்றாக இருந்திருக்கும். பகவதிப் பாட்டி கங்கையோடு போனதோடு வீட்டில் புழங்கி வந்த கொஞ்ச நஞ்சம் மலையாளமும் அஸ்தமித்து விட்டது.

கதக்களி.

நிச்சயம் தமிழன்தான். மலையாளியாக இருந்தால் கதகளி என்றுதான் சொல்லியிருப்பான். பகவதிப் பாட்டி சொல்லிக் கொடுத்திருந்ததும் அப்படித்தான். அவள் சொன்னதை சிரத்தையோடு கேட்டிருந்தால் யாரையும் கேட்காமல் சங்கரன் இங்கே இஷ்டத்துக்கு சுற்றிக்கொண்டிருப்பான்.

ராத்திரி பூரா நடக்குமோ?

வசந்தி மெல்ல சங்கரனுக்கு மட்டும் கேட்கிற தோதில் கேட்டாள்.

அது நடக்கட்டும். நாம் போனோம் வந்தோம்னு திரும்பிடலாம். நமக்கானா ஆயிரம் காரியம் தலைக்கு மேலே, கீழே.

தன் இடது கை நகத்தால் அவள் உள்ளங்கையைச் சுரண்டியபடி சங்கரன் ரகசியமாகச் சொன்னான்.

சீய்ய்.

பெரிய குத்துவிளக்கு முன்னால் வைத்து இருக்க, கண்ணை உருட்டிக்கொண்டு ஆட்டக்காரர் ஒருத்தர் நடுவிலே நின்றார். பக்கத்தில் பெண் சாயலில் வேஷம் போட்ட இன்னொருத்தர் எதையோ அவருக்குக் கொடுத்துக் கொண்டிருந்தார். இவர்களின் வளமான பின்பாகம் தட்டக்கூடிய நெருக்கத்தில் கெச்சலான ஒரு தாடிக்காரர் பாடிக்கொண்டிருந்தார். மேளமும் கைத்தாளமும் கொட்டிக் கொண்டு இன்னும் இரண்டு பேரும் அங்கே உண்டு.

ராமாயணம் மாதிரி இருக்கு. ஹனுமான்கிட்டே சீதா சூடாமணி கொடுக்கறது.

சங்கரன் வசந்தியிடம் தணிந்த குரலில் சொல்ல,, முன்னால் இருந்து யாரோ ரோஷமாக பின்னால் பார்த்து, இது கல்யாண சௌகந்திகம் என்றார்கள்.

பீமன் திரௌபதைக்கு புஷ்பம் கொடுக்கற கதை.

அவர் பின்னால் சாய்ந்து சொல்லி நிமிர்ந்தார். என்ன நினைத்துக்கொண்டாரோ, திரும்பப் பின்னால் சாய்ந்து மகாபாரதம் என்றார்.

அங்கே சிரிக்க ஆரம்பித்ததை ஓட்டம் ஓட்டமாக தங்கியிருந்த லாட்ஜுக்கு ஓடி வந்து படுக்கையில் உருண்டதும் தான் நிறுத்தினாள் வசந்தி. கட்டிப் பிடித்துக் கூடவே உருண்ட சங்கரன் தன் வாயால் அவள் உதட்டைக் கவ்வி அடைத்துத் துடைத்த சிரிப்பு அது.

ஐயோ, கோவில் பார்க்க வந்துட்டு.

வசந்தி பொய்க் கோபத்தோடு பக்கத்தில் திரும்பிப் படுத்தாள். அவளை சங்கரன் மறுபடி பற்றிப் படர்ந்து இறுக்கிக் கொள்ள,. கல்யாண சௌகந்திகம் ஆரம்பமானது.

விடிய நிறைய நேரம் இருந்தபோது அலாரம் அடிக்க சாடி எழுந்தாள் வசந்தி. மூணே முக்கால் மணி.

மத்த பிசாசு எல்லாம் அலையற நேரம். படு.

சங்கரன் உடல் சூட்டுக்காகத் திரும்பக் கைநீட்ட, வெறும் முதுகில் பலமாக அடித்து, நிர்மால்ய தரிசனம் என்று மட்டும் சொல்லி அவள் குளிக்கப் போனாள்.

காப்பி கிடைக்காத, பழகிய போக்குப்படி மிகச் சரியாக நாள் தொடங்காததற்கான சிடுசிடுப்போடு படுக்கையிலே உட்கார்ந்து ஏதோ ஆபீஸ் ஃபைல் பற்றி வந்த நினைப்பை அசைபோட்டுக் கொண்டிருந்தவனை வசந்தி குத்திக் கிளப்பிக் குளிக்க அனுப்பினாள்.

நாலே கால் மணி. கோவிலுக்குப் போகிறவர்களின் நடமாட்டம் மட்டும் இருந்த தெரு. லாட்ஜ் வாசலில் இளம் பெண்களாக குஜராத்திகள் நின்று ஏதோ சுவாரசியமாக விவாதித்துக் கொண்டிருந்தார்கள். முகத்தைப் பார்த்தால் ஒவ்வொருத்தியும் உன்னதமான அழகி. பின்னால் இருந்து பார்க்க அவர்கள் அனைவரும் சங்கரனுக்குக் கதகளி ஆட்டக்காரர்களை நினைவு படுத்தினார்கள்.

யாரோ சங்கரனின் கையைப் பிடித்துக் கொண்டார்கள். மெல்ல நடக்கிறான் அவனும். பக்கத்தில் இதமான கிராம்பு வாடை. பழையதானாலும் பாந்தமாக, ஒரு அழுக்கு இல்லாமல்

கசங்கல் காணாமல் இருக்கிற ஒன்பது கஜ பட்டுப்புடவை வாசனை. பகவதிப் பாட்டி.

பாட்டி, சுருக்கம் விழ ஆரம்பித்த கன்னத்தில் கைவைத்து செல்லமாக ஆச்சரியப்பட்டபடி சங்கரனைப் பார்த்துச் சிரிக்கிறாள் –

ஏண்டா கொழந்தே, இருந்து இருந்து இத்தனை வருஷம் கழிச்சு நம்ம பூர்வீக ஊருக்கு வந்திருக்கே. ஸ்ரீகிருஷ்ணனைப் போய்ப் பார்த்து ஒரு நமஸ்காரம் பண்ணுவோம், ஒரு மிடக்கு பால் பாயசம் கழிப்போம், நம்ம பூர்விக வீடு எங்கே இருந்ததுன்னு கொஞ்சம் தேடுவோம்னு இருக்க மாட்டியோ. அது என்னடா உங்க தாத்தா மாதிரியே புடவையைப் பாத்துட்டா நின்னாறது.

பகவதிப் பாட்டி தெரு முனையில் திரண்டு வந்த பனிப் புகையில் கரைந்து கலைந்து போக எதற்கென்று தெரியாத சிரிப்போடு சங்கரன் வசந்தி பின்னால் நடையை எட்டிப் போட்டான்.

வந்துண்டே இருந்தபோது காணாமப் போய், எனக்கு ப்ளேன்லே அந்த வயசன் காணாமப் போனது ஞாபகம் வந்து கதி கலங்கிடுத்து.

வசந்தி ஒரு வினாடி முழு வட்டம் கறங்கி சங்கரனைத் தேடி அவன் பின்னால் வந்து கொண்டிருப்பதில் ஆசுவாசம் கொண்டு கையை இறுகப் பற்றிக் கொண்டாள். பகவதிப் பாட்டி கை இன்னும் மென்மையாக இருக்கும்.

ஷேர்ட்டு தரிச்சு அகத்தேக்கு கடக்கான் பாடில்ல.

கோவில் முன்வாசல் மண்டபத்தில் யோகம் செய்கிறது போல் உட்கார்ந்து புகையிலையைக் கையில் தேய்த்துக்கொண்டிருந்த பெரியவர் தாக்கீது நல்க, சட்டையைக் களைந்து கக்கத்தில் இடுக்கியபடி நடந்தான் சங்கரன்.

நிர்மால்ய தரிசனம். சந்நிதியில் நின்ற முப்பது பேரோடு சங்கரனும் வசந்தியும் கை கூப்பி வாய் நாமம் சொல்லி, கண் அகத்தில் நிலைகொண்டு உட்திரும்பி நோக்க, அங்கேயும்

எங்கேயும் பரவி நின்ற சாந்நித்தியத்தில் துகளாக, துகளின் துகளாகக் கரைந்தார்கள்.

யோசித்து, ஆலோசனை பெற்று, இங்கே பயணம் வைத்து வந்ததன் நோக்கமே மறந்து போனது. ஸ்ரீக்ருஷ்ணனிடம் பிள்ளை வரம் கேட்கவில்லை சங்கரனும், வசந்தியும்.

அபத்தமா இருந்தது அது கொடு இது கொடுன்னு கேட்க. கொட்டி வச்சு என்ன வேணுமோ எடுத்துண்டு போங்கறான் அவனானா.

திரும்பி வரும்போது வசந்தி நின்று பின்னால் திரும்பி கோவிலைச் சுட்டிக் காட்டிப் பேசிய போது பொழுது விடிந்தது.

கோவில் திருக்குளம் இருக்கு. அப்புறம் வாசல்லே ட்ரம் வச்சிருக்கே. அந்த மண்டபம். கூடவே, ஆற்றங்கரை.

இன்னும் பார்க்க வேண்டிய இடங்களை வசந்தி உற்சாகமாகச் சொன்னாள்.

காப்பி கிடைக்கறதான்னு பார்க்கலாம்.

சங்கரனுக்கு ஒரு மிடறு காப்பி குடித்தாலே அடுத்த அடி எடுக்கச் சரிப்பட்டு வரும். என்றால், தெய்வத்தின் சொந்த பூமியில் சாயா குடிக்கிற சீலம் தவிர மற்றது எதுவும் இருப்பதாகத் தெரியவில்லை.

கொஞ்சம் அசதியா இருக்கு. ஒரு நிமிஷம் இங்கேயே இருக்கேன். நீ ஓடியே போய்த் தெப்பக்குளத்தைப் பாத்துட்டு ஓடி வந்துடு.

வசந்தி அவனைக் கூர்ந்து பார்த்தாள்.

அப்படி எனக்கு கோவிலும் குளமும் பார்க்க வேணாம். நீங்களும் வருதுன்னா சொல்லுங்கோ.

சங்கரன் யோசித்தான். அவன் காலடிகளை எதுவோ முன்னால் நடக்கவிடாமல் தடுக்கிறது. அல்பமான காப்பி இல்லை.

காலிகோ பைண்ட் செய்த ஹோா அண்ட் கோ கம்பெனி வெளியிட்ட டயரியின் பக்கங்கள் அவை. கருத்த நாட்டு மை

கொண்டு எழுதிய பெண்ணெழுத்து. பகவதிப் பாட்டியின் பழைய டயரி பக்கங்கள் ஒவ்வொன்றாக உயிர்பெற்று அவனைச் சூழ்ந்துகொண்டிருக்கின்றன.

ஒரு நிமிஷம் உக்காந்து போகலாம். கோவில் வந்துட்டு உடனே கிளம்பக் கூடாதுன்னு பகவதிப் பாட்டி சொல்லுவா.

அவனைத் தொடர்ந்து வசந்தியும் பிராகார மண்டபத்தின் மேடையில் உட்கார்கிறாள். கைப்பையைத் திறந்து எடுத்த கொண்டை ஊசியைத் அடர்ந்து கருத்த தலைமுடிக்குள் செலுத்தி இறுகச் செருகிக் கொள்ளக் கையை மடக்குகிறாள்.

பெரிய சத்தமாக ஏதோ கேட்கிறது. பழைய பாணியில் கட்டப்பட்ட பெரிய வீடு அது. சங்கரன் கூட்டத்தில் நடுநாயகமாக உட்கார்ந்திருக்கிறான். இல்லை, அது இந்தச் சங்கரன் இல்லை. இங்கே வெளியே கோவில் பிராகாரத்தில் வசந்தியோடு இருந்து இதை எல்லாம் பார்த்துக் கொண்டிருப்பவன்தான் இவன். பின்னே, அங்கே உட்கார்ந்திருப்பது? அதுவும் சங்கரன் தான். அவன் பெரிய சங்கரன். இவன் சின்னச் சங்கரன். இவனுக்குப் பாட்டன் அவன்.

உள்ளே ஒரு சின்னப் பெண்ணைச் சுற்றி முழுக் குடும்பமும் இருக்கிறது. கூச்சலும் சிரிப்புமாகத் தோழிகள் வேறே. அந்தப் பெண்? பகவதிப் பாட்டிதான்.

சின்ன வயசு பகவதிக்குத் தலையில் தாழம்பூ வைத்துப் பின்னி, உச்சந்தலையில் சூடாமணி வைத்து நேர்த்தியாகச் சிங்காரம் செய்து கொண்டிருந்த அண்டை அயல் பெண்டுகள் முகம் பார்க்கும் கண்ணாடியை எல்லாத் திசையிலும் திருப்பி அவளுக்குக் காட்டிக் கொண்டிருந்தார்கள்.

ஆச்சா அம்மாடி எச்சுமி? ஏண்டி நாணி, பொண்ணை சபைக்கு அழைச்சுண்டு போகலாமா?

கொஞ்சம் பொறுங்கோ சாலாச்சி மன்னி. சின்னதா ஒரு சாந்துப்பொட்டு கன்னத்திலே வச்சுட்டாப் போதும். காவிலே யட்சிதான். எங்க கண்ணே பட்டு திருஷ்டி விழுந்துடும் போல இருக்கு.

ஐயோ, ஒண்ணும் வேணாம்டீ. ஏற்கனவே நான் கோரம். இதுலே கன்னத்துலேயும் மூக்கிலேயும் எல்லா வர்ணத்தையும் ஈஷிண்டு போய் நின்னா வந்தவா எல்லாம் ஒரே சாட்டமா ஊரைப் பாக்கப் போயிடுவா.

பகவதி சிரிக்கும்போது குழந்தை போல் தெரிந்தாள். பாவாடை தாவணி இல்லாமல், முதல் தடவையாக ஜரிகைப் புடவையைக் கட்டியிருந்த அவள் நிமிஷத்துக்கு ஒரு தடவை கொசுவத்தை இழுத்துச் சரிபார்த்துக் கொண்டாள்.

மெல்ல அடி வச்சு வாடி குழந்தே. பொடவை தடுக்கறதுன்னா கொஞ்சமா உசத்திப் பிடிச்சுக்கோ.

அதுக்காகத் தொடை தெரிய ஒரேயடியா வழிச்சுக்காதேடி பகவதி. அதெல்லாம் ஆம்படையான் பாத்தாப் போதும்.

கூட்டுக்காரி நாணி என்ற நாராயணியைச் செல்லமாக அடிக்கப் பகவதி கை ஓங்க, அவள் சிரித்துக்கொண்டு பின்கட்டுக்கு ஓடினாள்.

இது இடுப்பில் சரியாக இருக்க, கூடத்துக்குப் போய் எல்லோரையும் நமஸ்கரிக்க வேண்டும். அப்புறம் ஓரமாக உட்கார்ந்து, அவர்கள் வார்த்தை சொல்லிக் கொண்டிருக்கும்போது தரையைப் பார்த்துக் கொண்டு இருக்க வேண்டும். ஏதாவது பாடும்மா என்று சொன்னதும் நன்னு பாலிம்ப பாட வேணும்.

எல்லோரும் இதோ வந்து கொண்டிருக்கிறார்கள்.

சங்கரனை விட்டு விட்டு அவர்கள் முன்னேற, அவன் திடுக்கிட்டு எழுந்து கண் திறந்தான்.

ஒரு நிமிடம் கூடக் கடந்திருக்கவில்லை. வசந்தி இன்னும் தலையில் கொண்டை ஊசியைச் செருகி முடிக்கவில்லை

பகவதிப் பாட்டியோடு கூட, யார் அவர்கள் எல்லாம்?

எல்லோரையும் சங்கரனுக்குத் தெரியும். அவர்கள் ஒவ்வொருவரின் முகமும் பேச்சும் நடப்பும் அவன் அறிந்தவை.

ஒரு டம்ளர், அரை டம்ளர், ஒரு வாய் காப்பி மட்டும் கிடைத்தால்.

யாரோ பக்கத்தில் வந்து நிற்கிற சத்தம். பக்கவாட்டில் கருப்பு குடை துருத்திக்கொண்டு தெரிந்தது.

காப்பிக் கடை காணிச்சுத் தரேன், வாங்க.

தோளில் குடையோடு வந்தவன் சங்கரனிடம் சொன்னான்.

சங்கரன் நிமிர்ந்து பார்த்தான். நடு வயதுக்கும் மூப்புக்கும் நடுவே நிற்கிறவன். நல்லவன் என்று உருவத்தில், நிற்பதில், நீட்டிய கரத்தில் தெரிகிறது. இருந்தாலும், இந்த மலையாளிகள்.

இல்லே, நானே பார்த்துக்கறேன்.

சங்கரன் வேண்டாமென்றான்.

சாமுவுக்கு காசு தரண்டா. சாமு சாது. நீங்க ஒரு காப்பி குடிக்கும்போது சாமுவுக்கு ஒரு சாயா சொல்ல மாட்டேங்களா?

சாமு யார்?

சங்கரன் கேட்டான்.

நான் தான்.

அவன் குடையை வாள் போல் பிடித்தபடி சொல்ல சங்கரன் சிரித்தான்.

சிரிக்கிற நேரம் சாரை பார்க்க, வெள்ளைக்கார ப்ரபசர் வைத்தாஸ் சார் போல.

சாமு கூட்டிக் கொண்டு போன இடம் சுத்தமாக இருந்தது. காப்பி நன்றாக இருந்தது.

மலையாளப் பெயர்ப் பலகையைப் படிக்க முயற்சி செய்து தோற்ற சங்கரனிடம் சாமு சொன்னான்

இது ஏகாம்பர ஐயர் ஓட்டல். மூணு தலைமுறையா இருக்கு.

சங்கரன் கேட்டுக் கொண்டான்.

இந்த ஊர், தெருக்கள், காற்று, வெளிச்சம், மனுஷர்கள், சுற்றுப் புற விருத்தாந்தம், பேசும் குரல்கள், நல்லதும் துர்கந்தமாகவும் வாடை, காப்பி அடிநாக்கில் மிச்சம் வைத்துப்போன சுவை.

எல்லாமே அவனுக்கு ஏற்கனவே பழக்கமானவை. இந்தத் திருப்பம், இந்தத் தெரு முனை, இந்தத் தரிசு, எல்லாம் தான். பூட்டியிருந்த, சிதிலமான ஒரு கட்டிட வாசலில் சற்றே நிற்கிறான்.

தே-ஜா-வு.

வசந்தியிடம் சொன்னான்.

ஏற்கனவே பார்த்த, அனுபவப்பட்டதுதான் எல்லாமும்.

இது பாசகம், அதாவது சமையல் செய்யற தமிழ் பிராமணக் குடும்பம் வீடு வச்சிருந்த இடம். மூணு சகோதரர்கள், மூணு சகோதரிகள்.

தெரியும்.

சங்கரன் அவசரமாகச் சொன்னான்.

*அப்போ, சார் வைத்தாஸ் மாஷுக்கு உறவு தானே?*

சாமு கேள்விக்குப் பதிலை எதிர்பாராமல் நடக்க ஆரம்பித்தபடி சங்கரனையும் வசந்தியையும் தன்னோடு வரும்படி கைகாட்டினான்.

*எங்கே?*

மேல்சாந்தி மனைக்கு. அவர்கள் நடந்தார்கள்.

# அத்தியாயம் நாற்பது

**வி**டியும் நேரத்தில் சங்கரன் அரசூருக்கு வந்தான்.

வீடு பூட்டி இருந்தது. மருதையன் மாமா வாக்கிங் போயிருப்பார்.

வசந்தியின் கைப்பையைத் திறக்கச் சொல்லி சாவியை வாங்கிக் கதவைத் திறந்தான் அவன். சதா சுத்தமாக வைத்திருந்து, எப்போது வந்தாலும் உடனே குடித்தனம் நடத்தத் தயாராக வீடு. கூடத்தில் ஊஞ்சல், மாடப்புரையில் அகல் விளக்கு, உள்ளறையில் முகம் பார்க்க உயரமான நிலைக்கண்ணாடி, ரேழியில் கடியாரம் என மனதுக்கு இதமாக நிறையும் இல்லம். மருதையன் மாமாவுக்கு எல்லா நன்றியும் நமஸ்காரமும் உரியதாகட்டும்.

எப்போதோ வந்தபோது சங்கரன் கொண்டு வந்திருந்த நூதன ஸ்டவ் புதுக்கருக்கு இன்னும் அழியாமல் மண்ணெண்ணெய் நிறைத்து சமையல்கட்டு மேடை மேல் ஆரோகணித்திருந்தது. காப்பி டிகாஷனும் பில்டரில் உண்டு.

பால் மட்டும் வாங்கிட்டு வந்துடுங்கோ. ரெண்டு நிமிஷத்தில் பில்டர் காப்பி ரெடி.

வசந்தி துரத்தினாள். பால் வாங்க, தூக்குப் பாத்திரத்தோடு தெருவில் நடக்க ரம்மியமாக இருந்தது.

வழக்கமான மந்த கதி மாறித் தன் போக்கில் ஊரே உற்சாகமாக இருந்ததைக் கவனித்தான் சங்கரன்.

கடைத்தெருவில் பால் பண்ணை உண்டு. அங்கே பால் வாங்கி வரலாம் என்று திரும்பியபோது கூடப் படித்த தியாகராஜ சாஸ்திரி அகஸ்மாத்தாகக் கண்ணில் பட்டார்.

பேஷ் இப்படித்தான் ஆறு மாசத்துக்கு ஒருக்க வந்துட்டுப் போகணும். ரொம்ப சந்தோஷம்'பா.

தியாகராஜன் சிநேகிதனைத் திரும்பவும் பார்த்த சந்தோஷத்தில் சொன்னது மட்டுமில்லை, தான் சைக்கிளில் வேகுவேகுவென்று போய்க் கொண்டிருந்த காரியத்தைக் கொஞ்சம்போல் ஒத்தி வைத்து சங்கரன் கூடவே நடக்க ஆர்வமாகக் கூடவே வந்தார். ஊர் உற்சாகம் அவருக்கும் தொற்றியிருந்தது.

அவசர வேலையாப் போய்ட்டிருக்கே போலேருக்கே. நான் குறுக்குலே விழுந்து கெடுத்துட்டேன்னு வேணாம்.

மரியாதைக்கு சங்கரன் தடுத்தான்.

அட, தலை போற வேலை இல்லேடா. சமித்து தீந்து போயிண்டிருக்கு. ஃபேமிலி வாத்தியார்னு கணபதி ஹோமத்துக்குப் போய் நிக்கும்போது சமித்தும் பவித்திரமும் மத்ததும் வாத்தியார் பொறுப்பாச்சே. கிரஹஸ்தனுக்கு தட்சிணையும், ஒரு டம்ளர் காப்பியும், அரை நாள் ஆபீஸ் லீவு சாங்க்ஷனும் தவிர வேறே என்ன கவலை?

சரிதான் என்று ஆமோதித்தபடி தெருவில் கூடுதல் நடமாட்டத்துக்கான காரணம் கேட்டான் சங்கரன்.

சங்கரா, இன்னிக்கு பூத்திருவிழா.

சாஸ்திரி சொல்லி விட்டு சைக்கிளை ஜாக்கிரதையாகப் பிடித்து கொஞ்சம் உந்தி ஏறினார். விண்கப்பல் ஏறுகிற வாலண்டினா தெரஷ்கோவா கூட இவ்வளவு சீரியஸாக வண்டி ஏற மாட்டாள்

என்று சொல்லத் தோன்றியது சங்கரனுக்கு. வேணாம். அந்தப் பெண் சோவியத்காரி. தேசப் பெயரைக் கேட்டதுமே சாஸ்திரி எகிறி வண்டி குடை சாயலாம்.

தூக்குப் பாத்திரத்தில் பசும்பால் வழிய வழிய மேலே வாழையிலை நறுக்கை வைத்து மூடி வாங்கிக் கொண்டு நடக்க, சங்கரன் மனதில் ஒரு சின்ன சந்தோஷம் மின்னி மறைந்தது. இங்கே பிறந்து இங்கேயே குழந்தையாகத் தவழ்ந்தும் புரண்டும் நடந்தும் இருந்து அப்புறம் அயல் பூமிகளைத் தேடிப் போன எல்லோருக்குமே விழாக்களும் பண்டிகைகளும் சக மனிதர்களும் தானே மனசில் கதவு திறக்கும் தாழ்ப்பாள்கள்.

கிழவன் உதடு சிவப்பாக மின்ன ஆரஞ்சு மிட்டாய் சாப்பிடுகிற சந்தோஷம் மாதிரி இது. சிரிக்கவோ எள்ளவோ இதில் என்ன இருக்கு? எல்லாருக்கும் வயோதிகம் வரும். வரும்போது ஆரஞ்சு மிட்டாயும் இருக்கும்.

இன்னிக்கு சிவராத்திரி தான்.

வசந்தி உள்ளூர றெக்கை கட்டிப் பறந்த சந்தோஷத்தை ஜாக்கிரதையாக மறைத்தபடி சீண்டினாள்

அங்கங்கே போறபோது நீங்க அட்டெண்டன்ஸ் ரிஜிஸ்டர்லே கையெழுத்து போடறது இப்படித்தானா?

ஏய் அதை இல்லே என்று ஆரம்பித்தவன், இல்லை என்பானேன், அது பாட்டுக்கு அது என்று மனதில் பட, அவளிடம் அன்பாகச் சொன்னான்

இன்னிக்கு ஊரிலேயும் திருவிழா தான். பூத்திருவிழா. ஊர் எல்லையிலே குழந்தைவயல் மாரியம்மன் இருக்கா. அவளுக்கு வருஷம் ஒரு முறை ஜனங்கள் சகல விதமான பூவையும் தட்டுத் தட்டா ரதத்திலே வச்சு எடுத்துப் போய் பூச்சொரிவாங்க.

பூச்சொரியறதுன்னா?

மழை மாதிரி கூடை கூடையா பூவை அம்மன் விக்ரகத்துக்கு மேலே கவிழ்க்கறது. சப்பரம் சப்பரமா சிவன் கோவில்லேயோ பெருமாள் கோவில்லேயோ வாடகைக்கு வாங்கி தட்டி வச்சு

அலங்காரம் பண்ணி உள்ளே கூடை, முறம், குடலைன்னு மணக்க மணக்க பூவை நிறச்சு வச்சு ஊர்வலமாப் போவாங்க. நாகசுவரம், மேளம், கச்சேரி, நாடகம், சினிமான்னு ராத்திரி முழுக்க அமர்க்களப்படும். எல்லா ரதமும் குழந்தைவயலுக்குப் போய்ச் சேரும்போது விடிஞ்சிண்டிருக்கும். அப்போதான் பூச்சொரிதல்.

சங்கரன் பூவாசனை அடிக்கும் பழைய நினைவுகளில் மூழ்கியபடி சொன்னபோதே மனதில் நிச்சயப்படுத்திக் கொண்டான். இந்த ராத்திரிக்கு வயசை ஆகக் குறைத்து சின்னப் பையனாக இந்தத் தெருக்களில் மீண்டும் அலைந்து திரிய வேண்டும். ஆரஞ்சு மிட்டாய் சாப்பிடுகிற சந்தோஷம் தடங்கல் இன்றிக் கிடைக்கட்டும்.

கையில் ராமன் வில்லோடு வருகிற மாதிரி இடது கையில் நிமிர்த்திப் பிடித்த ஒரு புடலையும் வலது கரத்தில் தாழத் தொங்கிய துணிப்பையில் இருந்து எட்டிப் பார்க்கும் கீரையுமாக மருதையன் மாமா தெருக் கோடியில் தள்ளாடித் தள்ளாடி வருவதைப் பார்த்தபோதே சங்கரனுக்குக் கண் நிறைந்து போனது.

அப்பாவையும், அம்மாவையும், தாத்தாவையும், பகவதிப் பாட்டியையும் ஒரு சேர அவரில் பார்த்தான் சங்கரன்.

மாமா உள்ளே கூடத்திலே உட்கார்ந்தாத் தான் காப்பி. மாடிக்கு எல்லாம் எடுத்து வரமுடியாது.

வசந்தி பிடிவாதமாகச் சொல்லி விட்டாள். மருதையனை வீட்டுக்குள் வரவழைக்க அவளுடைய தந்திரம் அது.

அட என்ன புள்ளே, சின்னப் பையனா நானும் உங்க மாமனார் சாமாவும் வீடு முழுக்க விழுந்தடிச்சு ஓடியிருக்கோம். இன்னொரு தடவை ஓடச் சொல்லாத கிழவனுக்கு மூச்சு முட்டுது.

மீசையை நீவிக் கொண்டு சிரித்தார் அவர்.

மாட்டேன் என்று மருதையன் மாமா விடாப்பிடியாக

நின்றாலும் வசந்தியின் பிடிவாதம்தான் கடைசியில் ஜெயித்தது.

தெரிந்திருந்தால், ஒரு அடி எடுத்து வைத்தாலும் கால் வீங்கிப் போகிறது, சமையல்கட்டிலேயே வைத்துத்தான் சாப்பாடு பரிமாற முடியும் என்று சங்கரன் அவளை இன்னும் கூடுதலாக அடம் பிடிக்கச் செய்திருப்பான்.

மாவடு ஊறுகாய் ஜாடியைக் கிளறும் போது எழும் மணத்தை நுகரந்தபடி சமையல்கட்டுத் தரையில் உட்கார்ந்து பழைய சோறு சாப்பிடும் அனுபவம் அவனுக்குள் அழிக்க முடியாதபடி அப்பியிருக்கிறது.

வாசலில் யாரோ வந்து நிற்க நிழலாடுகிறது.

காப்பிக்கொட்டை நிற முழுக்கைச் சட்டைக்காரர். புது வழுக்கை விழ ஆரம்பித்தவர். கழுத்தில் வைத்த கைக்குட்டை மதிப்பைக் குறைக்கிறது என்பதை உணர்ந்தவராகத் தெரியவில்லை. கூட இரண்டு பேர் நிற்கிறார்கள்.

வந்தவர் சங்கரன் கையில் ஒரு எலுமிச்சம்பழத்தைக் கொடுக்க எதற்கு என்று தெரியாமல் பார்த்தான் அவன்.

என்னப்பா, சர்பத் போடணுமா?

மருதையன் மாமா காப்பியை ருசித்தபடி கேட்டார்.

உங்களுக்கு இல்லே சார். நாத்தழும்பேறிய நாத்திகர் நீங்க.

வழுக்கைத் தலையர் அழுத்தந் திருத்தமாகச் சொல்லி அவர் சொன்னது அவரையே கவர, மறுபடி அதையே நீட்டி முழக்கினார். ஆஹா ஆஹா என்று கூட வந்த அடிப்பொடிகள் ஆர்பரித்துக் கூவினார்கள்.

என்ன வேணும்?

சங்கரன் கண்டிப்போடு கேட்டான். அந்த மத்திய சர்க்கார் அதிகாரி தோரணைக்கு முன்னால் அவர்கள் நாக்கு எழும்பவில்லை.

ஒரு நோட்டுப் புத்தகத்தைப் பிரித்து நீட்டினார் வந்தவர். தினசரி ராமாயணம் பிரவசனம் செய்யும் பஞ்சாபகேச

சிரௌதிகளுக்கு கதா சாம்ராட் பட்டமும் பணமுடிப்பும் அளிக்கும் விழா. நிதி மிகுந்தவர் நூறும் இருநூறும் தாரீர் என்று போட்ட பிட் நோட்டீஸ்.

சாயங்காலப் புண்ணியம் சேர்க்க வருக அரசூரே.

நோட்டீஸ் கீழே அடித்ததைக் காட்டிச் சங்கரன் என்ன விஷயம் என்று கேட்க, சாயந்திரம் நடக்கிற கதாபிரசங்கம் என்றான் அடிப்பொடி ஒருத்தன்.

அது வருடக் கணக்காக காலையில் நடக்கிற விஷயமில்லையோ?

அப்படித்தான் இருந்ததாம். இப்போது நாலு மாசமாக, ஆபீஸ் போகிறவர்களின் சௌகரியத்தை உத்தேசித்து ராத்திரி ஏழு மணிக்கு தினசரி கதை சொல்கிறாராம். காலத்தோட, ஊரோட நாமும் மாறினா தப்பில்லே தானே.

ஆகவே, சார் இன்னிக்கு சாயந்திரம் எங்களை கவுரவப்படுத்த வேணும்.

இன்னிக்கு பூத்திருவிழா இருக்கேப்பா.

சங்கரன் ஞாபகப் படுத்த, நம்மளவருக்கான கொண்டாட்டம் இல்லையே அது என்றார் வழுக்கைத் தலையர்.

நாஸ்திகன் எனக்கே திருவிழா இருக்கு, உங்கள்லே என்னய்யா நம்மளவர், அயல்காரர்.

மருதையன் சொல்ல, அடிப்பொடிகள் சண்டைக்குத் தயாராக முன்னால் வந்தார்கள். சங்கரனின் முறுக்கிய இருப்பைப் பார்த்து விட்டு அவசரமாகப் பின்வாங்கினார்கள்.

நேரம் சரியில்லே அப்புறம் வரோம் சார்.

அவர்கள் கிளம்ப, மருதையன் சிரித்தார்.

இன்னிக்கு கலெக்‌ஷன் டைம். போனவாரம் முழுக்க ஒரு தந்தியை ஒவ்வொருத்தராக் காட்டிட்டு திரிஞ்சிட்டிருந்தாங்க.

என்ன டெலகிராம் மாமா அது?

சங்கரன் விசாரித்தான்.

பஞ்சாபகேசன் பத்து நாள் மெட்ராஸ் போயிருந்தார். மழை வர்றதுக்கு யாகமாம். நூறு அந்தணர்கள் பொறுமையா உட்கார்ந்து நெய்யைத் தீயிலே விட்டு வருணனைக் கூப்பிடுவாங்களாம்.

சிரௌதிகளும் அதுலே ஒருத்தரா?

இல்லையாமே. வேறே ஒருத்தருக்கு அசிஸ்டெண்டாம். அவர் போட்மெயில்லே மெட்றாஸ் போய்ச் சேர்ந்ததுமே அரைவ்ட் ஸேஃப்-ன்னு தந்தி அடிச்சுட்டார். அதை ஊரெல்லாம் காட்டிக்கிட்டுத் திரிஞ்சாங்க. அவ அவ, வாலண்டினா தெரஷ்கோவா மாதிரி பொண்ணுங்க உபகிரகத்திலே வாரக் கணக்கா உலகத்தைச் சுத்தறபோது கூட அலட்டிக்கலே. இங்கே இருக்கற மெட்ராஸ் போனதுக்கு என்னய்யா அரைவ்ட் ஸேஃப்னு கேட்டேன் ஓடிட்டானுங்க.

மாமா ரசித்துச் சிரிக்க, சங்கரனும் அதில் கலந்து கொண்டான்.

அது சரி, எதுக்குத் தந்தியைத் தண்டோரா போடணும்?

சங்கரன் புரியாமல் கேட்டான்.

அதுவா, இவங்க அதை ஊர்லே கண்ணுலே படறவன் எல்லார் கிட்டேயும் காட்டி, பெரியவருக்கு மெட்ராஸ்லே சுவர்ண புஷ்பம், வெங்கல புஷ்பம், செப்பு புஷ்பம், நிக்கல் புஷ்பம் எல்லாம் காலடியில் வச்சு மரியாதை பண்றாங்க. ஒரு வாரம் கதை கிடையாது. நல்லபடியா அவர் திரும்பி. வந்து திரும்ப ஆரம்பிக்கற நேரத்திலே இங்கேயும் எல்லா புஷ்பமும் கால்லே கொட்டணும்னு அலைஞ்சாங்க.

இவங்க நோக்கம் காசு தெண்ட வந்திருக்கறது. தெரிஞ்சுதான் உடனடியா திருப்பி அனுப்பி வச்சேன் மாமா என்றான் சங்கரன்.

பாவம், நீ பத்து ரூபாயாவது கொடுத்திருக்கலாம். எதையும் எதிர்பார்க்காம தினசரி கதை சொல்லிட்டிருக்கார். அப்புராணி மனுஷர்.

மருதையன் மாமா சேம் சைட் கோல் போட்டார். அவர்

குரலில் வெறுப்போ தணிந்த கோபத்தின் சுவடோ இல்லை என்பதைப் புன்சிரிப்போடு சங்கரன் கவனித்தான்.

வேறே காலத்து மனுஷர்கள். வேறே காலத்துச் சிந்தனைகள். ஆனாலும் வாலண்டினா தெரஷ்கோவா இங்கேயும் வந்து சேர்ந்திருக்கிறாள்.

ஒரு சிட்டிகை எண்ணெய் கூட விடாமல் இளம் சூட்டில் வதக்கிய புடலை, கீரை மசியல், இஞ்சித் துவையல், தக்காளி ரசம் என்று குழைய வடித்த சாதத்தோடு வசந்தி பரிமாற, மருதையன் மாமா, பகவதியம்மா ஞாபகம் வருது என்று கண்கலங்கினார்.

இவர் மட்டும் வரச் சம்மதித்தால், தில்லியில் கொண்டு போய் வைத்துக் கண்ணே போல் காத்து சிஷ்ருஷை செய்ய சங்கரனும் வசந்தியும் தயார்தான்.

அவரை ஊஞ்சலில் பிடிவாதமாகப் படுக்க வைத்து தலைக்கு உசரக் கட்டைப் பலகை வைத்தான் சங்கரன். மாமாவுக்கு இந்த் ஊஞ்சல் மேல் இருந்த பிடிப்பு அவனுக்குத் தெரியும்.

ஊமை வெய்யிலும் மேற்கிலிருந்து சீரான காற்றுமாகப் பகல் கடந்து போக, சாயந்திரம் ஊர்ந்து வந்த போது தெப்பக்குளக் கரையில் உட்கார்ந்தபடி சங்கரன் தூரத்தில் சிவப்பு தீற்றிக் கொண்டு சூரியன் அஸ்தமிப்பதில் லயித்திருந்தான்.

குளித்து விட்டு பட்டையாகச் சிவப்புக் கரை போட்ட எட்டு முழ வேட்டியும், கதர்ச் சட்டையுமாக வெளியே கிளம்பினான். காலில் செருப்பு நுழைத்துக் கொண்டிருக்கும்போது பக்கத்தில் நின்று பார்த்துக்கொண்டிருந்தாள் வசந்தி.

நீயும் வாயேன்.

வசந்தி அவன் காதோடு சொன்னாள் - அலைச்சல்லே கொஞ்சம் அதிகமாயிடுத்து. ஒரேயடியா ஊத்தறது.

சங்கரன் பதறிப் போய் டாக்டர் கிட்டே கூட்டிப் போறேன். எனக்கு வேண்டிய டாக்டர், மூணு தலைமுறையா டாக்டர்கள் வம்சம், நல்ல கவனிப்பு என்றான்.

இதெல்லாம் உங்க டிபார்ட்மெண்ட் இல்லே. கையோட மாத்திரை கொண்டு வந்திருக்கேன். போட்டுண்டு, அசதி தீரக் கொஞ்சம் தூங்கினா சரியாயிடும்.

ராத்திரிக்கு வேணா நானும் மாமாவும் வெளியே சாப்பிட்டுக்கறோம்.

சங்கரனுக்கு உள்ளபடியே வசந்தி அக்கடா என்று பிக்கல் பிடுங்கல் இல்லாமல் உட்காரட்டும் என்று இருந்தது. அதோடு கூட, மனோகரன் சப்பாத்தி ஸ்டால் பெஞ்சில் உட்கார்ந்து விதவிமான சப்பாத்தியாகச் சாப்பிடலாமே என்ற நப்பாசை.

பல் எண்ணிக்கை முன்னே பின்னேதான் இருக்கிறது. என்றாலும், கூடுதலாக அசை போட்டு மென்றாவது, காரமான காய்கறிக் கூட்டோடு ஸ்டாலில் சப்பாத்தி சாப்பிட மருதையன் மாமாவுக்கு இஷ்டம் அதிகம்.

உனக்கும் சுடச்சுட வாங்கிண்டு வரேன். வந்ததுக்கு அப்புறம் சின்னதா ஒரு ரவுண்ட் போகலாம்.

நைச்சியமாகச் சொல்லியபடி சங்கரன் இறங்கும்போது மாடியை நிமிர்ந்து பார்த்தான். இன்னும் ராத்திரி இருட்டு நுழையாவிட்டாலும் விளக்கு எரிந்துகொண்டிருந்தது. மாமா படித்துக் கொண்டிருக்கிறார். கூட வரச் சொல்லிக் கூப்பிடலாம்தான். வரமாட்டார். காலையில் போகிற வாக்கிங்கே கொஞ்சம் சிரமத்தோடுதான் போயாகிறது.

சங்கரனின் கால் அவனைக் கடைவீதிக்கு இழுத்துக் கொண்டு போனது. தெருவும் சூழ்நிலையும் முழுக்க மாறி இருக்குமோ என்று சந்தேகம். மாறக் கூடாது என்று மனது கடந்துபோன பழசைக் கொண்டாடப் பிடிவாதம் பிடித்தது.

இந்த ஊரை எந்தச் சம்பவமும், எந்தத் தகவலும், எந்த மனுஷனும் நெம்புகோலாகக் குத்தி அசைத்து இலக்கும் வேகமும் நிர்ணயித்து உருண்டோட வைக்க முடியாது. முன்னூறு வருஷம் முந்திய பழமைக்கு சாட்சி சொல்லியபடி, ராஜாவும், ராணியும், அரண்மனையும், புகையிலைக் கடையும், கடைத்

தெருவும் என ஏதேதோ பழைய ஞாபகங்கள். செம்மண் கரைத்து அலையடித்து அசையும் ஊரணித் தண்ணீரும் காற்றும் அவற்றின் சிதறல்களைக் கிரகித்துக் கொண்டிருக்கும். அவை மேலே படிந்து உறைய, அரசூர் கால வெள்ளத்துக்கு முதுகையும் அவ்வப்போது முகத்தையும் காட்டியபடி அசைந்து கொடுத்து நீடிக்கிறது.

எதுவும் மாறவில்லை. அதே வாணியர் கடை, ஜவுளிக் கடை, மருந்துக் கடை, பேப்பர்க் கடை, உரக் கடை. இரண்டு, மூன்று தலைமுறைகள் இங்கே உட்கார்ந்து தேய்த்துப் போன அதே நாற்காலிகளில் இந்தத் தலைமுறையின் பிருஷ்டங்கள் வீற்றிருக்கின்றன.

புகையிலைக் கடை மட்டும் போன தலைமுறையோடு போய் விட்டது. அது இருந்தால் சங்கரன் இதே வேட்டியும் மேலே பாப்ளின் சட்டையும் காதில் காப்பியிங் பென்சிலுமாக கல்லாப் பெட்டியடியில் உட்கார்ந்து வியாபாரம் செய்து கொண்டிருப்பான். வசந்தி? அவள் என்ன பகவதிப் பாட்டியா, தாத்தா கைப்பிடித்த மாத்திரம் அரசூருக்கு ஓடி வர. வசந்தி வசதியாக டில்லியில் வேறொரு மத்திய சர்க்கார் உத்தியோகஸ்தனுக்கு வாழ்க்கைப்பட்டு பிள்ளை குட்டியோடு இருந்து, சப்பாத்தி தட்டிக்கொண்டிருப்பாள். விட்டுத் தள்ளு. அதெதுக்கு?

கோனார் ஜவுளிக்கடைக்கு முன்னால் தெருவை அடைத்துப் போட்ட பந்தலில் ஏகப்பட்ட வாத்தியங்கள் சகிதம் கச்சேரி நடந்துகொண்டிருந்தது. ரயில்வே கலைக் குழு என்று படுதா கட்டியிருந்தது. ரயில்காரர்கள் டிக்கட் கொடுத்து, கொடி காட்டி ரயில் ஓட்டிக்கொண்டிருக்க வேண்டியதுதானே?

பெண் குரலில் ஒரு தாடிவாலா விசாரித்துக்கொண்டிருந்தான்

மன்னவா நீ அழலாமா கண்ணீரை விடலாமா?

நான் எங்கே அழுகிறேன். சந்தோஷமாக இல்லையோ இருக்கேன்.

சங்கரன் பந்தலைப் பிரதட்சணமாகச் சுற்றிக்கொண்டு போக

சீழ்க்கைச் சத்தம். அதே பெண் குரலான் இன்னும் க்ரீச்சென்று குரலை எல்லோர் காதிலும் ஈஷிக்கொண்டிருந்தான்.

பளிங்கினால் ஒரு மாளிகை. பருவத்தால் மணிமண்டபம். உயரத்தில் ஒரு கோபுரம்.

தில்ஷித் கவுர் உடம்பு பளிங்கு மாளிகை மாதிரி. உசரமும் திடமும் அலாதி. அதென்ன உயரத்தில் ஒரே ஒரு கோபுரம்?

விட்டுத் தள்ளு.

அலங்கரித்து நின்ற சப்பரத்தில் ஜவுளிக்கடை சிப்பந்திகள், பூ நிறைத்த கூடைகளை ஏற்றிக்கொண்டிருந்தார்கள். பக்கத்தில் மல்லிகைப் பூவையும், முல்லைப் பூவையும், ஜவந்தியையும் அவர்கள் கூடை கூடையாக நிறைத்துக்கொண்டிருந்தார்கள். ஒரு ரோஜா கூடக் காணோம் அந்தப் பூக்கடலில்.

சங்கரன் வேட்டியை மடித்துக் கட்டிக் கொண்டு நாலு கூடை ஜவந்திப் பூவைத் தட்டுகளில் நிரப்பி சப்பரத்தின் உயரமான மேடையில் வைத்தான். மூன்று கூடை மல்லிகைப் பூவை ஒற்றையனாக ஜவுளிக்கடைக்குள் இருந்து சுமந்து கொண்டு வந்து சப்பரத்தில் ஏற்றினான். யாரோ பீடிக்கு நெருப்பு கேட்டார்கள்.

இங்கே ஏன்யா பீடியும் கண்றாவியும்.

இந்த தினத்தில் எத்தனையாவதோ முறையாக, மறுபடியும் தானே வந்து கவிந்த சர்க்கார் அதிகாரி தோரணையில் அவன் எகிற, கேட்டவனைக் காணோம்.

கடைத் தெரு வேலாயுத சாமி கோவில் தெருவைச் சந்திக்கும் இடத்தில் ஒன்றன் பின் ஒன்றாக இரண்டு பூ ரதங்கள். இரண்டிலும் மல்லிகைப் பூ மட்டும் நிறைந்திருந்தது.

வாடை பிடித்தபடி சங்கரன் நின்றபோது நினைவு வந்தது. இந்தத் தெருவில் போன தடவை நடந்து வந்தபோதுதான் மயில்கள் பறந்து வந்தன. அது பகல் நேரம். கூடவே ஊர்வலமாக, தெருத் தூசியைக் கிளப்பிக்கொண்டு யாரோ வில்வண்டியில் இருந்தபடி.

அந்த வில்வண்டியை எதிர்பார்த்து நின்றான் சங்கரன். கொட்டகுடித் தாசி வருகையானது என்று அறிவித்துப் போக, வண்டி உள்ளே உட்கார்ந்து போன பேரழகி. சுபம் சுபம் என்று சொல்லிப் போன அவள் இதோ திரும்பவும் வரப் போகிறாள். இந்த மல்லிகை மணத்துக்கு அவள் இங்கே பக்கத்தில் இருந்தால் இதமாக இருக்கும். தரையில் சிதறிக் கிடந்த மல்லிகை மொட்டுகளைக் குனிந்து எடுத்தான் சங்கரன்.

ஏதோ சத்தம். தலையை நிமிர்த்தினான்.

பாம்பாம் என்று ஹாரன் முழக்கி வந்தது ஒரு பழைய கார். பனியன் தரித்து ஒரு நெட்டையன் செலுத்தி வர, கூடவே உட்கார்ந்திருந்த, கரளையான இன்னொரு பனியன் காரன் கூடவே.

பழுக்காத் தட்டு வேணுமா பிள்ளை?

சங்கரனைக் கேட்டான் அவன்.

கார் பின் சீட்டில் உட்கார்ந்திருந்த நரைமீசைப் பெரியவருக்கு மருதைய்யன் மாமாவின் ஜாடை அச்சு அசலாக அப்படியே இருந்தது. அவர் சங்கரனிடம் சொன்னார்

ஒரு தட்டும் வேணாம் குழந்தே உனக்கு. நல்லபடியா வீட்டுக்காரியோட கூட ஊர் போய்ச் சேரு. மருதைய்யனைப் பார்த்துக்கோ. உன் சித்தப்பன் மாதிரி அவன். உங்கப்பன் இருந்தா நிச்சயம் செய்வான்.

கிழவர் கண்கலங்கியபடி முன்னால் பார்க்க, வண்டி நகர்ந்தது.

வீட்டுத் திசையில் திரும்பியபோது, ட்யூப்லைட்டுகள் வரிசையாக எரியும் மூங்கில்களைத் தூக்கிக்கொண்டு இரண்டு வரிசையில் சின்னப் பையன்கள் மெல்ல நகர்வதைப் பார்த்தான்.

நடுவே உருண்டு வரும் சகடம். அழகாகக் காகிதமும் ஜரிகையும் கொண்டு ஜோடித்த அட்டைக் கோபுரமாக பூத்தேர். உள்ளே ரோஜாப் பூ. ரோஜாப் பூ. ரோஜாப்பூ. ரோஜா மாத்திரம் கூடை கூடையாக அடுக்கி இருந்தது. ரதத்தின் தரையில், தெருவில் எல்லாம் ரோஜா இதழ்கள் சிதறிக்கொண்டிருந்தன.

கடகடத்து வந்த ரதம் புகையிலைக் கடைக்கார வீட்டு வாசலில் நின்றது. சக்கரங்களின் ஆரத்தை அவசரமாகச் சிலபேர் சோதித்துக்கொண்டிருந்தார்கள்.

குழந்தே. ஜெயப்பா.

பகவதிப் பாட்டி குரல்.

உயிரில் கலந்த அந்தக் குரல் சங்கரனுக்கு முணுமுணுவென்று கேட்டது. சகடத்தின் உள்ளே ரோஜா இதழ்களுக்கு நடுவில் இருந்து வரும் சத்தம். சன்னமானது. பிரியமானது.

பரம்பரை வீடு இருந்த இடத்திலே புதுசா பணியிச்சுடுடா கொழந்தே.

சங்கரன் தலை ஆட்டினான். குடைக்கார சாமுவோடு போய்ச் சந்தித்தபோது மேல்சாந்தியின் மனைவியும் அதுதான் சொன்னாள்.

எல்லாத்துக்கும் சக்தி கொடு. எல்லாம் நல்லா நடக்கட்டும்.

வாசல் கடந்து உள்ளே கால் வைத்தபடி சங்கரன் மனதில் கை குவித்தபோது திரும்பவும் குரல் எழுந்தது -

மருதையா சீக்கிரம் வா. எத்தனை நாழி நிக்கறது.

முகத்தில் சந்தோஷம் தாமரை விடர்ந்தது போல முழுமையாக மலர்ந்து தெரிய மருதையன் மாமா மாடிப் படி இறங்கி வந்து கொண்டிருந்தார். சங்கரன் பக்கத்தில் வந்ததும் அவனைக் கனிவாகப் பார்த்தார். ஆதரவாகச் சிரித்தார். ஒரு நாத்திகனுக்குக் கிட்டாத பரவசம் அவர் உடல் அசைவிலும் கண்களின் ஒளியிலும், எக்காளமிடும் சிரிப்பிலும், சிலிர்க்கத் தொடங்கிய கைத்தண்டை ரோமத்திலும் தெரிந்தது.

கையை நீட்டியபடி படி கடக்கத் தொடங்கிய மருதையன் மாமாவின் குரலில் அளவிட முடியாத குதூகலம்.

அம்மா வந்துட்டேன்.

அவர் விடைபெற்ற ராத்திரி அது.

# அத்தியாயம் நாற்பத்தொன்று

**கா**யலில் படகு நகரத் தொடங்கியதும் அமேயர் பாதிரியார் பாட ஆரம்பித்தார். பிரஞ்சுப் பாட்டு.

*அன்றொரு காலை நின்று பாடினேன்*
*காற்றில் கரைந்த பாடல் ஒன்று*
*புல்வெளி எங்கும் சுற்றித் திரிந்து*
*நதிநீர்த் திவலை சிதறி நனைத்து*
*பறவைச் சிறகில் தீற்றிப் பறந்து*
*பனிமலைச் சிகரம் ஆரத் தழுவி*
*திரும்பி வந்து என்னைச் சூழும்.*
*பாடுகிறேன் ஒரு பழைய பாடல்*
*பழைய சிநேகிதர் வருக.*

மனம் விட்டுப் பாடி எத்தனை காலம் ஆகிவிட்டது. நீஸ் நகர கதீட்ரல் பாடல் குழுவில் சிறுவனாகச் சேர்ந்த போது பாடுவதே வாழ்க்கையாக வேண்டும் என்று எவ்வளவு ஆசைப் பட்டிருப்பார் அவர். கூடவே ஒரு மிரகூ இசைப் பட்டறை வயலினும் வாங்கி வீட்டில் இருத்த வேண்டும் என்று மனம் சதா ஏங்கிய பருவம்.

வயலின் வாசிக்கச் சொல்லித் தந்த திபொராவின் பூப்போன்ற நீண்ட விரல்கள்.

ஆண்டவனே, அந்த நினைவுகள் வேண்டாமே. த்யு மெ பார்தன். மன்னியும்.

இனிமைக்குள் கசப்பாக, கசப்பில் இனிக்கிறதாக சங்கடமான பழையது எதுவும் திரும்ப வரவேண்டாம்.

பிரான்ஸ் தேசத்தில், நீஸ் நகரத்திலிருந்து இருபது மைல்கல் தூரத்து மலைச் சரிவில் அவர் பிறந்த கிராமம். அழகான பெயர் அதற்கு.

முவான் சார்த்து.

சாக்லெட் கொண்டு செய்து நிறுத்தியது போல சின்னஞ்சிறு மாதாகோவிலும், மலைச்சரிவில் சுருண்டு நெளிந்து போகும் குறுகிய தெருக்களும், மாட்டுப் பட்டியும், சிறு கல் மண்டபங்களுமாகக் கண்ணில் நிறைந்து நிற்கும் கிராமம்.

முவான் சார்த்து, இன்னும் இயல்பு மாறாமல் அப்படியே இருக்கிறது. வீட்டு வாசல்களில் கார்களும் உள்ளே சத்தம் தணித்து வைத்த டெலிவிஷன் பெட்டிகளில் மொணமொணவென்று இங்கிலீஷ் நிகழ்ச்சிகளும் மட்டும் புதிது அங்கே.

முதல் டெலிவிஷன் கிராமத்தில் எட்டிப் பார்த்தபோது அமேயர் பாதிரியார் குருத்துவக் கல்லூரியில் படிக்க நீஸ் நகரம் வந்து விட்டிருந்தார். ஆனால் ரேடியோ பெட்டிகள் எடித் பியாஃபும் ஷாஸு பெஹசன்ஸும் பாடிய பாடல்களாக சாஷன் இசையை நாள் முழுதும் பொழிந்த அதற்கு முந்திய காலத்தில் அவர் கிராமத்தில் தான் எட்டு வயதுச் சிறுவனாக இருந்தார். அவர் வீட்டில் ரேடியோப் பெட்டி வாங்க வசதி இல்லை என்பதால், கூடப் படித்த லூயி வீட்டில்தான் ரேடியோவும், அவ்வப்போது அவன் அம்மா தயவில், சீராக வெண்ணெய் தடவிச் சுட்ட ரொட்டியும், நாக்கில் எச்சில் ஊறச் செய்யும் சுவையான கோழி மாமிசமும்.

நானே ரேடியோ பெட்டி செய்திருக்கேன்.

லூயி ஓடி வந்து சொன்னான். கரகரவென்று க்வார்ட்ஸ் கல்லில் தேய்த்த ஒயர்ச் சுருளை இன்னொரு பக்கம் அட்டை ஓடு

செய்து பொருத்திக் காதில் வைத்துக் கொள்ளச் சொன்னான் அவன்.

அட்லாண்டிக் கடல் சத்தம் கேட்கும்.

லூயி ஆசை காட்ட, பக்கத்தில், எதிரே, நாய் குலைக்கும் சத்தம் தான் கேட்டது. வீட்டுக்குப் பின்னால் கண்டாமண்டா என்று சகலமானதையும் போட்டு வைத்த காரேஜுக்குப் போகலாம் என்றான் லூயி.

அங்கே இன்னும் தெளிவா அட்லாண்டிக், பசிபிக் ரெண்டு கடலும் காதில் படும்.

லூயி கூட அந்த காரேஜுக்குப் போனான் பனிரெண்டு வயது அந்த்வான் அமேயர்.

வேண்டாம், அதெதுக்கு என்றார் அமேயர் பாதிரியார் அந்த்வான் அமேயர் பையனிடம்.

நினைக்காதே. அதெல்லாம் நினைக்கத் தகுந்ததில்லை. அறியாமல் செய்த பாவம்.

வேணாம், நிறுத்திப் போடு. சாத்தான் உனக்குள் வர நேரம் பார்க்கிறான்.

லூயிப் பையன் அந்த்வான் அமேயரை இடுப்பில் ஆரம்பித்து கீழே எங்கெல்லாமோ தொட்டுத் தடவிக்கொண்டிருக்க, எல்லாக் கடலும் ரேடியோ அட்டை இல்லாமலே அந்த்வான் அமேயர் காதில் கேட்டது.

போதும் நிறுத்து. அஸ்ஸெ அரட்தெ.

அமேயர் பிரஞ்சில் உரக்கச் சொல்லியபடி பாட்டைத் தொடர்ந்தார்.

லூயி அப்புறம் ஜிப்சிகளோடு போனான். அது அவன் அம்மா இறந்ததற்கு அப்புறம்.

ரெண்டு வருடம் கழித்து தண்ணீர்த் துறையில், பலாச மரத்தில் செய்து தங்க முலாம் பூசிய கோலைப் பிடித்தபடி நின்று எல்லா

வியாதியையும் சுவஸ்தமாக்குவேன் என்று அறிவித்தான் லூயி. அவன் அப்போது சிவப்பு நிற அங்கி அணிந்து, மஞ்சள் நிறத்தில் ஒரு பட்டுச் சால்வையைக் கவனமான அலட்சியத்தோடு தோளில் போர்த்தி இருந்தான்.

கல்லறைத் தெரு மூக் காலைச் சாய்த்து வந்து லூயி முன்னால் மண்டியிட்டு விழுந்தது அமேயர் நினைவில் வந்தது. இதுவும் கடந்து போகட்டும் என்று மனதின் கோடியில் அவர் குந்தியிருந்து ஒரு வினாடி பிரார்த்தனை செய்வதை அவரே பார்க்க முடிந்தது.

மூக் தனக்கு சர்க்கரை வியாதி முற்றிப் போய், கல்லீரல், சிறுகுடல், இதயம், சிறுநீரகம், கை நகம் எல்லாம் விஷமடைந்து விட்டதாக அழுதான்.

லூயி அவனைத் தூக்கி நிறுத்தி அவன் இடுப்பில் கை வைக்க, அந்த்வான் அமேயர், மூக் கண்ணில் குறுகுறுப்பை எதிர்பார்த்து கேரேஜிலிருந்து பார்த்தான்.

லூயி, அவனை அங்கே தொடு.

போ, சாத்தானே ஒழிந்து போ. புழுத்து அழுகி நரகத்தில் மலப் புழுவாக நெளி.

அமேயர் பாதிரியாரின் பாட்டு நிற்க அவர் சாபம் ஈரமான வெளியில் உஷ்ணம் பரத்தியது.

காயலில் படகோடு பறந்த சிறு பறவை எதுவோ திகைத்து வட்டம் கறங்கி அப்பால் போய் வானத்தில் உயர, படகு உள்ளே இருந்து கொச்சு தெரிசா மேல் தளத்துக்கு வந்தாள்.

அப்பன் பாட்டை நிறுத்தினதென்ன?

கொச்சு தெரிசா கேட்டாள். இந்தப் பிரதேசத்துப் பெண்ணு போல தலையைச் சுற்றி ஒரு வஸ்திரத்தை அணிந்து, சின்ன மூக்குத்தியும் தரித்த வடிவான இந்தியக் கிறிஸ்தியானிப் பெண்ணாக இருந்தாள் அவள். மெட்ராஸில் விமானம் இறங்கினதுமே அவள் இப்படியும் இன்னும் கூட நுட்பமாகவும் மாறித்தான் போனாள்.

யாரோடு தர்க்கம் அப்பன்?

லூயி என்றார் சிரித்தபடி அமேயர் பாதிரியார். அவன் காலில் மூாக் விழுந்து அவனைத் தூக்கி நிறுத்தியது வரை சுருக்கமாகச் சொன்னவர், லூயி தொட்டது பற்றி ஜாக்கிரதையாகத் தவிர்த்தார்.

ஆற்றங்கரையில் பெருங்கூட்டமாக நிற்க, மூாக்கைப் பீடித்த வியாதிகளை எப்படி லூயி சுவஸ்தமாக்கினான் என்று அவர் சொன்னது பாதியில் நிற்க படகு, துறைக்கு வந்தது.

ஒரு குவளை சாயா கிடைக்குமா?

முசாபர் படகு உள்ளே இருந்தபடிக்கே கேட்டான்.

அதெல்லாம் கிடைக்கிற இடமாக விசாரித்துக் கொண்டு படகை இனிமேல் நிறுத்தலாம். சாயா குடிக்கத்தானே இந்தியாவுக்கு வந்திருக்கோம்?

தெரிசா சொன்னாள்.

படகை இரண்டு தினத்துக்கு மொத்தக் குத்தகை எடுத்து வந்ததால் காயலும் நதியும் கடந்து தூசி எதுவும் உடலில் படியாது, வெப்பம் தலையைச் சுடாது, வியர்வை வழியாது, நீரோடு போய் நீரோடு நின்று நீரோடு திரும்ப முடிவதில் தெரிசாவுக்கு அலாதி இன்பம்.

நடந்து போகிற தூரத்தில் தான் குரிசுப் பள்ளி இருக்கு மதாம்மா.

துடுப்புக் கோலை ஆழத் துழாவிப் படகை நிறுத்தியபடி படகுக்காரன் தெரிவித்தான்.

கொச்சு தெரிசா படகுக்குள் தன் செருப்புகளைத் தேடி அணிந்துகொண்டு, ஜாக்கிரதையாக மரப் பலகை ஏறிக் கரைக்கு வந்தாள். அமேயர் பாதிரியார் பாதிரிக் குப்பாயத்தைத் தோளில் சுமந்தபடி கால்சராயும், கைத்தறிச் சட்டையுமாக அடுத்து வந்தார்.

குளித்து விட்டு வரலாமா என்று தோன்றியது பாதிரியாருக்கு. நேற்று ராத்திரி குளித்தது. இனி இன்று மாலைதான் அடுத்த

குளியல். நிறைய தண்ணீர் மேலே விழுந்தால் தோல் காய்ந்து போகிற சங்கடம் வேறே. ஊமைச் சொரியல் உயிரை வாங்கும் அப்புறம். பால்யத்தில் அவதிப்பட்டிருக்கிறார்.

லூயி, அந்த்வான் அமேயரை இடுப்புக்குக் கீழே தடவிய போது கூட.

தூரப் போ சாத்தானே. உன்னை எனக்குத் தெரியும் என்றார் அவர்.

முசாபர், வரலியா என்று கேட்டாள் தெரிசா. அவன் திரும்பவும், சாயா கிடைக்குமா என்று விசாரித்தான்.

நானும் உன்னைப் போல இப்போத்தானே இங்கே முதல் தடவையா வரேன். சாயாவும் மற்றதும் கிடைக்கற சௌகரியம் எனக்கு மட்டும் எப்படித் தெரியும்?

தெரிசா சொல்லிக் கொண்டிருக்கும் போதே, முசாபர் லுங்கியைத் தழைத்து இடுப்பில் இழுத்துச் செருகிக் கொண்டு வெறுங்காலோடு மரப் பலகையில் கால் வைத்தான்.

தெரிசா சத்தம் போட்டாள் –

அதையும் அவிழ்த்துப் போட்டுட்டு சும்மாவே வர வேண்டியது தானே.

முசாபர் சிரித்தான். அவளை ஒரு வினாடி நிற்கச் சொல்லிவிட்டு உள்ளே போய் செருப்புகளை அணிந்தபடி திரும்பினான். அவன் இன்றைக்கு முழுக்க லுங்கியோடு திரிய முடிவு செய்திருப்பதாகத் தோன்றியது தெரிசாவுக்கு. அதை முழங்காலுக்கு மேலே இந்தப் பிரதேசத்து மனுஷர்கள் போல உயர்த்திச் செருகிக்கொண்டு நடமாடாமல் இருந்தால் போதும்.

மரப் பலகையில் முசாபரின் கால் சற்றே வழுக்க நிதானப் படுத்தி நின்றான். ரப்பர் செருப்பு அறுந்துபோயிருந்தது.

வரலை என்று அறிவித்து விட்டான் முசாபர்.

சாயா, செருப்பு ரெண்டும் இங்கே கிடைத்தாலே ஒழிய மேலே போவதற்கில்லை என்று திட்டவட்டமான முடிவு அது.

படகுக்காரனுக்கு அசிஸ்டெண்ட், எஸ்தப்பன் என்ற பெயருடைய வயதான கிறிஸ்தவன் ஒரே வினாடியில் அவனுக்குப் பிரச்சனை தீர உதவி செய்தான்.

எஸ்தப்பன் கடவுளின் தூதர் என்றான் படகுக்காரன். லூயி போல இருக்கும் என்று அமேயர் பாதிரியார் நினைத்தார். மூாக்கின் வியாதி எல்லாம் சுவஸ்தம் ஆகி அவன் படகுத் துறையில் சகலரும் காணக் குறுக்கும் நெடுக்கும் நடந்தபடி லூயி புகழை ஓங்கிச் சொல்லிக்கொண்டிருந்தது அவருக்கு நினைவு வந்தது.

காசு போதாது என்று லூயி கூட சண்டை போட்டபடி படகுத் துறையில் கட்டிப் புரண்டதும், லூயி போர்த்தியிருந்த மஞ்சள் சால்வையை உருவி எடுத்து மூாக் போர்த்திக் கொண்டு நடக்க, அந்தச் சால்வையில் இருந்து புகையும் நெருப்பும் கசிந்து அது முழுக்க எரிந்து போனதும் அமேயர் பாதிரியாருக்கு நினைவு வந்தது.

மதாம்மா, துணிக்குப் பூட்டற ஊசி ஒண்ணு கொடு.

எஸ்தப்பன் கேட்டபடி தெரிசா கொடுத்த சேப்டி பின், முசாபரின் செருப்பை நடக்க வாகாகத் திரும்ப ஆக்கியது. அறுந்த வாரோடு லாகவமாக அதை இசைத்துச் செருகிக் காலில் படாமல் பின் குத்தியிருந்தான் எஸ்தப்பன்.

வர்க்கியே. ஓ வர்க்கியே.

கரையில் நின்றபடியே எஸ்தப்பன் அவனுடைய சோனி உடலுக்குப் பொருந்தாத பெருஞ்சத்தத்தில் கூவக் கரையில் இருந்து தேசலாக யாரோ பேசும் சத்தம்.

எஸ்தப்பன் திரும்ப இரைந்தான்.

சாயப்பன் மாருக்கு சாய் உண்டாக்கி வையடொ.

முசாபர் படகு இறங்கி இருபது அடி நடந்தபோது திருப்பத்தில் சாயாக் கடையும் அங்கே அவனை எதிர்பார்த்து சூடான சாயாவும் காத்திருந்தன.

அற்புதம்தான் என்றாள் தெரிசா. அமேயர் பாதிரியார் எதுவும் சொல்லவில்லை.

இந்த ஊர் பெயர் என்ன?

அமேயர் பாதிரியார் கேட்க, பக்கத்தில் உட்கார்ந்து சாயா குடித்துக் கொண்டிருந்த உள்ளூர்க்காரன் அவரை ஒரு முறை திரும்பிப் பார்த்து விட்டு கிளாஸைத் திரும்ப வாய்க்கு உயர்த்தினான்.

அமேயர் பாதிரியார் கடைக்குப் பின்பக்கம் போய் நின்று பாதிரியார் குப்பாயத்தை அணிந்து திரும்ப வந்து அதே மனுஷனிடம் அதே கேள்வியை மீண்டும் கேட்க, அவன் மரியாதையாக எழுந்து நின்று பதில் சொன்னான்.

இது நெடுமுடி, அச்சோ.

சொல்லி விட்டு பரம சங்கடத்தோடு பாதி குடித்த கிளாசைத் திரும்ப வைத்துவிட்டு கணக்கில் எழுதச் சொல்லியபடி அவன் மெல்ல நடந்து போனான்.

அவன் முழுக்க குடித்து முடிந்த பிறகு தான் பாதிரி உடுப்போடு வந்திருக்கலாம் என்று அமேயர் பாதிரியாருக்குத் தோன்றியது.

மேலும், ஊர்ப் பெயரும் மற்றதும் தெரிந்து என்ன ஆக வேண்டும்? வேடிக்கை விநோதம் பார்க்க வந்த பூமியில் ஒரு பகுதிக்கும் மற்றதுக்கும் வித்தியாசம் இருந்தால் தான் என்ன, இல்லாவிட்டால் தான் என்ன? முடிந்தவரை எல்லாம் பார்த்து முடித்து நாலு புகைப்படமும், பத்து பக்கமாவது வரும் பிரயாணக் குறிப்புமாக ஊர் திரும்ப அல்லவா உத்தேசித்து வந்தது?

பாதிரியார் கேட்காமலேயே குரிசுப் பள்ளிக்கு எப்படிப் போக வேண்டும் என்று சாயாக் கடையில் தடித்துக் கூடிய கூட்டமே விளக்கி உதவ வந்தது. ஓரிருவர் அவரையும் தெரிசாவையும் அங்கே நேரே கொண்டு போய் விடவும் தயாராக முகம் பார்த்தபடி இருந்தார்கள்.

ஊரில் முசாபரைச் சுற்றி இருக்கும் கூட்டத்தை விட

அதிகமானது, அமேயர் பாதிரியாரின் வாய் பார்த்து நிற்க இங்கே திரண்டது. கூட்டத்தில் இருந்து ஒரு சிறுவனை முன்னால் தள்ளி விட்டு அவனுடைய அப்பன் முறையிட்டது அவனுடைய சைகை மூலம் அர்த்தமானது பாதிரியாருக்கு.

தினசரி இவன் ராத்திரி படுக்கையில் மூத்திரம் போய் உபத்திரவமாகிறது. வீடு முழுக்க சதா மூத்திர வாடை தான். வெளுத்த பாதிரியார் ஒரு மந்திரம், ஒரு பிரார்த்தனை செய்து உடனே குணப்படுத்த முடியுமானால் நன்றாக இருக்கும்.

இன்னொரு பெண் காதுப் பக்கம் தலைமுடியை நீக்கிக் காட்டினாள். அங்கே அவள் காது பாதி தான் இருந்தது. அது வளர உள்ளூர் மருத்துவன் கொடுத்து பிரதி தினமும் மூணு வேளையாக ஒரு வருடம் போல சாப்பிட்ட மருந்து அவளுடைய உள்காதை வளர்த்து விட்டது. மேலும், இப்போது ராத்திரி சதா கடல் இரைச்சல் கேட்ட மணியமாக இருப்பதால் தூக்கம் கெடுகிறது. அவள் கடல் தீரத்தில் இருந்து வெகு தூரத்தில் இருந்தாலும் காதுக்குள் கடல் வந்துவிடுகிறது.

கொச்சு தெரிசா வீட்டில் எப்போதாவது கேட்டுப் பழகிய மொழி மெலிதாக நினைவு வர இதை ஒரு மாதிரி பாதிரியாருக்கு மொழி பெயர்த்துச் சொன்னாள் அவள். சரியாக இருக்கும் என்று அவளுக்குத் தெரியும். அந்தப் பரிதாபமான பெண்ணின் உட்காது பார்க்கும்போது தெரியாவிட்டாலும், அவள் உபாதை புரியும்.

பாதிரியார் அற்புதங்கள் செய்ய வந்திருக்கிறாரா என்று முசாபரிடம் ஒருத்தன் மலையாளத்தில் கேட்க அவன் புரிந்தது போலச் சிரித்தான்.

சினிமா நடிகன் மாதிரி அவன் சிரிப்பதாக அங்கே பொதுவான கருத்து நிலவியது. கூட்டத்தில் ஓரமாக நின்ற ஒரு பட்டை பிரேம் மூக்குக் கண்ணாடிக் காரன், நடந்தபடி பாடிக் கொண்டிருக்கும் அந்த சினிமா நடிகன் நடித்த புதுப் படம் தற்போது ஊரில் திரையிடப்படுவதாக முசாபரிடம் சொன்னான். கொச்சு தெரிசா ஆர்வம் காட்டிக் கேட்டாள். விலைக்கு விற்ற வீணை என்று படப் பெயராம்.

அவளுக்கு இந்தப் பகுதியில் எல்லாமே, எல்லோருமே மனதுக்கு இசைந்து இருப்பதாகத் தோன்றியது இது முதல் முறையாக இல்லை. பச்சைப் பசேலென்று வயலும் வரப்பும் கூப்பிடு தூரத்தில் கடலும், காயலுமாக அவளுக்குப் பிரியமான மந்திர பூமி இது. அவளுடைய முன் தலைமுறைகள் பிறந்து தவழ்ந்த மண்.

அப்பன், கல்லீரல், கணையம், சிறுகுடல், உதர விதானம், தண்டுவடம், சிறுநீரகம் எல்லாம் செயலற்றுப் போனது. மாற்றித் தாருங்கள்.

மூக் கெந்தி நடந்து வந்து அமேயர் பாதிரியார் காதில் சொல்ல அவர் அவசரமாக எழுந்தார். நாசம். சாத்தான் அல்லவோ இந்த நினைப்பும் பிரமையும் எல்லாம்.

தேநீருக்காக பணம் அடைத்துக் கொண்டிருந்த கொச்சு தெரிசாவிடம் அவர் சொன்னார் –

போகலாமா, திருப்பலி முடிஞ்சுடும் மாதாகோவில்லே.

இங்கிருந்து நகராவிட்டால், அடுத்து லூயியும் வருவான். க்வார்ட்ஸ் கட்டி ரேடியோவில் கடல் ஓசை கேட்க வீட்டுப் பின்புறம் வரச் சொல்லி வற்புறுத்துவான். சாத்தான் நல்லொழுக்கத்துக்கும் பண்பாட்டுக்கும் முற்றிலுமாக விரோதமானவன். அமேயர் பாதிரியார் அதனை நன்கறிவார்.

நான் முன்னாலே போறேன்.

அமேயர் பாதிரியார் நடக்கும்போது பாதையில் குறுக்கே தாழப் பறந்த மயில் ஒன்று அவருக்கு முன்னால் குறுகுறுவென்று ஓடியது.

சாத்தான் இப்படியும் வரலாம்.

அமேயர் பாதிரியார் சொல்ல, கொச்சு தெரிசா இருகை உயர்த்தி இங்கே இருக்கிறவர்கள் போல மெய்மறந்து கும்பிட்டாள்.

கழிப்பிடம் இருக்குமா?

பின்னால் இருந்து முசாபர் குரல் தொடர்ந்தது.

# அத்தியாயம் நாற்பத்திரெண்டு

நல்ல நிகழ்ச்சிகள் பலவும் மயில்கள் கட்டியம் கூற நடந்திருக்கின்றன.

பஸ்ஸில் பக்கத்தில் உட்கார்ந்து பேசிக் கொண்டிருந்த இந்தியர் திடமாகச் சொல்ல, அமேயர் பாதிரியார் இருக்கக் கூடும் என்பது போல தலையசைத்தார்.

மயில்களைப் பற்றி இங்கே நல்லதாக அபிப்பிராயம் வைத்திருக்கும் மிகப் பல பேரில் இந்த இளைஞரும் ஒருவராக இருக்கக் கூடும். டெல்லியில், இந்திய அரசாங்க அதிகாரியாம். கொஞ்ச நேரம் முன்னால் தெரிவித்தார். சங்கரன் என்று தன் பெயர் கூடச் சொல்லிக் கைகுலுக்கினார் பாதிரியாருடன்.

ரயிலிலும் பஸ்ஸிலுமான பயணம் அவரவர்கள் இட்டுக் கொண்ட வாய்ப் பூட்டுகளை எளிதில் விலக்கி விடுகிறது. விமானம் போல மேட்டிமை சார்ந்த பாவனைகளும் இறுக்கமும் இங்கே வேண்டியதில்லை. அதுவும் இந்த நாட்டில், சரிசமமாக உட்கார்ந்து பயணம் செய்கிற வெள்ளைக்காரர்களைச் சந்திக்கும் போது.

தில்லி அதிகாரி இளைஞரா, மத்திய வயதுக்குக் கடந்து

கொண்டிருக்கிறவரா, தெரியவில்லை. இந்தியர்கள் முகத்தில் லேசில் வயசு தெரிவதில்லை.

வழியில் தாழப் பறந்த நாலைந்து மயில்களைக் கண்டு பாதிரியார் கேமராவை எடுப்பதை அவர் பார்த்திருந்தார்.

அழகான உடம்பிலும் கோரமான குரலிலும் சாத்தானைக் கொண்ட பறவையன்றோ இது. அவர் பாதையில் பிசாசு இந்தப் பட்சியாகக் குறுக்கிடுவது இது முதல் தடவை இல்லையே.

தேவனில் என் விசுவாசம் உறுதியாகட்டும். உன்னை அறிவேன். போ சாத்தானே.

முணுமுணுத்தபடி, வேண்டாம் என்று வைத்து திரும்ப கேமராவைத் தோள்பையில் அமேயர் பாதிரியார் திணித்துக் கொண்ட போது அந்த அதிகாரி தன்னில் லயித்துச் சிரித்தார்.

அமேயர் பாதிரியாரின் சுய கண்டிப்பைக் கேட்டிருப்பாரோ? பாதி மனசுக்குள்ளும் மீதி மெல்லிய முணுமுணுப்புமாகத்தானே சொன்னார் பாதிரியார்?

அதிசயம் கண்டதை அலட்சியம் கலந்து சுவாரசியமான தகவலாக மட்டும் சொல்கிற குரலில் இளம் அதிகாரி தொடர்ந்தார்

உங்களுக்குத் தெரிந்தால் ஆச்சரியப்படுவீர்கள் ஃபாதர். மயில்கள் திடீரென்று பெருகி வந்த காலத்தில் என் சொந்த ஊரில் சாவு என்பது இல்லாமல் போனது. இது பழைய காலத்தில் இல்லை, ரொம்பவே சமீப காலத்தில் இப்படி ஒரு நம்பிக்கை. எனக்கு இதுபற்றி அதே அபிப்பிராயம் இல்லாவிட்டாலும் ஊரோடு நம்பினார்கள். இப்போது மயில்கள் வரவு குறைவுதான். சாவோ அநேகம் உண்டு.

அதிகாரி தெளிவான, பதவியின் காரணமாக ஏற்பட்ட அதிகாரம் புலப்படும், ஆனால் நேசமான குரலில் சொல்ல அமேயர் பாதிரியார் கருணையோடு சிரித்தார்.

சாவுக்கும் மயிலுக்கும் என்ன சம்பந்தம்? வேறு எங்கும் இல்லாதபடி, பக்கத்தில் பயிர் பச்சை ஏதாவது தழைத்து

வளர்ந்து, அந்தப் பறவைக் கூட்டம் வந்திருக்கலாம். எனில், அதிகாரி சொன்னால் அப்பீல் ஏது?

முன் இருக்கையில் கொச்சு தெரிசா பக்கத்தில் உட்கார்ந்திருந்த அதிகாரியின் மனைவி திரும்பிப் பார்த்து அவரிடம் ஏதோ கண்டிப்பும் கோரிக்கையுமாகச் சொன்னாள்.

சரி வசந்தி, இன்னமே பேசலை,

அதிகாரி புத்தகத்தைப் பிரித்து எங்கேயோ இருந்து படிக்க ஆரம்பித்தார்.

கால்டர்டெல்லில், எங்க வீட்டில் கூட மயில் வந்து ஆடினது. அதனாலேதான் கிளம்பி வந்தோம்.

ஜன்னலை ஒட்டி உட்கார்ந்திருந்த முசாபர் கூறினான்.

அமேயர் பாதிரியார் அவனைப் பார்த்த பார்வையில் இதை வளர்த்தி எடுத்துக் கொண்டு போகாதே என்ற வேண்டுதல் தெரிந்தது. ஆப்ரஹாமிய மதத்துக்காரன் என்றாலும் இப்படி மனம் போனபடி எப்படிப் பேச முடிகிறது இவனால்?

பறவைக்கும் சாவுக்கும் தொடர்பில்லை என்று அவர் ஆதாரபூர்வமாக, அறிவியல் படி இந்த வினாடி நிரூபிக்க முடியுமானால் எவ்வளவு நன்றாக இருக்கும். இந்த அதிகாரியிடம் இல்லை என்றால் இங்கே பஸ்ஸில் வருகிற வேறு யாருக்காவது அல்லது எல்லோருக்குமாகச் சேர்த்து. கூட ஒரே ஒரு குரல் எழுந்தால் போதும்.

தனக்கு ஆதரவாகக் குரல் கொடுக்க தெரிசாவைப் பார்த்தார் அவர். முன்வரிசையில் அவள் கண்மூடி சின்ன உறக்கத்தில் அப்போதுதான் நழுவி இருந்தாள்.

தர்க்கம் எல்லாம் வேணாம். முசாபரின் ஓட்டை வாய் என்ன மாதிரியான இக்கட்டை உண்டாக்கலாம் என்பது அமேயர் பாதிரியாருக்குத் தெரியாவிட்டாலும் ஜாக்கிரதையாக இருப்பது நல்லது என்று நினைத்தார். அதுவும் முசாபர், டெல்லியில் சர்க்கார் அதிகாரியான இந்த மூத்த இளைஞரிடம் பேசும்போது யோசிக்க வேண்டாமா?

இங்கே வந்ததற்கு மயிலையும் குயிலையும் காரணம் சொல்லிக் கொண்டிருந்தால் சரிப்படாது போகும். ஒற்றர்கள் அல்லவோ இப்படி வாயில் வந்த காரணத்தைச் சொல்லி, நாட்டுக்கு நாடு புகுந்து தந்திரமாக வேவு பார்ப்பார்கள்?

அந்த அதிகாரி விசாவைக் கிழித்தெறிந்து இந்த மூன்று பேரையும் லண்டனுக்குத் திருப்பி அனுப்பிவிடலாம். இவ்வளவு செலவு செய்து வந்து திருப்பி விரட்டப்பட அமேயர் தயாரில்லை. அதுவும் ஒற்றன் பட்டம் குத்தி.

பஸ்ஸை நிறுத்திய டிரைவர் ஏதோ அறிவித்து எழுந்து போனான். அமேயர் பாதிரியார் தகவல் அறிந்துகொள்ளும் ஆர்வத்தோடு இந்திய அதிகாரியைப் பார்த்தார்.

சாயா குடிக்க பத்து நிமிஷம் வண்டி நிற்குமாம். பெண்களுக்கும் சௌகரியம் உள்ள இடமாம்.

முசாபர் முன்னால் போய், தெரிசாவைத் தொட்டு எழுப்பும் போது அவன் கை அசம்பாவிதமாக அதிகாரி மனைவி மார்பில் பட்டுவிட்டது. முசாபர் நடுநடுங்கி, கையெடுத்து அவளை வணங்கி இங்கிலீஷில் மன்னிப்பு கேட்க அவள் ஆச்சரியத்தில் கண் விரியப் பார்த்தாள். முசாபரின் நடத்தைக்காக இல்லை, அவனுடைய உருவத்துக்கும் லுங்கி அணிந்த வேடத்துக்கும் பொருந்தாத கம்பீரமான பிரிட்டீஷ் வானொலி இங்கிலீஷாக அவன் பேச்சு இருந்ததே காரணம்.

கொஞ்சம் நடக்கலாம். இறங்கு.

அதிகாரி தன் மனைவியிடம் முணுமுணுப்பாகப் பேசியபடி முன்னால் நடக்க வழிவிட்டு, சற்றே அசதியோடு கண்ணை மூடி இருந்தார் அமேயர் பாதிரியார்.

அப்பன், ஒரு கிளாஸ் சாயா குடிச்சு வரலாமே. இன்னும் ஒரு மணி நேரம் போகணுமாம். நாலு பிஸ்கட்டும் கடிக்க ஆசை.

கொச்சு தெரிசா குழந்தையாக விரல் நீட்டிச் சொல்ல, முசாபர் அவள் கையைப் பற்றி இழுத்துப் போனான். பஸ்ஸே காலியாகக் கிடக்க, கடைசியாக அமேயர் பாதிரியார் இறங்கினார்.

கொச்சு தெரிசா எதிர்பார்த்ததை விட சாயாவும், பெயர் பொறிக்காத பிஸ்கட்டும் நன்றாகவே இருந்தன. பிரான்ஸ் ரிவெய்ரா பிரதேசத்தில் வீடுகளில் பிற்பகல் கொறிப்பதற்காகச் செய்கிற பிஸ்க்யீக்களின் வாசனை இதற்கு உண்டு என்றார் அமேயர் பாதிரியார். அவர் நினைவில் தங்கிய மணம் அது. மறப்பதற்கில்லை.

சுற்றுமுற்றும் கவனித்துப் பார்த்தபடி மெல்ல நடந்து வந்த இந்திய அதிகாரி ஏதோ முடிவு செய்தவராக இவர்கள் பக்கத்தில் உட்கார்ந்தார். வெள்ளைக்கார பாதிரியாரும், நல்ல ஆங்கிலம் பேசுகிற இங்கிலாந்து தம்பதியும் உள்ளூர் பிஸ்கட் சாப்பிடுவதால் தனக்கும் நம்பிக்கை வந்தவராக, மனைவியிடம் அனுமதி கேட்டார் அவர்

வசந்தி, ரெண்டு பிஸ்கட் வாங்கட்டா?

அந்தப் பெண் மிக அழகாக, சித்திரம் எழுதியதுபோல், தெரிசாவைப் பார்த்துச் சிரித்தாள்.

உங்களுக்கு சாப்பிடணும். அதுக்கு ஒரு சாக்கு. வாங்குங்கோ.

அதிகாரி கை நிறைய வாங்கி வந்த பிஸ்கட்களை தெரிசாவிடமும் கொடுத்து எடுத்துக் கொள்ளச் சொன்னாள் அந்தப் பெண்.

தெரிசா அவளிடம் கேட்டாள்

உங்களுக்கும் மயில் பிடிக்குமா?

ரொம்பவே. டெல்லியில் வீட்டுத் தோட்டத்திலே வந்து ஆடினது சமீபத்திலே. நினைச்சுக்கூடப் பார்க்க முடியாது. அப்புறம் தான் இங்கே வர பிரார்த்தனை செஞ்சுக்கிட்டது.

அவள் நாணத்தோடு புன்னகை செய்தாள்.

மனசிலேருந்து வேண்டிக்கிட்டா நடக்காம போகாது.

தெரிசா கண்கள் ஒளிரச் சொன்னாள். அவளுடைய ஈர்ப்பும் லயிப்பும் முசாபருக்குப் புதிதாகத் தெரிந்தன. அமேயர் பாதிரியார் நம்பமுடியாதபடிக்கு தெரிசாவைப் பார்த்தார்.

நானும் வேண்டிக்கிட்டுதான் வந்தேன். தில்லியில் கிளம்பும்போது, ப்ளேன்லே வரும்போது எல்லாம் அது தான் மனசுலே முழுசா உட்கார்ந்து இருந்தது. ஆனா, உள்ளே போய்.

அவள் நிறுத்தினாள்.

அபத்தமா இருந்தது அது கொடு இது கொடுன்னு கேட்க. கொட்டி வச்சு என்ன வேணுமோ எடுத்துண்டு போங்கறான் அவனானா.

அவள் கண்கள் விரியச் சொன்னபோது தெரிசாவின் கைகளை இறுகப் பற்றி இருந்தாள். அவள் சொல்லியபடி இருக்க தெரிசா கைகளை விடுவித்துக் கொண்டாள். கண் இரண்டும் மூடிக் கைகூப்பி கிழக்கு நோக்கி வணங்கினாள். அமேயர் பாதிரியார் பாதி குடித்துக்கொண்டிருந்த சாயாவை வைத்து விட்டு அவசரமாக எழுந்தார்.

போகலாம், பஸ் கிளம்பும் நேரம்.

கொஞ்சம் இருக்கச் சொல்லுங்கோ டிரைவர் கிட்டே.

வசந்தி அங்கே கவிக்குயில் சரோஜினி தேவி படம் போட்டு இருந்த ஒடுக்கமான கழிப்பறைக்கு நடக்கும் முன், தெரிசாவையும் பார்வையால் அழைத்தாள். இயல்பாக அவள் தோளில் கை அமர்த்திப் பற்றியபடி தெரிசா நடந்தாள்.

பஸ்ஸில் ஏறினார் அமேயர் பாதிரியார். இந்தத் தெரிசாப் பொண்ணை நினைத்தால் அவருக்குப் பயமாக இருக்கிறது. வழி தவறிப் போக தயாராக இருக்கிற ஆட்டுக்குட்டி. பத்திரமாகப் பட்டியில் திரும்பக் கொண்டு போய்ச் சேர்க்கிற பொறுப்பு அவருக்கல்லவா இருக்கிறது?

கழிப்பறைக்கு இட்டுப் போய் யாரும் அவளை அவிசுவாசியாக்க முடியாதுதான், அதுவும் டெல்லி அதிகாரிக்கு பெண்டாட்டியான இளம் வயது பிராமண ஸ்திரி. ஒரு வார்த்தை ரெண்டு வார்த்தை, கனிவான சிரிப்பு, அப்புறம் பெண்ணுக்குப் பெண் என்று இனம், குலம், காலம், இருப்பு பார்க்காமல் வருகிற பரிவும், குரோதமும். போதுமே ஆளை அடித்துப் புரட்டிப் போட.

அமேயர் பாதிரியாருக்கு இதெல்லாம் பழக்கமானதில்லை. ஆனால், பிரஞ்சிலும் இங்கிலீஷிலுமாக எத்தனை புனைகதையும், பத்திரிகையில் அன்புள்ள ஜெனீலியா அத்தை என்று ஆரம்பிக்கிற ஆலோசனைப் பத்திகளும் அவர் ஏதோ ஒரு காலத்தில் வாசித்திருக்கிறார்.

பஸ்ஸுக்குள் இருந்து அவர் பார்க்க, இரண்டு ஸ்திரிகளும் காலும் முகமும் அங்கே தண்ணீர் சேந்தி அலம்பிவிட்டுச் சுவரில் மாட்டி வைத்திருந்த சின்ன நிலைக்கண்ணாடி பார்த்துத் தலைமுடி ஒதுக்கிக்கொண்டிருந்தார்கள். அதிகாரி மனைவி கைப்பையில் இருந்து ஒரு கருப்புச் சிமிழை எடுத்து வட்டமாக நெற்றியில் திலகம் எட்டுக் கொண்டு உள்ளே திரும்ப வைக்கும் போது தெரிசா ஆர்வத்தோடு ஏதோ கேட்பது தெரிந்தது.

அமேயர் பாதிரியார் எதிர்பார்க்காத விதத்தில் அந்தப் பெண் பொட்டுச் சிமிழை தெரிசாவிடம் பிரியத்தோடு தர, தெரிசா நெற்றியில் சிறியதாகத் தொட்டு வைத்த வட்டமான சிகப்புப் பொட்டோடு பஸ் ஏறினாள்.

முசாபர் கண்டிப்பாக இருந்தாலெயொழிய இதெல்லாம் நிற்கப் போவதில்லை. இந்தியா பார்க்க, இருக்கப்பட்ட மாதா கோவில்களில் பிரார்த்தனை நடத்தி புத்ர பாக்கியம் கிடைக்க, கடலையும், மலையையும், பசுமை படர்ந்த நிலங்களையும் ஆசை தீரக் காண, இந்திய நடனமும், பாட்டும் சினிமாவும் ரசிக்க, இப்படித்தானே வந்த பயணம் இது. இதில் பொட்டு வைப்பதும், கன்னத்தில் போட்டுக் கொள்வதும், கிழக்கில் திரும்பிக் கண்மூடி இருகை கூப்பித் தொழுவதும் எங்கே வந்தது?

பஸ் பெருநகரத்தின் எல்லைக்கு வர, இந்திய அதிகாரியும் மனைவியும் விடைபெற்றுக் கொண்டார்கள். தில்லிக்கு வரும்போது அவசியம் வீட்டுக்கு வரச் சொல்லி அதிகாரி மனைவி அழைத்ததோடு, டூரிஸ்ட் கைடு புத்தகத்தின் கடைசிப் பக்கத்தைப் பிய்த்தெடுத்து அதில் விலாசமும் எழுதிக் கொடுத்தாள். அழைப்பு அமேயார் பாதிரியாருக்கும் உண்டா என்பது பற்றி அவருக்குச் சந்தேகம் தான்.

கண்டக்டர் பக்கத்தில் வந்தபோது பாதிரிக் குப்பாயத்தில் கைவிட்டு ஒரு துண்டுச் சீட்டை எடுத்தார் அமேயர் பாதிரியார். பல தடவை பிரித்துப் பிரித்துத் திரும்பி மடித்து வைத்ததால் மடிப்புகள் ஆழமாக விழ்ந்த காகிதம் வாய்க்கால் வெட்டிப் பயிர் செய்த வெள்ளையும் கருப்புமான நிலம் போல இருந்தது.

மன்னிக்கவும் என்று பாதிரியார் குரலைச் சரிப்படுத்திக் கொண்டு சொல்வதற்கு முன் அன்போடு கண்டக்டர் அவர் பக்கம் குனிந்தான்.

அச்சோ, புன்னப்புரம் அல்லே. அரைமணி நேரத்தில் அங்கே போவோம். பின்னெ ஒரு கார்யம், அச்சனும், கூட்டரும் இறங்காதெ நான் வண்டி நகர்த்தான் போகுன்னில்ல. அச்சன் கவலையை விடணும் தயவாயிட்டு.

பலாப்பழத்தை மடியில் செல்லமாக இருத்தி இருந்த ஒரு வயசான பெண்மணி நகைத்தாள். அவள் பக்கத்தில் குழந்தையை அதே படிக்கு மடியில் கிடத்தி இருந்த இளம் வயதுப் பெண்ணும் பூவாகச் சிரிக்க, பஸ் உள்ளே மெல்லிய சாரலாக ஒரு தூறல் மழை நனைத்துப் போனது. குளிர்ந்த காற்றும் வெய்யில் சுடாத இதமான நிலப் பரப்பும் அமேயர் பாதிரியார் மனதில் சாந்தியையும் சந்தோஷத்தையும் விதைத்தன. கொச்சு தெரிசா பற்றியோ வேறு யார் பற்றியோ எந்தக் கவலையும் பட வேண்டியவர் இல்லை அவர். அன்பு காட்ட விதிக்கப்பட்டவர். அது தவிர அதிகாரத்தையும் பலத்தையும் யார் மேலும் கொண்டு செலுத்த அவருக்கு தாக்கீது இல்லை.

பஸ்ஸின் பின்புறம் ஏறி இருந்த சாதுக்கள் வழியில் வெள்ளை விரிந்து தோன்றிய கோவில் மண்டபத்தைப் பார்த்து வணங்கினார்கள். பெரிய கோபுரமும்,, நடையும், சுற்றுச் சுவருமில்லாத அந்த அம்பலம் பற்றி அறிய அமேயர் பாதிரியாருக்கு ஆசை உண்டு.

கண்டக்டர் டிரைவரிடம் பேசிவிட்டு உற்சாகமாகத் திரும்பி வந்தவன். பாதிரியார் பார்வை சென்ற திசையை நோக்கி விட்டு, கைகுவித்தான். குருதேவன் என்று பரவசத்தோடு

பெயர் சொல்லிப் போனான். கேட்டுக்கொண்டிருந்த கொச்சு தெரிசா தன்னிச்சையாக அந்தத் திக்கில் கைகூப்பியதை ஓரக் கண்ணால் பார்த்தார் அமேயர் பாதிரியார். ஆனால் ஏனோ சங்கடப்படவில்லை அவர்.

பின்னால் இருந்த சாதுக்கள் கைகொட்டிப் பாட ஆரம்பித்தார்கள். தமிழ் சந்நியாசிகள் என்று யாரோ சொன்னார்கள். சந்நியாசிக்கேது மொழி? அமேயர் பாதிரியார் புரியாமல் பார்த்தார். ஆனாலும் பாட்டு அவரைச் சுண்டி இழுத்தது. மெல்ல எழுந்து கூட்டமாக உயர்ந்து உச்ச ஸ்தாயியில் நிலைத்து நின்ற பாடல் அது. சட்டென்று ஒலியும் கதியும் தாழ்ந்து கீழே மென்மையாக இறங்கி, அமேயருக்குப் புரியாத மொழியில் இறைஞ்சின. எல்லா வாதனைகளையும் இசையும் பாட்டும் கொண்டு கரைத்து மேலே பயணம் போக யாருக்கோ விடுக்கும் கோரிக்கையும் கூட.

*எறிந்ததோர் அம்பும் எழுதிய பாட்டும்*
*மறைந்து மறந்தது அந்தோ -திரும்ப*
*மரத்தினில் அம்பும் மறந்த தோழன்*
*சிரத்தினில் பாட்டும் இருக்கு...*[1]

பாட்டு முடிந்த கணமே, பலாப்பழத்தை மடியில் வைத்திருந்த மூதாட்டி மெல்ல ஆனால் குறையாத உற்சாகத்தோடு பாட ஆரம்பித்தாள்.

*கரண்டிக்கார பிராமணன்*
*கள்ளிக்கோட்டை போனானாம்.*
*சாவக்காட்டான் வழிசொல்ல*
*சாத்திரத்தை மாத்தினானாம்.*
*கள்ளுச் சொட்டாக் காப்பியும்*
*காரவடை இட்டலியும்*
*வேணுமின்னா ஏறுங்கோ*
*வேதக்காரன் கடையிலே.*

முத்தச்சிக்கு எண்பது வயசு. இன்னும் பலாப்பழம், காப்பி

1 ‘எரிந்ததோர் அம்பும்’ பாடல் – நண்பர் கிரேசி மோகன் எழுதியது.

எல்லாம் கேக்குது.

கூட வந்த பெண் சிரித்தபடி சொல்ல, காதில் விழாத முதியவள் அவளுக்கு அருகில் இருந்த கொச்சு தெரிசாவிடம், வேதக்காரன் கடையிலே காப்பி குடிச்சிருக்கியா பெண்ணே என்று கேட்டாள்.

வேதத்திலே ஏறின பிராமணன் வச்ச ஓட்டடல். ஏதோ பழைய பாண்டிப் பாட்டு. சிரிச்சுடுங்க. இல்லேனா கிழவி விடாம அடுத்த பாட்டுக்குப் போயிடுவா.

யாரோ இங்கிலீஷில் மொழிபெயர்த்து அதற்குக் கூடுதலாகவும் சொன்னார்கள். கொச்சு தெரிசா ஆச்சரியத்தோடு அவரை ஏதோ கேட்க ஆரம்பிக்க, கண்டக்டர் குரல் உச்சத்தில் எழுந்தது.

புன்னப்புரம்.

அவன் ஓட்டமும் நடையுமாக வந்து அமேயர் பாதிரியாரின் கித்தான் பையைச் சுமந்துகொண்டு, இறங்கலாம் அச்சோ என்றான்.

பலாப்பழத்தோடு முதியவளும், குழந்தையோடு இளையவளும் இறங்க விட்டு, கொச்சு தெரிசாவும் முசாபரும் கடைசியாக அமேயர் பாதிரியாரும் இறங்கினார்கள். மூட்டையை வைத்து விட்டு கண்டக்டர் அமேயர் பாதிரியாருக்குக் கைகுவித்தான்.

அவருக்கு எல்லா திசையும் பார்த்துத் தொழ வேணும் என்று தோன்றியது.

ஆண்டவன் ஆசிர்வதிக்கட்டும் என்று பிரஞ்சில் கூறினார் அவர்.

தியே வு பெனி தூஸ்.

# அத்தியாயம் நாற்பத்திமூன்று

**எ**ல்லாப் பத்திரிகைகளும் ஒரே மாதிரி இல்லை.

முசாபர் உற்சாகமாக விளக்கிக் கொண்டிருந்தான். பவுலோஸ் சகோதரர் மிகுந்த ஈடுபாட்டோடு கேட்டபடி முன்னால் அமர்ந்திருந்தார். அவர் பார்த்திருக்காத, கேட்டிருக்காத விஷயம் இதெல்லாம். கோயம்புத்தூர் கடந்து தூரதேசம் என்று எங்கும் போனதில்லை அவர். கோவை போனபோது கூட வெள்ளை வெளேரென்று பச்சரிசிச் சோறை ரெண்டு நாளுக்கு மேல் சாப்பிட முடியாமல் திரும்பிவிட்டார்.

சவுக்காரம் போட்டுத் துவைத்த மாதிரி ஏன் இப்படிச் சோறு இருக்க வேணும்? மெல்லிய சிவப்பில் வடித்து, ஒரு துண்டு மீனும், பலாக் கறியும் சேர்த்துச் சாப்பிடுவதில் இருக்கும் ரசம் வருமா என்று கோயம்புத்தூர் சகோதரர்களிடம் சொன்னபோது ஒரு குவளையில் இன்னும் கொஞ்சம் புளித்தண்ணீர் கொண்டு வந்து வைத்து இதுதான் ரசம் என்றதை அவர் எத்தனையோ பேரிடம் சொல்லிச் சிரித்திருக்கிறார். இந்த இங்கிலீஷ்கார முசல்மானிடம் இன்னும் சொல்ல நேரம் வரவில்லை. உலகம் தெரிந்த, எல்லா சூழ்நிலையிலும் சிரிக்கத் தெரிந்த மனுஷன் இந்த முசாபர் ரெஹ்மான்.

சாப்பாட்டுக் கடைதான் வைத்திருக்கிறானாம். ஓரியண்ட் பிஷ் அண்ட் சிப்ஸ் என்று மீனும் வறுவலும் மட்டும் விற்கிற கடை. எவ்வளவு தெரிந்திருக்கிறது இவனுக்கு? இங்கிலாந்து போல ஐரோப்பிய தேசங்களில் வசித்தாலே குளிரும் வளமுமான சூழ்நிலையும் காரணமாக எல்லாம் புத்தியில் வேகம் ஏறி விடும்போல.

முசாபர் சொன்னான் –

மீனை வறுக்கறது அவ்வளவு கஷ்டமில்லை அண்ணா. உருளைக் கிழங்கு தான் அழ வச்சிடும் சில நேரம். ரொம்ப வறுத்துட்டா கரகரன்னு பாம்பே மசாலா மாதிரி ஆகித் தூக்கிக் கொட்ட வேண்டியதுதான். சீக்கிரம் எடுத்துட்டா வாயிலே ஒட்டிட்டு, சாப்பிட வந்தவங்க, காசு திரும்பக் கேட்பானுங்க. மெதுக் மெதுக்குனு, கடிச்சா நாக்குலேயே சுத்தி திரும்பச் செல்லமாக் கடிக்கற பதத்திலே வறுவல் இருக்கணும். அது என்ன மாதிரின்னு உங்க கிட்டே எப்படிச் சொல்றது. எப்போவாவது மடாலயம் விட்டு வந்து கல்யாணம் செஞ்சுக்கற ஐடியா வந்தா லெட்டர் போடுங்க, அப்போ வந்து சொல்றேன். இப்போதைக்கு விரலைக் கடிக்கற மாதிரி மெத்துன்னு இருக்கறதா வச்சுக்கலாம்.

கொஞ்சம் தயங்கி பவுலோஸூம் அவன் சிரிப்பில் கலந்து கொண்டார். முசாபரானால் முடிக்காமல் சிரிக்கிறான். கையை இடுப்பில் வைத்துக் குனிந்தும், அகற்றி வீசி எழுந்தும் தோளைக் குலுக்கியும் அவன் நகைக்கிற ஒய்யாரம் சொல்ல ஒண்ணாது.

ஏதோ பத்திரிகை விஷயமாக பேச ஆரம்பிச்சீங்களே.

பவுலோஸ் ஞாபகப்படுத்த திரும்ப உற்சாகமானான் முசாபர்.

கொச்சு தெரிசாவும் அமேயர் பாதிரியரும் பக்கத்தில் ஆஸ்பத்திரிக்குப் போயிருக்கிறார்கள். பாதிரியாருக்கு ரத்த அழுத்தம் பார்க்க வேண்டியிருக்கிறதாம். தலைச் சுற்றலும் காங்கையுமாக இருக்கிற சுகவீனம்.

எங்கேயும் இலக்கு வைத்துப் போய்ப் பார்க்கவும், அபிப்பிராயம்

சொல்லவும் என்று கட்டாயம் இல்லாமல் முசாபரின் விருப்பத்துக்கு, இங்கே குருசுப்பள்ளி தங்குமிடத்தில் பகலெல்லாம் தங்கி இருக்க அமேயர் பாதிரியார் தயவில் இடம். இலவசமாகவே சோறும், ரொட்டியுமாகச் சாப்பாடு. பக்கத்து அறையில் இருந்து சுத்தியல் கிடைக்குமா என்று கேட்டு வந்த பாதிரிப் படிப்பு படிக்கும் சகோதரன் பவுலோஸோடு சுகமான அரட்டை. வேறே என்ன வேண்டும் முசாபருக்கு? இன்னொரு சாயா கிடைத்தால் நன்றாக இருக்கும். சாரமில்லை.

அது இருக்கட்டும். பத்திரிகையா, எந்தப் பத்திரிகை?

கொஞ்சம் யோசித்து, பேச வந்தது முழுக்க மனசில் நிறைய முசாபர் மேஜை மேல் தொடுக்கி உட்கார்ந்தபடி வார்த்தை சொல்லத் தொடங்கினான்.

எல்லாப் பத்திரிகையும் ஒரே மாதிரி இல்லைதான். மீனையும் வறுவலையும் சும்மா பிளேட்லே வச்சுக் கொடுத்தா எண்ணெய் ஊறிடும் பதார்த்தத்திலே. கஸ்டமர் எல்லாருக்கும் வயிறு கலகம் செஞ்சு ஜீரணம் ஏடாகூடமாகி பர்பர்பர்னு முழக்கத்தோடு நகர்ந்துகிட்டிருப்பாங்க. அதுனாலேதான், நியூஸ் பேப்பர்லே வைச்சுக் கொடுக்கணும். பேப்பரோடு மீனையும் வறுவலையும் அப்படியே பிடிச்சு ஒரு அழுத்து. பிழிஞ்சு, எண்ணெய் கம்மி ஆக்கிட்டு சாப்பிட்டா பிரச்சனையே இல்லே. எந்தப் பத்திரிகையிலே வச்சுத் தரணும்னு ஒரு எழுதாத விதிமுறை இருக்கு அண்ணா.

பவுலோஸ் சகோதரருக்கு இது எல்லாம் புதுத் தகவல்கள். தெரிந்து கொள்ள வேண்டியவை. எதற்காக என்று கேட்டால் அவருக்குத் தெரியாது.

முசாபர் ரகசியம் சொல்கிறது போல் அவரிடம் தெரிவித்தான்.

கார்டியன் பத்திரிகையிலே கொடுத்தா கச்சிதமா எண்ணெய் குடிக்கும். சன் பத்திரிகையில் சுத்திக் கொடுத்தா ஒரே அஜீர்ணம்தான். சன்னுலே முதல் பக்கத்திலே பின் அப் போட்ட பிறந்தமேனி பொண்ணுங்க படம் இருக்குதில்லே? அதுங்களைப் பாக்கறதுக்கு அசங்காம குலுங்காம பேப்பரை

எடுத்துப் போயிடுவாங்க. பத்திரிகை இருந்தா இல்லே எண்ணெய் உறிஞ்சறதுக்கு?

சொல்லி முடிப்பதற்கும் தெரிசா திரும்பி வருவதற்கும் சரியாக இருந்தது.

தலையைச் சுற்றி மப்ளரைப் போர்த்திக் கொண்டு கார்பனேட் மிக்சர் வாடையோடு நின்ற அமேயர் பாதிரியார் முகத்தில் நோயாளிக் களை ஏறியிருந்தது.

மரியாதை மிகுந்த டாக்டர்கள், ஆசிர்வாதம் கேட்கிற நர்சுகள், மன்றாடச் சொல்கிற படுத்த படுக்கையான நோயாளிகளும் குடும்பங்களும் என்று அவருக்கு வேண்டிய ஒரு சூழலில் இருந்துவிட்டு வந்த நிம்மதியும் திருப்தியும் தெரிந்தது அவரிடம்.

லேசான கிருமித் தொற்று ஏற்பட்டு உடம்பு சூடு அதிகமாகி இருக்காம். ரத்த அழுத்தம் எப்பவும் போல

அவர் மருந்து சீசாவை பெருமைக்குரிய வெகுமதி போல உயர்த்திக் காட்டிவிட்டு குப்பாயத்தில் வைத்துக் கொண்டபோது லயோனல் பாதிரியாரும் வந்துவிட்டார்.

ரோமாபுரியில் அமேயரின் நண்பர் இவரைச் சந்திக்கச் சொல்லியிருந்தார். கொச்சு தெரிசாவின் குடும்ப மரம் அவருக்கும் பிரியமான தேடலாகப் போயிருக்கிறது.

அமேயர் ஓய்வு எடுத்துக்கொள்ளலாமே என்று ஆலோசனை சொன்னார் லயோனல். ஜீப்பில் வெய்யில் நேரத்தில் தூசு துப்பட்டையோடு சிறு பயணம் போக உடல்நிலை இடம் கொடுக்குமா என்று சந்தேகப்பட்டார் அவர்.

அதெல்லாம் ஒரு குழப்பமுமில்லை என்று அமேயர் கிளம்பி விட்டார்.

நகரத்தில் ஒரு வைத்தியரைப் பார்க்கத்தான் போய்க் கொண்டிருப்பது. பரம்பரையாக ஆயுர்வேத வைத்தியக் குடும்பத்தில் வந்த அவர் அந்தப் பகுதியில் எல்லாக் குடும்பங்களையும் தொழில் முறையில் மட்டுமில்லாமல் சிநேகிதமாகவும் அறிந்தவராம். கொச்சு தெரிசா தரப்பு

விவரங்கள் அவரிடம் இருக்கலாம்.

உங்களுக்கு ரொம்ப தொந்தரவு கொடுக்கறோம். குருத்துவக் கல்லூரி ப்ரின்சிபாலா, நீங்க பாடம் எடுக்க, நிர்வாகம் செய்யன்னு பரபரப்பா இருப்பீங்க. எங்களுக்காக அந்த ரொட்டீனை முறிச்சு கூட வர்றீங்க. எல்லாம் முடிச்சுட்டு சாயந்திரம் வந்தாக்கூட சரிதான். நாங்க இங்கே வேடிக்கை விநோதம் பார்க்க வந்தவங்க. நீங்க ஊழியம் செய்யறவங்க. அதுலே குறுக்கிடக் கூடாது.

லயோனல் அப்படி ஒண்ணும் இல்லை என்றார். திட்டமிட்டுக் காரியமாற்றுகிறவர்களின் தன்னம்பிக்கை அவர் குரலில் மிளிர்ந்தது.

இன்றைய பாடங்களை எல்லாம் சகோதரர் எடுக்க ஏற்கனவே ஏற்பாடு செய்தாகிவிட்டது. ரோமாபுரி நண்பருக்காக இது கூட நான் செய்ய மாட்டேனா என்ன? வாங்க, போய்ட்டு வந்துடலாம். வழியிலே நீங்க பார்க்கச் சில இடம் உண்டு.

முசாபர் தானும் வரவேண்டுமா என்பது போல் பார்த்தான். இங்கேயே இருந்து இன்னொரு சாயா குடித்து ஒரு உறக்கமும் போட்டால் சுகமாக இருக்கும்.

போகிற இடத்திலெல்லாம் விநோதம் காட்சிக்கு வரும். முசாபர், கிளம்பு.

தெரிசா சொல்லி அவனை எழுப்பி விட்டாள்.

கார் சீரான வேகத்தில் ஊர்ந்து கொண்டிருந்தது. லயோனல் வாகனத்தைச் செலுத்தியபடியே பேசிக் கொண்டு வந்தார். அவர் பேசாவிட்டாலும் அமேயர் அவரைப் பேச வைத்துவிடுவார். முன் சீட்டில் வாய் மூடி உட்கார்ந்து போனால் அவருக்கு உறக்கம் வந்துவிடும். தூங்குகிற ஒரு பயணியோடு, அவர் சக பாதிரியாக, இறை ஊழியக்காரராக இருந்தாலும் வாகனத்தில் போக ஓட்டுகிறவர்கள் விரும்புகிறதில்லை. தெரிசாவின் முதல் கணவன் மெட்காஃப் தடியனின் பெட்ரோல் தேவைப்படாத காரில் அவர் உட்கார்ந்து வந்தபோதும் அதுதான் நிலைமை

என்று அறிந்து கொண்டார். என்ன வித்தியாசமானதாக இருக்கட்டுமே, வாகனத்தைச் செலுத்துகிறவன் ஒரு வினாடி கண் மூடினாலும் விபத்து ஏற்படலாம். அதற்குத் தான் துணைபோகக் கூடாது என்பதில் அமேயருக்கு உறுதி இருந்தது.

லயோனல் இந்தப் பகுதிக்கு வந்து இருபது வருஷமாகிறதாம். இங்கே யட்சித் தொந்தரவு இருந்ததால் டயோசிஸ் என்ற பேராயத்தில் இருந்து அவரை அனுப்பி வைத்தார்களாம்.

எனக்கு முந்தி, கன்னடம் பேசுகிற பாதிரியார் இங்கே ஊழியத்தில் இருந்தார். ஆனால் இந்த யட்சிகளோ கன்னடம் தெரியாதவர்கள். பாண்டித் தமிழிலும் மலையாளத்திலும் இவர்களோடு கதைக்க பல மொழி அறிந்தவர்களை அழைத்துப் போக வேண்டி இருந்தது. இந்த உதவியாளர்கள் ஒரு கோப்பை சாயா, நாலு ஆசீர்வாதங்கள், ஒரு துண்டு கேக், நெற்றியில் ஒரு குரிசு வரைதலோடு போக மாட்டார்களே. மொழிபெயர்ப்பு வேலைக்குக் காசு கேட்டார்கள்.

ஆயத்தில் பணம் குறைவாக இருந்ததால், மலையாளமும் தமிழும் அறிந்த பாதிரியாரைத் தேடினார்கள். லயோனல் சம்மதிக்க அவரை அனுப்பினார்களாம்.

யட்சிகளைச் சந்தித்திருக்கீங்களா?

பின்சீட்டில் இருந்து ஆர்வமும் வியப்புமாக தெரிசா கேட்டாள்.

லயோனல் பாதிரியார் காரை நிறுத்தி இறங்கினார். எதிரில் சாயாக் கடையில் இருந்த யாரிடமோ ரேடியேட்டரில் தண்ணீர் ஊற்றச் சொல்லிவிட்டு நடக்க ஆரம்பித்தார்.

கொஞ்ச தூரம்தான், வாங்க.

அவர் காட்டிய இடத்தில் ஒரு ரெட்டை மாடிக் கட்டடம் ரொம்பப் பழையதாக நின்றுகொண்டிருந்தது. யாரும் அதில் வசிப்பதற்கான அடையாளம் இல்லாமல் பொட்டல் காட்டில் நிற்கும் அந்த மனையைச் சிறு முட்செடிகள் சூழ்ந்திருந்தன.

இதான் சாவக்காட்டு வயசன் கட்டின வீடு.

லயோனல் சிரித்தபடி சொல்ல தெரிசாவும் மற்றவர்களும் புரியாமல் பார்த்தார்கள். யாரோ பெரியவரின் வீடாக இருக்கலாம். இப்படி ஒரு பெயரை தெரிசாவின் குடும்ப மரத்தில் பார்த்ததாக அமேயர் பாதிரியாருக்கு நினைவு இல்லை.

நூற்றைம்பது வருஷம் முன்பு கிறிஸ்துநாதரின் வேதத்திலே ஏறின பிராமணன் இந்தச் சாவக்காட்டு வயசன். ஆதரவு இல்லாம நாயைப் போல சுற்றிக்கிட்டு இருந்தவருக்கு இங்கே நிலத்து அடியிலேதான் புதையலும், வேறே ஏதோ ரசாயனமும் கிடைத்ததுன்னு கதை போகும்.

வீட்டுக்குள் போக தெரிசா ஆர்வம் காட்டினாள். கட்டிடம் இடிந்து விழுகிற ஸ்திதியில் இருக்கு என்று லயோனல் நினைவூட்டினார்.

ஒரு ஓரமாக நின்று பார்த்துட்டு உடனே வந்துடறேன்.

பதிலுக்குக் காத்திராமல், அவசரமாக ஓடினாள் தெரிசா.

பகல் நேரத்திலும் சாத்தான் வந்து இந்த ஸ்திரியிடம் ஒண்டியிருக்கிறான், அதுவும் தான் கண்ணின் இமை போல அக்கறையாகப் பாதுகாத்துக்கொண்டு வரும்போது. ஹைட்ரஜன் பலூனில் காற்று ஏறின மாதிரி ஓசைப்படாமல் பிசாசு நுழைகிறது.

நினைக்கவே கஷ்டமாக இருந்தது அமேயருக்கு. லயோனல் பாதிரியாரின் ஒத்துழைப்பைக் கேட்கலாமா என்று யோசித்தார். வேண்டாம், அந்த அளவுக்குப் போய்விட்டால் அப்புறம் ஹைட்ரஜன் பலூனில் காற்று இறக்கக் கஷ்டப்படுவது மட்டுமில்லை, பலூனும் எகிறிப் பறந்து விடக்கூடும்.

அவருக்கு லயோனல் பாதிரியார் மேல் கொஞ்சம் மன வருத்தமும் தான். குடும்ப வரலாறு தெரிந்து கொள்ள உதவி செய்கிறேன் என்று சொல்லி விட்டு, இப்படி யாரும் இல்லாத, முள்ளுச் செடி மண்டிய கட்டடங்களைத் தேடிக் கூட்டி வந்து நிறுத்த வேண்டிய அவசியம் என்ன வந்து சேர்ந்தது?

தெரிசா வெயிலுக்குப் பாந்தமாக, உடுத்தியிருந்த புடவையின்

தலைப்பை முக்காடாகப் போட்டுப் போனது பாதிரியாருக்குச் சற்றே ஆசுவாசத்தைக் கொடுத்தது. இங்கத்திய கிறித்துவப் பெண்கள் மாதாகோவிலுக்குத் தொழப் போகும்போது தரிக்கிற கோலமாச்சே இது.

ரொம்ப மணி நேரம் போனது போல அடுத்த ஐந்து நிமிடமும் போக, தெரிசா திரும்பி வந்தாள்.

இனி இவளை எங்கேயும் தனியாக விடக்கூடாது என்று அமேயர் பாதிரியார் முசாபரிடம் சொல்ல, அவன் சுற்றிப் பறந்த தட்டாம்பூச்சிகளை லாகவமாகப் பிடித்து ஒரு வினாடி கழித்து விடுவிக்கிற விநோத விளையாட்டில் மூழ்கியிருந்தான்.

பிஷ் அண்ட் சிப்ஸ் கடை இன்னும் ஒரு மாதம் அடைத்துப் பூட்டினால் அவன் நிலை தளர்ந்து போய்விடுவான். தெரிசாவை விட அவளுடைய கடையை ரொம்ப நேசிக்கிற மனுஷனாக அவனைக் கண்டுகொண்டிருக்கிறார் அமேயர் பாதிரியார்.

தெரிசா திரும்பி வந்தபோது சிரித்துக்கொண்டே வந்தாள்.

யாருமே இல்லாத இடம்னு சொன்னீங்களே. உள்ளே தொழுவத்திலே பசுமாடு கட்டி வச்சிருக்காங்க. அதுவும் பாருங்க. நான் கால்டர்டேல்லே இருந்து வரேன்னு தெரிஞ்சு அது என்னோடு இங்கிலீஷ்லே பேச ஆரம்பிச்சுடுச்சு.

என்ன கேட்டது?

முசாபர் ஆர்வத்தோடு விசாரித்தான்.

அவன் பக்கத்தில் நெருங்கிக் காதோடு சொன்னாள் தெரிசா

இதுக்கெல்லாம் சோம்பல் கூடாது, முசாபரை ஒரு தடவை மேலே இருக்கச் சொல்லுன்னுது.

அவன் சங்கடமாக நெளிந்ததைப் பார்த்து அவள் திரும்பவும் சிரிக்க, லயோனல் கை காட்டி அமர்த்தினார்.

இந்த இடத்தோட பழைய சரித்திரம் அது. நான் சொன்னேனே, சாவக்காட்டு வயசன். சாவக்காட்டானுக்குப் பழம்பானையிலிருந்து ஒரு குப்பியில் ஏதோ திரவம்

கிடைத்ததாகப் பிரஸ்தாபம். அவன் தூக்கி எறிந்த அந்தப் பலா இலையை மேய்ந்த, தெருவிலே போன மாடு ஒன்று அரைகுறையாகத் துரைத்தனப் பாஷையில் இரைய ஆரம்பித்தது. மாட்டுக்காரன் சாவக்காட்டு வேதக்காரன் வீட்டில் ஏறி அவனிடம் பிராது கொடுத்தான். இப்படி என் பசுமாட்டை ராஜ தூஷணம் செய்ய வைத்து விட்டீர்களே. இது கறக்கிற பாலும் இனி விலை போக மாட்டாதே. ஊரில் ஒருத்தனாவது அதைக் கையால் தொடவும் துணிவானா? மாட்டைப் பழையபடி ஆக்கிப் போடும். இல்லாத பட்சத்தில் நீரே அதை எடுத்துக்கொண்டு அதுக்குண்டான பணத்தை அடையும் என்று சொன்னான்.

அப்புறம்?

இன்னும் சிரிப்பு அடங்காத நிலையில், தெரிசா கேட்டாள்.

சாவக்காட்டான் மறுபேச்சுப் பேசாமல் மாட்டை அவன் சொன்ன விலை கொடுத்து வாங்கிக் கொட்டிலில் கட்ட அது ராத்திரி முழுக்க ஏதோ அன்னிய பாஷையில் பிரலாபித்துக் கொண்டிருந்தது. அது கறந்த பாலை வீணாக்க மனம் இல்லாமல் தினசரி சுண்டக் காய்ச்சி வெல்லப்பாகு சேர்த்து அம்பலத்தில் பாதியும், கொடுங்கல்லூர் பள்ளியில் மீதியுமாக விநியோகிக்கக் கொடுத்தான். பகவதி அம்பலத்தில் கொடியேற்றம் நடக்கிற போது பகவதி இங்கே வருதாம். அந்தப் பசுவும் இங்கே கரையும்னு நம்பிக்கை. நேற்றைக்குக் கொடியேற்றம்.

லயோனல் சொல்லிக்கொண்டே நடந்தார்.

இருந்தாலும், இத்தனை காலம் கழிச்சு எப்படி அந்தப் பசு மாடு?

எல்லாம் உன்னைப் பிடிக்கப் பார்க்கிற சாத்தானுடைய வித்தை. பாதுகாப்பாக இரு மகளே.

அமேயர் பாதிரியார் யாரிடமும் பதிலை எதிர்பார்க்காமல் காரில் ஏறினார். தெரிசா அந்த மனையில் மண்ணைக் கையில் எடுத்து சிரத்தையோடு நெற்றியில் தரித்துக்கொண்டதை அவர் பார்க்கவில்லை.

# அத்தியாயம் நாற்பத்திநான்கு

எழுந்திரு. ஊர்வலம் வந்துட்டு இருக்கு.

பாதி ராத்திரிக்கு கொச்சு தெரிசா முசாபரை எழுப்பினாள்.

கண்ணூரை மழை நனைத்த ராத்திரி அது. இன்னும் விடிய வெகு நேரம் இருந்ததாக கூகை ஒன்று அவ்வப்போது அறிவித்துப் பறந்து போக, தங்குமிடத்து ஜன்னல்களினூடே குழல் விளக்கின் ஒளி விட்டு விட்டுக் கசிந்துகொண்டிருந்தது.

பெரிய மின்விசிறி ஒன்று நிலத்தைக் கெல்லி அசைக்கிறது போல காற்றைக் கிளப்பிச் சுழல, அறையெங்கும் விதையோடியிருந்த குளிர், மங்கலான இரவு விளக்கை ஈசல்கள் மொய்த்துப் பறந்து மழை வாசனையைப் பரப்பியிருந்த அந்தப் பின்னிரவில் தெரிசா ஒரு சொப்பனம் கண்டாள்.

ஒரு பிராமணன். மடியில் மரச் சிலுவையைக் கட்டிக் கொண்டு வருகிறான் அவன். உச்சிக் குடுமியும், காதில் கடுக்கனும், கச்சமாக அணிந்த வேட்டியும். முகத்தில் கருகருவென்று ஒரு வாரத் தாடியுமாக, மெலிந்து கருத்தவன். மங்கல வாத்தியம் ஒலிக்கிற வீட்டுப் பின்புறத்தில் இருந்து அவன் அவசரமாக வெளியேறுகிறான். ஓரமாகக் குரிச்சி போட்டு ஒரு வயசன் இருக்கிறான்.

ஏகத்துக்கு வயதான அந்தக் கிறிஸ்துவன், பூணூலும் தலையில் சரிகைத் தலைப்பாகையுமாக, நாற்காலியில் கால் மேல் கால் போட்டு உட்கார்ந்தபடி, இவனை நிற்க வைத்துப் பேசுகிறான்.

சிரிப்பும், பூவாடையும், சாப்பாட்டு வாடையும், தள்ளுமுள்ளுமாக இருந்த கல்யாண வீட்டில் ஒரு சின்னப் பெண்ணாக, லட்டு உருண்டையைக் கடித்தபடி கொச்சு தெரிசா நிற்கிறாள். இடுப்பில் பட்டுத் துணியைப் பாவாடையாகச் சுற்றியவள். அங்கே பரபரப்பாக அலைந்துகொண்டிருக்கும் பெண்களில் ஒருத்தி முகத்தைச் சுளித்தபடி வருகிறாள். கொச்சு தெரிசாவைக் கையைப் பிடித்து இழுத்துத் தலையில் குட்டுகிறாள். தெரிசா அவளிடமிருந்து விலகி ஓடுகிறாள்.

ஏண்டி லங்கிணி, எப்பப் பாரு, தீனிதான். தொடைக்கு மேலே பாவாடை நிக்கறது. கடங்காரி, எட்டும் பொட்டும் திகஞ்சும் நாணம் இல்லியா? இன்னும் முல குடிக்கற குஞ்ஞா என்ன? உனக்கே நாளைக்கு நாலஞ்சு குடிக்க இடுப்பிலே ஏறிடும். பொசைகெட்டவன் ஒருத்தன் அதுக்கும் பங்குக்கு வந்து கூடவே படுத்துப்பான்.

அவள் படபடவென்று வறுவலுக்கு வெந்த உருளைக்கிழங்கு சீவுகிற மாதிரி வார்த்தை உதிர்த்தபடி துரத்தி வந்து தெரிசா பின்னலை இழுக்கிறாள்.

கண்ட கழுவேறிக்கெல்லாம் குப்பாயத்தையும் அடி வஸ்திரத்தையும் அழிச்சுக் காட்டப் போறியாடி மிண்டை? லஜ்ஜையில்லே? ரவிக்கையை கீழே இழுத்து விடுடி சாரதே. நன்னா இழு. ரெண்டும் பெரிசாயிண்டிருக்கு. இந்த ரவிக்கை போறாது இனிமேல். ஏண்டி சாரதே, உன்கிட்டே தான் சொல்றேன். காதுலே விழலியா?

கீச்சு கீச்சென்று அந்தப் பெண் பேசுகிறாள். மங்கல வாத்தியத்தை ஓங்கி உயர்த்தி வாசிக்கிற சத்தம். தெரிசா குரலை உயர்த்துகிறாள்.

ஐயோ நான் சாரதே இல்லே.

சரி இல்லே. நீ தெரிசாள். எதோ லோலா போலான்னு

பொண்ணு பேரு. பேர்லே என்னடி இருக்கு? எல்லாருக்கும் ஒரே மாதிரிதான் வீங்கியாறது.

தெரிசா தலையில் மறுபடி குட்டு விழுகிறது. குட்டிய வலி துக்கமாகத் தொண்டையை அடைக்கிறது.

நான் அந்த தெரிசாள் இல்லே. அது வல்ய தெரிசா. என் அத்தைப் பாட்டி. நான் கொச்சு தெரிசா.

தெரிசா விக்கி விக்கி அழுகிறாள். கீச்சென்று இரைந்த அந்தப் பெண் உறைந்து போய் நிற்கிறாள். சட்டென்று பாசமாக தெரிசாவை அணைத்துக்கொள்கிறாள்.

என் கண்ணே, நான் என் பொண்ணு சாரதா, அந்த லண்டி முண்டைன்னு நெனச்சுட்டேன். நீ அவளுக்குக் கொள்ளுப் பேத்தியா? நன்னா இருடி கொழந்தே. நன்னா இரு.

அந்த ஸ்திரி கல்யாண ஹோமப் புகையில் கண்ணைக் கவிந்து கொண்டு பழுப்புக் காகிதமும் கடுக்காய் மசிக் கட்டைப் பேனாவுமாக உட்கார்ந்து சதுரமும் செவ்வகமும் முக்கோணமுமாக வரைந்து கணக்குப் போட்டுக் கொண்டிருந்த யார் தோளில் இருந்தோ அங்கவஸ்திரத்தை இழுத்துப் பிடுங்குகிறாள்.

என் துணியை எதுக்கு உருவறேடி பொண்ணே? யந்திரம் நிர்மிச்சு தேவதைகளை கொண்டு வந்து நிறுத்தணும். கணக்குப் போட விடமாட்டேங்கறியே.

ஜோசியரே, யந்திரம் எல்லாம் அவசரம் இல்லே. இருந்தாலும், நீர் தொப்பையைக் காட்டிண்டு யந்திரம் நிர்மிச்சா தேவதைகள் வரமாட்டேன்னு சொல்லாது.

என் அங்கவஸ்திரம் உனக்கு எதுக்கு?

என் நாலாம் தலைமுறைப் பேத்திக்கு மாரை மறைக்க வஸ்திரம் வேண்டியிருக்கு. தாரும் ஓய். உமக்கு இருக்கப்பட்ட ஸ்திதிக்கும், இந்த மேல் வஸ்திரம் வேண்டித்தான் இருக்குன்னு தெரியும். ஆனா, உம்மை விட அந்தப் பொண்ணுக்கு முக்கியம்.

அதுனாலே?

ஜோசியர் பாதி சிரிப்பும் மீதி அசௌகரியமுமாகக் கேட்கிறார்,

ஓதியிடும் போது அங்கவஸ்திரம் வரும். ஜோரா சுத்திக்குங்கோ.

கீச்சு கீச்சென்று இரைந்தபடி தெரிசாவின் தோளைச் சுற்றி சந்தனமும், குங்குமமும், வயோதிகனின் வியர்வையும் கலந்து வாடை அடித்த வஸ்திரத்தைப் போர்த்தி தெரிசாவிடம் சொல்கிறாள் அந்த முதுபெண்

என் கண்ணே. மீரட் கத்திரிக்கோல் வாங்கி வச்சிருக்கேன். வலிக்காம களைஞ்சு விடறேன். சுத்தமா இல்லாட்ட சீலைப் பேன் வந்து குடியேறிடும். சமத்தோன்னோ.

பாட்டித் தள்ளே அப்புறமா வரேன்.

முதுபெண் தெரிசாவின் இடுப்புக்குக் கீழே கை சுட்டியதைப் பார்த்துச் சிரித்தபடி தெரிசா தெருவுக்கு ஓட அங்கே ஒரு ஊர்வலம். குருத்தோலைகளைச் சுமந்துகொண்டு ஆணும் பெண்ணுமாகப் போகிறவர்களோடு கழுத்தில் குரிசும் பஞ்சகச்ச வேஷ்டியுமாக அந்தச் சிலுவைக்கார பிராமணரன் ஆர்மோனியம் வாசித்தபடி நடக்கிறான். குரல் பிசிறடிக்கப் பாடுகிறான்.

பற்றுவை கிறிஸ்துவில்

உற்றவர்தானே அவர் என்றும்

உற்றவர்தானே அவர்.

வா குழந்தே. பாவாடையை நன்னா இடுப்பில் முடிஞ்சுண்டு வா. இல்லியோ நீ பாட்டுக்கு ஓலையைப் பிடிச்சுண்டு போவே. பாவாடை பாதையிலே கிடக்கும்.

அவன் நின்று, தெரிசாவை பிரியத்தோடு கூப்பிடுகிறான்.

நீயே பாடிட்டுப் போ வல்ய முத்தச்சா. நான் வரலே.

தமிழும் மலையாளமுமாகச் சரளமாகப் பேசியபடி தெரிசா ஓடுகிறாள். தெரு முக்கில் சத்தம். இன்னொரு ஊர்வலம்.

நெற்றி நிறையக் குங்குமத்தோடு ஒரு கிழவி பாடிக்கொண்டு போகிறாள். மயில்கள் அவளைத் தொடர்கின்றன.

*தோரணம் நாட்டக்*
*கனாக் கண்டேன் தோழீ நான்*
*கனாக் கண்டேன் தோழீ நான்.*

அவளுக்கு இந்த வரிகள் புரிகிறது போல் இருக்கின்றன. இந்த பாஷையை அவள் ஒரு ஜென்மம் முழுக்கப் பேசியிருக்கிறாள். இப்படிப் பாடியும் இருக்கிறாள்.

சாரதே வா.

தலைமுறைகளின் வாத்சல்யம் குரலில் பிரவகிக்க, பாடி வந்த பெண் கூப்பிடுகிறாள்.

முசாபர் கிட்டே சொல்ல வேண்டாமா?

கொச்சு தெரிசா குளிரில் நடுங்கிக்கொண்டே கேட்கிறாள்.

பகவதித் தள்ளை கூப்பிடறான்னு சொல்லுடி கண்ணு. அவன் ஒண்ணும் சொல்ல மாட்டான்.

தெரிசா ஊர்வலம் வந்து கொண்டிருப்பதைச் சொல்லி முசாபரை எழுப்பினாள்.

இருட்டிலும் மழைக் குளிரிலும் எந்த ஊர்வலம் வருது?

போய்ப் பாரு. வந்துட்டிருக்காங்க.

தெரிசா சொல்லியபடி எழுந்து தூக்கக் கலக்கத்தோடு செருப்புகளைத் தேட ஆரம்பித்தாள். கொஞ்ச நேரம் ஊர்வலம் வாசலில் நின்றால் அவள் போய்க் கலந்துகொள்வாள் என்பதை முசாபரை விட்டுச் சொல்லச் சொன்னது பாதியில் நின்றது.

முசாபர் ஜன்னல் பக்கம் நின்று எட்டிப் பார்த்தான். காற்றில் வந்த மழைத் திவலைகள் முகத்தை நனைக்க, அவசரமாகப் பின்வாங்கினான்.

கனவு கண்டியா என்ன, தூங்கு.

அவன் அலுத்துக்கொண்டு அவளைப் படுக்கையில் தள்ளிப்

போர்வையை மேலே இழுத்துவிட்டான். பக்கத்தில் படுத்து நித்திரை போகலாமா என்று யோசிப்பது போல் கொஞ்ச நேரம் நின்றுவிட்டு அவன் கட்டிலுக்கு நடந்தான். இந்தியப் பயணத்தில் கட்டில்கள் இந்த இருபது நாளில் ஒரு முறையும் இணையவில்லை.

இடி வலுத்து வந்தபோது, ஜன்னலைச் சார்த்திவிட்டுத் தூங்கலாம் என்று இழுத்தால், அந்தச் சாளரங்கள் மரக் கட்டை வைத்து அடைக்க இடம் கொடுக்காமல் தீனமாக முனகிக்கொண்டு நின்றன. கண்ணாடித் தடுப்புகள் நல்ல வேளையாக ஏறி இறங்க, அறைக்குள் இருந்து தற்காலிகமாக இடியோசை விடைபெற்றது. மின்னல் மட்டும் அவ்வப்போது கசிந்து சுற்றுப்புறத்தை ஜொலிக்க வைத்துப் போனது.

தெரிசா திரும்ப நித்திரை போயிருந்தாள். யார் கனவையோ அவள் காண்பது போல் முகத்தில் சிரிப்பு கும்மாளி கொட்டிப் படர்ந்து நிறைந்திருந்தது.

இந்த மலையாளப் பிரதேசத்தில் போன வாரம் கால் பட்டது முதல் அவள் சிறிது சிறிதாக மாறிக்கொண்டிருக்கிறாள்.

முசாபருக்குத் தெரிகிறது. எப்படி என்று சொல்ல முடியாது. என்றாலும் அமேயர் பாதிரியார் சுட்டிக்காட்டும் சாத்தானின் ஆக்கிரமிப்பு இல்லை இது.

ஒருவேளை முசாபர் தன் முன்னோர் பூமிக்கு, அது தெலுங்கு பேசும் கடப்பா பிரதேசத்தில் இருக்கிறதாக மட்டும் தெரியும், அங்கே போனால் அவனும் ஏதாவது விதத்தில் மாற்றத்தை அனுபவிப்பானோ என்னமோ.

முசாபர் மறுபடி எழுந்து மின்விசிறியை நிறுத்தினான். குளிர் அதிகமாக இருந்தது. மின்னலில் தெரிசாவின் வகிட்டில் ரத்தச் சிவப்பைத் தீற்றின மாதிரி என்ன அது? பக்கத்தில் போனபோது சிந்தூரம் என்று போதமானது.

நேற்றைக்கு மூஸ் வைத்தியரைப் பார்த்துவிட்டு வரும்போது பகவதி காவு என்று பெயர் சொன்ன இடத்தில் ஒரு நிமிடம் நுழைந்தார்கள். அங்கே பூசாரிகள் கொடுத்தது.

நேற்றைய பொழுது முழுக்க, தெரிசா தன்னைத் தானே எதற்கோ தயார்ப்படுத்திக் கொண்டிருந்ததாக முசாபர் உணர்ந்தான். அவள் எதிர்பார்த்தது அற்புத அனுபவங்களாக இருக்கலாம் அல்லது படிப்பினை தரும் கணங்களாக, மனதுக்குப் பிடித்தவர்களோடு மனதுக்குப் பிடித்ததைப் பேசி, பார்த்து, கேட்டு, சுவைக்கிற நிமிடங்களாக இருக்கக் கூடும். முசாபரோடு ராத்திரி முழுக்கத் தூங்காமல், களைப்பு வராமல் நீளும் கலவியில் மெல்ல லகரி மேலேறி உச்சம் காண எதிர்பார்த்து இருந்திருக்கலாம். கண்களில் தட்டுப்படும் எதிர்பார்ப்பின் பரபரப்பை மறைத்துச் சாதாரணமாக வலம் வரச் சிரமப்பட்டுப் போனாள் தெரிசா.

நேற்று தெரிசாவும் முசாபரும் சந்திக்கப் போன எடத்வா மதுசூதனன் மூஸ் வைத்தியருக்கு எழுபத்தைந்து வயசு. அவர் ஆயுர்வேத சிகிச்சை அளிப்பதை நிறுத்தி பதினைந்து வருடமாகி விட்டது. ஆனாலும் அவர் ஒழித்துக் கொடுத்த இடத்தில் வைத்தியர்களாக உள்ள மகனும் மருமகளும் தினமும் ஒரு நோயாளியின் பொருட்டாவது அவரைக் கலந்தாலோசிப்பதில் மட்டில்லா மகிழ்ச்சி.

மூஸ் வைத்தியரைச் சந்தித்ததுமே தெரிசா கிட்டத்தட்ட பரவச நிலைக்கு வந்துவிட்டாள். பின்னே இல்லையா? அவளுடைய வம்ச வரலாறு முழுக்க அவருக்குத் தெரிந்திருந்தது. மட்டுமில்லை, கொச்சு தெரிசா வந்த கண்ணூர்த் தலைமுறைகளைத் தொடங்கிய முப்பாட்டன் ஜான் கிட்டாவய்யனில் இருந்து தெரிசாவின் பாட்டி தீபஜோதி அம்மாள் வரை அவளுடைய உற்றாரோடு நேரடியாகப் பேசிப் பழகிக் கூடி இருந்தவரும் கூட அந்த மூஸ் வைத்தியர்.

அவருக்கு எட்டு வயதான போது ஜான் கிட்டாவய்யன் இறந்து போனாராம். அதை நேற்று நடந்தது போல் மூஸ் வைத்தியர் விவரிக்க, தெரிசா கண்களில் நீர் திரண்டது.

விருச்சிகம் மாசம் பிறந்தாச்சு. விருச்சிகப் புலரியாச்சே. சபரிமலைக்கு மாலை போட்டுக்கணும். லட்டு எங்கே? மூஸ் வைத்தியருக்குக் கொடு. அந்தக் கொச்சனுக்கும் கொடு.

இதென்ன என் பூணூல்லே குரிசு? யார் மாட்டினது?

சாய்வு நாற்காலியில் இருந்து எழுந்து கிழக்கே பார்த்து, கழுத்தில் இல்லாத சிலுவையைப் பிடித்தபடி கிட்டாவய்யனாக அரற்ற, முசாபருக்கே மனசு கரைந்து போனது. அது என் முப்பாட்டனாக்கும் என்று பெருமையும் உணர்ச்சி வசப்படுதலுமாக தெரிசா அவன் கையை அழுத்தித் துக்கத்தைப் பகிர்ந்தாள்.

இதிலே எடத்வா மூஸ் வைத்தியர்னு அறியப்பட்டவர் என் முத்தச்சன் கேசவன் மூஸ். அவர் சொன்ன கொச்சன், சாட்சாத் நான் தான். எவ்வளவு பெரிய மனுஷர், இந்தப் பையனை மறக்கலே பார்.

ஒரு சிரிப்போடு இடித்துக் கூழாக்கிய வெற்றிலையை மென்றபடி நிறைவோடு சுற்றும் முற்றும் பார்த்த மதுசூதனன் மூஸ் மேல் தெரிசாவுக்கு அளவு கடந்த மரியாதை வந்திருந்தது என்பது அவள் பார்வையிலேயே முசாபருக்குத் தெரிந்தது.

கிட்டாவய்யன் கண் மூடிய நிமிடங்களைத் தன் தாத்தன் எடத்வா கேசவன் மூஸ் வைத்தியர் விவரித்ததையும் தெளிவாக நினைவு வைத்திருந்தார் மதுசூதனன்.

மரணத் தறுவாயில் ஜான் கிட்டாவய்யருக்குக் குரல் எழும்பலை. எல்லா வார்த்தையும் வாக்கியமும் சேர்ந்து ஒரு ஒற்றை இழையா அவர் வாயில் அடைச்ச மாதிரி. தீனமாக ஏதோ முணுமுணுத்தார். வயசரோட கால் நீண்டு தடவினதிலே வாசல் பக்கத்தில் இருந்த பால் செம்பு படியிலே உருண்டது. உள்ளே மிச்சம் இருந்த பால் வாசலை நனைச்சு மண்ணில் ஒரு சொட்டு மிச்சம் இல்லாம கலந்து காணாமல் போனது. தீபம் தீபம்னு பேத்திக்கு வைக்க வேண்டிய பெயரை முணுமுணுத்தார் அவர். அப்புறம் ஜான் கிட்டாவய்யர் கண் திறக்கவே இல்லை.

ஒரு நிமிடம் சுவர்க்கோழிச் சத்தம் மட்டும் ஒலிக்க எடத்வா மதுசூதனன் மூஸ் வைத்தியர் மௌனமாக இருந்தார். அப்புறம் ஏகப்பட்ட சிரிப்போடு கிட்டாவய்யர் கண்ணூரில் பிரபலமாக நடத்திய ஓட்டலைப் பற்றிச் சொல்ல ஆரம்பித்தார். மூஸ்

வைத்தியர் பள்ளிக்கூட நாட்களில் கிட்டத்தட்ட தினசரி சாயந்திரம் இனிப்பும் கோப்பியும் தேடி அங்கேதான் போவாராம். சாப்பிட்டதற்காக ஒரு காசு போலும் வாங்கினது இல்லையாம்.

தினசரி ஒரு இனிப்பும், எள்ளெண்ணெயும் தேங்காய் எண்ணெயும் மணக்க மணக்க பருப்பு வடையும் உளுந்து வடையும் சுவியனும் மற்றதுமாக சாயந்திரம் கரும்பலகையில் விவரம் எழுதி வைப்பார்களாம். ஒரு மணி நேரத்தில் இனிமேல் நாளைக்குத்தான் என்று அடுத்த பலகை. இல்லை என்று எழுத மனமிருக்காதாம்.

கடையில் பரபரப்பாக விற்றழிந்தாலும் வீட்டில் காப்பியும் தேத்தண்ணீரும் நாவேறாமல் ஜாக்கிரதையாக இருந்தாராம் கிட்டாவய்யர். அவர் மகன் வேதையன் கடைக்கு வருவதே அபூர்வம் என்றாலும், துர்க்கா பட்டர் என்ற அவருடைய ஆப்த சிநேகிதர், துளு பிரதேசத்து பிராமணரான அவர் தான் வியாபாரம் முழுக்கப் பார்த்துக் கொண்டாராம். அவர் போனதோடு கடையும் போச்சென்றார் மூஸ்.

அப்புறம் ராத்திரி எட்டு மணி ஆகியிருந்தாலும் பொருட்படுத்தாமல் கண்ணூர்க் கடைவீதியில் கிட்டாவய்யர் ஓட்டல் இருந்த இடத்துக்கு அவர்களை இட்டுப் போனார். தெரிசா பரவசத்தின் உச்சத்தில், தரையில் மிதக்கிற தோதில் நடந்து போனாள் அப்போது. மூஸ் வைத்தியர் அவர்களோடு லயனல் பாதிரியாரின் காரில் கடைவீதிக்குப் போகும்போது தெரிசாவுக்கு இன்னொரு முறை பரவசம் ஈந்தார்.

குழந்தே, உன் பாட்டி தீபஜோதி அப்படியே அவளை உரிச்சு வச்ச மாதிரி நீ பிறந்திருக்கே. இதே தெளிவும் அழகும் நல்ல மதுரமான பேச்சும் சிரிப்பும் தான் தீபஜோதிக்கும். என் வயசு தான். பலபேர் தீபத்தைக் கட்டிக்கத் தயாரா இருந்தாங்க. நான் கூட வெட்கத்தை விட்டு துர்க்கா பட்டன் அம்மாவன் கிட்டே கேட்டேன். தீபத்தோட அச்சன் அம்மைக்கு இல்லாத சுவாதீனம அந்தக் குடும்பத்திலே பட்டனுக்கு இருந்தது. வைத்தியனுக்கெல்லாம் பொண்ணு தரதில்லேன்னுட்டார் அவரானா.

பெருங்குரலெடுத்துச் சிரித்தார் மூஸ் வைத்தியர்.

அவர் மட்டும் சரி என்று சொல்லியிருந்தால் தானும் கிறிஸ்துவனாகி இருப்பேன் என்றார் மூஸ், ஐயய்யோ, அப்படி எல்லாம் சொல்ல வேணாம் என்று அவசரமாகத் தடுத்தாள் தெரிசா.

ஓட்டல் இருந்த இடத்தில் நாலு மாடி கட்டி ஏகப்பட்ட விளக்குகள் ராத்திரியைப் பகலாக்கி மின்ன, ஒரு நகைக்கடை இருந்தது. பக்கத்தில் ஓடிய குறுக்குச் சந்தைக் காட்டி அந்த வழியாகத்தான் தான் தினசரி ஓட்டலுக்கு வருவது என்று சொன்னார் மூஸ். ஓட்டல் எப்படி அமைந்திருந்தது, யாரெல்லாம் இருந்தார்கள் என்று சொல்லி வரும்போது சட்டென்று மறுபடி சிரித்தார் அவர்.

ஒரு மாதம் போல நாங்க யாருமே இங்கே போகலே. சர்வர் ஒருத்தன் மேலே பயம். வெளியூர்ப் பையன் ஒருத்தனை ஏடாகூடமான எடத்துலே அழுத்திக் கடிச்சுட்டான்.

முசாபருக்கு இந்தத் தகவல்தான் சுவாரசியமாக இருந்தது. எழுபது வருடம் முன்பு சகலவிதமான நபர்களும் இந்த மண்ணில் நடமாடி இருக்கிறார்கள். இங்கிலாந்து பரபரப்புக்குச் சற்றும் குறைந்ததில்லை இங்கே பசியும், தீனியும், காமமும்.

திரும்பும்போது வைத்தியரை வீட்டில் இறக்கிவிடக் கார் நின்றது. கையில் வைத்திருந்த துணிப்பையை அவசரமாக தெரிசாவிடம் நீட்டினார் மதுசூதனன் மூஸ். உள்ளே இருந்து ஒரு பழைய நோட்டுப் புத்தகம் எட்டிப் பார்த்தது.

மறந்தே போச்சு குழந்தே. இது உங்க வல்ய வல்ய முத்தச்சன் ஜான் கிட்டாவய்யர் செய்த கீர்த்தனங்கள். எல்லாம் கிறிஸ்துநாதர் மேலே. உங்க கொள்ளுத் தாத்தன் வேதையன் இந்த வாய்மொழி பாட்டை எல்லாம் மலையாளத்திலேயும் இங்கிலீஷ்லேயும் எழுதி வச்ச பழைய நோட்டு இது. முதல்லே ஒரு பாட்டு மட்டும் கிறுக்கலா இருக்கும். எங்க தாத்தா எடத்வா கேசவன் மூஸ் எழுதி வச்சது. இதைப் பாடிட்டுத்தான் கிட்டாவய்யர் மரிச்சது.

பாட்டை இங்கிலீஷ் எழுத்தில் மனதுக்குள் படித்தாள் தெரிசா.

*சிற்றின்பம் உண்டென்றால்*
*பேரின்பம் உண்டென்று*
*சற்றேனும் பார்மனமே - சிந்தித்து*
*உற்றதொரு பானை அரிசி*
*பதமென்று அறிந்திட*
*பற்றுவை கிறிஸ்துவில்*
*உற்றவர்தானே அவர்.*

இதை எப்படியாவது புத்தகமாகப் போடணும்னு கிட்டாவய்யருக்கு மட்டுமில்லே வேதையன் அம்மாவனுக்கும் ஆசை இருந்தது. எப்போ எங்க தாத்தாகிட்டே இது வந்து சேர்ந்ததுன்னு தெரியலே. ஆனா, பத்திரமா வச்சிருந்தேன். இனி உன்னோடது இது. சந்தோஷமா எடுத்துப் போய் வீட்டுக்காரனோடு எல்லா பாக்கியத்தோடும், எல்லா சுகத்தோடும் தீர்க்காயுளா இரும்மா தீபஜோதி.

மூஸ் சொன்னபோது தெரிசா முகத்தில் தென்பட்ட எல்லையற்ற நிறைவும், மகிழ்ச்சியும், பிரியமும், தீபஜோதியும் அவருக்கு இஷ்டமாக இருந்தது.

அந்த நிறைவு இன்னும் தெரிசா முகத்தில் பரிபூர்ணமாகத் தங்கி நிற்பதை உணர்ந்தான் முசாபர்.

மெட்காபே, என்னைக் கட்டிக்க.

கொச்சு தெரிசா உறக்கத்தினூடே முனகினாள்.

என் சர்க்கரையே, சமாதானமாக நித்திரை போ. விடிய இன்னும் நேரம் உண்டு

முசாபர் கொச்சு தெரிசாவை அணைத்தபடி கண்ணயர, வெளியே சத்தம் மெல்ல உயர்ந்து வந்தது.

பற்றுவை கிறிஸ்துவில், உற்றவர்தானே அவர்.

ஆர்மோனியத்தை இசைத்துப் பாடிக்கொண்டு ஊர்வலம் ஒன்று கடந்து போனது.

நிறைவு

## இரா.முருகன்

1953-ல் தமிழ்நாடு, சிவகங்கையில் பிறந்தவர் இரா.முருகன். பன்னாட்டு நிறுவனங்களில் வங்கித் தொழில்நுட்பவியல், திட்ட மேலாண்மைத் துறைகளில் பொது மேலாளராக இந்தியா, பிரிட்டன், தாய்லாந்து, அமெரிக்காவில் பணிபுரிந்து பணி ஓய்வுபெற்றுத் தற்போது சென்னையில் வசிப்பவர்.

தமிழ் இலக்கிய வெளியில் 1977 முதல் தீவிரமாக இயங்கும் இரா.முருகன் கவிதையிலிருந்து சிறுகதை, குறுநாவல் வழியே நாவலுக்கு வந்தவர். மேடை நாடக ஆக்கம், திரைக்கதை உரையாடல் ஆக்கம் என்றும் பங்களித்துள்ளார். அவருடைய அ-புனைகதைப் பரப்பில் பயண-வரலாற்றுக் கட்டுரைகள், இலக்கிய, வெகுஜனப் பத்திரிகை பத்திகள், தமிழில் தொழில்நுட்ப அறிமுகம், மேலாண்மை அறிமுகம், இஸ்லாமிய வங்கியியல் அறிமுகம் ஆகியவையும் அடங்கும். மலையாளத்தில் இருந்து தமிழுக்கு நாவல், சிறுகதை, கவிதை மொழிபெயர்ப்பு செய்து வருகிறார். ஆங்கிலத்திலும் கவிதை, பத்திரிகை பத்தி எழுதி வருகிறார்.

இதுவரை இரா.முருகனின் பத்து நாவல்களும், பதினொன்று சிறுகதைத் தொகுதிகளும், மூன்று குறுநாவல் தொகுதிகளும், இரண்டு கணினியியல் நூல்களும், பயண – வரலாற்று நூல் மற்றும் இரு இலக்கியக் கட்டுரைத் தொகுதிகளும், மலையாள நாவல் மொழிபெயர்ப்பாக ஒரு தமிழ் நூலும்

*(பீரங்கிப் பாடல்கள்)* அச்சில் வெளியாகியுள்ளன. இந்திய இலக்கியச் சிற்பிகள் வரிசையில் சாகித்ய அகாதமி கோரியபடி எழுத்தாளர் சுஜாதா பற்றி எழுதிய நூலும் வெளியாகியுள்ளது. இவை தவிர தனி மின் நூல்களாக, பதினைந்து புத்தகங்கள் வெளியாகியுள்ளன.

இரா.முருகனின் அண்மையில் வெளிவந்த பெருநாவல் மிளகு (ஜனவரி 2022).

இரா.முருகனின் மாய எதார்த்த இலக்கிய முயற்சிகளில் முக்கியமானது 'அரசூர் நாவல்கள்' என்ற 1850 – 1960 காலகட்டத்தில் நிகழும், தமிழ்நாட்டிலும், கேரளத்திலும் வேர்விட்டுப் பரவிய ஒரு குடும்பத்தின் புனைவு கலந்த நான்கு புதினங்கள் – *அரசூர் வம்சம், விஸ்வரூபம், அச்சுதம் கேசவம், வாழ்ந்து போதீரே.* ஒன்றிலிருந்து நீண்டு மற்றொன்றாகி அதுவும் நீட்சி கொள்ள இரண்டாயிரத்துக்கு மேற்பட்ட பக்கங்களில் நிறைந்திருப்பவை இவை.

இலக்கியச் சிந்தனை ஆண்டிறுதி விருது, கதா விருது, பாரதி பல்கலைக்கழக விருது போன்றவை பெற்றவர் இரா.முருகன். *அரசூர் வம்சம்* நாவலின் ஆங்கிலப் பதிப்பான *தி கோஸ்ட்ஸ் ஓஃப் அரசூர்*, இந்திய புக்கர் விருது என்று சிறப்பிக்கப்படும் க்ராஸ்வேர்ட் விருதுக்கான குறும்பட்டியலில் இடம் பெற்றது.

2019–ஆம் ஆண்டில் *'பீரங்கிப் பாடல்கள்'* நூலுக்காகச் சிறந்த மொழிபெயர்ப்பாளர் விருது (மலையாளத்திலிருந்து தமிழ்) கனடா நாட்டின் 'இலக்கியத் தோட்டம்' அமைப்பால் இவருக்கு வழங்கப்பட்டது.

2019–இல், மலையாள மகாகவி உள்ளூர் பரமேஸ்வர ஐயர் நினைவுப் பரிசு, மலையாளம் – தமிழ் இலக்கியப் பரிமாற்றத்துக்காக இவருக்கு திருவனந்தபுரம் தமிழ்ச் சங்கத்தால் வழங்கப்பட்டது.

www.ingramcontent.com/pod-product-compliance
Ingram Content Group UK Ltd.
Pitfield, Milton Keynes, MK11 3LW, UK
UKHW042138021026
15589UKWH00003B/910

9 789393 882639